சிதம்பர ரகசியம்

உள் அட்டையில் காணும் சிற்பக் காட்சியில், பகவான் புத்தரின் அன்னை மாயாதேவி கண்ட கனவின் பலனை மன்னர் சுத்தோதனருக்கு நிமித்திகர் மூவர் விளக்குகின்றனர். அவர்களுக்குக் கீழே அமர்ந்து அந்த விளக்கத்தை எழுதுகிறார் ஓர் எழுத்தர். எழுதும் கலையைச் சித்திரிக்கும் முதல் இந்தியச் சிற்பம் இதுவாகவே இருக்கலாம்.

நாகார்ஜுன மலைச் சிற்பம் கி.பி. இரண்டாம் நூற்றாண்டு. (படஉதவி: நேஷனல் மியூசியம், புது தில்லி)

சிதம்பர ரகசியம்

(சாகித்திய அகாதெமி விருது பெற்ற
கன்னட நாவல்)

கன்னட மூலம்
கே.பி. பூரணச்சந்திர தேஜஸ்வி

தமிழில்
ப. கிருஷ்ணசாமி

சாகித்திய அகாதெமி

Chidambara Ragasiyam: Tamil translation by Pa. Krishnaswamy of K.P. Poornachandra Tejaswi's Award winning Kannada novel 'Chidambara Rahasya', Sahitya Akademi, New Delhi, Reprint 2019, Rs. 250/-

உரிமை © **சாகித்திய அகாதெமி**

கே.பி. பூர்ணச்சந்திர தேஜஸ்வி	: ஆசிரியர்
ப. கிருஷ்ணசாமி	: தமிழாக்கம்
பொருள்	: நாவல்
வெளியீடு	: **சாகித்திய அகாதெமி**
முதற் பதிப்பு	: 2008
இரண்டாம் பதிப்பு	: 2019
ISBN	: 978-81-260-0834-2
விலை	: **ரூ. 250.00**

All rights reserved. No part of this book may be reproduced or utilized in any form or by any means, electronic or mechanical including photocopying, recording or by any information storage and retrival system, without permission in writing from Sahitya Akademi.

சாகித்திய அகாதெமி

தலைமை அலுவலகம் : 'இரவீந்திர பவன்', 35, பெரோஸ்ஷா சாலை, புது தில்லி 110 001. secretary@sahitya-akademi.gov.in | 011-23386626/27/28.

விற்பனை அலுவலகம் : 'ஸ்வாதி', மந்திர் சாலை, புது தில்லி 110 001. sales@sahitya-akademi.gov.in | 011-23745297, 23364204.

கொல்கத்தா : 4, டி.எல். கான் சாலை, கொல்கத்தா 700 025. rs.rok@sahitya-akademi.gov.in | 033-24191683/24191706.

சென்னை : குணா பில்டிங்ஸ், 443, அண்ணா சாலை, தேனாம்பேட்டை, சென்னை 600 018. chennaioffice@sahitya-akademi.gov.in 044-24311741 | 24354815.

மும்பை : 172, மும்பை மராத்தி கிரந்த சங்கிரகாலய சாலை, தாதர், மும்பை 400 014. rs.rom@sahitya-akademi.gov.in 022-24135744 | 24131948.

பெங்களூரு : மத்தியக் கல்லூரி வளாகம், பல்கலைக்கழக நூலகக் கட்டிடம், டாக்டர் அம்பேத்கர் வீதி, பெங்களூரு 560 001. rs.rob@sahitya-akademi.gov.in. 080-22245152, 22130870.

அட்டை வடிவமைப்பு	: Spectrum Graphic Studio, Chennai
ஒளி அச்சு	: Chengamalam Enterprises, Chennai
அச்சகம்	: M K Enterprises, Chennai

Visit our website at *http://www.sahitya-akademi.gov.in*

பூரணச்சந்திர தேஜஸ்வி - ஓர் அறிமுகம்

கர்நாடக மாநிலத்தில் மலைநாட்டுப் பகுதி இயற்கை அழகுக்கு மட்டுமல்லாமல் கலாச்சாரத் தனித் தன்மைக்கும் பெயர் பெற்றது. குவேம்பு, யூ.ஆர். அனந்தமூர்த்தி, சுப்பண்ணா, சுரேஷ் ஹெப்ளிகர், கிரீஷ் காசரவள்ளி என்ற ஒரு நீண்ட பட்டியல் மலைநாட்டைப் பற்றிப் பேசும் போது நினைவுக்கு வரும். இவர்கள் கலைஞர்கள், சிந்தனையாளர்கள் என்ற முறையில் இரண்டு அடிப்படையான அம்சங்களைத் தங்கள் ஆளுமைக்குள் கொண்டிருக்கிறார்கள். ஒன்று இந்தியப் பாரம்பரியத்தை அடியொட்டிய கலை வெளிப்பாடு, இரண்டு இயற்கையோடு மனிதன் கொண்டுள்ள உறவு.

ஷிமோகா மாவட்டத்திலுள்ள கப்பிளி கிராமத்தில் 1938ஆம் ஆண்டு பிறந்த தேஜஸ்வியின் கலை இலக்கிய ஈடுபாடு இளம் வயதிலேயே தொடங்கி செம்மையடைந்ததில் ஆச்சரியம் இல்லை. அவரது தந்தை கர்நாடகத்தின் தேசியக் கவி குவேம்பு ஆவார். தந்தையைப் போலவே தானும் கன்னடத்தில் முதுகலைப் பட்டம் பெற்றவராயினும் வெளியில் எங்கும் போகாமல் ஊரிலேயே தங்கிக் கொண்டு விவசாயத் தொழிலைக் கவனித்து வருகிறார்.

பெரும்பாலான எழுத்தாளர்களைப் போலவே தேஜஸ்வியும் முதலில் கவிதைகள்தான் எழுதினார். 1964ஆம் ஆண்டு ஒரு கவிதைத் தொகுதி வெளிவந்தது. ஒரு நாடகம் கூட அதே ஆண்டு வெளிவந்தது. 1966இல் 'ஸ்வரூபம்' என்ற ஒரு நீண்ட கதையை எழுதினார். இருந்தாலும் 1971ஆம் ஆண்டு வெளியான 'அபச்சூர் போஸ்டாபீஸ்' என்கிற கதைதான் இவரை முழுமையாக நிலைநிறுத்தியது. 'நிகுட மனுஷ்யரு' (*புதிரான மனிதர்கள்*, 1976), 'கர்வாலோ' (1980), 'சிதம்பர ரகசியம்' (1985) முதலிய

நாவல்கள் மூலம் கன்னட இலக்கிய உலகில் இவரது ஸ்தானம் உறுதிப்பட்டது.

வேறுபட்ட இயற்கை வடிவங்களாக இருந்தாலும் வேறு பட்ட ஜீவராசிகளாக இருந்தாலும் ஒவ்வொன்றுக்கும் விதிக்கப் பட்ட குணாம்சங்கள் இருப்பதாகவும், அவை தத்தமது வழியி லேயே தங்கள் தேடலைத் தொடர்ந்து நடத்திக் கொண்டிருப்ப தாகவும் நம்பும் தேஜஸ்வி சமகால எந்த இந்திய எழுத்தாளரை யும் விட அதிக அளவு இயற்கை பற்றிய அக்கறை கொண்ட வராகத் தெரிகிறார். சுற்றுச் சூழல் பற்றியும், பறவைகள், விலங்குகள் பற்றியும் எழுதப்பட்ட இவரது கட்டுரைகள் வயது வேறுபாடின்றி எல்லோராலும் விரும்பிப் படிக்கப்படுகின்றன. இயற்கையின் மீது எந்த அளவுக்கு ஒட்டுதலும், அக்கறையும் கொண்டிருக்கிறாரோ, அந்த அளவுக்கு மனிதர்களின் கயமை, மடமை என்பவற்றின் மீது வெறுப்பும், எதிர்ப்பும் கொண்டவர். வாழ்க்கை, படைப்பு என்ற இரண்டையும் வேறுபடுத்திப் பார்க் காமல், அழகியல் உறையை மட்டும் படைப்புக்குள் போட்டு, தன் அனுபவங்களைப் பதிவு செய்பவர். புகழ் பெற்ற தனது தந்தையின் நிழல் தேஜஸ்வியை ஒரு போதும் அச்சுறுத்திய தில்லை. இந்த விஷயத்தில் இவரை டி.வி. குண்டப்பாவின் மகன் பி.ஜி.எல். சுவாமியோடு ஒப்பிடலாம்.

'அபச்சூர் போஸ்டாபீஸ்', 'தபரண் கதை', 'குப்பியும் இய்யாலாவும்' முதலிய ஆரம்ப காலக் கதைகள் எளிமையான விவரணைகள் கொண்டவை. படிப்பதற்கு லகுவானவை. இவற்றில் இருந்த எதார்த்தமான மொழி நடையும் விவரணை களுமே குறியீடுகளாக மாறி, கதையை வேறு ஒரு தளத்திற்கு எடுத்துச் செல்கின்றன. இவை மூன்றுமே திரைப்படங்களாகவும் வந்திருப்பதால் தேஜஸ்வியின் அனுபவ வெளிப்பாடுகள் எந்த வகையிலும் நடைமுறை வாழ்க்கையிலிருந்து விலகிச் செல்ல வில்லை என்று சொல்லலாம். இதனால் தான் நவீன கன்னட இலக்கியத்தின் இலக்கிய இயக்கங்களான நவ்ய, நவோதயா, பண்டாயா என்ற எதனோடும் தேஜஸ்வியின் எழுத்துக்களை அடையாளப்படுத்த முடியவில்லை. அதோடு அந்த இயக்கங்கள் முன்னிறுத்திய எல்லாப் படைப்பு அம்சங்களும், சித்தாந்தத் தொனியும் தேஜஸ்வியின் எழுத்துக்களிலும் இருப்பதைப் பார்க்காலம்.

பதிப்புகள் என்று பார்க்கும் போது தேஜஸ்வியிடம் லோகியா, குவேம்பு, சிவராம காரந்த் ஆகியோரின் ஆளுமை அம்சங்கள் தெரிவதாக விமர்சகர்கள் அபிப்பிராயப்படுகிறார்கள். லோகியாவின் தத்துவம், சிந்தனை, குவேம்புவின் கலை நுட்பம், காரந்தரின் வாழ்க்கை நோக்கு என்பவை ஒரு ஆரோக்கியமான கலவைதான். இவற்றோடு இவற்றை மீறிய ஒரு மூர்க்கமான பகுத்தறிவும் தேஜஸ்வியின் ஆளுமையில் உண்டு.

'நிகுட மனுஷ்யரு' (*புதிரான மனிதர்கள்*), 'சிதம்பர ரகசியம்' என்பவற்றில் சொல்லப்படும் புதிர், ரகசியம் என்ற பதங்கள் தேஜஸ்வியைப் பிடித்து ஆட்டிக் கொண்டிருப்பவை. இந்த 'புதிர்' அல்லது 'மர்மம்' என்பதை இயன்ற வரை வாழ்வின், இயற்கையின் எல்லாப் பக்கங்களோடும், வடிவங்களோடும் பொருத்திப் பார்ப்பது என்பது தேஜஸ்விக்குச் சலிக்காத முயற்சியாக இருக்கிறது. 'கர்வாலோ' என்பது பறவையியலில் நாட்டம் கொண்ட ஒரு இயற்கையியல்வாதியின் பெயராக இருந்தாலும் அதிலும் இந்த மர்மம், புதிரும் நிறைந்தே இருக்கின்றன. ஒரு கட்டத்தில் இந்த மர்மங்களும் புதிர்களும் 'சர்ரியலிச' வடிவத்தை எடுத்திருப்பதையும் கவனிக்கலாம் (*நிகுட மனுஷ்யரு*, *கர்வாலோ* என்னும் குறு நாவல்கள் ஆங்கிலத்தில் மொழி பெயர்க்கப்பட்டு பெங்குவின் வெளியீடாக வந்திருக்கின்றன). 'கர்வாலோ', ஒரு புராதன காலப் பறவையைத் தேடி காட்டுக்குள் அலைகிறார். அவரோடு கூட ஒரு குழுவே அலைகிறது. 'பறக்கும் பல்லி'யான அப்பறவையைக் கண்டுபிடித்து விட்டால் தாவரங்களின், விலங்குகளின், பறவைகளின் பரிணாம வளர்ச்சியையே கண்டுபிடித்து விடலாம். இந்த 'பறக்கும் பல்லி'யை இவர்கள் ஒரு நாள் கண்டபிடித்தே விடுகிறார்கள். ஆனால், அதைப் பிடிக்க முடிகிறதா என்பது தான் கேள்வி. கண்ணால் பார்ப்பதற்கும், கையால் பிடிக்க முடிவதற்கும் இடையில்தான் எத்தனை தூரம்! 'பறக்கும் பல்லி'யைப் பிடிக்க முயற்சிக்கும் கர்வாலோவின் மன உறுதியைக் கண்டு வியக்கும் நாம் அவரது உதவியாளரில் ஒருவனான மந்தண்ணாவின் தேனீக்கள் பற்றிய ஞானத்தையும், நாட்டுச் சாராயத்தின் மீதும், பருத்த மார்புகள் கொண்ட பெண்களின் மீதும் அவனுக்குள்ள நாட்டத்தையும் கண்டு வியப்படைகிறோம்.

'சிதம்பர ரகசியம்'மில் வரும் கெசரூர் கிராமமுமில்லாத, நகரமுமில்லாத ஓர் ஊர் எல்லா இந்தியப் பண்புகளும் கொண்டது. இதில் வரும் மனிதர்களும் எல்லா இந்தியர்களை யும், கன்னடியர்களையும் போலத்தான். கல்லூரி மாணவர்களின் குறும்பும், முதிர்ச்சியின்மையும், லட்சியத் தேட்டமும் எந்த வகையிலும் வேறுபட்டதில்லை. மனித இனத்தின் ஈடுபாடு களும், முரண்பாடுகளும் எப்போதும் போலவே தொடர்ந்து செல்கின்றன. இவற்றினூடாக 'புதிர்களையும் மர்மங்களையும்' தேடிப் போகிற தேஜஸ்வி நகைச்சுவையை தன்னிடமுள்ள சக்தி வாய்ந்த உபகரணமாக ஆக்கிக் கொண்டிருப்பதில் ஆச்சரியம் இல்லை. இந்த உபகரணம் அவரிடம் ஏற்கனவே இருந்ததுதான். இதோடு 'துப்பறியும் குணம்' என்பவற்றையும் சேர்த்துக் கொள்கிறார். விஞ்ஞானத்தை, தத்துவத்தை, மூட நம்பிக்கையை, அரசியல் சித்தாந்தத்தை, போராட்டத்தை — எல்லாவற்றையுமே துப்பறிந்து பார்ப்பது என்பது அவற்றின் உண்மையான சொரூபத்தைக் கண்டு உணர்வதற்குத்தான். ரஃபி, ஜெயராம் போன்ற எழுத்தாளர்கள் சொல்லும் கதைகள் வழியாகவே தான் மனித வரலாறு நிகழ்ந்திருக்கிறதா? இயற்கையை நாசம் செய்யும் சக்திகளுக்கெதிராக நாமும் மூர்க்கத்தனமாகப் போராட வேண்டாமா? கொழுந்து விட்டெரியும் லண்டானாக் காட்டுக் குள் ளிருந்து தப்பி ஓடும் ரஃபியும் ஜெயந்தியும் அதிலிருந்து துளிர் விடுகிற முளைகளா? இவையெல்லாம் இந்த நாவல் எழுப்புகிற சிந்தனைகள்.

இந்த நாவலோடு தேஜஸ்வியின் பிற கதைகளையும் சேர்த்துப் படிக்கும் போது அவரது படைப்பு வெளியைத் தமிழ் வாசகர்கள் புரிந்து கொள்ளலாம். தங்களுக்கு ஏற்கனவே அறிமுகமாகியுள்ள எந்தத் தமிழ் எழுத்தாளரோடும் இவரை ஒப்பிடும் முயற்சியை மேற்கொள்ளாமலிருப்பது நல்லது.

ப. கிருஷ்ணசாமி
மொழிபெயர்ப்பாளர்

அத்தியாயம் 1

“ஆக மொத்தத்துல ஒரு புரட்சி வரணும்பா!'' என்று பெருமூச்சு விட்டபடி தனக்குத் தானே சொல்லிக் கொண்டான் ஜோசப் அங்காரா.

கெசரூர் சந்தைப் பேட்டையின் கோடியில் உள்ள கல் பெஞ்சின் மீது உட்கார்ந்து கொண்டிருந்த நான்கு சிநேகிதர்களும் இறுதியாக இந்தத் தீர்மானத்திற்கு வந்தார்கள். கெசரூர் ஜூனியர் காலேஜில் படித்துக் கொண்டிருக்கும் இவர்கள் அங்கே எகனாமிக்ஸ் லெக்சரராக இருக்கும் ராமச்சந்திராவின் சிஷ்ய கோடிகளாக மாறின கொஞ்ச காலத்திற்குப் பிறகு ஏற்பட்ட ஞானோதயம் இது. இதற்குக் காரணம் பொருளாதார நெருக்கடியா, அரசியலில் மகத்தான லட்சியமா, சமூக அக்கறையா என்பது அவர்களில் யாருக்குமே புரியாத விஷயமாக இருந்தது. முதலில் இங்கிலீஷ் லெக்சரர் ஜீவண்ணனின் சீடர்களாக இருந்த போது கெசரூர் ரோடுகளில் தென்படும் நிறைமார்புப் பெண்களையெல்லாம் காதலித்துக் காதலித்து சோர்ந்து மெலிந்து போயிருந்தார்கள். கோட்டு, சூட்டு எல்லாம் போட்டு காலில் ஷூ அணிந்து, கையில் சிகரெட் பிடித்து, விசில் அடித்து, தொண்டை கனைத்து புதுப் புது கோணங்களில் போஸ் கொடுத்து — இப்படி என்னென்னவோ செய்து பார்த்தும் ஒரு பெண்ணின் மனதிலும் எந்த விதமான பாதிப்பையும் ஏற்படுத்த முடியாமல், பிறகு எல்லாவற்றையும் உதறி விட்டு கதர் ஜிப்பாவும், பைஜாமாவும் அணிந்து ராமச்சந்திராவின் சிஷ்ய கோடிகளாகியிருந்தனர்.

ஆங்கிலப் பேராசிரியர் பாடம் நடத்தும் போது சொல்லி வந்த அழகிய காதல் கவிதைகள், கதைகள் மற்றும் கன்னட இந்தி காதல் கதை சினிமாக்கள் ஆகியவற்றை அவர்கள் இப்போது எண்ணிப் பார்த்தால் அருவருப்பாக இருந்தது. அவைகளெல்லாம் வேறொரு உலகின் புராணங்கள் என்று அவர்களுக்கு இப்போது புரியத் தொடங்கியிருந்தது. அவர்களின் இதயத்துள்ளிருந்து கட்டுக்கடங்காத காதல் பெருக்கையோ, சாகசப் போக்குகளையோ, தியாக உணர்வுகளையோ புரிந்து கொண்டு மதிக்கக் கூடிய தகுதி கெசரூர்ப் பெண்களுக்கு இல்லை என்னும் சோகமான முடிவுக்கு அவர்கள் வந்திருந்தனர்.

ஆனால் அவர்களுக்கு இதைவிட அதிகமாக, அவர்களின் தன்னலமற்ற காதலின் மதிப்பைப் புரிந்து கொள்ளாத அந்தப் பெண்கள், கள்ளச் சிரிப்புச் சிரித்துக் கொண்டு மறைவாக நரிகளைப் போல ஒளிந்து நின்று எதையோ முணுமுணுக்கும் சில ஆந்தை முழிப் பையன்களோடு பேசிக் கொண்டிருப்பதைப் பார்த்தால் குடலைப் புரட்டிக் கொண்டு வரும். இவை எல்லா வற்றின் விளைவாகவே அவர்கள் அங்கே உட்கார்ந்து கொண்டு மொத்த சமூகத்தின் மீது ஆத்திரம் கொண்டு 'மொத்தத்துல புரட்சி வரணம்பா' என்று ஒரு மனதான முடிவுக்கு வந்தார்கள். அம்முடிவினால் அவர்களின் மனதிற்கு அளவற்ற சமாதானமும் நிம்மதியும் கிடைக்கத் தொடங்கியது.

முன்பொரு தடவை சாதியொழிப்பு நிகழ்ச்சியை நடத்தி, "சாதி ஒழிய வேண்டும், பத்தாம்பசலித் தனங்களையும் மூட நம்பிக்கைகளையும் கைவிட வேண்டும், கலப்புத் திருமணங்கள் நடைபெற வேண்டும்" என்றெல்லாம் தீர்மானங்கள் நிறைவேற்றிய போது அவர்களுக்குத் தாற்காலிகமாவது இதே போன்று மன நிம்மதி கிடைத்திருந்தது. ஆனால் என்ன துரதிர்ஷ்டம்! இப்படித் தீர்மானித்த அந்த இளைஞர்களின் கூட்டத்தில் எந்தப் பெண்ணுமே சேரவில்லை. இவர்களிடம் கொழுந்து விட்டெரியும் காமாக்னியைக் கண்டு அந்த ஊர்ப் பெண்கள் இவர்கள் அருகில் வரவே பயப்பட்டார்கள். பெண்களும் இவர்களைப் போலவே தீர்மானம் நிறைவேற்றாத காரணத்தால் இந்த இளைஞர்கள் தங்கள் தீர்மானங்களைச் செயல்படுத்தவே முடியாமல் போயிற்று. ஆனால் இப்போது அப்படியல்ல. புரட்சிக்கு ஒரு கட்சி தீர்மானமே போதும். கெசரூரிலுள்ள துரோகிகளான அதிகார வர்க்கம், ஒடுக்குமுறையாளர் வர்க்கம், குறிப்பாக கெசரூரின் நிறைந்த மார்புள்ள பாவாடைச் சிறுக்கிகள் இவர்கள் எல்லோருக்கும் தாங்கள் நடத்தும் புரட்சியின் மூலம் சரியான பாடம் புகட்ட வேண்டும் என்ற முடிவுக்கு வந்தார்கள்.

அவர்களில் ஒருத்தன்தான் ராமப்பா. செம்பட்டை முடியும் பூனைக் கண்களும் கொண்டவன். தோல் வெளுப்பாக இருந்ததால் அவனை எல்லோரும் 'இங்கிலீஷ் கௌடா' என்று அழைத் தார்கள். ஆரம்பத்தில் அவனுக்கு இதைப் பற்றிக் கொஞ்சம்

பெருமை இருந்தது உண்மைதான். ஆனால் தொடர்ந்து மேற் கொண்ட தனது எல்லாக் காதல் முயற்சிகளும் தோல்வியில் முடிந்ததால் தனது பூனைக் கண்ணின் மீதும் செம்பட்டை முடியின் மீதும் அவனுக்கு வெறுப்பு ஏற்படத் தொடங்கியது. ''தனது பாட்டியோ, கொள்ளுப் பாட்டியோ அப்போது இங்கிருந்த வெள்ளைக்காரனுடன் படுத்திருக்க வேண்டும். பாவி முண்டை'' என்ற தன் பரம்பரை மூதாதையரைத் திட்டிக் கொண்டிருப்பான்.

இன்னொருத்தன் சந்திரன். சீனர்களைப் போல் உள்வாங்கிய கண்களும், செங்கிஸ்கானைப் போல மீசையும் கொண்டவன். மேலுதட்டின் வலது, இடது பாகங்களிலிருந்து மட்டும் தொங்குகிற இந்த மீசை உதட்டின் மேல் அடர்த்தியாகப் படர்ந்து வளரவில் லையே என்ற ஏக்கம் அவனுக்கு எப்போதும் உண்டு. அடிக்கடி சவரம் செய்து கொண்டால் பெண்களுக்கே கூட முகத்தில் மீசை வளரும் என்று யாரோ சொன்னதைக் கேட்ட அவன் ஒரு நாளைக்கு நான்கு தடவை முகத்தை மழித்துக் கொண்டிருந்தான்.

அடுத்த ஆள் ஜோசப் அங்காரா. கொஞ்சம் கருப்பு, குள்ளமானவன். முடி நீக்ரோக்களுடையதைப் போன்று குட்டை யாகவும், சுருண்டும் இருந்தது. தென்கன்னட மாவட்டத்தைச் சேர்ந்த இவன் பூர்வீகத்தில் புலையர் ஜாதியைச் சேர்ந்தவன். இவனது முன்னோர்களில் யாரோ ஒருவர் மதம் மாறியதால் இவன் தந்தைக்கு ரோட்ரிக்கின் தோட்டத்தில் ரைட்டராக ஆகும் வாய்ப்பு கிடைத்தது. அப்படிக் கிடைக்காமலிருந்திருந்தால் இப்படி இந்த மூன்று பேரோடு சரிசமமாக நட்புரிமையோடு உட்கார முடிந்திருக்காது.

நான்காமவன் ரமேஷ். சின்ன வயதிலேயே பெற்றோர் களை இழந்தவன். ஒரு சாராயக் கடையில் சாராயம் அளந்து கொடுக்கும் வேலையைச் செய்து கொண்டிருந்தான். காலேஜ் வந்து போகும் நேரம் தவிர மீதி நேரங்களில் அங்கேயே இருக்க வேண்டியதிருந்தது. அங்கு எப்போதும் குடிகாரர்களுடனேயே பழகியதோடு கூட, கள்ளச் சாராயம் காய்ச்சுபவர்களின் வீடுகளில் 'ரெய்டு' நடக்கும் போதெல்லாம் இவனும் அங்கே இருந்ததால் ஒரு வகையில் முரடனாகியிருந்தான். அவனை ஒரு ரௌடி என்றே எல்லோரும் நினைத்திருந்தார்கள். ஆனால், உண்மையில்

ரமேஷ் நல்லவன் தான். சாராயக் கடை விவகாரங்கள், விபச்சாரம், நேரடியாகப் பார்க்கும் லஞ்ச ஊழல்கள் இவைகளையெல்லாம் பார்த்து அவனுக்கு அவையெல்லாவற்றின் மீதும் ஆழமான வெறுப்பு ஏற்பட்டிருந்தது. இவன் மூலமாகத்தான் அவனது மூன்று சினேகிதர்களுக்கும், குரு ராமச்சந்திரனுக்கும் கெசரூரில் நிறைந்து வழிந்த சமூகச் சீர்கேடுகள், அட்டூழியங்களெல்லாம் தெரிய வந்தன.

இந்த நால்வருக்கும் மொத்தத்தில் புரட்சி தேவையாக இருந்தது. தேசம், அரசாங்கம், சமூகம் ஆகியவற்றை விட முக்கியமான மாற்றங்கள் தேவையாக இருந்தது அவர்களுக்குத் தான். காதல், மோகம் என்கிற பீடை அவர்களை எந்த அளவுக்கு ஆட்டிப் படைத்துக் கொண்டிருந்தது என்பது விவரிக்க முடியாத ஒன்று. எல்லா ஒலிகளும், உருவங்களும் பேச்சின் அர்த்தங்கள். உரல், உலக்கை, பல்பு, பலூன், ஹார்ன், ஜேபி, பர்சு, மேசை, டிராயர் என்று எல்லாப் பொருட்களுமே அவற்றின் அடையாளங்களாகி அவை ஒவ்வொன்றின் மூலமும் கெசரூரின் நிறைந்த மார்புடைய பெண்கள் எமவேதனை கொடுக்கத் தொடங்கியிருந்தனர்.

அவர்கள் எதிரிலே வந்தால் பயம். திரும்பிப் போய் விட்டாலோ ஏமாற்றம். இவர்கள் பக்கமாகத் திரும்பிப் பார்த்தால் அதற்கு என்ன அர்த்தம் என்று அறியத் துடிக்கும் ஆவல். பார்க்காமலிருந்தாலோ தம்முடைய மீசை, கிராப் தோற்றத்தின் மீது எரிச்சல். இது இப்படியே நீடிக்குமானால் அவர்கள் ஒவ்வொருவராக நோயாளியாகிச் சாவது நிச்சயம்.

இந்தச் சமயத்தில் தான் முனைவர் ராமச்சந்திரா கெசரூருக்கு மாற்றலாகி வந்தார். முன்னால் வேலை பார்த்த கல்லூரியில் பையன்களைத் தூண்டிக் கலகம் செய்ய வைத்தார் என்பதற்காக அவரைத் தண்டிக்கவென்றே கெசரூருக்கு மாற்றியிருந்தார்கள். அவர் வருவதற்கு முன்னமேயே அவர் அபாரத் திறமையுள்ள மேதாவி என்று ஊருக்குள் செய்தி பரவியிருந்தது. கூடவே அவர் முன்பிருந்த இடத்தில் ஊரெல்லாம் கலவரம் ஏற்பட அவரே காரணம் என்றும், அவர் நக்சல்பாரி இயக்கத்தைச் சேர்ந்தவர் என்று சிலரும், அவர் அமெரிக்காவின் சி.ஐ.ஏ. ஏஜண்டு

என்று சிலரும் குசுகுசுவென்று பேசிக் கொண்டனர். அவர் வந்த பிறகு பார்த்த நம் இளைஞர்களுக்கு அவரும் எல்லாரையும் போன்ற மனிதப் பிறவி போலவே இருப்பதைக் கண்டு மன சமாதானம் அடைந்தார்கள்.

பையன்கள் கவனத்தைக் கவரும்படி பேசுவதில் ராமச்சந்திரா கெட்டிக்காரன். "அன்பு, காதல் திருமணம் எல்லாம் சீரழிந்து கொண்டிருக்கும் தேசத்தில் அப்பன் தேடி வைத்த ஆஸ்தியில் வயிறு வளர்த்துக் கொண்டிருக்கும் ஒட்டுண்ணி வாழ்க்கை வாழ் பவனிடம் ஆன்மாவே இருக்காது. தேசத்தை நேசிக்கத் தெரிந்த ஒருவனாலேயே ஒரு பெண்ணையும் உண்மையான அர்த்தத்தில் நேசிக்க முடியும்" என்று வகுப்புக்குள்ளேயே சொற்பொழிவு செய்வான். பெண்ணுரிமை, சமத்துவம் முதலியவை குறித்தும் பையன்களுக்கு ஆவேசமான உரைகள் நிகழ்த்தினான். அவனது பேச்சில் மனதைப் பறிகொடுத்து தலை நிமிர்ந்த நமது புரட்சி யாளர்களும் தேசத்தை நேசிக்கத் தொடங்கினர். உங்களிடம் உண்மையான அன்பு, தன்மானம், நாட்டுப் பற்று இருந்தால் நீங்கள் இந்த நாட்டை நேசிக்கத் தகுதியுள்ள தேசமாக மாற்ற வேண்டும்" என்று ராமச்சந்திரா கூறினான்.

பாவம்! நமது புரட்சியாளர்களுக்கு உண்மையான பற்றோ அல்லது போலியான பற்றோ — மொத்தத்தில் நாட்டுப் பற்று நிரம்பி வழிந்தது. ஆனால் இந்த நாட்டுப் பற்றுக்குத் தடையாக இருப்பது நமது தேசத்து சமூக அமைப்பு - அரசியல் அதிகார வகுப்பு - அரசாங்கம் இவைகளெல்லாம் தான் என்பது தெரியா மல் இருந்தது. அவர்கள் இந்த கெசரூரின் பெண்கள் திட மனசுடன் தங்களைக் காதலிக்கத் துணிந்து முன் வரவில்லை. அதனால் தான் அந்த மனத் தளர்ச்சி என்று எண்ணிக் கொண்டிருந்தார்கள். ஆனால் ராமச்சந்திராவின் சீடர்களாக ஆன பிறகு அவனது புதிய வாதத்தினால் விஷயங்களைப் புரிந்து கொண்டனர். இந்த தாசில்தார், பி.டி.ஓ., டி.சி. செல்வாக்குள்ள பணக்காரர்கள், வட்டிக்குப் பணம் தரும் மார்வாடிகள் முதலானவர்களே தங்களது கண்ணுக்குத் தெரியாத கைகளால் தடை போட்டுக் கொண்டு இருக்கும் எதிரிகள் என்று உணர்ந்தனர். இதையெல்லாம் ஒரு சேரப் பார்த்தே அவர்கள், "மொத்தத்தில் புரட்சி வரணும்" என்று ஒரு முழு மனதான தீர்மானத்திற்கு வந்திருந்தனர்.

அவர்களது அடுத்த செயல்திட்டங்கள் எதுவாக இருந்தாலும் அவரது தீர்மானம் மட்டும் அவர்களுக்கு மிகுந்த மன நிறைவைத் தந்தது. அவர்களது நாடித் துடிப்பிலும், இதயத் துடிப்பிலும் வியாபித்து உட்காரும் போதும் நிற்கும் போதும் நடக்கும் போதும் மனதை வாட்டிக் கொண்டிருந்த கெசரூர்ப் பெண்களின் அலைக்கழிப்புத் தொல்லையை மட்டுப்படுத்த ஓரளவுக்கு உதவியது.

அத்தியாயம் 2

"ஹலோ... குட் ஈவினிங்! மை நேம் ஈஸ் அங்காடி... ஷாமநந்தன அங்காடி" என்று சொல்லிக் கொண்டு கெசரூர் விஸ்வ பவன், காபி பாரின் படிகளேறி நுழைந்தான் அந்த உயரமான மனிதன். ஓட்டலின் மூலையில் ஒரு டேபிளைச் சுற்றி உட்கார்ந்து காபி குடித்துக் கொண்டு பேசிக் கொண்டிருந்த மூவரும் அவனைத் திரும்பிப் பார்த்தார்கள். உள்ளே நுழைந்த புதிய ஆளின் விசித்திரமான தோற்றமும், ஒரு தினுசான கன்னடமும் கண்டு அவர்களுக்குக் கொஞ்சம் பதட்டமாக இருந்தது. அவனிடம் என்ன பேசுவது என்று அவர்களுக்கு ஒன்றும் தோன்றவில்லை. "நீங்க உங்களை அறிமுகப்படுத்தத் தேவையில்லே. ஏன்னா உங்க எல்லோரையும் எனக்கு நல்லாத் தெரியும்" என்று அவன் சொன்ன போது சுற்றியிருந்தவர்களுக்குக் கொஞ்சம் அதிர்ச்சியாகக் கூட இருந்தது. தங்கள் நினைவுச் சுரங்கத்தை எவ்வளவோ தோண்டிப் பார்த்ததும் அந்த நபர் யாரென்று கண்டுபிடிக்க முடியவில்லை. வேறு வழியில்லாமல் புன்னகை முகத்துடன் நின்றிருந்த அந்த விருந்தாளிக்கு ஒரு நாற்காலியைக் காண்பித்து உட்காரச் சொன்னார்கள்.

உட்கார்ந்து கொண்ட ஆள் சாவதானமாக சிகரெட் ஒன்றைப் பற்ற வைத்துக் கொண்டு மேசையைச் சுற்றி உட்கார்ந் திருந்த மூவரையும் ஒரு நோட்டம் விட்டான். ஒருவரைச் சுட்டிக் காட்டி, "நீங்க தான் மிஸ்டர் ஹெக்டே ஆராய்ச்சி நிலை யத்தின் பேதாலஜிஸ்ட்." "நீங்கள் சித்தப்பா நிலையத்துலே பூச்சியியல் அறிஞர்..." என்று இன்னொருவரைப் பார்த்துச் சொன்னான். ஹெக்டேயும் சித்தப்பாவும் உள்ளுக்குள் சிரித்துக்

கொண்டு 'ஆமாம்' என்று தலையாட்டினார்கள். ''இவங்க யாருன்னு தெரியலே... தயவு செஞ்சு மன்னிச்சுக்குங்க'' என்று பக்கத்திலிருந்து மூணாவது நபரைப் பார்த்துச் சொன்னான்.

''எம் பேரு ராமச்சந்திரா. இங்க ஜூனியர் காலேஜிலே எகனாமிக்ஸ் லெக்சரராக இருக்கிறேன்.''

''யாரு? டி.ஆர். ராமச்சந்திரா அப்பிடீண்ட்டு தும்கூர்லே இருந்தாரே அவரா?'' என்றான்.

''ஆமாம்'' என்று தலையசைத்தான் ராமச்சந்திரா.

''ஓ... ஒண்டர்ஃபுல்! நம் அரசாங்கத்தின் ஐந்தாண்டுத் திட்டத்தைப் பத்தி நீங்க எழுதி விமர்சனமெல்லாம் படிச்சேன். ரொம்ப நல்லாவே அவங்களைக் காரித் துப்பியிருக்கீங்க சார்! உங்களைப் பார்த்ததுலே ரொம்ப சந்தோஷம்'' என்று கை குலுக்கினான் அந்த விருந்தாளி.

மேசையைச் சுற்றி உட்கார்ந்திருந்த மற்ற இரண்டு பேருக்கும் ராமச்சந்திராவின் கீர்த்தி பற்றித் தெரியாமலிருந்ததால் கொஞ்சம் துணுக்குற்றார்கள். ராமச்சந்திரா வந்த மனிதனைக் கூர்ந்து பார்த்தான். எங்கோ ஒரு இடத்தில் தன் கட்டுரையைப் படித்து விட்டுக் கை குலுக்கும் இவனைப் பார்த்து அவனுக்கும் கொஞ்சம் பதட்டமேற்பட்டது.

''நீங்க யார்னு சரியா தெரியலியே மிஸ்டர் அங்காடி'' என்றான் ராமச்சந்திரா.

''ஓ... சாரி... நான் என்னை அறிமுகப்படுத்திக்கவே இல்லே இல்லியா... சாரி... சாரி... நான் ஆலப்புழையில் இண்டலிஜென்ஸ் ஆபீசரா வேலை பார்க்கிறேன்...''

''சென்ட்ரல் இன்டலிஜென்ஸ் ஏஜென்சியிலா, இல்லே ஸ்டேட் இன்டலிஜென்ஸா'' என்று கேட்டான் ராமச்சந்திரா.

இன்டலிஜென்ஸ் என்ற பெயரைக் கேட்ட உடனே அவர்களுக்குக் கொஞ்சம் பதற்றம் தோன்றத் தொடங்கியது. இன்னும் என்ன புதிய தொல்லைகள் வரப் போகுதோ என்று எண்ணிக் கொண்டே சித்தப்பாவும், ஹெக்டேயும் ஏதாவது சாக்குப் போக்குச் சொல்லி இங்கேயிருந்து நழுவி விடுவது என்று யோசித்தனர். பல இடங்களுக்குப் போய்ப் பலவிதமான மனிதர்களைப் பார்த்து அறிமுகப்படுத்திக் கொள்ளும் பழக்க

முள்ள அங்காடிக்கு அவர்கள் கலவரப்பட்டிருப்பதைக் கவனிக்க முடிந்தது. அதை மாற்ற வேண்டும் என்ற எண்ணத்தில் பேசத் தொடங்கினான்.

''உண்மையில் எம்பேரு அங்காடியில்லே சாரு... நான் பொறந்து வளர்ந்ததெல்லாம் இந்த கெசரூருக்கு எட்டு மைல் தூரத்திலிருக்கிற 'அங்கடி'ங்கற கிராமம் தான். அந்த கிராமத் துக்கு எங்கப்பாதான் நாட்டாமையா இருந்தாரு... எம் பேரு ஷாமே கௌடதான். கல்கத்தாவுல தான் எனக்கு 'இன்டர்வியூ' இருந்தது. வேலை கிடைக்கிற மாதிரி இருந்த போதுதான் என்னோட ஜாதி யாருக்கும் தெரிய வேண்டாம்ங்கறதுக்காக நானே ஷாமநந்தன அங்கடின்னு மாத்திக்கிட்டேன். என்னை இன்டர்வியூ பண்ணினவங்க எல்லாரும் பெங்காலிங்க. அவங்களுக்கு தென்னிந்தியாக்காரங்கன்னா கால் தூசியை விடக் கேவலம். அதனால் தான் மாத்திக்கிட்டேன். ஆலப்புழையில் வேலைக்குச் சேர்ந்ததுக்கப்புறம் அங்கே எம்பேரு மலையாளிங்க வாயில் நுழையலே... அங்காடின்னு மாத்திட்டாங்க. என்னோட மூலப் பேரு 'அங்கடி ஷாமே கௌடா'ங்கறதுதான். இவன் யார்ரா இவன் வெளியாளு... இன்டலிஜென்ஸ் ஆபீசர். அப்பிடீன்னு பயப்படாதீங்க. நான் இந்தப் பக்கத்துக்காரன் தான்'' என்று தன்னுடைய பேச்சு பாணியையெல்லாம் மாற்றிக் கொண்டு அசல் மலைநாட்டைச் சேர்ந்த கௌடனைப் போலப் பேசத் தொடங்கினான் அங்காடி.

''என்னை சென்ட்ரல் இன்டலிஜென்ஸிலேர்ந்து ஒரு பிரமோஷன் குடுத்து ஏலக்காய் வாரியத்துக்கு மாத்துனாங்க. இந்த போஸ்ட் மொதல்லே மாநில அரசு சம்பள விகிதத்துல தான் இருந்தது. அதனால நான் போக முடியாதுன்னு கலாட்டா பண்ணுனேன். அப்புறமா சென்ட்ரல் சம்பள விகிதத்துக்கு மாத்து னாங்க... பெர்மனெண்ட் பண்ணினாங்க... 'ஏலக்காய் வாரியம் இன்டலிஜென்ஸ் டிபார்ட்மென்டு' ஏற்படுத்தி என்னை இங்கே அனுப்பிச்சாங்க... எல்லாம் பாலிடிக்ஸ்...''

அவர்களிடம் கொஞ்சம் நெருங்கிப் பழக வேண்டும் என்பதற்காக தேவைப்பட்டது, தேவைப்படாதது என எல்லா விவரங்களையும் கொட்டத் தொடங்கினான் அங்காடி. அவன்

வந்தது ஏலக்காய் மையத்தின் முக்கிய பிரமுகரான பாடீலைப் பார்ப்பதற்குத் தானாம். ஏலக்காய் உற்பத்தி பயங்கரமான அளவுக்கு குறைந்து கொண்டே போவதைக் கவனித்த மத்திய அரசு, அதைக் குறித்து அக்கறை காட்டி ஏலக்காய் வாரியத்தைத் தணிக்கை செய்யும்படி கோரியிருந்தது. அதோடு ஏலக்காய் வியாபாரத்தின் நெளிவு சுளிவுகளையும் கவனிக்கும்படி சொல்லி இருந்தது.

''கர்நாடகத்தைப் போலவே கேரளத்துலேயும் உற்பத்தி கொறைஞ்சிட்டு வருதா என்ன?'' என்று கேட்டான் சித்தப்பா.

''கேரளத்துல கூடக் கடந்த ரெண்டு வருஷமா எறங்கு முகந்தான். ஆனா கெசரூர் ஏலக்காய்க்கு ஒரு பேரு இருக்குது இல்லியா... இங்க ஏதாவது பிரச்சினைன்னா அவங்க ரொம்ப கவலைப்பட்றாங்க...'' என்றான் அங்காடி. டாக்டர் ஜோகிஹாள் ஏலக்காய் மையத்தின் முக்கியஸ்தராக இருந்த போது களப் பணிக்கு வந்துள்ளதாகவும் அப்போது நடந்த ஒரு கருத்தரங்கில் சித்தப்பாவும், ஹெக்டேயும் கட்டுரை படித்திருந்ததால் அவர்கள் அறிமுகம் கிடைத்தது எனவும் விவரித்தான்.

சித்தப்பா சிரித்துக் கொண்டே, ''மிஸ்டர் அங்காடி... ஏலக்காய் விளைச்சல் கொறையறதுக்கு நெறைய காரணங்கள் இருக்கு. பூச்சி விழுகறது... பூசணம் பூக்கறது... வைரஸ் தொந்தரவு... சீதோஷ்ண நிலை குளறுபடிகள்... விலை ஏத்த இறக்கம் — இப்படிப் பல காரணங்களைச் சொல்லலாம் இதைப் பத்தி முழுமையா ஒரு தாவரவியல் ஆராய்ச்சியே செய்யலாம். அதை விட்டுப் போட்டு போலீஸ் டிபார்ட்மென்ட்டையும், இன்டலி ஜென்ஸ் டிபார்ட்மென்ட்டையும் விசாரணை செய்யச் சொன்னா எப்படி? இப்போ ஏலக்காய்க்கு எஃபிட்ஸ் அப்பிடீன்னு ஒரு பூச்சித் தொல்லை இருக்குன்னு வெச்சுக்கங்க... அத நான் கண்டு புடிச்சு அதுக்கு என்ன மருந்தடிக்கணும்னு ரிப்போர்ட் பண்ண முடியுமே தவிர, போலீஸ் டிபார்ட்மென்ட்டுக்காரங்க என்ன செய்வாங்க? எஃபிட்ஸ்களுக்கு விலங்கு போடுவாங்களா?'' என்று நக்கலாகக் கேட்டான்.

அதைக் கேட்ட அங்காடி சிரித்துக் கொண்டே, ''மிஸ்டர் சித்தப்பா, நியாயமாப் பாத்தா உங்க கேள்விக்கு நான் இந்த

சமயத்துலே பதில் சொல்லக் கூடாது. ஆனா மறைமுகமாகச் சொல்றேன். ஏலக்காயை அரபு நாடுகளுக்கு ஏத்துமதி பண்ற தாலே நமக்குக் கெடைக்கிறது நானூறு கோடி ரூபா... இப்ப அது ஐம்பது கோடியாக் கொறைஞ்சிருக்கு... இதுதான் மத்திய அரசு கவலைப்படக் காரணம்... கிருமிகளாலதான் இது நடந்த துன்னா எனக்கு இந்த எடத்துலே வேலை இல்லே. ஆனால் ஒவ்வொரு பிரச்சினையிலேயும் சமூக விரோதிகள் சம்பந்தப்பட் டிருப்பாங்க... அதனாலதான் நாங்க நுழையறோம். உங்களுக்குத் தெரியாத சில தகவல்கள் எங்களுக்குத் தெரியும்'' என்று தனது தொழில் ரகசியங்களைச் சொல்லி விட்ட மனோபாவத்தில் உட்கார்ந்தான் அங்காடி. மற்ற மூவரும் முகத்தில் திகில் ரேகை படர உட்கார்ந்திருந்தார்கள்.

அங்காடி தொடர்ந்தான்: ''இதெயெல்லாம் சொல்றதுனால என்னை ஜேம்ஸ்பாண்டுன்னு நெனைச்சிக்காதீங்க... துப்பறிபவன் அப்பிடீண்ணாலே துப்பாக்கியோடு சாகசம் பண்றவன்... பெண்களோடு கும்மாளம் போடுபவன்னு யூகம் பண்ணுவீங்க... நாங்கூட ஒரு காலத்துல அப்பிடித்தான் நெனைச்சிட்டிருந்தேன். ஆனா உண்மையிலேயே துப்பறியும் வேல தாசில்தாராபீஸ் குமாஸ்தா வேலை தான். ஒரு விஷயத்தைப் பத்திக் கொஞ்சம் தகவல் சேகரிச்சிட்டு அதை ஞாபகம் வைச்சட்டு ஒண்ணோட ஒன்னு கிராஸ் செக் பண்ணிட்டு அலையற கழுதப் பய வேலை தான் அது.''

இப்படி அங்காடி மனம் விட்டுப் பேசியதால் அதைக் கேட்டு அங்கு உட்கார்ந்திருந்த மூன்று பேருடைய மனதிலும் இருந்த இறுக்கம் கொஞ்சம் தளர்ந்தது உண்மை தான். ஆனால், ஒரு போலீஸ் துப்பறிவாளன் கொஞ்சம் இடம், பொருள், ஏவல் பார்த்துப் பேசுவது உசிதமல்லவா என்றும் நினைத்தார்கள். எதிர்ப்புறம் இருந்த பாத்திரக் கடை மார்வாடி இருட்டுவதற்குக் கொஞ்சம் முன்னமேயே விளக்கேற்றி வைத்து சாமி கும்பிட்டு கல்லாப் பெட்டியின் முன் உட்கார்ந்து கொண்டான்.

''பை த பை... டாக்டர் ஜோகிஹாள் காலமாகீட்டார் இல்லியா... என்ன ஆச்சு அவருக்கு'' என்று அங்காடி சித்தப்பா விடம் ஆர்வத்துடன் கேட்டான்.

''ஒன்னும் ஆகலே... நல்லாத்தான் இருந்தாரு.. அன்னைக்கு சாயங்காலம் எங்களையெல்லாம் கூப்பிட்டு மீட்டிங் போட்டு ஏலக்காய் சம்பந்தப்பட்ட பல பிரச்சினைகளைப் பத்தி விவாதிச்சார். ஆராய்ச்சி மாணவங்களோட சில செய்முறைகளைச் சோதிக்கற துக்காக லேபுக்குப் போனார். காலையிலே பாத்தா லேபுக்குள் ளேயே செத்துக் கெடக்கிறார். மாரடைப்பா அல்லது வேறு ஏதாவது விபத்தான்னு ஒன்னும் புரியலே... சிலர் ஸ்லைடு புரெஜக்டருக்கு என்னவோ ஆகியிருந்ததுன்னு சொல்றாங்க'' என்றான். இதே மாதிரி பல பேருக்குப் பதில் சொல்லிச் சொல்லி மாய்ந்து போன சலிப்பு அவன் பேச்சில் தெரிந்தது.

''அவரென்னமோ DDT bomb பத்தி சோதனை பண்ணீட் டிருந்தார்ணு சொல்றாங்களே ஹெக்டே'' என்றான் அங்காடி.

''அந்த விஷயமெல்லாம் சித்தப்பாவுக்குத் தான் நல்லாத் தெரியும்.. அந்தத் திட்டத்தைத் தயாரித்து ஜோகிஹாளிடம் கொடுத்தவனே அவன் தான்.''

சித்தப்பா அதற்கு, ''அந்தத் திட்டம் என்னான்னு வேன்னா நான் சொல்றேன். ஆனால் இந்தப் புலனாய்வுத் துறைங்கற பேரைக் கேட்டதிலேர்ந்து நெஞ்சு பக்... பக்...குன்னு அடிச்சுக்குது. அவரு இறந்ததுலேர்ந்து போலீஸ்காரங்க நம்மகிட்டே வாக்குமூலம் அது இதுன்னு இழுத்தடிச்சு உயிரை எடுத்தாங்க... இது வரைக்கும் அனுபவிச்சதே போதும் போதும்னு ஆகிப் போச்சு'' என்றான்.

அதற்கு அங்காடி, ''இல்லே... இல்லே... உங்ககிட்டே அரட்டை அடிக்கிற சிநேகிதன் மாதிரித்தான் கேக்கறேன்.. இங்க பாருங்க... இந்த மாதிரி விஷயத்தைக் கேட்ட ஒடனே கேக்கறவரு புலனாய்வுத் துறைக்காரருங்கறதனாலே இல்லாதது பொல்லாததையெல்லாம் சொல்ல ஆரம்பிச்சிர்றாங்க... சாக்குப் போக்குச் சொல்லித் தப்பிக்கப் பாக்கறாங்க... நான் எதுக்காக இங்க வந்திருக்கேன் அப்பிடீங்கற விஷயத்தை உங்க கிட்டே தெளிவாச் சொல்லியிருக்கிறேன் இல்லியா? ஜோகிஹாள் இறந்த விஷயத்தைப் பத்திப் புலன் விசாரணை செய்யறதுக்காக நான் இங்க கண்டிப்பா வரலே..நீங்கெல்லாம் ஜோகிஹாளோடு உதவி யாளர்களா வேலை செஞ்சிருக்கீங்க அப்பிடீங்கறதுனால

கொஞ்சம் ஆர்வமா சில விஷயங்களைக் கேட்டேன். அவ்வளவு தான். நீங்கள் எல்லோரும் இயல்பா எங்கூடப் பழகணும்ங்கறது தான் எனக்கு முக்கியம்'' என்றான். தான் எதிர்பார்க்கிற மாதிரி அவர்களை இயல்பாகப் பேச வைப்பதற்கு அங்காடி நிறைய சிரமப்பட்டான்.

''DDT bombனு சொன்னா வெடிமருந்தைச் சுத்தி DDT தடவி அதைத் தோடத்துக்குள்ள வெடிக்க வைக்கறது. மருந்து தெளிக்கிறத விட இது சுலபமில்லையா... அப்படியெல்லாம் உபயோகிச்சிருக்கோம். ஆனா அது எப்படி ஜோகிஹாளோட சாவுக்குக் காரணம்னு எல்லாரும் நெனச்சாங்களோ தெரியலே. DDT bomb புரொஜக்டருக்கும் ஜோகிஹாளோட சாவுக்கும் எந்த விதத்திலேயும் காரணம் இருக்கும்னு எனக்குத் தோணலே...'' என்றான் சித்தப்பா. ஜோகிஹாளின் மரணத்துக்குப் பின் சித்தப் பாவை ஸ்டேஷனுக்கு அழைத்து இந்த DDT குண்டு சம்பந்த மான பல கேள்விகளைக் கேட்டுத் துளைத்தெடுத்திருந்தார்கள் போலீசார்.

''அது சரி... சித்தப்பா உனக்கு இந்த DDT குண்டு யோசனை எங்கிருந்துப்பா கெடச்சுது'' என்று கேட்டான் ஹெக்டே.

''ஹெக்டே எந்தலையிலே மூளைன்னு ஒரு சாதனமே இல்லேன்னு நெனச்சிட்டியா? கொஞ்சம் அவகாசம் குடுத்தா இந்த மாதிரி குடும்பத்தைக் கெடுக்கற யோசனைகளை நூத்துக் கணக்கிலே குடுப்பேன்'' என்று ஹெக்டேவுக்குப் பதில் சொன்னான் சித்தப்பா.

''போகட்டும் உடுங்க. உங்களுக்கு இந்த விஷயத்தைப் பல தடவை சொல்லிச் சொல்லி அலுத்துப் போயிருக்கற மாதிரித் தெரியுது... ஆனா ஜோகிஹாள் மாதிரி ஒரு அறிஞர்... இவ்வளவெல்லாம் ஆராய்ச்சி பண்ணினதுக்கப்புறம் கூட ஏலக்காய் உற்பத்தி ஜாஸ்தியாகறதுக்குப் பதிலா கொறஞ்சிட்டிருக்கு தேன்னு நெனைக்கும் போது தான் எரிச்சலாக இருக்குது... கர்நாடகத்தில் திராட்சை விளைச்சல், சிம்லாவில் ஆப்பிள் விளைச்சல்ங்கறதப் பத்தியெல்லாம் ஆராய்ச்சி பண்ணினதுக்கு அவருக்கு மக்சேசே பரிசு கொடுக்கணும்னு முடிவாகியிருந்தது... அதுக்குள்ளே அவர் காலமாயிட்டதுதான் துரதிர்ஷ்டம்...

இன்னைக்கு திராட்சை, ஆப்பிள் பழமெல்லாம் ஊருக்கு ஊர், மூலைக்கு மூலை கடை போட்டு விக்கிற அளவுக்கு அந்தப் பழங்களோட விளைச்சல் பெருகியிருக்குதுன்னா அதுக்கு அவரு தான் காரணம்... மொதல்லயெல்லாம் இப்படி இருந்ததா? எங்கயோ சினிமாவுலே ராஜாவும், ராணியும் அந்தப் பழங்கள் சாப்பிடறதத்தான் பார்த்துக்கிட்டிருந்தோம்...'' என்றான் அங்காடி.

அந்தச் சமயத்தில் இடது பக்கத்திருந்த மைதானத்திலிருந்து தண்டோராப் போட்டு அறிவிப்புச் செய்யும் சத்தம் கேட்டது. ''ஓஹோ! ஆரம்பமாயிடுச்சுப்பா இவங்க வேலை... ஏலக்காய் விவசாயிகளோட வீடு ஜப்தி பண்ணின சொத்து ஏலத்துக்கு வருது...'' என்று அந்தப் பக்கம் பார்த்துக் கொண்டே சொன் னான் ராமச்சந்திரா. ஏலக்காய் விளைச்சல் கொறையறதுக்கு கிருமிகள் காரணமா, கிரிமினல்கள் காரணமான்னு தெரியலை. ஆனா விவசாயிகளோடு வீடுகள் பறி போறதுக்கு இங்கே பேங்குலே இருக்குற கிரிமினல்கள்தான் காரணம்'' என்று கோபமாகப் பேசினான் ராமச்சந்திரா. அங்காடி கடிகாரத்தைப் பார்த்துக் கொணடே எழும்பி, ''அப்ப நான் கௌம்பட்டுங் களா? மறுபடி எப்பப் பார்க்கலாம்?'' என்றான்.

''டாக்டர் பாடீலைப் பார்க்க வருவீங்கல்ல... அங்கேயே பாக்கலாம். இல்லேன்னா தினமும் சாயங்காலம் அரட்டை யடிக்கறதுக்காக இங்கே கூடுவோம்... வாங்க'' என்றான் ஹெக்டே.

'டமடம'வென்று தமுக்கடிக்கும் சத்தம் இன்னும் பலமாகக் கேட்டது. ''இதனாலே எல்லோருக்கும் தெரிவிக்கறது என்னன்னா நாளைக்கி சொப்பின குட்டை ராமே கௌடாவோட வீடு, சொத்தெல்லாம் ஏலம் உடப் போறாங்க... பாத்திரங்கள் இதெல்லாம ஏலத்துக்கு வருதா... ஊ...'' என்று அடமான பேங்கின் சேவகன் பாலய்யா தமுக்கடித்து உரத்த குரலில் அறிவித்தான்.

உயரமான உருவம் கொண்ட ஷாமநந்தன அங்காடி நிதானமாக எழுந்து தனது கோட்டைக் கழற்றிக் கையில் தொங்கப் போட்டுக் கொண்டு நடந்தான். அவன் போவதையே பார்த்துக் கொண்டிருந்து விட்டு அவனது உருவம் கண்ணில் இருந்து மறைந்த பிறகு அவர்கள் மூவரும் ஒருவரை ஒருவர் பார்த்துக் கொண்டார்கள்.

அத்தியாயம் 3

ஆக மொத்தத்துல புரட்சி வரணும்ங்கற தீர்மானமென்னமோ போட்டாச்சு... ஆனால் மேல் கொண்டு என்ன செய்யறது... சக்கர வியூகத்தின் உள்ளே போவதற்கான வழியைக் கூட அறியாத அபிமன்யு மாதிரி கௌரூரின் புரட்சியாளர்கள் நால்வரும் கல் பெஞ்சின் மீது உட்கார்ந்து கொண்டு கௌரூரின் தொடு வானத்தை அளவெடுத்துக் கொண்டிருந்தார்கள். இருட்டத் தொடங்கியது. இனி வீட்டுக்குப் போக வேண்டும் என்று எழுந்த அங்காரா இந்தத் தரித்திரம் புடிச்ச வீடுன்னு ஒன்னு ஏந்தான் இருக்குதோ என்று முனகினான். இப்படியே புரட்சி கிரட்சின்னு சொல்லிட்டு நண்பர்களோட ஊரைச் சுத்தீட்டு இருந்தா நல்லாயிருக்கும்னு தோணிச்சு அவனுக்கு. ‘‘இந்த சைக்கிள் கடை ராமுவை தூக்கிப் போட்டு மிதிக்கணும்டா’’ என்று ரமேஷைப் பார்த்துச் சொன்னான்.

‘‘அவன் என்னடா பண்ணினான்?’’ என்றான் இங்கிலீஷ் கௌடா. ‘‘காலைலே எனக்கு வாடகைக்கு சைக்கிள் குடுக்க முடியாதுன்னு சொல்லீட்டாண்டா அவன்.’’

‘‘பின்னே சைக்கிளை வைச்சிட்டுப் பூஜை பண்றானா? முந்தா நாள் அவன கடை சைக்கிள்லே ரெண்டு பேரை உக்கார வைச்சிட்டு பழைய கௌரூர் பக்கம் போயிருந்தேன்... அதைப் பாத்துட்டான். சக்கரம் கொஞ்சம் வளைஞ்சு போச்சு... டிரிப் பிள்ஸ் போறியா... சைக்கிளும் கெடயாது ஒன்னும் கெடயாது போன்னுட்டான்...’’

‘‘அவங்களையெல்லாம் விசாரிக்கறதுக்குத்தான் போலீஸ் இருக்குதே. இவனுக்கெதுக்கு இந்த வேலை. நாளைக்கு என்னோட வா... எம் முன்னாலே அவன் சைக்கிள் குடுக்கலேன்னு சொல்லட்டும்... பார்க்கலாம்...’’ என்றான் ரமேஷ். அப்போது ‘டமடம’ என்று தமுக்கடிக்கும் சத்தம் கேட்டது. ‘‘ஓஹோ... யாரோடதோ ஆஸ்தி பாஸ்தியெல்லாம் ஏலம் போடப் போறாங்க... இந்த அடமான பேங்க் தேவிடியாப் பசங்களை வெச்சிட்டு என்ன பண்றது... நேத்து எங்க மாமனோட வீடு ஜப்திக்கு வந்துச்சாம்... வீட்டுக்குள்ளே பூந்து பாத்திரம் பண்ட

மெல்லாம் எடுத்துட்டுப் போய்ட்டாங்களாம்''' தமுக்கடிக்கிற சத்தத்துக்கிடையிலேயே இதைச் சொன்னான் இங்கிலீஷ் கௌடா.

ரமேஷ் ''என்ன பண்றது? புரட்சி தான்... புரட்சி ஒன்னு தான் இதுக்கெல்லாம் மருந்து...'' என்றான்.

''அடமான பேங்குலே ருத்ரன் அப்பிடீன்னு ஓராளு இருக்காம்பா... நேத்து சாயங்காலம் வந்து, 'நாளைக்கு நாங்க ஜப்திக்கு வருவோம்... ஏதாவது மதிப்புள்ள பொருள் இருந்து துன்னா கடத்தீருங்க... உள்ள வெச்சருக்காதீங்க'ன்னு சொல்லீட்டுப் போனாம்பா... அதனால தான் பேங்குக்காரன் வந்தப்போ காலி வீட்டைத்தான் ஜப்தி பண்ண முடிஞ்சுது... கிறுக்குப் பசங்களுக்கு குப்பைக் கூடை ஒன்னைத் தவிர வேறொன்னும் கெடைக்கலே... நான் காலையிலேயே போய் ருத்ரங்கிட்டே அஞ்சு ரூபா கொடுத்து பேட்டைத் தெருவுல டமாரம் போட்டு எங்க மாமனோட மானத்தைக் கப்பலேத்தாதே மாராயனே... வேற யாரோட மானத்தை வேண்ணாலும் கப்பலேத்திக்கோன்னு சொல்லிட்டு வந்தேன்...'' என்று இங்கிலீஷ் கௌடா தன்னுடைய தந்திரோ பாயங்களை நண்பர்களிடம் விவரித்தான்.

இங்கிலீஷ் கௌடாவோட மாமன் சொப்பின குட்டை ராமே கௌடாவிடம் அடமானப் பத்திரத்தில் கையெழுத்து வாங்கிக் கொண்டு பாதிப் பணத்தை மட்டும் அவருக்குக் கொடுத்து விட்டு மீதிப் பணத்தைச் சுருட்டிக் கொண்டவன். பேங்க் செக்ரட்டரி ராமாச்சாரி இதற்குப் பிரதியுபகாரமாக பேங்கில் இருந்து ஜப்திக்கு வருகிற விஷயத்தை முன்னமேயே அவர் களிடம் சொல்லி விடுவான். அவர்கள் உஷாராகி விடுவார்கள். ராமச்சாரியின் கருணை உணர்வு இப்படிப்பட்டது.

இதைக் கேட்டு கொஞ்சம் எரிச்சல் பட்ட ரமேஷ், ''டேய்... இங்கிலீஷ் கௌடா... இதெல்லாம் ஒரு புரட்சிக்காரன் பண்ற வேலையாடா...? லஞ்சத்தைக் குடுக்கறது... ஆளை செரிக் கட்றது... த்தூத்...'' என்றான்.

''நல்லாச் சொன்னே போ... வேற என்னடா பண்றது... இப்பத்திக்கி எங்க மாமன் குடும்பம் வீதிக்கு வராம இருக்க ணும்னா இதுதான் ஒரே வழி.''

''புரட்சிக்காரங்க ஒரு காரியம் செய்யலாம். ஜப்தி செய்ய வர்ற வீட்டு முன்னாலே தடி, கம்புங்களை வெச்சிட்டு நிக்கணும். ஏழைங்க ரத்தத்தை உறிஞ்சிக் குடிக்க வர்ற அந்தக் காட்டேறிங்க கிட்டே சொல்லீரணும்... வீட்டுக்குள்ளே காலை எடுத்து வெச்சீங் கன்னா உங்க மண்டையை ஒடச்சிருவம்னு சொல்லணும்'' என்றான் ரமேஷ்.

இவனுடைய பேச்சைக் கேட்டு மற்ற மூவருக்கும் கொஞ்சம் பயம் வந்தது. ''இல்லப்பா... ஒரு வேளை அவங்க உள்ளேயே வந்துட்டாங்கன்னு வெச்சுக்கோ... அப்போ...'' என்று இங்கிலீஷ் கௌடா கேட்டு விட்டு, பயத்தோடு அவனது அடுத்த பதிலை எதிர்பார்த்து நின்றான். ''எடுத்து அடிச்சா மண்டை ரெண்டாயிடனும், அந்தத் தேவடியா மகனுங்களுக்கு... அதுக்கெல்லாம் ரெடியா இல்லேன்னா நீ என்னய்யா புரட்சிக் காரன்?''

''ஏய்... போப்பா நீ... ரொம்ப நல்ல யோசனைதான் சொல்றே நீ...'' என்று இந்தக் காரியத்தில் தன்னுடைய சம்மத மின்மையைத் தெரிவித்தான் சந்திரன்.

''டேய் நாய்ப் பயலே... உங்க தாய் மாமன் அடமான பேங்குலே என்னமோ பண்ணீர்க்காருடா... அதனால தான் இப்படிப் பேசறே நீ.''

''மூட்றா வாயை... நான் அப்பிடிப்பட்டவன்னு நெனச்சியா... நூறு ரூபாய்க்கு வேணுமின்னாலும் சரி... அவங் கழுத்தை வெட்டீருவேன்... தெரிஞ்சிக்கோ.''

''கழுத்த அறுக்கிறதுக்கு எதுக்குடா நூறு ரூபா... இன்னும் கொஞ்சம் 'சீப்பா' ஓர்க் அவுட் ஆகாதா...?''

''பணம் வாங்கீட்டு கொலை பண்றவனெல்லாம் புரட்சிக் காரனில்லே... அவங்களை ரௌடிக் குண்டர்கள் தான்னு சொல்லணும்...'' சிநேகிதர்கள் ஒவ்வொருத்தர் பேச்சைக் கேட்கக் கேட்க சந்திரனுக்குப் பயம் அதிகமாகியது.

''அப்படியில்லடா கண்ணுகளா... அந்த அயோக்கியப் பயலோட உயிருக்கு நூறு ரூபா வெலை கூடப் போறாதுன்னு காண்பிக்கணும்னுதான் இப்படிச் சொன்னேன்'' என்று விளக்கம் கொடுக்கத் தொடங்கினான்.

அதற்குள் தமுக்கடிப்பவன் பக்கத்தில் வந்திருந்தான். தமுக்கடித்துக் கொண்டே அவன் செய்கிற அறிவிப்பும் அந்த மூன்றுபேருக்கும் தெளிவாகக் கேட்டது. ஆமாம்... சொப்பின குட்டை ராமே கௌடாவின் சொத்து ஏலத்துக்கு வருகிறது. இங்கிலீஷ் கௌடா கத்தினான். ''அய்யய்யோ... தேவிடியா மகனே ... மானத்தை வாங்கீட்டான்... காலங்காத்தாலே பணத்தை வாங்கிட்டு இப்படி மோசம் பண்றானேப்பா இவன்'' என்றான்.

''அவங்கிட்டயே போய்க் கேக்கலாம் வாங்கடா'' என்று அவர்கள் மூவரையும் கூட்டிக் கொண்டு தமுக்கடிப்பவன் பக்கம் போனான் ரமேஷ்.

நால்வரும் அவன் அருகில் சென்று பார்த்த போதுதான் தமுக்கடிப்பவன் ருத்ரன் அல்ல, பாலய்யா எனத் தெரிந்தது. இங்கிலீஷ் கௌடா பாலய்யாவை ஒரு பக்கமாகத் தள்ளிக் கொண்டு போய் ருத்ரனிடம் காலையில் ஐந்து ரூபாய் கொடுத்துத் தமுக்கடிக்க வேண்டாம் என்று சொன்ன விஷயத்தைச் சொன்னான்.

''நீங்க குடுத்தீங்க... அவன் வாங்கினான்... எங்கிட்டே எதுக்கு இதெல்லாம் சொல்றீங்க... அஞ்ச ரூபா கொடுத்து அடிடாண்ணாங்க அடிக்கிறேன்... நிறுத்துடான்னா நிறுத்துவேன்...''

''அஞ்சு ரூபாய்க்கு இப்ப நான் எங்கே போவன் மாராயா... இப்ப நீ சும்மா போணீன்னா நாளைக்கி எப்படியாவது அஞ்சு ரூபா செரி பண்ணி குடுத்தர்றம்பா.''

''நீங்க குடுத்தாப்ல தான்... நான் வாங்கனாப்புலேதான்... இப்ப அதுக்கென்ன... வழியை விடுங்க...'' என்று சொல்லிக் கொண்டே இங்கிலீஷ் கௌடாவின் மாமன் பெயரை உரக்கச் சொல்லி, அவர் வீட்டிலிருக்கும் ஊறுகாய் ஜாடி, விளக்குமாறு, ஆட்டுக் கல் என்று ஏலத்துக்கு வருகிற பொருட்கள்ளையும் பட்டியல் போட்டு விஸ்தாரமாக அறிவித்தான்.

அவமானத்துக்கு மேல் அவமானம் - தூரத்தில் பெண்கள் கும்பலாக வருகிற சப்தம் கேட்டது. புரட்சிக்காரர்களுக்கு பொறுமை எல்லை மீறியது. இங்கிலீஷ் கௌடன் பாலய்யனுடன் செய்ய முயற்சித்த சமாதான உடன்படிக்கை கைகூடாமல் போனதைக் கண்ட ரமேஷ் பிரச்சினையைத் தன் கையில் எடுத்துக் கொண்டான். ''டேய்... பாலா... இப்ப வாயை

மூடிட்டுப் போகப் போறியா... இல்லே போக வைக்கிட்டா...'' என்று பல்லை நெறித்துக் காண்பித்தான்.

''யாருய்யா நீ... யாரு வீடு ஜப்திக்கு வருதோ அவனே மரியாதையா சூத்தை மூடீட்டு உக்காந்திருக்கான்... நீ வாயை மூடுங்கறே... உன்னோட வயசுலே எனக்குப் பேரப் பசங்க இருக்காங்க... தெரிஞ்சுக்கோ...'' என்றான் பாலய்யா.

''அப்பிடியா... இன்னும் யார் யாரு இருக்காங்க சொல்லுடா தேவிடியா மகனே...'' என்று எங்கிருந்தோ கிடைத்த ஒரு கத்தியை எடுத்து நீட்டிக் கொண்டே பாலய்யனின் மீது பாய்ந்தான் ரமேஷ். பாலய்யனுக்கு மூச்சு நின்று விடும் போல இருந்தது. பையன்கள் இவ்வளவு துணிச்சல்காரர்களாக இருப்பார்கள் என்று அவன் எதிர்பார்க்கவில்லை. ''அய்யோ சாமி... என்னைக் கொல்லாதீங்கப்பா...'' என்று தமுக்கைக் குறுக்காகப் பிடித்தான். ரமேஷின் கத்தி தமுக்கின் தோலைக் கிழித்துக் கீழிறங்கியது. கிழிந்த தமுக்கைப் பிடுங்கித் தூர எறிந்தான்.

ரமேஷின் புரட்சி வேகத்தைக் கண்டு பிரமித்துப் போன சந்திரனும் அங்காராவும் வேகமாக ஓடி வந்து அவனைப் பிடித்துக் கொண்டு பாலய்யனைத் தூரத் தள்ளினார்கள். இந்தக் குழப்பத்திற்கிடையில் இங்கிலீஷ் கௌடா, ''இவுங் குடும்பம் பாழாப் போகட்டும். கொலைக் கேஸில் என்னை சிக்க வைக்கப் பாக்கறானே தேவிடியாப் பய'' என்று அந்தக் கும்பலை விட்டுத் தூர ஓடிப் போனான்.

இன்னும் கோபத்தில் துடித்துக் கொண்டிருந்த ரமேஷைச் சமாதானப்படுத்திக் கொண்டிருந்தார்கள் சந்திரனும், அங்காராவும்.

''இன்னொரு தடவை இந்தப் பேட்டைக்கு வந்து வாயைத் தொறந்து ஏதாவது சத்தம் போட்டியோ உன் வயித்த தமுக்குத் தோலைக் கிழிக்கிற மாதிரி கிழச்சுப் போடுவேன் பாத்துக்கோ'' என்று பாலய்யனைப் பார்த்துக் கர்ஜித்தான் ரமேஷ்.

ரமேஷ் சொன்னதைச் செய்பவன் என்று உறுதியாகப் பட்டது பாலய்யனுக்கு. 'சம்சயாத்மா விநஷ்யதி'யான ரமேஷின் வார்த்தையைச் சத்திய வாக்காக நம்பி, ''இல்லே ஆண்டவனே... நானும் உங்கள் மாதிரி நர மனுஷந்தான்... புள்ளை குட்டிக் காரன். எனக்கெதுக்குப்பா இந்த பீ திங்கற வேலை'' என்று

மயிரிழையில் உயிர் தப்பியதை நினைத்து அங்கிருந்து நகர ஆரம்பித்தான்.

''யாருப்பா, இங்க கலாட்டா பண்றது?'' என்று ஒரு குரல் பக்கத்திலிருந்து கேட்டது. நால்வரும் திரும்பிப் பார்த்தார்கள். ஷாமநந்தன் அங்காடி சோகம் கவிந்த முகத்துடன் அங்கே நின்று கொண்டிருந்தான்.

கத்தியை மடித்து ஜேப்பினுள் போட்டுக் கொண்ட ரமேஷ், ''ஒன்னுமில்லே... இவனுக்குக் கொஞ்சம் கிறுக்கு... அதான் கொஞ்சம் மெரட்டி விட்டேன். புரட்சிக்காரங்க கிட்டயே வெளயாட்றான்.''

அங்காடி பாலய்யனைப் பார்த்து, ''யார்யா நீ?'' என்றான். ''இவன் எவனோ யாருக்குத் தெரியும். ஏழை பாழைங்க வீட்டை ஜப்தி பண்ண வந்திருக்கான்'' என்றான் ரமேஷ்.

''ஒன்னுமில்லே எசமானே, ஒரு ஜப்தி ஏல விவரத்தைத் தமுக்கடிச்சுச் சொல்லீட்டிருந்தேன்... அப்ப எங்கிருந்தோ வந்து 'வாயை மூட்றா'ன்னு சொல்லி மேல உளுந்து தமுக்கையும் கிழிச்சுப் போட்டாடுட்டாங்க பாருங்க'' என்றான் பாலய்யா.

''யாரு வீடு ஏலத்துக்கு வருது மிஸ்டர்?'' என்று அங்காடி ரமேஷைப் பார்த்துக் கேட்டான்.

''யாருதோ. நாங்க எதுக்கு சார் தெரிஞ்சு வைச்சக்கணும்? யாரோ ஏழையோட வீட்டை ஏலம் போட்றாங்க... அவன் வீட்டுப் பாத்திரம் பண்டமெல்லாம் பணக்காரங்க வீட்டுக்குப் போய்ச் சேருது'' என்றான் ரமேஷ்.

''அப்புறம் எதுக்கு அவனோட தமுக்கைக் கத்தியாலே கிழிச்சீங்க?''

''நானெங்கே கிழிச்சேன். அவன்தான் தமுக்கைக் குறுக்கே புடிச்சான். தமுக்கு கிழிஞ்சு போச்சு. தப்பு அவனோடது தான்.''

ரமேஷின் முரட்டுப் பேச்சைக் கேட்டு எரிச்சல் பட்ட அங்காடி, நடந்த தமாஷ் என்னவென்றே தெரிந்து கொள்ளாமல், ''சரியப்பா மறுபடியும் பேசி நீ சண்டையை ஆரம்பிக்காதே... வா போகலாம்'' என்று பாலய்யனை அந்தப் பக்கம் அனுப்பி விட்டு கெசரூர் டிராவலர்ஸ் பங்களா இருக்கும் திசை நோக்கி நடக்கத் தொடங்கினான்.

அங்காடியும் பாலய்யனும் அந்தப் பக்கம் போனார்கள். உடனே அங்காரா, ‘‘டேய் பரதேசி... அந்த ஏழை ஜீவனைப் போய் கத்தியால் குத்தப் போறியே... கோழைத் தேவிடியா மகன் இங்கிலீஷ் கௌடாவைப் பாரு... கலாட்டா கொஞ்சம் அதிகமான உடனே எங்கேயே ஓடிப் போய் விட்டான். அவனோட மாமனும் மரியாதையைக் காப்பாத்திக்கறதுக்காக வீட்டிலேயே நிம்மதியா இருக்கிறார். அவங்களுக்கெல்லாம் இல்லாத கோபம் உனக்கெதுக்கு’’ என்றான்.

இங்கிலீஷ் கௌடனின் பேடித் தனம் ரமேஷுக்கு எரிச்சலைக் கிளப்பியது... ‘‘தத்... இந்த கௌடப் பசங்களோட சுபாவமே இப்படித்தான்... குள்ளநரித் தேவிடியாப் பசங்க...’’ என்று இங்கிலீஷ் கௌடாவின் ஜாதியைப் பார்த்துத் திட்டத் தொடங்கினான்.

‘‘நீ என்ன ஜாதி?’’ என்று கேட்டான் அங்காரா. ‘‘எனக்கேது ஜாதி... அன்னைக்கு மீட்டிங் போட்டு ஜாதி கீதியெல்லாம் விட்டுடணும்னு நம்ம தீர்மானம் பண்ணிக்கிலியா?’’

‘‘அப்பறமெதுக்கு அவனை ஜாதிப் பேரைச் சொல்லித் திட்டறே?’’

‘‘அவன் தன்னோட ஜாதி புத்தியைக் காமிச்சதனாலதான் அப்பிடிச் சொன்னேன்.’’

‘‘சரி அதிருக்கட்டும்... இவன் ஓடிப் போனானில்லே? அவனைத் தேடிப் புடிச்சு ஒதைக்க வேணாமா?’’ என்று அடுத்து செய்ய வேண்டிய காரியத்தை நினைவூட்டினான்.

‘‘தூத்... நம்மூரு பொண்ணுக மூத்திரத்தைக் குடிக்கிற யோக்கியதை கூட இவனுக்கில்லே’’ என்ற எரிச்சலோடு கூறினான் சந்திரன்.

‘‘அந்த யோக்கியதை உனக்குக் கண்டிப்பா இருக்குது சந்திரா... இனிமேல் சோடா குடிக்கிற மாதிரி அதைத்தான் குடிப்பியாம்!’’ என்று மற்ற இரண்டு நண்பர்களும் அவன் சொன்னதையே பிடித்துக் கொண்டு அவனைக் கேலி பண்ணத் தொடங்கினார்கள். சந்திரனுக்குத் தர்ம சங்கடமாகிப் போனது... தான் எந்த அர்த்தத்தில் சொன்னோம். அதை எப்படி அர்த்தப் படுத்திக் கொள்ள வேண்டும் என்று விவரம் சொல்லத் தொடங் கினான்.

மூவரும் தங்கள் புரட்சியைக் கால வரையறையின்றி ஒத்தி வைத்தார்கள். பயந்து கொண்டு ஓடிப் போன இன்னொரு புரட்சியாளனைத் தேடிப் பிடித்து 'கோர்ட் மார்ஷல்' விசாரணை செய்து தண்டிப்பதற்காகப் புறப்பட்டார்கள்.

''இவனுக்கு உபகாரம் பண்றதுக்கு நாம போனா இவனே ஓடிப் போனானேப்பா...''

''தமுக்கடிக்கறவனை நம்ம ஒதைக்கப் போனா இவனுக் கெதுக்கப்பா கை கால் ஒதறுது.''

''அது சரி... இவனப் பாத்து யாராவது கத்தியைக் காமிச்சா இவன் இன்னும் எங்கே ஓடிப் போவாம்பா...?''

''தூத்... பேடிப் பையன்.''

''தொடை நடுங்கி.''

''மாட்டின்னா அவன...''

இப்படியே அவர்கள் திட்டிக் கொண்டு போகும் சத்தம் அவர்கள் சென்ற திசையின் இருட்டிலிருந்து கேட்டது.

அத்தியாயம் 4

கொஞ்சம் இருட்டாக இருக்கும் போதே சாக்கடையைத் தாண்டி ஓடி வந்திருந்தான் இங்கிலீஷ் கௌடா. புரட்சியின் ஓர் அம்சமாக பாலய்யனைக் கத்தியால் குத்தி விட்டு மற்ற மூவரும் தனக்குப் பின்னால் ஓடி வந்து கொண்டிருக்கிறார்கள் என்று நினைத்துக் கொண்டிருந்தான். இரண்டு மூன்று பர்லாங் தூரம் ஓடி வந்த பிறகு தான் கௌடனுக்குப் போன உயிர் திரும்பி வந்தது. தனக்குப் பின்னால் யாரும் ஓடி வரவில்லை என்று நிச்சயம் செய்து கொண்டான். ஒரு வேளை அவர்கள் மூவரும் போலீசில் தான் தான் கொலை செய்ததாக வாக்குமூலம் ஏதாவது கொடுத்திருப்பார்களோ என்ற பயமும் அவனுக்கு இருந்தது. அப்படி நினைக்கும் போதே துக்கம் மேலிட்டது. மாமன் மேல் பெரிதாகப் பிரியம் ஒன்றும் கிடையாது. சொந்த மாமன் மானம் மரியாதையெல்லாம் நடுத் தெருவுக்கு வந்து ஏலம் போவதைச் சகியாமல் அதைத் தடுப்பதற்குக் கொஞ்சம் முயற்சி செய்ய நினைத்தான். ஆனால், தனது முயற்சிக்கு

ரமேஷைப் போன்ற தீவிரவாதிகளுடைய உதவியைத் தேடிப் போனதே தான் செய்த பெரிய தப்பு என்று தோன்றியது.

ஓடி ஓடிக் கடைசியில் கெசரூரின் எல்லைப் பகுதிக்கே வந்து விட்டான் இங்கிலீஷ் கௌடா. கடைசி வீதியைத் தாண்டிய பிறகு தான் எங்கு போவது என்ற பிரச்சினை எழுந்தது. ஏதாவது செய்து இந்த ராத்திரி போலீசின் கைக்குச் சிக்காமல் தப்பித்துக் கொள்ள வேண்டும். இன்று என்ன ஆயிற்று என்பது நாளை தெரிந்து விடும். அதற்குப் பிறகு அடுத்த காரியத்தை யோசித்துக் கொள்ளலாம் என முடிவு செய்து கெசரூரைத் தாண்டி ரெண்டு மைல் தூரம் உள்ள அவனது பெரியம்மாவின் வீடு நோக்கி நடக்க ஆரம்பித்தான். கெசரூரின் மண்டி வியாபாரி கிருஷ்ணே கௌடாவின் தோட்டத்துக்குப் பின் பக்கமாகப் போகும் வழியில் போகலாம் எனத் தீர்மானித்து தோட்டத்தின் வேலியைத் தாண்டி ஏலக்காய்த் தோட்டத்துக்கு வடபுறமிருக்கும் ஒத்தையடிப் பாதையில் தோராயமாக கவனித்து நடக்கத் தொடங்கினான்.

தூரத்திலிருந்து பார்த்த பொழுது இலைகளுக்கிடையில், 'மினுக் மினுக்'கென்று தெரிந்த கிருஷ்ணே கௌடாவின் வீட்டு விளக்கு வெளிச்சம் பக்கத்தில் வர வரத் தெளிவாகத் தெரிந்தது. வீட்டிற்குப் பக்கத்தில் வர வர தோட்டத்திற்குள் 'பரபர'வென்று எதுவோ நடமாடும் சத்தம் கேட்டது. என்னவாக இருக்கும்? ஏலக்காய் வாசனைக்குத் தோட்டத்திற்குள் நாகப் பாம்புகள் வருமென்று சொல்வார்கள். நாகப் பாம்பு ஏதாவது காய்ந்த இலைகளின் மீது ஊர்ந்து போகிறதா? ஒரு வேளை கிருஷ்ணே கௌடா வீட்டு குப்பை மேட்டில் சிதறிக் கிடக்கும் மீதமான உணவுப் பண்டங்களைத் தின்ன வந்திருக்கிற தெரு நாய்களா? இங்கிலீஷ் கௌடனுக்குக் கொஞ்சம் உதறலெடுத்தது. நாய், நரி ஏதாவது குறுக்கே ஓடி வந்தால் நிராயுதபாணியாக அவைகளிடம் சிக்கிக் கொள்வதை விட சமாளிப்பதற்குக் கையில் கல்லோ, தடியோ ஏதாவது இருந்தால் நல்லது என்று பட்டது. சுற்றுமுற்றும் பார்த்தான். மங்கலான வெளிச்சத்தில் ஏலக்காய் செடிகள் மாத்திரம் தென்பட்டன. காலில் கெட்டியாக ஏதோ தட்டுப்பட்டது. குனிந்து பார்த்தால் பெரிய கல்... அதை இருக்கட்டும் என்று எடுத்து வைத்துக் கொண்டான்.

மீண்டும் தோட்டத்திற்குள் 'பரபர'வென்று ஓசை. கூடவே, ''வந்தான்... அவந்தான்... தேவிடியாப் பய... இந்தத் தடவை விடவே கூடாது'' என்ற மனிதர்களின் பேச்சுக் குரல் கேட்டு இங்கிலீஷ் கௌடனின் சர்வ நாடியும் ஒடுங்கிப் போய் விட்டது. யார்? ஏன்? எதற்கு? என்பதொன்றும் தெரியவில்லையாயினும் யாரோ தன்னைப் பிடிப்பதற்காகத் தான் வருகிறார்கள் என்பது உறுதியாகத் தெரிந்து விட்டது. வலது பக்கம் திரும்பி, வந்த வழியாகவே ஓடத் தொடங்கினான். ''அடடே.... புடீங்கப்பா... உட்றாதீங்க... மல்லப்பா... அந்தப் பக்கத்திலிருந்து வா... திம்மா... நாயைத் தொரத்தி உடு...'' என்பதாக வகை வகையான கூக்குரல்கள் கேட்டன. இங்கிலீஷ் கௌடனுக்கு வயிற்றைக் கலக்கியது. கண்ணை மூடிக் கொண்டு இன்னும் வேகமாக ஓடினான். கிருஷ்ணே கௌடா தோட்டத்து வேலியை ஒரே மூச்சில் தாண்டிக் குதித்து மெயின் ரோடுக்கு வந்து ஓடத் துவங்கினான். தொடர்ந்து ஓடியதால் கால்கள் சோர்ந்தன. பின்னாலிருந்து பல பேர் 'தபதப'வென ஓடி வரும் சத்தம கேட்டது. திட்டிக் கொண்டே பின்னால் ஓடி வந்த ஒருவன் இங்கிலீஷ் கௌடனின் சட்டைக் காலரைப் பிடித்து விட்டான். பிடித்து இழுத்த வேகத்தில் சட்டைப் பொத்தான்கள் சிதறின. ஒன்றிரண்டு இடங்களில் சட்டை கிழிந்தது. பிடித்துக் கொண்டவன், ''தேவிடியா மகனே, ஓடப் பாத்தியா'' என்று சொல்லிக் கொண்டே முகத்தைப் பார்க்காமலேயே இரண்டு குத்து விட்டான். ''குடு. இன்னும் நாலு ஒதை குடு. போட்டு மிதி...'' என்று சொல்லிக் கொண்டே இன்னும் நாலு பேர் ஓடி வந்து சேர்ந்து கொண்டார்கள். இன்னும் கொஞ்சம் அடி உதைகள் விழுந்தன.

தன் கையிலிருந்த கல்லைக் கீழே போட்டு விட்டு, ''யோவ்... யாருய்யா நீங்க'' என்று இங்கிலீஷ் கௌடா உரத்த குரலில் அலறினான்.

''கல்லு வீசறாம் பாருங்க... கல்லை எடுத்துக்குங்க... சரக்கோட இந்தத் திருட்டுப் பயலப் புடிச்சுட்டுப் போயி போலீஸ்கிட்டே குடுக்கனும்...'' என்று கும்பலில் ஒருவன் கூறினான். இங்கிலீஷ் கௌடா வீசி எறிந்த கல்லை ஒருவன் எடுத்துக் கொண்டான்.

''பண்ணையாரு வர்றதுக்கு நேரமாகும் போலத் தெரியுது. நம்மளே இவனைத் தள்ளீட்டுப் போய் ஸ்டேஷன்லே விட்டுர்ற லாம்... பண்ணையாரு இந்த வழியாத்தானே வருவாரு... அவரு வழியிலே வந்தாலும் பாத்துக்கலாம்.''

''இவனை இழுத்துட்டுப் போய் பண்ணையாரு வீட்டு கம்பத்துலே கட்டி வைச்சுடலாம்பா'' என்றான்.

அகப்பட்டுக் கொண்ட திருடனை என்ன செய்வதென்று அவர்களுக்குள்ளேயே விவாதம் எழுந்தது. யாருமே இங்கிலீஷ் கௌடனுக்கு அவன் செய்த பயங்கரமான குற்றமென்ன என்று தெரிவிக்கும் சிரமத்தை எடுத்துக் கொள்ளவில்லை. அவர்கள் திட்டிக் கொண்டே அவனைத் தள்ளிக் கொண்டு பண்ணையாரை எதிர்பார்த்தவாறு கெசரூர் போலீஸ் ஸ்டேஷனை நோக்கி நிதானமாக நடக்கத் தொடங்கினர்.

அத்தியாயம் 5

ரமேஷ், சந்திரன், அங்காரா மூவரும் தங்களுக்குச் சிக்கலை ஏற்படுத்தி விட்ட புரட்சித் தோழன் கௌடனைத் தண்டிப்பதற்காக அவனைத் தேடிக் கொண்டு அவன் ஓடிய திசையிலேயே கெசரூர் சந்து பொந்துகளிலெல்லாம் ஓடிக் கொண்டிருக்கும் போது அவர்களுக்கு இன்னொரு புரட்சித் தோழன் ரஃபீக் கிடைத்தான்.

''என்னடா சாயிபு இந்த நேரத்துல...?'' அங்காரா அவனைப் பார்த்த சந்தோஷத்தில் கேட்டான். எதிர்பாராத விதமாக இந்த நேரத்தில் அவர்களைப் பார்த்த ரஃபீக்குக்கும் ரொம்ப சந்தோஷம்... ''டேய் திருட்டு நாய்களா... எங்கடா கௌம்பினீங்க?'' என்றான்.

''அந்த இங்கிலீஷ் கௌடனைத் தேடித்தான் போயிட்டிருக்கோம். எங்களுக்கும் வேற சில பேருக்கும் சண்டை மூட்டி விட்டுட்டு நாங்க அந்தப் பக்கம் சண்டை போட்டிட்டிருக்கப் பவே அவன் இந்தப் பக்கம் கம்பி நீட்டீட்டான். அவனத் தேடிப் புடிச்ச நாலு குடுக்கலாம்னுதான் தேடறோம்... இன்னைக்கு ராத்திரியானாலும் சரி... அவனை விட்றதில்லே...'' என்றான்.

''நான் ரூமைப் பூட்டீட்டு சாப்பிறடதுக்காக வெளியிலே கௌம்பின போது அவன் இந்தக் கல்லுப் பாலத்திலே ஏறிப்

போன மாதிரித் தெரிஞ்சுது... அவன் தானான்னு செரியாத் தெரியலே'' என்றான் ரஃபி.

''அவந்தான்... அவந்தான். இந்தப் பக்கந்தான் வந்தான் அவன்... நீ எதுக்குப் பொய் சொல்லப் போறே...'' என்று அவன் பேச்சை உறுதிப்படுத்தினான் அங்காரா.

''ரஃபீ நீயும் வாடா... அந்தப் பயலைப் புடிச்சு இன்னிக்கி சரியான பாடம் கத்தத் தரலாம்'' என்றான் ரமேஷ்.

''நான் சாப்பிடப் போறேண்டா.''

''டேய் வக்காலோளி... சாயிபு புத்தியைக் காமிக்கிறியே. நாங்கெல்லாம் விருந்து சாப்பிடக் கௌம்பியிருக்கமா? நீ கூப்பட்ற போது நாங்க வரணும்... நாங்க கூப்பட்ற போது நீ வர மாட்டியா?'' என்று ரஃபி மீது எரிந்து விழுந்தான் ரமேஷ்.

ரஃபி ஒன்றும் பேசாமல் அவர்களோட சேர்ந்து கொண்டான். அங்காரா பேட்டை வீதியில் நடந்த சம்பவங்களை எல்லாம் விவரமாக ரஃபிக்குச் சொன்னான்.

''கரக்ட்... அவனுக்கு இப்பவே ஒரு பாடம் கற்பிக்கணும்... ஆளு என்னமோ நல்லவந்தான்... ஆனா சரியான நேரத்துலே நம்மக் ஹராம் (*காட்டிக் குடுக்கற*) புத்தியைக் காமிச்சிட்றான். இப்பவே அவனுக்குப் பாடம் கத்துக் குடுக்கறது நல்லது'' என்று ரஃபி அவர்களுக்கு முழு மனதோடு ஆதரவளித்தான். நான்கு பேரும் கல் பாலத்துப் பக்கம் காட்டுப் பாதை நோக்கி நடக்கத் தொடங்கினார்கள்.

கெசரூர் பயணியர் விடுதிக்குப் பக்கத்தில் வலது பக்கம் திரும்பும் போது அந்த நான்கு பேருக்கும் தடி, கம்பு முதலியவைகளோடு கலவரம் செய்து கொண்டிருந்த ஒரு கூட்டம் எதிர்ப்பட்டது.

எதிர்ப்பட்ட கும்பல் சமீபத்தில் வந்ததும் அவர்களை உற்றுப் பார்த்த ரஃபி, ''அத்தேத்திரி...! இங்கிலீஷ் கௌடா...! இங்கே எதுக்குடா வந்தே'' என்றான். மற்ற மூவரும் ஆர்வத்தோடு அந்தப் பக்கம் திரும்பினார்கள். இங்கிலீஷ் கௌடன்தான். சட்டைக் காலர் கிழிந்திருந்தது. பட்டன்களைக் காணோம். தலை கலைந்து முகம் உப்பிப் போயிருந்தது.

''எவண்டா உன்னை இப்பிடி அடிச்சவன்?'' என்று ரஃபி ஆக்ரோஷமாகக் கேட்டான். தனது புரட்சித் தோழர்களைப் பார்த்தவுடன் இங்கிலீஷ் கௌடன் பேச்சு வராமல் 'ஓ'வென்று அழுது விட்டான். ரஃபிக்கு உடம்பெல்லாம் கொதிக்கத் தொடங்கி விட்டது. கையில் ஆயுதம் எதுவும் இல்லாமல் போய் விட்டதே!

நான்கு பேரும் தடி, கம்புகளோடு வந்த கும்பலை எதற்காக தம்முடைய நண்பனைப் பிடித்துக் கொண்டு வருகிறீர்கள் என்று கேட்கும் தண்டாவுக்கே போகவில்லை. அவன் என்ன குற்றம் செய்தான் என்று விசாரணையும் நடத்தவில்லை. அவர்களின் வயசுக் கோளாறோ என்னவோ? கண்ணால் கண்டதற்கு உடனடியாக எதிர் நடவடிக்கை எடுக்க வேண்டுமென்று தோன்றி விட்டது. முன் யோசனை என்பது அவர்கள் அகராதி யிலேயே இல்லை. உண்மையில் அவர்கள் இங்கிலீஷ் கௌடனைத் தேடிக் கொண்டிருந்தது. அவனைப் பிடித்து நன்றாக நான்கு சாத்து சாத்த வேண்டுமென்பதற்காகத் தான்.

ரஃபி திடீரென்று கும்பலிலிருந்த ஒருவனை உதைத்துத் தள்ளி, அவன் கையிலிருந்த தடியைப் பிடுங்கிக் கொண்டு இங்கிலீஷ் கௌடாவைப் பிடித்திருந்தவனை 'மளார்', 'மளார்' என்று அடிக்கத் தொடங்கினான். அவன் அலறினான். ''அய்யய்யோ இந்த மொரட்டு முண்டை மகன் அடிக்கிறானே... புடிங்கடா'' என்று கத்தினான். அதற்குள் போர் முழக்கம் பிரகடனப்படுத்தப் பட்டு விட்டது. தெருவே ஒரு போர்க் களமாயிற்று. இந்த நால்வரும் என்ன நடந்ததென்று விசாரிக்காமேலயே சகட்டு மேனிக்கு எல்லாரையும் தாக்கத் தொடங்கியதைப் பார்த்து கும்பலில் இருந்தவர்களுக்குப் பயம், சந்தேகமும் வந்து விட்டது.

''இவங்கெல்லாமே ஒரு ரவுடிக் கும்பல்... இவனை மீட்டிட்டுப் போக வேற வழியிலே வந்திருக்காங்க டேய்... ஒதைங்கடா'' என்று கும்பலிலிருந்த ஒருவன் கத்தினான். அவன் சொல்லி முடிப்பதற்குள் அவன் தின்றதெல்லாம் கக்கி விடும் படியாக வயிற்றில் ஒரு உதை விட்டான் ரமேஷ். கும்பலும் தடி கம்புகளோடு தயாராகவே இருந்தனர். அவர்கள் புரட்சி வீரர்கள், புறமுதுகு காட்ட ஓடக் கூடாது. ரமேஷின் தோளில் தடியால் அடித்தான் ஒருவன். அடித்தவன் முகத்தில் ஒரு குத்து

விட்டான் அங்காரா. 'பொத்... பொத்'தென்றும் 'டப்டப்'பென்றும் அடி விழும் சத்தம் கேட்டது.

''போடுங்கடா தேவிடியாப் பசங்களுக்கு...''

''முண்டச்சிக்குப் பொறந்தவனே! வெறக்கொட்டை மேலே ஒதைக்கிறயா...?''

''திருட்டுத் தேவிடியாப் பசங்களா... கல்லாடா வீசறீங்க.''

''மாதர் சோத். பல்லப் பாத்தா குத்தறே'' இம்மாதிரியான ஏச்சுப் பேச்சுக்களும், அடிக்கிற அடியால் அலறுகிற சத்தங்களோடு கேட்டன.

''ஏய்... ஏய்... நிறுத்துங்கப்பா... ஏம்பா இப்படி அடிச்சுக்கறீங்க...?'' என்று கத்திக் கொடே ஒரு உயரமான ஆள் டி.பி.க்குள்ளிருந்து ஓடி வந்தார். ''அய்யயோ... அடிதடி சண்டை நடக்குது! போலீஸ்... போலீஸ்...'' என்று சொல்லிக் கொண்டே அந்த டி.பி.யின் வாட்ச் மேன் ஓடி வந்தான். அந்த நேரத்திற்குச் சரியாக, பிரகாசமான வெளிச்சத்தை இறைத்துக் கொண்டு 'ஜீப்' ஒன்று அதே சாலையில் வந்தது.

ஜீப் தெரிந்ததும் கலவர நடவடிக்கைகள் மெதுவாக அடங்கி ஜீப் அருகில் வந்து நிற்கும் போது சண்டை ஒரு நிலைக்கு வந்தது.

அத்தியாயம் 6

கிருஷ்ணே கௌடா, சந்திரே கௌடா, ஹாலப்பா, அத்தாவுல்லா, ஷியாமா பட்டா, ரேஞ்சர் சீனப்பா எல்லோரும் கெசரூர் கிளப்பில் ஒரு மேசையைச் சுற்றி உட்கார்ந்திருந்தார்கள். கிருஷ்ணே கௌடாவின் கையில் வைத்திருந்த கிளாஸில் பாதியளவு விஸ்கி இருந்தது. வெறும் கம்பெனி கொடுப்பதற் காகவே அவன் அங்கே உட்கார்ந்திருந்தான். ரேஞ்ச் ஃபாரஸ்ட் ஆபீசர், ஜூனியர் என்ஜினியர் எல்லாருமே வந்து கிளப்பில் ஆயிரம் ஆயிரமாகச் செலவு செய்வதைப் பார்த்தால் அவர் களுக்கு லஞ்சம் மூலம் எவ்வளவு வருமானம் வரும் என்பதை யூகிக்கலாம். ஆனால், கிருஷ்ணே கௌடா இப்போது அதைப் பற்றியெல்லாம் யோசித்துக் கொண்டிருக்கவில்லை. தனது சேமிப்புக் கிடங்கில் சேமித்து வைத்திருக்கும் ஆயிரக்கணக்கான

கிலோ ஏலக்காய்களை விற்பதற்கு இது சரியான தருணமா, இல்லையா என்று யோசித்துக் கொண்டிருந்தான். ஏலக்காய் விலை கணிசமாக ஏறியிருக்கிறது. ஏறும் போது வேகமா ஏறுகிற மாதிரியே இறங்கும் போதும் வேகமாக இறங்கி விடும். என்ன செய்யலாம்...? இன்னும் இன்னும் கொஞ்சம் ஏறட்டும் என்று காத்திருக்கலாமா, இல்லை இப்போதே தட்டி விடலாமா? இனிமேல் விலை ஏறும் என்று தோன்றவில்லை. ஒரு வேளை மார்க்கெட் படுத்துடலாம் என்பதே அவன் யோசனையாக இருந்தது. ஊருக்குப் பக்கத்திலயே இருக்கிறது அவனது ஏலக்காய்த் தோட்டம். அந்தத் தோட்டத்திற்குள்ளேயே நல்லதாக ஒரு பங்களாவும் கட்டயிருக்கிறான் கிருஷ்ணே கௌடா... ஏலக்காய் வியாபாரத்திலிருந்து கிடைத்த லாபத்தையெல்லாம் அவன் தோட்டத்திலிருந்து கிடைத்தது என்று காட்டி விவசாயப் பயிரில் இருந்து கிடைத்த வருமானத்திற்கு மட்டும் வரி கட்டி பெரும் பணக்காரனாகியிருந்தான். ஆகையினால் பொன் பயிர் அவனைப் பொறுத்தமட்டில் பொன்னருவியைப் போலக் கொட்டியது.

கெசரூரைச் சுற்றியுள்ள ஏலக்காய்த் தோட்டங்களில் நோய் விழுந்திருக்கிறது. தற்போது மும்முரமாக நடக்கும் தனது வியாபாரம் படுத்து விட்டால்...? அதற்கு முன்னால் இருக்கிற சரக்கைத் தள்ளி விடுவது நல்லதில்லையா? ஜன்னலுக்கு வெளியே இருள் வியாபித்திருந்தது. அந்த இருட்டைப் பார்த்துக் கொண்டே ஆழ்ந்த சிந்தனையில் மூழ்கியிருந்தான் கௌடா.

பின்னாலிருந்து யாரோ முதுகைத் தொட்டார்கள். கிருஷ்ணே கௌடா திரும்பிப் பார்த்தான். கிளப் செக்ரடரி நின்று கொண்டிருந்தான்.

''உங்க தோட்டத்திலிருந்து வந்த ஆளு ஒருத்தன் உங்களைக் கூப்பிறடான் கௌடரே'' என்றான்.

கிருஷ்ணே கௌடா திடுக்கிட்டுப் போனான். கிளப்புக்கு ஆள் வருகிறதென்றால் தோட்டத்தில் ஏதோ அசம்பாவிதம் நடந்திருக்க வேண்டும். மனசுக்குள் பதட்டம்.

''ஏன்? என்ன வேணுமாம்?''

''ஒன்னும் சொல்லலை. மொதலாளி கிட்டப் பேசனும்னு சொல்றான்...''

கிளாஸில் மீதமிருந்த விஸ்கியை ஒரே மூச்சில் விழுங்கி விட்டு வாசல் பக்கம் போனான். தோட்டத்து ஆள் ஜனியன் நின்றிருந்தான்.

''என்னடா...?''

''ஒன்னுமில்லீங்க... அய்யாவைக் கொஞ்சம் தோட்டத்துப் பக்கம் வந்துட்டுப் போகச் சொல்லுன்னு அம்மா சொல்லச் சொன்னாங்க.''

''ஏன்... என்னாச்சு...?''

''வீட்டு மேல கல்லு விளுகுது... திருடனுங்களா, வேற யாராவது ரவுடிப் பசங்களான்னு தெரியலே... அய்யா கிட்டே போய்ச் சொல்லிட்டு வாண்ணாங்க...''

''த்தூ... கழுதை... யாரோ வீட்டு மேலே கல்லைப் போட்டா அதை எங்கிட்ட வந்து ஏண்டா சொல்றீங்க? அத்தனை பேரு வீட்டைச் சுத்தி இருக்கீங்க... தேடிப் பாருங்கடா... எவனாவது பொறுக்கிப் பசங்களா இருந்தால் புடிச்சு ஒதைச்சு போலீசுலே புடிச்சுக் குடுங்க... அதை விட்டுப் போட்டு கல்லு விழுந்த துக்குப் பயந்து போய் இங்க வந்து எங்கிட்டே புகாரு குடுக் கறியே... போடா கழுதே'' என்று எரிந்து விழுந்தான்.

''மேஸ்திரி, தோட்டத்துலேயெல்லாம் ஆளுங்களை அனுப்பி நல்ல முறையா காவல் போட்டிருக்காங்க. எனக்கு உயிர் ஒன்னும் பெரிசில்லே... இப்பிடியெல்லாம் பயப்பட்றவனா இருந்தா இப்படி நாய் மாதிரி தோட்டத்தைக் காவல் காக்க சம்மதிச்சிருக்க மாட்டேன். பங்களாவுக்குள்ளே அம்மா மட்டும் தனியா இருக்காங்க... நம்ம பங்களா வேறே ஊரை விட்டுக் கொஞ்சம் தள்ளியிருக்குது... ஏதாவது ஆபத்துன்னா முடிஞ்ச அளவுக்கு நாங்க பாதுகாப்புக் குடுப்போம். இப்பெல்லாம் திருடனுங்க காரிலேயே வந்து வீடு புகுந்து திருடீட்டு காரிலேயே போயிட் றாங்க. இதையெல்லாம் யோசிக்க யோசிக்க பயமாக இருக்கு துங்க... எதுக்கும் உங்ககிட்டே ஒரு வார்த்தை சொல்லீட்டுப் போயிர்லாமுன்னுதான் வந்தேன்'' என்றான் ஜனியன்.

கிருஷ்ணே கௌடா கொஞ்சம் யோசித்தான். 'வீட்டில் ஒரு துப்பாக்கி இருக்கிறது. ஆனால், தனக்கு மட்டும்தான் அதை உபயோகிக்கத் தெரியும். ஆனாலும், இந்தத் தேவிடியாப்

பசங்க இதையே சாக்கா வெச்சிட்டு அவங்க பக்தியை வெளிச்சம் போட்டுக் காட்டி அதையே பெரிசு பண்ணி கன்னு மூக்கு வெச்சுச் சொல்றதுக்கும் வாய்ப்பு இருக்குது. அதுக்காகத் தான் வந்து சொல்றானோ என்னமோ' என்றெல்லாம் யோசித்துக் கொண்டு ''போடா போடா'' என்று சொல்லி விட்டு, ''நீ போய்ட்டே இரு. நான் பின்னாலேயே வர்றேன்'' என்று கிளம்பினான். ஜனியன் திரும்பிப் போனான்.

கிருஷ்ணே கௌடா உள்ளே வந்தாலும் வழக்கம் போல உட்கார மனசு வரவில்லை. யோசித்தான். எந்த விஷயமாக இருந்தாலும் புத்திசாலித்தனமாக இருக்க வேண்டும். பிரச்சினையைப் பெரிதாக்கி விடக் கூடாது. ஜீப்பை ஸ்டார்ட் பண்ணி வெளியே கொண்டு வந்தான். கொஞ்ச தூரத்திலேயே ஜனியன் தென்பட்டான். அவனையும் ஏற்றிக் கொண்டு வலது பக்கம் திரும்பி, நேராகப் போகையில் வழியில் கலவரம் நடப்பது தெரிந்தது. ஜீப் லைட் வெளிச்சத்தில் பார்த்த போது அங்கிருந்த ஆட்களெல்லோரும் அவனது தோட்டத்தில் வேலை செய்பவர்களாக இருந்தார்கள். ''இவங்க எதுக்கடா இங்க வந்தாங்க ஜனியா?''

''என்னவோ தெரியலீங்க... தோட்டத்துலே காவல் இருக்கத் தான் மேஸ்திரி இவங்களை அனுப்பினான். இவங்க என்னடான்னா இங்க கலாட்டாப் பண்ணிட்டிருக்காங்க... என்ன விஷயம்னு தெரியலியே'' என்று சொல்லிக் கொண்டே ஜனியன் ஜீப்பிலிருந்து கீழே இறங்கி நின்றான்.

அத்தியாயம் 7

ஷாம நந்தன அங்காடியும், கிருஷ்ணே கௌடாவும் கொஞ்சம் பெரியவர்களாக, விஷயம் தெரிந்தவர்களாக இருந்ததால் அங்கே நடந்த விஷயங்களை ஓரளவுக்கு யூகித்துக் கொண்டார்கள்.

கௌடாவின் ஆட்கள் அவனிடம் வந்து, ''இந்தப் பொறுக்கிப் பசங்க தானுங்க ஐயா நம்ம வீட்டு மேலே கல்லுப் போட்டது. நாங்க ஓடி இவனுங்களைப் புடுச்சோம். ஒருத்தனைப் புடிச்ச ஒடனே அடிச்சுப் போட்டுட்டு அவனை மீட்டிட்டுப் போயிரலாம்னு வந்திருக்காங்க...'' என்று நடந்ததைத் தங்கள் பாணியில் சொன்னார்கள்.

‘‘நாங்க எதுக்குக் கல்லு போடறோம்? அதனால எங்களுக்கு என்ன ஆகணும்? இவனைக் காணமேன்னு தேடீட்டு வந்தோம். இங்கே வந்து பாத்தா எல்லாருமாச் சேர்ந்து இவனைப் புடிச்சு அடிச்சுட்டிருக்காங்க... இதைப் பாத்துட்டு எங்களால சும்மா இருக்க முடியுமா? நாங்க கடைவீதிப் பக்கத்துலே இருந்து இப்பத்தான் வர்றோம். இவன் எப்படி இந்தக் கும்பல்லே சிக்கினான்னு எங்களுக்கே தெரியலே’’ என்று ரஃபி தரப்பு வாதத்தை முன்வைத்தான்.

இங்கிலீஷ் கௌடன் பேச ஆரம்பித்தான். தனது பெரியம்மாவின் வீட்டுக்குப் போவதற்காக கிருஷ்ணே கௌடனின் தோட்டம் வழியாகப் போனதாகவும் இவர்களெல்லோரும் துரத்திக் கொண்டு வந்து உதைத்ததாகவும் சொன்னான்.

அங்காடிக்கு ஆச்சரியமாகப் போயிற்று. ‘‘நீங்கெல்லாம் யாரு?’’ என்று கேட்டான்.

‘‘நாங்க ஜூனியர் காலேஜ் ஸ்டூடண்ட்ஸ்’’ என்றான் ரமேஷ். ‘‘நாங்க வரும் போது சந்தைப் பேட்டையிலே சண்டைப் போட்டுட்டு இருந்தீங்க... இங்கே எப்ப வந்தீங்க?’’ என்று கேட்டான்.

‘‘ஆமா... ஆமா... அந்தச் சண்டையைப் பாத்து பயந்துட்டுத் தான் இவன் ஓடி வந்தான்... இப்பிடிப் பண்ணீட்டானே... இவனைப் புடிச்சு நாலு குடுக்கலாம்னுதான் இவனைத் தேடி வந்தோம்... இங்க வந்து பாத்தா இவங்கெல்லாம் இவனைப் புடிச்சு அடிச்சிட்டிருக்காங்க’’ என்றான் ரமேஷ். காலேஜ் ஸ்டூடண்ட்ஸ் என்று கேட்ட உடனே கிருஷ்ணே கௌடாவுக்குக் கொஞ்சம் பயமாகிப் போய் விட்டது. இவங்கெல்லாம் போய் நாளைக்கு எல்லாப் பசங்ககிட்டேயும் சொல்லி கிளாசுக்குப் போகாம இங்க வந்து ஸ்ட்ரைக் பண்ணாங்கன்னா என்ன ஆகறது? எல்லாரும் சேர்ந்துட்டு சத்தம் போட்டுத் தாக்குதல் நடத்துணாங்கன்னா என்ன ஆகும்? நம்ம ஆளுங்க இவங்க வழிக்குப் போனதே தப்பு என்று தோன்றியது கௌடனுக்கு.

‘‘சாரி மிஸ்டர்... இங்க எல்லாரும் ஒருத்தரை ஒருத்தர் தப்பாப் புரிஞ்சிட்ட மாதிரித் தெரியுது. அதனால தான் இது கலவரம் வரைக்கும் போய்ட்டுது... ரொம்ப துரதிரஷ்டமான

விஷயம்தான். இதெல்லாத்துக்கும் நான் மன்னிப்புக் கேட்டுக்க றேன். அவரு வேன்னா புது சட்டை தைச்சுக்கிடட்டும். அதுக்கு இப்பவே நான் பணம் தர்றேன்... எம் மகள் கூட ஜூனியர் காலேஜ்ல தான் படிக்கிறா... ஜெயந்தீன்னு பேரு... காலேஜ் ஸ்டூடண்ட்ஸ்ன்னா எனக்கு மரியாதை உண்டு. நடந்தது நடந்து போச்சு... ஒன்னும் நெனச்சுக்காதீங்க'' என்றான் கௌடா.

ஜெயந்தி...

இந்தப் பெயரைக் கேட்டவுடன் புரட்சிக்காரர்கள் ஐந்து பேருக்கும் இடிச் சத்தம் கேட்ட மாதிரி ஆயிற்று. ஜெயந்தி... கல்லூரியின் அழகு ராணி... அட ஆண்டவனே! இன்னைக்கு கௌடா போய் இவகிட்டே நம்மளப் பத்தி என்னவெல்லாம் சொல்லப் போறானோ! ஆளுங்களெ விட்டு நல்லா ஒதைக்கச் சொன்னா என்ன கதி! நாளைக்கு காலேஜுக்குப் போனா பெண்கள் எல்லோரும் நம்மைப் பார்த்துச் சிரிப்பாங்களே! மானம் மரியாகைத போன பின் புரட்சி என்ன வேண்டிக் கிடக்கிறது. நம்ம வாழ்க்கையே கொடுமையாப் பேச்சே என்று ஐந்து பேரும் தங்கள் துரதிர்ஷ்டத்தைச் சபித்துக் கொண்டு மௌனமாக நின்று கொண்டிருந்தார்கள்.

இதைப் பார்த்த கிருஷ்ணே கௌடா இன்னும் பயப் பட்டான். தான் தருவதாகச் சொன்னது போதவில்லை என்று நினைக்கிறார்களோ? ''தயவு செஞ்சு மனசுல வச்சுக்காதீங்க. வேணும்ன்னா உங்க எலேலாருக்கும் சட்டை தெச்சுக் குடுத்தர் றேன். எவ்வளவாகும்னு சொல்லுங்க. இப்பவே பணம் குடுத்தர் றேன்'' என்று மிகுந்த பதட்டத்துடன் சொன்னான். அவனுடைய ஆட்களும் தங்களால்தான் ஏதோ அசம்பாவிதம் நடந்து விட்டது எனப் பதைபதைப்புடன் நின்றார்கள்.

''ஆமா... மிஸ்டர்... இவரு சொல்றது சரி... உங்க பேர்ல ஒரு தப்புமில்லேன்னு எனக்குத் தெரியும். நானே உங்களைக் கொஞ்ச நேரத்துக்கு முன்னால சந்தைப் பேட்டையிலே பார்த்தே னில்லையா? அவரு சொல்றத ஏத்துக்கங்க... சங்கடப்பட்டுக்கா தீங்க'' என்று அங்காடியும் வேண்டிக் கொண்டான்.

''வேண்டாங்க சார்... நாங்களே சண்டை போட்டுட்டு கடைசீல பணம் வாங்கிக்கிறது நல்லா இருக்காது. அது புரட்சிக்

காரங்களுக்கு மரியாதையில்லே" என்று சொல்லி விட்டு அதற்குப் பிறகு அங்கு நிற்காமல் ஐவருமே புறப்பட்டுச் சென்றார்கள்.

அத்தியாயம் 8

பேட்டை வீதிக்கு வந்தவுடன் இங்கிலீஷ் கௌடனுக்கு நாலு கொடுத்து உபசரிக்க வேண்டுமென்று நண்பர்கள் நினைத் தார்கள். ஆனால் ஏற்கனவே கௌடாவின் ஆட்கள் அந்தக் காரியத்தைச் செய்து விட்டபடியால் அந்த எண்ணத்தைக் கை விட்டார்கள். இந்த விஷயத்தை விட கிருஷ்ணே கௌடா தங்கள் கல்லூரியில் படிக்கும் ஜெயந்தியின் தந்தை தான் என்பதை அறிந்த பிறகு மிகவும் விசனப்பட்டார்கள்.

"என்ன காரியம் பண்ணிட்டான் பாரு இந்த இங்கிலீஷ் கௌடா... நாளையிலேர்ந்து காலேஜுப் பக்கம் தலை காட்ட முடியாது. பொண்ணுக எல்லாம் நம்மளப் பாத்து சிரிக்கப் போறாங்க..."

"சிரிக்கிற மாதிரி நாம என்ன பண்ணீட்டோம்...?"

"இங்க நடந்ததெல்லாம் அவள் அப்பன் சொல்லுவான். 'உங்க காலேஜ் பசங்க நம்ம வீட்டு மேலே கல்லுப் போட் டாங்க. நம்ம ஆளுங்களை விட்டு ஒதைக்கச் சொன்னேன்'னு கௌடா சொல்ல மாட்டான்?"

"ஆனா நம்ம தானே அவங்களை ஒதைச்சோம்."

"சரீப்பா... ஆனால் அப்பன்காரன் அப்பிடியா சொல்லு வான், நாம ஒதை வாங்குனதாத்தான் சொல்லுவான்..."

"ஐயோ... நாளையிலேர்ந்து நான் காலேஜ் பக்கமே தலையைக் காமிக்கிறதில்லை... மானம் மரியாதையெல்லாம் போய் பொண்ணுக மொகத்துல முழிக்கறதை விட பேசாமே உயிரை விட்டுர்லாம்."

"டேய் பரதேசி... உன்னால தாண்டா இவ்வளவும் ஆச்சு" என்று மௌனமாக இருந்த கிருஷ்ணே கௌடாவின் மீது எல்லோரும் பாய்ந்தார்கள்.

"இப்ப என்ன பண்ணலாம்னு சொல்லு... ஆனதென்னமோ ஆகிப் போச்சு... மொதல்லே அந்தக் கௌடன் தோட்டத்துப் பக்கம் போனதே தப்பு" என்று இங்கிலீஷ் கௌடா புலம்பினான்.

தங்கள் பிரியத்துக்குரிய பெண்கள் தங்களைப் பார்த்து நக்கலாகச் சிரிக்கும் காட்சியைக் கற்பனை செய்யச் செய்ய துக்கம் மேலிட்டது. இதன் காரணமாக எழுந்த விவாதம் தீவிரமாகி ஒருவரை ஒருவர் திட்டிக் கொண்டு நடப்பதை விட்டு நின்றே விட்டனர்.

அந்தச் சமயத்தில் அவர்கள் காலேஜ் கிரிக்கெட் கேப்டனும் கூக்ளி பௌலருமான பார்கவா அந்தப் பக்கம் வந்தான். ரோடு ஓரமாகக் கிடக்கிற சிறு சிறு கற்களை எடுத்துத் தந்திக் கம்பங் களையே ஸ்டம்புகளாகப் பாவித்துக் கொண்டு பௌல் செய்து கொண்டு வந்தான். இந்த ஊர் முழுவதையுமே கிரிக்கெட் மைதானமாகக் கொண்டு எதிராளிகளின் விக்கெட்டுகளை வேக வேகமாகச் சாய்த்துக் கொண்டு வந்தான். தன் கல்லூரித் தோழர் களைப் பார்த்தவுடன் சந்தோஷம் மேலிட அவர்களை நோக்கி வந்தான்.

''என்னடா... கூக்ளியை பிராக்டிஸ் பண்ணக் கிளம்பிட் டியா?'' என்று கேட்டான் அங்காரா.

''என்னடா இங்கே எல்லாரும்... ரொம்ப சீரியஸ்சா டிஸ்கஸ் பண்ணிட்டு வர்றீங்க... என்னவாவது பெர்சனல் விஷயமா? சொல்லுங்க... நானும் சேர்ந்துக்கறேன்'' என்றான்.

''பெர்சனல் விஷயம் ஒன்னுமில்லேடா கண்ணா... நமக்குள்ளே பெர்சனல் விஷயமெல்லாம் ஏது? இந்த லோஃபர் இங்கிலீஷ் கௌடா ஒரு காரியம் பண்ணீட்டாம்பாரு... நாளை யிலேர்ந்து நாங்க நம்ம காலேஜ் பொண்ணுக கிட்டே மொகத்தைக் காமிக்க முடியாமப் போச்சு'' என்றான் ரமேஷ்.

''டேய் உங்களுக்கெல்லம் என்ன கிறுக்குப் புடிச்சிடுச்சா? எப்பப் பார்த்தாலும் பொண்ணுகளைப் பத்தியே யோசிச்சு யோசிச்சு உயிரை விடறீங்களேடா... வேற வேலையே இல்லியா...? உங்க வீட்லே சொல்லி உங்களுக்கெல்லாம் ஒரு கல்யாணத்தை யாவது பண்ணி வைக்கணும்... த்தத்... பொறுக்கிப் பசங்களா... எப்பப் பாத்தாலும் பொண்ணுக... பொண்ணுக...'' என்றுதான் என்னமோ எல்லாப் புலன்களையும் வென்ற ஞானியாக மாறி விட்ட நினைப்பில் அந்த ஐவரைப் பார்த்துத் திட்டினான் பார்கவா.

''டேய்... கூக்ளி... நீ நம்ம கிரிக்கெட் டீமுக்குக் கேட்பன்... பொண்ணுகளுக்கு நீ ஒரு 'பெட்'... பொண்ணுக எல்லாம் உம் பின்னாலேயே சுத்திச் சத்தி வருவாங்க... உனக்கு இதனாலே என்ன ஆக வேணும்... எங்களுக்குப் புத்தி சொல்ல வர்றயா?'' என்றான் அங்காரா.

''என்னப்பா... என்னோட விஷயம் எல்லாத்தையும் தெரிஞ்சுகிட்ட பிறகும் கூட இப்படி வயித்தெரிச்சல் பட்றீங்க... எத்தனையோ மேட்சுகளையெல்லாம் ஜெயிச்சு காலேஜுக்கு ஷீல்டு கொண்டு வந்திருக்கிறேன். இன்னைக்கு வரைக்கும் எவளாவது ஒரு பொன்னு எங்கிட்ட வந்து என்னைப் பாத்து பேசியிருக்கிறாளா? பொண்ணுகளுக்கெல்லாம் 'பெட்' ஆகி யிருக்கேன் அப்பிடீன்னு ஏண்டா வயித்தெரிச்சலோட சொல் றீங்க? கொஞ்சம் தைரியத்தை வரவழைச்சுட்டு அந்த வனமாலா கிட்டே போய்ப் பேசலாம்னு அவ பக்கத்துலே போனா பின்னா லேயே இருந்துகிட்டு சத்தம் போட்டுட்டு இன்னைக்கு இப்படிச் சொல்றீங்களேடா...?'' என்று தான் கண்ட ஞான யோகத்தின் பாதையைத் திறந்து காண்பித்து இந்தத் துயரம் நிரம்பிய வாழ்க் கைக்கு முழுக் காரணமான பெண்களைச் சபிக்கத் தொடங்கினான்.

''டேய்... உன்னை உற்சாகப்படுத்தறத்துக்குத் தாண்டா உம் பின்னாலேர்ந்து நாங்க சத்தம் போட்டோம். அதைக் கூட புரிஞ்சக்காமே கை கால் நடுக்கமெடுத்து ஏண்டா ஓடி வந்தே?'' என்றான் அங்காடி.

''அவ கிட்டப் போனா நீயுந்தான் நடுங்குவே... என்ன பண்றது? அதிருக்கட்டும்... அதென்ன உங்க பிரச்சினை?'' என்று அவர்களது தீவிர யோசனைக்கான காரணத்தைக் கேட்டான்.

ஐந்து பேரும் தங்கள் தங்கள் கோணங்களிலிருந்து நடந்த சம்பவங்களை கூக்ளியிடம் எடுத்துச் சொன்னார்கள். படிப்பையே நிறுத்தி விட்டு காலேஜை விட்டுப் போக வேண்டிய ஒரு துர்ப்பாக்கிய நிலைக்குத் தாங்கள் தள்ளப்பட்டு விட்டதாக வேதனையோடு கூறினார்கள். பேச்சுக்கிடையில் அவ்வப்போது இங்கிலீஷ் கௌடனுக்கு அர்ச்சனை நடந்தது.

கூக்ளி மிகுந்த அக்கறையோடு அவர்கள் சொல்வது எல்லாவற்றையும் கேட்டான். அவர்கள் நிலைமையைப் பார்த்து

அவனுக்குத் துக்கமாகப் போய் விட்டது. ''சே... என்ன முட்டாள்தனமான காரியத்தைப் பண்ணீட்டடா'' என்ற இங்கிலீஷ் கௌடனைப் பார்த்து அவனும் வைதான். ஆனால், அதோடு பிரச்சினை தீர்ந்து விடுமா? நண்பர்கள் அங்கேயே நின்று கொண்டு கூட்டாக ஆலோசனை செய்தார்கள். ஆலோசனை நடந்து கொண்டிருக்கும் போதே கூக்ளிக்கு மூளையில் பொறி தட்டியது.

''டேய்... இங்கே கேளுங்கடா... இப்ப டேஞ்சர் இருக்கறது உங்ககிட்டேதான்... நான் சொல்ற மாதிரி கேட்டீங்கன்னா வர்ற ஆபத்திலேர்ந்து தப்பிச்சக்குவீங்க...'' என்றான் கூக்ளி. எல்லோரும் நிம்மதிப் பெருமூச்சு விட்டு, ''சொல்லுங்க கேப்டன்'' என்று அவரைச் சுற்றி நின்றார்கள்.

''ஒன்னுமில்லே... இப்ப டேஞ்சர் உங்ககிட்டதான் இருக்குது... இப்ப இந்த விஷயத்தையெல்லாம் எங்கிட்ட சொன்ன மாதிரி வேற யார்கிட்டேயாவது சொன்னீங்களா? இல்ல தானே... யார் கிட்டேயும் மூச்சு விடக் கூடாது. ஜெயந்தி யோட அப்பனுக்கு நீங்க காலேஜ் ஸ்டூடண்ட்ஸ்ங்கற விஷயம் மட்டும்தான் தெரியும். நீங்க யாருன்னு என்ன தெரியும்? நீங்க ஒன்னும் பேசாமே வாயை மூடீட்டு இருங்க... அதை விட்டுட்டு ஊரெல்லாம் டமாரம் போட்டீங்கன்னா உங்க மானம் மரியாதை யெல்லாம் தான் காத்துலே பறக்கும்'' என்று தன் மனதுக்குத் தோன்றிய அதிபுத்திசாலித்தனமான யோசனையைச் சொன்னான் கூக்ளி.

''இல்ல... கேப்டன்... இதைப் பத்தி இனி நாங்க வாயே தொறக்க மாட்டோம்'' என்று சொன்னான் ரமேஷ்.

மற்ற நால்வரும் ''ஆமாம்... ஆமாம்'' என்று தலை ஆட்டினர்கள்.

அத்தியாயம் 9

கெசரூரைச் சுற்றிலும் மலைகள். ஒன்றுக்குப் பின்னால் ஒன்றாக காளை மாடுகள் படுத்திருப்பதைப் போல அந்த மலைகள் வியாபித்திருந்தன. அடர்ந்த காடுகள் இந்த மலைகளைக் கம்பளி போர்த்தியது மாதிரி மூடியிருந்தன. மரங்களின் அடர்த்தி

அவை ஒரே மரமாகத் தெரியும்படி தோற்றம் கொண்டிருந்தன. மாலை நேரமானால் கடலிலிருந்து தவழ்ந்து வருகிற ஈரக் காற்று கருக் கொண்ட மேகமாக உருமாறி மலைகளிடையில் இருந்து புறப்பட்டு கெசரூரின் மீது கவியும். கெசரூர் முழுவதையும் ஒரு மாயா லோகமாக மாற்றும். கெசரூர் மழைக் காலத்தில் நான்கு மாதங்கள் மட்டும் கெசரூர் மாதிரி இருக்கும். அதற்கப்புறம் எப்போதும் குளிர்ச்சியைக் கொண்டு கருமை பூசிய ஹரியின் வர்ணமாகத் தெரியும். வனங்களைச் சுற்றிலும் கொண்டிருக்கிறபடியால் அப்சர லோகமாக இருக்கும். மலைச் சாரலை ஒட்டி இருக்கிற இந்த ஊர் கர்நாடகத்தின் சவிட்சர்லாந்துதான்.

ஷாம நந்தன அங்காடி ஒருவன் மட்டும் பேனாவும், கோப்பும் வைத்துக் கொண்டு டி.பி.யின் வாராந்தாவில் உட்கார்ந்திருந்தான். தலைமை அலுவலகத்திற்கு தினமும் அனுப்ப வேண்டிய ரிப்போர்ட் அனுப்ப வேண்டும். ஆனால் மனதுக்குள் ஏதேதோ சிந்தனைகள். அந்த ஐந்து கல்லூரி மாணவர்களைப் பற்றி யோசித்துக் கொண்டிருந்தான். இன்னும் கொஞ்ச காலத்துக்குள் இந்தப் பையன்கள் ஊரை விட்டுப் போய் விடுவார்கள் என்பதில் சந்தேகமில்லை. இத்தனை அழகான ஊர் மகத்தான லட்சியங்களைக் கொண்ட, சாதனை புரிய விரும்புகிற இளைஞர்களுக்கு வேண்டாததாக இருக்கிறது. இளம் வயது ஆண்களுக்கும், பெண்களுக்கும் இந்த ஊர் ஜீவனில்லாத வஸ்துவாகத் தெரிகிறது. அங்காடி கெசரூரில் படித்துக் கொண்டிருந்த காலத்திலும் இந்த இளைஞர்களைப் போலவே இருந்தான். அப்போது ஜூனியர் காலேஜ் கிடையாது. ஸ்கூல் மட்டும்தான் இருந்தது. இப்படி முரண்டு பிடிக்கிற பையன்களும், பெண்களும் நாளை ஏதாவது சாதிப்பார்கள் என்று அங்காடிக்குத் தோன்றியது. தனக்கு இங்கே என்ன இடமிருக்கிறது? தான் ஒரு வெளியாள் இல்லையா? தன்னுடன் படித்தவர்கள் தற்போது கெசரூரில் யாராவது இருப்பார்களா?

கெசரூருக்கு என்ன குறைச்சல்? இத ஒரு பெரிய கேள்வி தான். இருபது வருடங்களுக்குப் பிறகு தான் பிறந்து வளர்ந்து ஓடி விளையாடிய இந்த மண்ணுக்கு மீண்டும் வந்திருக்கிறோம். பல வருடங்கள் ஓடி விட்டன. பிறந்த ஊர் என்பதைத் தவிர

வேறு எந்த வகையிலும் உறவோ, ஒட்டுதலோ ஏற்படக் காணோம். உண்மையில் நான் இந்த ஊர்க்காரன் என்று அவர்களிடம் ஏன் சொன்னோம் என்று இருந்தது. அசலூர்க்காரன் என்று சொல்லயிருக்கலாம்.

கெசரூரைச் சுற்றிலும் அடர்ந்த வனம். காட்டிற்குள் ஏலக்காய் ஏராளமாய் விளைந்தது. கெசரூர் ஏலக்காய் உலகம் முழுவதும் பிரசித்தி பெற்றது. ஆண்டுதோறும் அறுவடை முடிந்ததும் அரசு வனத் துறையினர் ஏலக்காயை ஏலம் விட்டார்கள். கெசரூர் அரசியல்வாதிகள் பணம் சம்பாதிக்கும் வழிகளைத் தேடிக் கொண்டிருந்தார்கள். வனத் துறை அதிகாரிகளுக்குத் தாங்கள் வாங்கும் லஞ்சம் போதவில்லை. இருவரின் கண்களும் காடுகளின் மீதும், ஏலக்காயின் மீதும் விழுந்தன. ஒவ்வொரு வருடமும் ஏலக்காய் ஏலம் தேவையில்லை. விளைச்சலைப் பொறுத்து பத்துப் பன்னிரண்டு வருஷம் இடைவெளி விட்டுப் போடலாம் என்று அமைச்சர் வரை போய் ஆர்டர் பெற்றுக் கொண்டு வந்தார்கள். கேரளத்திலிருந்து சுலைமான் யூசுஃப் பேரி என்பவன் பண மூட்டையோடு வந்தான். அவனது பண மூட்டையைக் கண்டு அமைச்சர் பெரு மக்களுக்கு நாக்கில் எச்சில் ஊறியது. வனங்களெல்லாம் பாதுகாக்கப்பட்ட இடங்கள். அங்குள்ள மரங்களை வெட்டக் கூடாது என்பது அரசு ஆணை. ஆனால், இடையிலுள்ள மரங்களின் கிளைகளைக் கொஞ்சமாவது வெட்டினால் தான் செடிகள் நன்றாக வளரும் என்று சொன்னார்கள். வெட்டப்படும் மரக் கிளைகளை விறகாக ஆக்க ஏலம் விட்டால் அதன் மூலம் வருமானமும் கிடைக்கும் எனச் சொன்னார்கள். அதற்கு அரசு ஒப்புதலும் கிடைத்தது.

இப்படித்தான் ஆரம்பமாயிற்று. சுலைமான் பேரி வெறும் மரக் கிளைகளை வெட்ட வந்தவன் பிறகு மரத்தையே வெட்டினான். நூற்றுக்கணக்கான ஆண்டுகள் வளர்ந்து சேகேறிப் போயிருந்த மரங்கள் கதறக் கதற வெட்டப்பட்டு நிலத்தில் உருண்டன. பெரிய பெரிய மரத் துண்டங்கள் லாரிகளில் ஏற்றப்பட்டு, கெசரூர் வீதிகள் வழியாக மங்களூர் போயின. மழைக் காலம் வரும் வரை கெசரூர் மக்களுக்கு இது ஒரு

அன்றாடக் காட்சியாக இருந்தது. மரங்களின் அரவணைப்பு இல்லாத ஏலக்காய்ச் செடிகள் இலைகளெல்லாலம் வாடி தளர்ந்து நிலத்தில் உதிர்ந்தன. காடு முழுவதும் அழிந்த பிறகு லண்டானா செடிகள் அதன் மேல் அடர்த்தியாக வளர்ந்தன. ஒரு கோட்டை போல கெசரூர் முழுவதும் சுற்றிப் படர்ந்தன.

லண்டானா என்பது புதர் மாதிரிப் படரும் ஒரு தாவரம். ஒரு ராட்சசன் என்றே சொல்லலாம். செடி வேரோடு பெயர்ந்து விட்டாலும் அங்கேயே மீண்டும் முளைத்து விடும். தண்டுகள் முறியும் போது மீதமிருக்கும் தண்டே வேராக மாறி முளை விடும். பறவைகளின் எச்சத்திலிருந்து விதைகள் முளைக்கும். கொடிகள் மரத்தைச் சுற்றிப் பரவும். இப்படிப் பரவி வளர்கிற லண்டானா செடியின் வளர்ச்சி ஏலக்காயின் கழுத்தை நெறித்து காடு முழுவதும் ஆக்கிரமித்திருந்தது. கெசரூர் விவசாயிகளின் வருமானம் இதனால் பெரிதளவு பாதிப்படைந்தது. இதோடு சுலைமான் பேரியின் அட்டகாசம். பேரி செயலின் விளைவு களைப் பற்றி கெசரூர் மக்கள் அறிந்திருக்கவில்லை. விளைச்சல் பாதிக்கப்பட்டது ஒரு துர்தேதையின் சாபம் என்றே கருதி னார்கள். ஜனங்களின் அக்கறையின்மையும், அலட்சிய மனோ பாவமும் கலாச்சார அளவிலும் பாதிப்பை ஏற்படுத்தியது.

தோட்டம் வைத்திருப்பவர்கள் மரங்களை வெட்டி விற்கத் தொடங்கினார்கள். அடமான வங்கியிலிருந்து ஜப்தி செய்ய வருபவர்களுக்குச் சமாதானம் சொல்ல வேறு வழியே தெரிய வில்லை. ஏலக்காய் விலையில் முன்னேற்றமில்லை. உரம் போட்டு, மருந்தடித்து எவ்வளவு பக்குவம் செய்தாலும் விளைச்சலை அதிகரிக்க முடியவில்லை. லண்டானா ராட்சசன் ஏலக்காய் பயிரைக் கபளீகரம் செய்ய எப்போதும் காத்துக் கொண்டிருக் கிறான்.

ரிப்போர்ட் எழுதுவதற்கான குறிப்புகளை வைத்துக் கொண்டு அங்காடி யோசனை செய்து கொண்டிருந்தான். எழுத கையே வரவில்லை. மிக மிக சிக்கலான ஒரு பிரச்சினை தன் கைவசம் வந்திருப்பதாகத் தோன்றியது. ஆதியோடந்தமாக இப் பிரச்சினையை அலச வேண்டும். ஏலக்காய் பயிர் செய்யும் முறையும், அதன் விற்பனை ஏற்பாடுகளையும் பார்க்க வேண்டும்.

விவசாயிகளுக்கு ஏற்படும் பிரச்சினைகளின் தன்மைகள், அதன் விற்பனையில் செய்யப்படும் குளறுபடிகள் என்பவற்றையும் கவனிக்க வேண்டும்... விளைச்சல் திடீரென்று குறைந்தால் அதற்கான காரணத்தையும் கண்டறிய வேண்டும். இங்குள்ள ஆராய்ச்சி நிலையம் இவை தொடர்பாக இதுவரை என்ன செய்திருக்கிறது? இவற்றை அறிவதுதான் தான் மேற்கொண் டிருக்கும் பணி.

ஜோகிஹாள் இந்நாட்டின் தலைசிறந்த வேளாண்மையியல் அறிஞர்களில் ஒருவர். அவர் இப்பிரச்சினைகள் குறித்துத் தனது ஆய்வில் என்ன வெளிப்படுத்தியிருக்கிறார்? அவரது சாவு தற் செயலானது தானா? அல்லது... அங்காடி தலையைத் தடவிக் கொண்டான். எப்போதோ நடந்த சம்பவங்களைக் குறித்து நாம் இப்போது ஏன் தலையைப் பிய்த்துக் கொள்ள வேண்டும்? ஆனாலும் ஜோகிஹாளின் மரணத்திற்கும் தான் இப்போது மேற் கொண்டிருக்கும் பணிக்குமிடையில் நிறைய சம்பந்தமிருக்கிறது என்று அங்காடியின் உள்மனசு சொல்லுகிறது.

குளிர்ந்த காற்றிலே மிதந்து வந்த மேகங்கள் கெசரூரின் நடுவில் நுழைந்து வரத் தொடங்கின. எங்கும் பனித் திரை மூடியிருந்தது. தூரத்தில் இருந்த விளக்குக் கம்பங்களிலிருந்து தொங்கிய விளக்குகள் பருத்திக் கொத்துகளாய் காட்சியளித்தன.

அத்தியாயம் 10

ஆராய்ச்சி நிலையத்தைச் சேர்ந்த டாக்டர் பாடீல் கூர்த்த நாசியும், உற்சாகமான முகமும் கொண்ட மென்மையான மனிதர். அங்காடி அவர் முன்னால் உட்கார்ந்திருந்தான். ‘‘வெல்... வெல்... வெல்... என்ன வேணும் உங்களுக்கு? நீங்க யாருன்னு தெரியலியே...’’ என்றார். மேசையின் இன்னொரு பக்கத்தில் தாடி வைத்த ஒருவர் உட்கார்ந்திருந்தார். பாடீல் பேசிக் கொண் டிருந்ததைக் கேட்டுக் கொண்டிருந்த அங்காடி அவரை அவ் வளவாகக் கவனிக்கவில்லை.

‘‘எம் பேரு அங்காடி... ஷாம நந்தன அங்காடி... நான் ஆலப்புழையிலேர்ந்து வர்றேன். அங்கே ஏலக்காய் வாரியத்துலே சீஃப் இன்டலிஜென்ஸ் ஆபீசரா இருக்கேன்...’’

''அப்பிடியா... ரொம்ப சந்தோஷம்... நம்ம ஆராய்ச்சி நிலையம் வேளாண்மைப் பல்கலைக் கழகத்தோட இணைஞ் சிருக்கறதனாலே எனக்கு ஏலக்காய் வாரியத்தோட அவ்வளவு தொடர்பில்லே... ரொம்ப சந்தோஷம்...''

''உங்க கிட்டேர்ந்து சில விஷயங்களைக் கேட்டுத் தெரிஞ்சுக்கலாம்னு வந்திருக்கேன் சார்... உங்களுக்கு இப்ப ரொம்ப வேலையிருந்ததுன்னா நான் என்ன விஷயத்துக்கு வந்திருக்கேன்னு சுருக்கமா சொல்லீட்டுப் போயிர்றேன்... அப்புறமா மறுபடி வந்து உங்களைப் பாக்கறேன்...''

''அதான் சரி... இன்னைக்கு மாசம் மொதல் தேதி பாருங்க... கொஞ்சம் வேலை ஜாஸ்தி... அப்புறமா வந்தீங் கன்னா கொஞ்சம் நிதானமாப் பேசலாம்'' என்று சொல்லிக் கொண்டே வந்தவர் திடீரென்று ஞாபகம் வந்தவராக, ''சாரி... இவர் பேரு ஜெயராம். இங்கே ஒரு பதினைஞ்சு மைல் தூரத்துலே இவருக்கு ஒரு ஏலக்காய்த் தோட்டம் இருக்குது... இவரு ஒரு நல்ல எழுத்தாளரும் கூட... பகுத்தறிவாளர் சங்கத்திலயும் இருக்காரு... பகுத்தறிவு சம்பந்தமா இங்கே கர்நாடகத்துலே ஏதாவது பிரச்சினைன்னா டாக்டர் கோவூர் இவரைத்தான் அணுகுவார்...'' என்று பக்கத்திலிருந்த தாடிக்காரரை அறிமுகப்படுத்தினார்.

''வெரி கிளேட் டு மீட் யு'' என்று சொல்லிக் கொண்டு கை குலுக்க வந்த அங்காடி தாடிக்காரரின் முகத்தை உற்றுப் பார்த்த பிறகு ஏதோ ஞானோதயம் வந்தவராகத் துள்ளிக் குதித்துக் கொண்டு, ''அரே! நீங்க நெத்தரு கொண்டை ஜெயராம்தானே! என்னை ஞாபகம் இருக்குதா?'' என்றார். ஜெயராமுவுக்கும் என்னமோ பொறி தட்டியது.

''ஓஹோ... ஷாமே கௌடா... எப்பலேர்ந்து அங்காடின்னு பேரு வெச்சுட்டீங்க...''

''அதுவா... போலீஸ் டிபார்ட்மெண்டிலேர்ந்து இன்டலி ஜென்ஸ் டிபார்ட்மெண்டுக்குப் போனம் பாருங்க... அப்பவே பேர மாத்தியாச்சு... காரணம் இதுதான்...'' என்று காரணங்களை அடுக்கினான்.

இவர்கள் பேசிக் கொள்வதை வேடிக்கையோடு பார்த்துக் கொண்டிருந்த பாடீல், ‘‘என்ன... மொதல்லயே உங்க ரெண்டு பேருக்கும் பழக்கம் இருக்கற மாதிரி தெரியுதே...’’ என்றார்.

‘‘பழக்கமில்லீங்க... ஒரு விசித்திரமான சூழ்நிலையில் இவரைச் சந்தித்தேன் நான்... இவரோட கதை ஒன்னை சினிமாவா எடுக்கலாம்னு டைரக்டர் ஒருத்தன் ஃபிலிம் ஃபைனான்ஸ் கார்ப்பொரேஷனுக்கு அப்ளிகேஷன் போட்டான்... லோன் குடுக்கறத்துக்கு முன்னாடி அதை போலீஸ் டிபார்ட்மெண்டுக்கு அவங்க அபிப்ராயம் கேட்டு அனுப்புனாங்க... அப்ப நானொரு ஆறு மாசம் சப்-இன்ஸ்பெக்டரா ஹாசன் ஜில்லாவுலே இருந்தேன்... இவங்க தோட்டம் ஹாசன் ஜில்லாவுக்குள்ள தான் இருக்குது...

‘‘அது ஒரு நல்ல கதை. ஸ்கூலுக்குப் போற ஒரு சின்னப் பொன்னு கொலையாகிற கதை. கதையைப் படிச்ச உடனே அதே மாதிரி அங்க நடந்த ஒரு சம்பவம் நெனைவுக்கு வந்தது... கேஸ் விசாரணை ரிஜிஸ்டரை எடுத்துப் பார்த்தப்போ சம்பவங்கள் எல்லாமே ஒரே மாதிரி இருந்தது. கொலைகாரன் தலைமறைவாகி இருந்தான். ஜெயராமுவுக்கு இந்த சம்பவத்தைப் பத்தி நல்லாத் தெரிஞ்சிருக்கும்னு நெனைச்சேன். அவரைக் கூப்பிட்டுக் கேட்டேன். ‘‘பொதுவா சில விஷயங்கள் மட்டும் தெரியுமே தவிர வேறெ ஒன்னும் தெரியாது’’ன்னு சொல்லீட்டாரு... இதெல்லாம் இருபது வருஷத்துக்கு முன்னால நடந்த கதை. இப்பக்கூட அதைப் பத்தி எனக்கு சந்தேகங்கள் உண்டு. இவரோட கதையிலே சம்பவங்கள் ரொம்ப தத்ரூபமா விவரிக்கப்பட்டு இருந்தது. சம்பவத்தைப் பத்தி ஏதாவது சொன்னா கோர்ட்டு, கேசு, சாட்சின்னு அலையணுமோங்கறதுக்காக ஜெயராம் இப்படிச் சொல்லீட்டாரோன்னு தோணுச்சு. இப்படி நாங்க அறிமுகம் ஆனதுனாலே எங்களால ஒருத்தரை ஒருத்தர் மறக்க முடியலே’’ என்று பாடீலிடம் நடந்த விஷயங்களைச் சொன்னான் அங்காடி.

‘‘ஒரு எழுத்தாளனுக்குச் சில உண்மைச் சம்பவங்கள் கெடைச்சதுன்னா இப்படி எதார்த்தமான சில கதைகளைப் படைப்பான் அங்காடி... இப்பவும் உங்களுக்குச் சந்தேகம் தீரலேன்னா அதை விட்டுருங்க... நான் அதைப் பத்தி அப்பவே சொன்னதைத் தான் இப்பவும் சொல்றேன்... அந்த சம்பவத்தைப்

பத்தி எனக்கு இன்னைக்கு வரைக்கும் ஒன்னும் தெரியாது'' என்றான் ஜெயராம்.

''ஒரு புஸ்தகத்தைச் சினிமாவா எடுக்கறதுக்கு முன்னாடி அதைப் போலீசுக்கு அனுப்பி அபிப்ராயம் கேக்கணுமா?'' என்று ஆச்சரியத்தோடு கேட்டார் பாடீல்.

''அய்ய... அதை உடுங்க... இப்ப நாடகம் போடணும் னாலும் போலீசோட பெர்மிஷன் வேணும்... திரைப்பட நிதி உதவிக் கழகத்திலேர்ந்து லட்சக்கணக்கான ரூபா இதுல முதலீடு செய்யறாங்க... அதனால கதையிலே ஏதாவது பிரச்சினைக்குரிய விஷயம் இருக்குதான்னு தெரிஞ்சக்கறதுகுத் தான் இப்படிக் கேக்கறாங்கன்னு நெனைக்கிறேன்.''

''கடைசிலே அந்தக் கதை சினிமாவா ஆச்சா இல்லியா?''

''இல்லே சார்! போலீஸ் அபிப்ராயம் அது இதுன்னு எப்ப தகராறு ஆரம்பமாச்சோ அப்பவே அந்த டைரக்டர் திட்டத்தை உட்டுட்டாரு... அங்காடி அதை முழுசாப் படிச்சு முடிச்சு தலையைப் பிச்சிக்கிட்டதுதான் மிச்சம்'' என்றான் ஜெயராம்.

அங்காடி பாடீல் பக்கம் திரும்பி, ''சாரி சார்... நாங்க எதை எதையோ பேசி உங்க நேரத்தை வீணாக்ககிட்டோம்...'' என்றான்.

''பரவால்லே... என்ன விஷயமா வந்தீங்க... சொல்லுங்க...''

''ஒன்னுமில்லே... கர்நாடகத்துலே ஏலக்காய் உற்பத்தி கொறஞ்சிட்டே வருதுன்னு மத்திய அரசு ரொம்ப கவலைப் பட்றாங்க... அதனால இது சம்பந்தப்பட்ட தகவல்களையெல் லாம் சேகரிக்க வேணும். ஏலக்காய் கொள்முதல் வியாபாரத்துலே இருக்கவறங்கெல்லாம் மார்வாடிகள்... பணக்கார பேரிகள்ணு எல்லாம் தனியார் துறை ஆட்களாகத் தான் இருக்கறாங்க... இதனால விவசாயிங்களுக்கு ஏதாவது தொந்தரவாகுதான்னு பார்க்கணும்... இந்தப் பிரச்சினையைத் தீர்க்கறத்துக்கு ஆராய்ச்சி நிலையம் ஏதாவது செஞ்சிருக்கான்னு பாக்கணும். டாக்டர் ஜோகிஹாள் ஆராய்ச்சி நிலையத்துலே ரொம்ப வருஷமா ஆராய்ச்சி பண்ணிட்டிருந்திருக்காரு... ஏலக்காயைப் பத்தி அவர் ஏன் ஆராய்ச்சி பண்ணலே... வேளாண்மைத் துறையிலே பல புரட்சிகரமான மாற்றங்களை அவர் கொண்டு வந்திருக்காரு... ஆனாலும் இந்தத் துறையிலே அவர் பெரிசா ஒன்னையும் சாதிக்க

முடியலேங்கறதுக்குக் காரணம் என்ன? இதைப் பத்தியெல்லாம் கொஞ்சம் கருத்துச் சொன்னீங்கன்னா நல்லது... நான் அப்புறமா வந்து பார்க்கறேன்... அவசரம் அவசரமா ரிப்போர்ட் தயார் பண்ணி அனுப்பறதுலே பிரயோஜனம் இல்லே... காரணம் என்னோட ரிப்போர்ட் நேரா வேளாண்மைத் துறை அமைச்சரோட மேசைக்குத் தான் போகும்'' என்று அங்காடி தான் சொல்ல நினைத்தையெல்லாம் பாடீலுக்குச் சொல்லி முடித்தான்.

''எனக்குச் சம்பந்தப்பட்ட வேளாண்மைத் துறையைப் பத்தினதா இருந்தா என்னால் சொல்ல முடியும் அங்காடி... வேற துறைகளைப் பத்தி எனக்கு அவ்வளவாத் தெரியாது... நான் சொன்னாலும் அது நம்பற மாதிரி இருக்காது... அதுக்கெல்லாம் நீங்க ஜெயராம் மாதிரி இருக்கற ஆளுகளைத் தான் பாக்கணும்... ஏலக்காய்க்கு இப்படி இயற்கை, சுற்றுப்புறச் சூழல், சமூகம் அப்பிடீன்னு எல்லா மட்டத்திலிருந்தும் பாதிப்பு இருக்குது... எந்த எடத்திலேர்ந்து ஆரம்பிக்கறதுன்னே தெரியலே... இடையிலே ஜோகிஹாளோட மறைவு ஒரு பெரிய தடையை உண்டு பண்ணியிருக்குது... ஆராய்ச்சியைத் தொடர்ந்து நடத்தீட்டுப் போக ஒரு நல்ல வழிகாட்டுதல் கெடைக்க மாட்டேங்குது...''

''அது சரிங்க... ஜோகிஹாளோட வேலை செஞ்சிட்டிருந்த பல விஞ்ஞானிகள் இப்ப இருக்காங்க இல்லியா? அவங்களைக் கேட்டா ஏதாவது விவரங்கள் கெடைக்குமா?''

''இருக்காங்க... இருக்காங்க... ஆனா அவங்கெல்லாம் தண்டச் சம்பளம் வாங்கறவங்க... டாக்டர் ஜோகிஹாள் அவங்களே ஒன்னும் பண்ண முடியலேங்கற போது அப்பறம் இவங்கெல்லாம் எந்த மூலைக்கு... சத்ய நாராயண பூஜை, வரலட்சுமி பூஜை, வெங்கடேஸ்வர மகாத்மியம் எல்லாம் நடத்தீட்டு பரலோகத்தைப் பத்திச் சிந்திச்சுட்டிருக்காங்க... இப்பவே அவங்களோட ஒரு காலு சொர்க்க லோகத்துலே இருக்குது... நீங்க துப்புத் துலக்கறத்துக்குன்னு வந்திருக்கீங்க... நடத்துங்க... நான் பேச ஆரம்பிச்சேன்னா எல்லாம் கெட்ட வார்த்தையா வரும்... சொல்றது எதையும் பதிவு பண்ண முடியாது...''

தன்னுடன் கூட வேலை செய்பவர்களிடம் கட்டுக்கு அடங்காத கோபம் இருப்பது பாடீலின் பேச்சிலிருந்து தெரிந்தது.

''கோபப்பட்டு பிரயோஜனமில்லே சார்... இந்த நாட்டுலே எல்லா ஆராய்ச்சி நிலையங்களோட நிலைமையும் கிட்டத்தட்ட இதே மாதிரிதான் இருக்கு... அண்டவியல் ஆராய்ச்சி, எரி பொருள் ஆராய்ச்சி, உணவுப் பொருள் ஆராய்ச்சி அப்பிடீன்னு நூத்துக் கணக்குல ஆராய்ச்சிகள் நடக்குது... அதையெல்லாம் பாத்தம்னா நம்மளோடது எவ்வளவோ பரவால்லே...'' என்று அவரது கோபத்தைத் தணிப்பது மாதிரிப் பேசினான்.

''அப்படியில்லே அங்காடி... நீங்க இந்தப் பிரச்சினைலே இப்பத்தான் கால் வைக்கறீங்க... இங்க எவ்வளவோ நடந்திருக்கு... ஒரு உதாரணம் சொல்றேன்... கேளுங்க... இன்னைக்கி எங்க ஆராய்ச்சி நிலையத்து ஊழியர்கள் மறியல் பண்றாங்க... எதுக்குப்பான்னு கேட்டா மத்திய அரசு விதிகள்படி கடல் மட்டத்திலேர்ந்து நாலாயிரம் அடி உயரத்துலே இருக்கற எடங்கள்லே வேலை செய்யற ஊழியர்களுக்கு மலைப் பகுதிப் படின்னு ஏதோ ஒன்னு இருக்குதாம். எவனோ ஒருத்தன் அதைத் தெரிஞ்சுக்கிட்டான். கொஞ்ச நாளைக்கு முன்னாலே ஆராய்ச்சி நிலையத்துக்கு நாங்க வாங்கின 'அல்டா மீட்டர்'ங்கற கருவியைக் கொண்டு போய் தாலுகா ஆபீஸ் இருக்கற உயரமான எடத்தை அளந்து பாத்து, இங்க கரெக்ட்டா நாலாயிரம் அடி உயரம் இருக்குது... அதனாலே எங்களுக்கு அந்த மலைப் பகுதிப் படி வேணும்னு மறியல் பண்றாங்க... புதுசாக் கெடைக்கிற உப கரணங்களை நம்ம விஞ்ஞானிகள் எதுக்கெல்லாம் பயன்படுத்த றாங்க... பார்த்தீங்களா?''

இந்த விவாதம் ஜெயராமுக்கு அவ்வளவு ரசிக்கவில்லை. எழுந்தான். ''நான் வர்றேன் சார்... மந்திர மாயம் பண்றது... தாயத்துக் கட்றது... இதெல்லாம் மோசடி வேலைன்னு நம்ம சங்க உறுப்பினர்களுக்கும், மத்தவங்களுக்கும் சொல்லிடலாம் இல்லியா'' என்று சொல்லிக் கொண்டு எழுந்தான்.

''நோ... நோ... உங்க பகுத்தறிவுவாதிகள் லிஸ்டுலே என்னையும் சேர்த்துக்காதீங்க... உங்க பசங்க எல்லாத்தையும் தப்பா புரிஞ்சுட்டு உங்களுக்குத் தொந்தரவு குடுத்திருக்காங்க ஜெயராம்.''

''இல்லே சார்... நானும் நம்பலே... நம்ம பசங்களுக்கு வேலையொன்னும் கெடைக்காததுனாலே ரொம்ப வெறுத்துப்

போய் இருக்காங்க... இதைப் பத்தி விசாரணை பண்ணியே ஆகணும்னு கட்டாயப்படுத்தறாங்க'' என்று சொல்லிக் கொண்டு புறப்பட எழுந்தான் ஜெயராம்.

''அப்புறம் எப்பப் பாக்கலாம் ஜெயராம்'' என்று கேட்டான் அங்காடி.

''எப்ப வேணும்னாலும் பாக்கலாம். நான் தெனமும் சாயங்காலம் நண்பர்களோட அரட்டை அடிக்கறதுக்காக கிளப்புக்கு வருவேன். நீங்க வந்து ஓட்டல் கவுண்டர்லே கேட்டீங்கன்னா சொல்வாங்க.''

ஜெயராம் போன பிறகு பாடீல் அங்காடியைப் பார்த்து, ''மிஸ்டர் அங்காடி... ஒரு விஞ்ஞானியா இருந்துட்டு இந்த ஏலக்காய் விளைச்சல் சம்பந்தமா ஒன்னும் பண்ண முடியலேன்னு வெக்கமா இருக்கு... அப்படியொரு பெரிய சிக்கல்லே ஏலக்காய் மாட்டியிருக்குது... இதை எப்படி சரி பண்றதுன்னே தெரியலே... அடுத்த தரம் உங்க கிட்டே எல்லாத்தையும் விவரமா சொல்றேன்'' என்றார் பாடீல்.

''அப்புறமா போன் பண்ணீட்டு வர்றேன் சார்...'' என்று சொல்லிக் கொண்டு எழுந்தான் அங்காடி.

அத்தியாயம் 11

''இந்த ஜில்லாவுக்கு என்னப்பா சாபக் கேடு... என்ன அழகான பகுதி... செழிப்பான காடுகள்... நல்ல மழை... நல்ல விளைச்சல்... வளமான பூமி... எல்லாம் இருந்தும் ஏதோ ஒரு பெரிய குறை ஜனங்களை வாட்டுது... இதைப் பார்க்க முடியுதா ஹெக்டே... வெளியிலேர்ந்து இங்க வர்றவங்க கொஞ்ச நாள் ஆன உடனே இந்தக் குறைபாட்டை உணர ஆரம்பிக்கிறாங்க.''

''இந்தப் பகுதிலேர்ந்து கடந்த பல நூற்றாண்டு காலமா ஒரு மனுஷனும் சாதனை படைக்கலே. ஒரு சங்கீத வித்வான், ஒரு விளையாட்டு வீரன், ஒரு எழுத்தாளன், ஒரு சிற்பி அட ஒன்னும் வேண்டாம்... ஒரு நல்ல அரசியல்வாதி கூட பெரிய ஆளுன்னு சொல்லிக்கற மாதிரி வரலியே...''

''சிக்மகளூர் ஒரு சாபம் புடிச்ச ஜில்லாவாத்தான் இருக்கணும். கலை, கலாச்சாரம்ங்கற துறைகள்லே ஒரு வெளிப்பாடும்

இல்லாமெ இப்படி வறண்டு கெடக்கறது ஒரு தற்செயலான விஷயம் தான்னு நம்ப முடியலே.''

அங்கே உட்கார்ந்து பேசிக் கொண்டிருந்த கூட்டத்துக்கு நடுவில் இப்படி ஒரு பெரிய பிரச்சினையைத் தூக்கிப் போட்டான் ராமச்சந்திரா. இதை அவர்கள் எதிர்பார்க்கவில்லை. அங்கிருந்த நண்பர்கள் எல்லோரும் சீதோஷ்ண நிலை, ஓட்டல் காபி என்று அன்றாட சாதாரணப் பிரச்சினைகளைப் பற்றிப் பேசத் தான் தயாராக இருந்தார்கள். இந்த விஷயம் கொஞ்சம் அதிக கனம் கொண்டதுதான்.

ஹெக்டே எரிச்சல் பட்டான். ''அடப் போப்பா ஒவ்வொரு ஜில்லாவுலேயும் ஒரு பெரிய மேதாவி பொறக்கணும்னு என்ன இருக்குது'' என்று முனகினான்.

''அப்படிச் சொல்லாதப்பா... ஒரு சமுதாயம் கலாச்சாரத் துறையிலே சாதனை புரியறதுக்குக் காரணமா இருக்கறவங்களே பெரும்பாலும் தனி மனுஷங்க தான்... இத நாம கண்கூடாப் பாத்திருக்கிறோம். பக்கத்து ஜில்லாவுலேர்ந்து எத்தனை பேர் கவிஞர்களும், எழுத்தாளர்களும் வந்திருக்காங்க... இந்த ஜில்லா வுலே பேருக்காவது யாராவது இருக்காங்களா? உண்மையி லேயே இது ஒரு கச்சடா ஜில்லாப்பா'' என்று ஜில்லாவையே காறி உமிழ்ந்தான் ராமச்சந்திரா.

கௌசூர் கல்லூரியின் சமூகவியல் பேராசிரியர் 'சோம்பேறி நாராயணன்' கூட்டத்தில் இருந்தான். அவன் ஒரு போதும் மூளைக்கு வேலை கொடுப்பது கிடையாது. ராமச்சந்திரா கேள்வி கேட்ட பிறகு நாராயணனை ஒன்றிரண்டு பேர் திரும்பிப் பார்த்தார்கள். அவனிடம் பதிலை எதிர்பார்ப்பது மாதிரி இருந்தது. ''தங்களால முழுங்க முடியாத இட்லியையெல்லாம் இந்தத் தேவிடியாப் பசங்க என்னோட தட்டுலே எதுக்குப் போட்றாங்க...'' என்று நினைத்துக் கொண்டு அவர்களை மனதுக்குள் திட்டினான். ''அந்த மாதிரி கலாச்சாரச் செயல்பாடு களெல்லாம் நடக்கணும்னா அதுக்குத் தேவையான மத்தியதர வர்க்கம் இங்க உருவாக வேணும். அது இங்க நடக்கலே... இங்கிருக்கற பணக்காரங்க பெங்களூருக்குப் போய் செட்டில் ஆகிக்கிறாங்க... தோட்டங்கள்லே வேலை பார்க்கற கூலியாளுங் களுக்குத் தங்களோட வயித்துப்பாட்டப் பாக்கறதுக்கே நேரம்

சரியா இருக்குது... அவங்க கிட்டே எப்பிடி கலையுணர்வை எதிர்பாக்கறது... பணக்காரங்களுக்குக் கிளப்பு, குதிரை ரேசுக்காக ஊட்டி, பெங்களூர்னு போகணும். இந்த சூழ்நிலைலே கலை எப்படி வளரும்? இதனால தான் இந்த ஜில்லா இப்படியாச்சு'' என்றான்.

கன்னட லெக்சரர் திம்மப்பா அவனை வம்புக்கு இழுத்தான். ''யாரோ ஒன்னு ரெண்டு எஸ்டேட் ஓனருங்க. வீட்டுக்குப் போய்ட்டு வந்துட்டு... அவங்க வாழ்க்கையைப் பாத்துட்டு இங்க இருக்கறவங்கெல்லாம் பணக்காரங்கன்னு சொன்னா யாரு நம்புவாங்க... எனக்குத் தோணுது... இந்த ஜனங்கள் தங்களோட பாஷையைக் கவனிக்கிறதில்லே... பணக்காரங்க கொழந்தைங் களை ஊட்டி, குன்னூரு அப்பிடீன்னு கான்வெண்டுக்கு அனுப்ப றாங்க... வீட்டுலே இங்கிலீஷ் தான் பேசறாங்க... வேலை செய்யற ஆளுங்க ஒன்னு துளு பேசறாங்க... இல்லே தமிழ் பேசறாங்க... கன்னடம் பேசறவங்க மிடில் கிளாஸ்... மாத்தலாகி வர்ற அரசு ஊழியர்கள் தான்... அவங்க இன்னைக்கு இங்க இருக்காங்க... நாளைக்கு வேற ஊர் போறாங்க... தங்களோட கலை உணர்வுகளை, தனித்துவத்தை, தங்களோட பாஷையிலே வெளிப்படுத்தற ஒரு வர்க்கமே இங்க உருவாகாமப் போச்சு...'' என்றான்.

''சரிப்பா... கவிஞர்களும், நாவல் எழுதறவங்களும் ஏன் இங்கே இல்லேங்கறதுக்கு நீ சொல்ற காரணம் சரியா இருக்கலாம். ஒரு விளையாட்டு வீரனோ, ஒரு நல்ல அரசியல் வாதியோ, ஒரு பயில்வானோ இங்க உருவாகலேங்கறதுக்கு என்ன காரணம் சொல்லப் போறே'' என்றான் சித்தப்பா.

தங்களது மொத்த மாவட்டத்தையே விமர்சனத்துக்குள் ளாக்கிக் கொண்டு மிகத் தீவிரமாக விவாதம் செய்து கொண் டிருந்த இந்தக் குழுவைச் சுற்றி நிறைய பேர் உட்கார்ந்து கொண்டு ஒவ்வொருவர் பேசுவதையும் மிக ஆர்வமாகக் கேட்டுக் கொண் டிருந்தார்கள். அதில் ஒரு இளைஞனும் இருந்தான். கொஞ்ச நேரம் கழித்து அவனும் பேசத் தொடங்கினான்.

''காபி... இந்த ஜில்லாவோட செழிப்புக்குக் காபிதான் காரணம். சீரழிவுக்கும் காபிதான் காரணம். இங்கே தெரியறது காபி கலாச்சாரம் தான்!'' என்றான் அந்தப் பையன். அவனது

பேச்சில் கொஞ்சம் அக்கறை தெரிந்தது. மற்றவர்களைப் போல அவன் வெளியிலிருந்து வரவில்லை. அந்த ஊரிலேயே பிறந்து வளர்ந்தவன்.

''சும்மா காபி மேலே பழியைப் போட்டு என்ன பிரயோஜனம். அவங்க வெளைவிக்கிறாங்க, நாம குடிக்கறோம். கலாச்சாரத்துக்குக் காபி என்ன பண்ணுச்சு... கண்ணுல கண்டதையெல்லாம் நம்ம பிரச்சினைக்குக் காரணமா எடுத்துக்க முடியுமா?'' என்று சித்தப்பா அதிகார தோரணையோடு அந்தப் பையனை மடக்கினான்.

அந்தப் பையனுக்கு இது ஒரு கௌரவப் பிரச்சினையாகப் போயிற்று. ''சும்மா இருங்க சார்... இந்த விஷயத்தைப் பத்தி உங்களுக்குத் தெரியறதை விட அதிகமா எனக்குத் தெரியும்... நீங்கெல்லாம் இப்ப இந்த எடத்துக்கு மாத்தலாகி வந்திருக்கீங்க... தங்களோட குழந்தைகளுக்கு டிரெஸ் பண்ணி விடறதுக்கும், இங்கிலீஷ் பேச வைக்கிறத்துக்கும் இந்த எஸ்டேட் ஓனருங்க எவ்வளவு காசு செலவு பண்றாங்கன்னு எனக்குத் தான் தெரியும்... முள்ளுக் கரண்டியும், கத்தியும் வெச்சுக்கிட்டு 'சாப்பாட்டு சர்க்கஸ்' காட்றத்துக்கு எவ்வளவு கஷ்டப்பட்றாங்கன்னு பாத்திருக்கீங்களா? தொரைங்க மாதிரி தலையிலே தொப்பி வெச்சிட்டு காரிலே ஏறிப் போகாதவன் மனுஷனே இல்லேன்னு நெனைக்கிறவங்க அவங்க... கார் இல்லாதவங்க ரொம்ப கூச்சப்பட்டுட்டு சொந்தக்காரர்கள் பாத்துடுவாங்களேன்னுட்டு ஒளிஞ்சு ஒளிஞ்சு பஸ்சுக்குக் காத்திட்டு இருக்கறவங்க எத்தனை பேரு தெரியுமா? இதைத்தான் நான் காபி கலாச்சாரம்னு சொல்றேன்... காபியைப் பத்தியும் காபி கலாச்சாரம் பத்தியும் வெள்ளைக்காரங்க கிட்டே இருந்துதான் இவங்க தெரிஞ்சிட்டாங்க... அப்புறமா வெள்ளைக்காரனை மாதிரியே நாற்காலிக் கக்கூசுக்குள்ளே உட்கார்ந்திட்டு பேப்பர் சுருளை வைச்சு குண்டியத் தொடச்சிக்கிறத்துக்குக் கத்துக்கிட்டாங்க... சும்மா காபி மேலே பழியைப் போடாதீங்கன்னு சொல்றீங்களே... அதுக்குத்தான் இவ்வளவும் சொல்றேன்...'' என்று முடித்தான் அந்தப் பையன். அவனுடைய உற்சாகமான பேச்சை எல்லோரும் காது கொடுத்துக் கேட்டார்கள். ராமச்சந்திராவின் கேள்விக்கு இவன் சரியான பதில் சொன்னமாதிரி தெரிந்தது.

''இங்கே வாங்க மிஸ்டர்... ஏன் இப்படியெல்லாம் ஆவேசப்படறீங்க... ஒரு பிரச்சினையை அணுகும் போது இப்படியெல்லாம் உணர்ச்சி வசப்படக் கூடாது... வாங்க... இங்க...'' என்று பக்கத்து நாற்காலிக்கு அவனை அழைத்தான் ராமச்சந்திரா. அவன் பெயர் முதலிய விஷயங்களை விசாரித்தான்.

அவன் பெயர் சமீர. பூதிகான் எஸ்டேட்டைச் சேர்ந்த ஜானே கௌடாவின் மகன். பெங்களூர் பல்கலைக் கழகத்தில் இருந்து சரித்திரத்தில் எம்.ஏ. பட்டம் வாங்கியிருக்கிறான். ராமச்சந்திரா அவனைப் பார்த்து, ''இங்க பாருங்க சமீர நீங்க சொல்றதெல்லாம் வாஸ்தவந்தான். இல்லேங்கலே... நான் உலகம் பூரா சுத்தியிருக்கிறேன். நீங்க சொல்ற மாதிரி வெள்ளைக்காரங்களைக் காபியடிக்கிற காபி கல்ச்சர் நம்ம நாட்டுலே மட்டுமில்லே... உலகம் பூரா நடக்கிற சங்கதிதான்... நவநாகரிகமா இருக்கறதுன்னாலே மேற்கத்திய நாடுகளைக் காப்பியடிக்கறதுன்னு ஆகிப் போச்சு... இது உங்க கெசரூரை மட்டும் பீடிச்சிருக்கிற வியாதின்னு நெனைக்காதீங்க... பெங்களூருக்குப் போனீங்கன்னா கன்னடம் பேசறவங்க எத்தனை பேரு உங்க கண்ணுல தட்டுப்படறாங்க... ஐரோப்பிய பாணி ஓட்டலுங்க எத்தனை இருக்குது... யோசிச்சுப் பாருங்க... இங்க இந்தியாவுல மட்டுமில்லே... மத்த ஆசியா நாடுகள்லே, ஏன் கம்யூனிசம் இருக்கற சீனாவுலே கூட இப்ப இதெல்லாம் ஆரம்பமாகி இருக்கு...''

''சரீங்க சார்... சீனாவுலே எல்லாம் இருக்கறதுனாலே நம்ம கலாச்சாரத்துக்கு கேடு ஒன்னும் வந்திராதுன்னு சொல்றீங்களா? நம்ம பண்பாட்டிலிருந்தே துண்டிக்கப்பட்டு நம்ம பிசாசுக மாதிரி அந்தரத்துலே தொங்கறதுக்கு இதுதான் காரணம்'' என்று வாதித்தான் சமீர. இரைச்சல் அதிகமாகி இது எல்லோரும் பங்கு கொள்ளும் பொது மேடையாகி விட்டது.

கறுப்புத் தொப்பியும், பஞ்சகச்சம் வைத்த வேஷ்டியும் அணிந்திருந்த மலை நாட்டு கௌடா ஒருவர், ''இந்தப் பையன் சொல்றத சரிதானுங்க மாஸ்டர். நம்ம கலாச்சாரம் நம்மை விட்டுப் போயிட்டுது... அப்பன் ஆத்தா சொந்த பந்தம்னு எப்ப எவன் வெச்சுப் பாக்கறான்? எல்லாரும் கூத்தாடிங்க மாதிரி ஆடறாங்க... கடவுள் பக்தி, கடவுள் பயம்ங்கறதே இல்லாமல்

போச்சு... ஆராய்ச்சி நிலையத்துக்குள்ளே இருக்கற ஒரு கோயிலைப பாத்துப் புதுப்பிக்கலாம்னு போனா அதுக்கு எத்தனை வகையான தொந்தரவுக கௌம்புதுன்னு நெனைக்கிறீங்க... இத்தனைக்கும் அது நமக்காகச் செஞ்சுக்கற வேலையில்லே... கடவுளுக்குச் செய்யற வேலை...'' என்று சமீரனின் வாதத்துக்கு ஆதரவாகப் பேசினார்.

தங்கள் ஜில்லாவின் கலாச்சார வெறுமைக்கு தெய்வம், சனாதன தர்மம் என்பவற்றின் மீது ஜனங்களுக்கு நம்பிக்கை இல்லாமல் போனதுதான் காரணம் என்ற ரீதியில் கௌடா பேசியதைக் கேட்ட சமீரனின் முகத்தில் கொஞ்சம் கலக்கம் தெரிந்தது. அவரைப் போன்றே தன்னையும் ஒரு மூட நம்பிக்கை நிறைந்த சனாதனவாதியாக்கி விடுவார்களோ என்ற அச்சம் அவனைச் சூழ்ந்து கொண்டது. அதை எந்த வகையில் எதிர் கொள்வது என்று அவன் யோசித்துக் கொண்டிருப்பதை ராமச் சந்திரா கவனித்தான். ''சமீர! நான் சொன்ன இந்தப் பிரச்சினை நம்ம ஜில்லாவுக்கு மட்டுமான தனித்த பிரச்சினை ஒன்னுமில்லே... ஆனால் இதுக்குன்னு தனித்த காரணங்கள் இருக்கணும்... அந்தக் காரணங்களிலே நீங்க சொன்னதும் ஒன்னா இருக்கலாம்'' என்றான்.

இந்தச் சமயத்தில் ஜெயராம் படியேறி வந்தான். ''என்னப்பா நீங்க... இங்கே ஒரு எழுத்தாளனே இல்லேன்னு கவலைப் பட்டிட்டிருந்தீங்க... ஜெயராம் இருக்கறத சுத்தமா மறந்துட் டீங்களா?'' என்றான் ஹெக்டே.

''நோ... நோ... நோ... அவங்க தோட்டம் இருக்கறது ஹாசன் ஜில்லாவுலே. அவரை நாங்க கணக்குல எடுத்துக்க மாட்டோம். இப்படியெல்லாம் சப்பைக் கட்டுக் கட்றதிலே பிரயோஜனமில்லே... நம்மைப் பிடிச்சிருக்கறது என்ன நோய்னு நம்ம துல்லியமாக் கண்டுபுடிக்கணும்'' என்று வாதித்தான் ஹெக்டே.

''என்னய்யா எல்லோரும் சேர்ந்து எந்தலையை உருட்றீங்க'' என்று சிரித்துக் கொண்டே வந்த ஜெயராம் ராமச்சந்திரா பக்கம் திரும்பி ஒரு பொய்க் கோபத்துடன் ''யோவ் எங்கய்யா போனே நீ? பகுத்தறிவாளர் சங்கம்னு சொல்லி எங்களுக்கெல்லாம் சூட்டைக் கௌப்பீட்டு இப்ப நீ 'கம்'முனு உட்கார்ந்திருக் கிறியா?'' என்று கேட்டான்.

''காலைலேர்ந்து சாயங்காலம் வரைக்கும் அங்க பசங்க எங்கிட்டே கஷ்டப்பட்றாங்க... இங்க சாயங்காலம் வந்து உங்களையும் கஷ்டப்படுத்த வேண்டாம்னு தான் வரலே... எப்படியிருக்கு உங்க சபை?''

''உன் சீடர்களோட தொல்லைதான் தாங்க முடியலப்பா. பேய் இருக்குதுன்னு நிரூபிக்கறவனுக்கு ஒரு லட்சம் ரூபா தர்றேன்னு கோவூர் அறிவிச்சார் இல்லையா, அவரை மாதிரியே ரொம்ப உற்சாகத்தோட இருக்காங்க பசங்க...''

''எப்படி...?''

''அந்த ஆராய்ச்சி நிலையத்து பாடீல் மந்திரம், தந்திரம்னு என்னென்னமோ பண்ணீட்டிருந்திருக்காரு... அரசாங்கத்தி லேர்ந்து சம்பளம் வாங்கறவரு இப்படிப் பண்ணலாமான்னு புடிச்சிட்டாங்க. ஹெக்டே, சித்தப்பா இவங்கெல்லாம் தூபம் போட்டு உட்டாங்களான்னு தெரியலே...''

''இல்லே... இல்லே... நாங்க அப்படி கீழ்த்தரமா நடந்துக்கறதில்லே. மொதல்லேயே அந்த மனுஷன் ஒரு கிறுக்கு... காரணமே இல்லாமே 'தாம் தூம்'னு குதிப்பான். இன்னும் நாங்களும் ஏதாவது தொந்திரவு பண்ணினா அவ்வளவு தான். அப்படி அவரு ஒரு வேலையும் பண்ணின மாதிரித் தெரியலியே'' என்றான் ஹெக்டே.

''இதைப் பத்தியெல்லாம் விசாரிக்கறத்துக்கு காலையி லேயே நான் அவர் கிட்டப் போயிருந்தேன். எல்லாத்தையும் விளக்கமாச் சொன்னார்'' என்று அவர் சொன்னதையெல்லாம் இராமச்சந்திராவுக்குச் சொல்லி முடித்தான். டாக்டர் பாடீல் தேள் கடிக்குச் சிகிச்சை செய்கிறாராம். மந்திர சிகிச்சை, தேள் எங்கே கடிச்சதோ அங்கே 'ஹ' அப்படீங்கற வடிவத்துலே ஒரு படம் வரையறாராம். வலி அப்பிடியே கடிச்ச எடத்திலேர்ந்து கால் வரைக்கும் கீழே இறங்கி வருமாம். வலி எறங்க எறங்க அந்த இடத்திலே எல்லாம் இவரு அந்தக் குச்சியாலேயே படமா எழுதீட்டு வருவாராம். கடைசிலே அது விரல் நுனி வழியா கீழே எறங்கிப் போயிருமாம். இதைப் பத்தியெல்லாம் இவருக்கு நம்பிக்கையோ, அக்கறையோ கெடையாது. அவங்க ஊர்லே எவனோ ஒரு மந்திரவாதி அப்பிடிப் பண்ணினானாம். 'இதை யெல்லாம் நம்பாதீங்க... இது மூட நம்பிக்கை'ன்னு சொல்லி

அதை நிரூபிச்சக் காண்பிக்கறத்துக்காக அப்படியே திருப்பிப் பண்ணிக் காண்பிச்சாராம். அது தொலைஞ்சு போச்சு... ஜனங்க நம்பீட்டாங்க... இந்த மாதிரி சிகிச்சையே மந்திரவாதி சொல்ற மாதிரி சாமியோ பூதமோ இல்லேன்னு சாதிச்சுக் காமிச்சாரு... ஆன ஜனங்க அதை வேற மாதிரி எடுத்துக்கிட்டாங்க. அவரை ஒரு மந்திரவாதின்னு நெனைச்சிட்டு பாம்பு கடிச்சவங்க, பேய் புடிச்சவங்க, அரைகுறைப் பைத்தியங்கள் — அப்பிடீன்னு எல்லாரையும் இவர்கிட்டே கூட்டீட்டு வர ஆரம்பிச்சுட்டாங்க... நான் எந்த சாமியையும் கும்பிடறதில்லே... மந்திரவாதியுமில்லே அப்பிடீன்னு சொல்லி அவங்களைத் திருப்பி அனுப்பறத்துக் குள்ளே அவருக்குப் போதும் போதும்னு ஆகிப் போச்சு... எல்லாத்தையும் விட அவரு அதிகமாக் கவலைப்பட்ட விஷயம் என்னன்னா அவரத் தேடி வர்றவங்களுக்கு ஏதாவது செய்யப் போயி அப்புறம் அதுவே நெலைச்சிப் போச்சுன்னா என்ன பண்றதுன்னுதான். தான் ஒரு முழு மந்திரவாதியா ஆயிடு வோங்கற பயம் அவருக்கு வந்துடுச்சு...'' பாடீலுடன் காலை யில் தான் நடத்திய சம்பாஷணையின் சாராம்சத்தைச் சொன்னான். கூட இருந்த சித்தப்பா 'ஆம்' என்று தலையாட்டினான்.

''என்னப்பா பண்றது பகுத்தறிவுவாதி? இந்த மாதிரி சந்தர்ப்பங்கள்லே எப்படிச் செயல்படனும்னு எனக்குத் தோன்ற தில்லே... ஏன்னு கேளு! பாடீலருக்கு இதுலயெல்லாம் நம்பிக்கை இல்லாம இருந்தாக்கூட ஜனங்களோட நோய் குணமாயிடுச்சுன்னா நம்பிக்கை அதிகமாகுதா இல்லியா... ஆராய்ச்சி நெலயத்துல இருக்கற கோயிலை இடிச்சக் கட்ற விஷயத்துலே வேற கலாட்டா கெளம்பிடுச்சு... இப்பத்தா ஒரு பெரியவரு அந்த விஷயத்தப் பத்திச் சொல்லிட்டிருந்தாரு...'' என்று ராமச்சந்திரா ஜெயராமுவுக்குச் சொன்னான்.

''இல்லப்பா... கோயிலை இடிச்சுக் கட்ற விஷயமெல்லாம் பாடீலுக்குப் புடிக்காது... ஒரு நாள் கூட அவரு அந்தக் கோயில் பக்கம் போனதில்லே...

அப்பிடியிருக்கறப்ப இப்ப ஆராய்ச்சி நிலையத்திலிருக்கிற சனாதனிகளெல்லாம் அவரைப் பார்த்து கத்தியைக் காண்பிக் கிறாங்க...'' பாடீலரின் மேலெழுந்த தப்பெண்ணத்தை மாற்றுவ தற்கு ஹெக்டே துரிதமாக முயற்சி செய்தான்.

வெளியில் இருட்டத் தொடங்கியது. விஸ்வ பவனத்தின் முன் ஒரு ஜீப் வந்து நின்றதை யாரும் கவனிக்கவில்லை. ஜீப்பி லிருந்து இறங்கி வந்த ஆள் ஓட்டலுக்குள் நுழைந்து அங்கு மிங்கும் பார்த்தான். கல்லாவில் இருந்தவனிடம் போய் ''இங்கு டாக்டர் ராமச்சந்திரா அப்பிடீங்கறவர் யார்?'' என்று கேட்டது உட்கார்ந்து பேசிக் கொண்டிருந்தவர்களுக்குக் கேட்டது. ராமச் சந்திரா திரும்பிப் பார்த்தான். கேஷியர் அவர்கள் இருந்த பக்கம் கையைக் காண்பித்துக் கொண்டிருந்தான். அந்த ஆள் ராமச் சந்திராவிடம் வந்து, ''நம்ம கௌடா உங்க கிட்ட பேசணும்னு சொல்லி உங்களைக் கூட்டிட்டு வரச் சொன்னார்'' என்றான்.

''யாரப்பா அது?'' என்றான் ராமச்சந்திரா.

''கௌடர்... மண்டி மார்ச்சண்ட் கிருஷ்ணே கௌடா'' ராமச்சந்திரா எழுந்து அவனுடன் வெளியே நடந்தான். வெளியே ஜீப்பில் உட்கார்ந்திருந்த கிருஷ்ணே கௌடா ராமச்சந்திராவைப் பார்த்ததும் ஜீப்பிலிருந்து இறங்கி வந்து மிகுந்த வினயத்துடன், ''உங்க கிட்டே ஒரு விஷயம் பேசணும் சார்'' என்றான்.

''என்ன விஷயம்?''

''கொஞ்சம் முக்கியமான விஷயம்... ஒரு நிமிஷம் ஜீப்புலே வந்தீங்கன்னா எங்காவது தூரமாப் போய் பேசலாம். அப்புறமா உங்களை இங்கேயே கொண்டாந்து விட்டர்றேன்'' என்று கேட்டுக் கொண்டான்.

ராமச்சந்திரா ஜீப்பில் ஏறினான். தனது ஆளைப் பார்த்து, ''நீ இங்கியே இரு. நான் இப்ப வந்திர்றேன்'' என்று சொல்லி ஜீப்பை ஸ்டார்ட் பண்ணினான். ஜீப் ஊரைத் தாண்டி வெளியே வந்தது. ''மாஸ்டர் நீங்க எனக்கு ஒரு உதவி செய்யணும்'' என்றான் கிருஷ்ணே கௌடா.

''என்ன அது?'' ராமச்சந்திரா திகைத்துப் போய் கேட்டான்.

''எங்க வீட்டு மேலே கொஞ்ச நாளா யாரோ கல்ல வீசறாங்க. அன்னைக்கு எங்க தோட்டத்து ஆளுங்க எல்லாம் சேந்து ஒரு பையனைப் புடிச்சாங்க... அப்பறம் அந்தப் பையனோட சினேகிதங்க எல்லாம் வந்து ஆளுகளை நல்லா அடிச்சாங்களாம். நான் போய் சண்டையை நிறுத்தி விசாரிச்சப்ப அவங்க காலேஜ் பசங்கன்னு தெரிஞ்சுது... அவுங்களை சமாதானம் பண்ணி அனுப்புனேன். அதனாலே எம்மேலே கோபப்பட்டாங்களோ

என்னமோ தெரியலே... இன்னைக்கும் கல் போட்டிருக்காங்க... வீட்டுலே என் மனைவி, பொன்னு ரெண்டு பேரு மட்டுந்தான் இருந்திருக்காங்க.''

''கல்லு போட்றதுக்கு என்ன காரணம்னு நெனைக்கறீங்க கௌடரே! அவங்க யாருன்னு தெரிஞ்சதா? என்னோட மாணவர் களே நெறையப் பேரு இருக்காங்களே...''

''காரணம் என்னான்னு தெரியலியே சார்... எம் பொண்ணுக்குக் கொஞ்சம் குறும்பு ஜாஸ்தி... பசங்களைப் பாத்து ஏதாவது சொன்னாளோ என்னமோ... வயசு ரெண்டுங்கெட்டான் வயசு இல்லீங்களா...? கிண்டல் பண்றதும், நக்கல் பண்றதும் அவங்களுக்குள்ளே சகஜம்தான். ஆனா அதுக்காக வீட்டு மேலே கல்லுப் போடலாமா சார்?''

''யாரு உங்க மக...? எங்க காலேஜ் ஸ்டூடண்டா?''

''ஜெயந்தின்னு பேரு... உங்க ஸ்டூடண்டா கூட இருக்கலாம்...''

''ஓஹோ ஜெயந்தியா...? வொண்டர் ஃபுல் கேர்ல்... ஜெயந்தி அப்படிப்பட்ட பொன்னு இல்லியே சார்...''

''இந்த விஷயத்தை உங்ககிட்டே கொண்டு வந்துட்டே ன்னு ஒன்னும் நெனைச்சுக்காதீங்க சார்... விடலைப் பருவத்துலே இந்த மாதிரியெல்லாம் பண்ணத்தான் செய்வாங்க... இதையெல் லாம் போலீஸ் வரைக்கும் கொண்டு போகக் கூடாதுன்னு தான் உங்க கிட்டே சொல்றேன்...''

''இல்லே... இல்லே... பரவால்லே... நான் என்னால் முடிஞ்சதைச் செய்யறேன்...''

ஜீப் திரும்பவும் ஓட்டலுக்கு வந்தது. ராமச்சந்திரா உள்ளே வந்த போது ஓட்டலுக்குள், ஹெக்டே ஜெயராம் இருவர் மட்டுமே உட்கார்ந்து பேசிக் கொண்டிருந்தார்கள்.

''ஜெயராம்... அன்னைக்கு ஒரு மீட்டிங்கிலே என்னோட சிஷ்யர்கள் கலாட்டா பண்ணுனாங்கன்னு சொன்னியே... யார் யார் இருந்தாங்க அதுலே'' என்று ஜெயராமைப் பார்த்துக் கேட்டான் ராமச்சந்திரா.

''அதா... உன்னோட சிஷ்யர்கள் மிகப் பிரபலமான போடு காலிப் பசங்க... ரமேஷ், சந்திரன், இங்கிலீஷ் கௌடா, விஜயன்,

அங்காரா, ராமப்பா, ரஃபின்னு ஒரு கும்பல். பாடீல் அப்படியெல்லாம் ஒன்னும் பண்றதில்லேன்னு சொன்னேன். அவங்க கேக்கலே... அவருக்கு கறுப்புக் கொடி காண்பிக்க ணும்னு தீவிரமாக இருக்காங்க...''

''அவங்கெல்லாம் உங்கூட எத்தனை மணி வரைக்கும் இருந்தாங்க?''

''நான் இங்கே வர்ற வரைக்கும் எங்கூட சண்டை போட்டுட்டு இருந்தாங்க... அவரு பண்ற மந்திரம், தந்திர மெல்லாம் நெஜமாயிடுச்சுன்னா அவருக்கு ஒரு லட்சம் குடுக்கறத்துக்கு எங்கே போறதுன்னு நெனச்சுட்டு நானே அந்தத் திட்டத்திலேர்ந்து பின்வாங்கிட்டேன்னு சொன்னேன். அந்தப் பசங்க கேக்கலே... ரொம்பப் பிடிவாதமா இருக்காங்க... பகுத்தறிவுவாதிங்க இல்லியா...''

''ரொம்ப இருட்டிப் போச்சு... நீ இப்ப வர மாட்டே இல்லே?''

''ஏன் என்ன விஷயம்? என்ன சொன்னாரு அந்த கிருஷ்ணே கெளடா?''

''எல்லாத்தையும் முழுசாத் தெரிஞ்சுக்க முடியலே... எல்லாத்தையும் அப்புறமா விவரமாச் சொல்றேன்...''

அத்தியாயம் 12

இங்கே காபி பாரில் உட்கார்ந்து ஜெயராம், ராமச்சந்திரா, ஹெக்டே எல்லோரும் பேசிக் கொண்டிருந்த வேளையில் அங்கே அங்காடி பாடீலருடன் தீவிரமான விவாதத்தில் ஈடுபட்டு இருந்தான். சாயங்காலம் ஆபீஸ் நேரம் முடிந்த பிறகு பாடீலரைப் பார்க்க அங்காடி வந்தான். அங்காடி அனுப்பும் ரிப்போர்ட் நேராக மத்திய வேளாண்மைத் துறை அமைச்சரின் டேபிளுக்குப் போகும் என்பதை அறிந்த பாடீல் இப்போது முன்பிருந்ததை விட அதிக அக்கறை காண்பித்தார்.

''மிஸ்டர் அங்காடி... ஏலக்காய் உற்பத்தியை அதிகரிக் கிறதுலே விஞ்ஞானிகள் ஏன் அதிக அக்கறை எடுத்துக்கலேன்னு கேட்டீங்க... காரணம் இதுதான்... இங்கே ஆராய்ச்சி நிலை யத்துலே ஆராய்ச்சி ஒன்னைத் தவிர மத்ததெல்லாம் நடக்குது...

ஒருத்தன் மேலே ஒருத்தன் பழி சொல்றது... கோஷ்டி சேத்துக்கறது... எங்கெல்லாம் திருட்டுத்தனம் பண்ண முடியுமோ அங்கெல்லாம் திருட்டுதனம் பண்றது... யாராவது ஒருத்தர் ஏதாவது ப்ராஜெக்ட் போட்டு என்னவாவது பண்ணினா அதைத் தட்டி விடறது... இப்படி எல்லா விஷயத்துலேயும் வேண்டா ததைத் தான் பண்றாங்க... இத்தோட உள்ளூர் பாலிடிக்சும் வந்து சேர்ந்துக்குது... இதைக் கொஞ்சம் விவரமாச் சொல்றேன் கேளுங்க... கேரளத்துக்காரங்க இங்கே வந்து அங்கங்கே தங்கி யிருக்காங்க... இவங்க எல்லாருமே சுலைமான் பேரிங்கற முதலாளிக்கு வேலை செய்யறவங்க... சுலைமான் பேரி ஒரு பெரிய கள்ளக் கடத்தல்காரன். கெசரூரைச் சுத்தயிருக்குற முனிசி பாலிடி, கிராமப் பஞ்சாயத்து, தாலூகா போர்டு அப்பிடீன்னு எல்லா எடத்துலேயும் நடக்கற ஊழல்லே இவனுக்குப் பங்கு உண்டு. இப்ப வந்து பேரி ஒரு பெரிய மசூதி கட்டிக் கொடுத்திருக்கிறான். தினமும் 'அல்லா ஹோ அக்பர்'ணு காதை அடைச்சுக்கற மாதிரி சத்தம் போட்றாங்க... ''பைகம்பர் (*இஸ்லாத்தை இந்தியாவில் பரப்பியவர்*) காலத்துலே மைக் இருந்துதா? ஏன் இப்படிச் சத்தமா வைக்கிறீங்க?''ன்னு கேட்டா, குரான்லே என்னசொல்லியிருக்கதோ அப்பிடித்தான் பண்றோம்னு சொல்றாங்க... அவங்க பண்ணுற தப்புகளுக்கு மசூதியை ஒரு கவசமாப் பயன்படுத்திக்கிறாங்க... தான் பண்ற அக்கிரமங்களுக்கு மசூதியும், மதமும் எவ்வளவு உபயோகமா இருக்கும்னு பேரிக்கு நல்லாத் தெரியும். அவங்க அங்கே மசூதி கட்டி வழிபட ஆரம்பிச்சப்போ இங்கே கன்னடத்துக்காரங்களுக் கும், மற்ற இந்துக்களுக்கும் முழிப்பு வந்திட்டுது... நம்ம ஆராய்ச்சி நிலையத்துலே பிராமணருங்க, ஒக்கலியரு, லிங்காயத் தாருங்க இருக்காங்க... இந்து முன்னணிக்காரங்களும் இருக்காங்க... ஆபீஸ் காம்பவுண்டுக்குள்ளே ஒரு சின்னக் கோயில் இருந்தது. அதுக்குள்ளே இருந்த சாமிக்கு 'உத்பவ வெங்கடேஸ்வர சாமி' ன்னு பேரு வைச்சாங்க. அந்தக் கேரளத்து சாயபோட கொழுப்பை அடக்கணும்னு சொல்லீட்டு மைக் போட்டு ஜகந்நாத ஸ்தோத்திரம், வெங்கடேஸ்வர ஸ்தோத்திரம் எல்லாத்தையும் சொல்ல ஆரம்பிச்சாங்க... எல்லாம் டாக்டர் ஜோகிஹாள் பீரியடுலே தான் நடந்தது. அவர் இதெல்லாம் கூடாதுண்ணாரு. யாரும்

கேக்கலே... சுத்துப் பக்கமிருக்கிற செல்வாக்கான கௌடருங் களோட ஆதரவுனாலே எல்லாம் ஜோரா நடந்தது... திருப்பதியி லேர்ந்து கூட இதுக்குப் பணமும் வாழ்த்தும் வந்தது... ரொம்ப உற்சாகமானாங்க... இங்கே எல்லாம் அமைதியா, சமாதானமா வாழ்ந்திட்டிருக்கறது அவங்களுக்குப் புடிக்கலே... ஜோகிஹாளை இங்கிருந்து கௌப்பறதுக்காக எம்.எல்.ஏ., எம்.எல்.சி. எல்லாரும் கூட்டாச் சேர்ந்து முயற்சி பண்ணி டிரான்ஸ்பர் பண்ண வைச்சாங்க. ஆனா இங்கத்த எம்.பி. அதுக்கு ஒத்துக்கலே... அவரோட ப்ராஜக்ட் முடியற வரைக்கும் ஜோகிஹாள் இங்கிருந்து போகத் தேவையில்லேன்னு சொல்லீட்டாரு. அப்படியே ஆர்டரும் போட வைச்சாரு... அதனால ஜோகிஹாள் கொஞ்ச நாள் இங்கே இருந்தார். அவர் போனதுக்கப்புறம் ராய் அப்பிடீன்னு ஒருத்தர் வந்தாரு. ஜோகிஹாளோட திட்டத்துலே என்னென்னமோ குளறுபடியெல்லாம பண்ணினாரு... அதுக்கப்புறம் இப்ப நான் வந்திருக்கேன்... ஆழமா ஆராய்ச்சி பண்றது இருக்கட்டும். இன்னும் ஆம்பிக்கவே முடியலியே...''

ஆராய்ச்சி நிலையத்தைப் பற்றிய சகல விரவங்களையும் அங்காடிக்குத் தந்தார் டாக்டர் பாடீல். ஹெக்டே சொன்ன மாதிரி கொஞ்சம் கிறுக்குத் தனமும் இவரிடம் இருந்தது. ஆனாலும் தன்னை மறந்து ஒரு முழு ஈடுபாட்டோடு ஒரு மனிதன் ஒரு விஷயத்தைப் பற்றிச் சொல்லிக் கொண்டிருக்கும் போது அது ஒரு வாக்குமூலம் மாதிரி பல சத்தியமான அம்சங் களைக் கொண்டிருக்கும் என்பதையும் உணர்ந்தான்.

கௌரூர் ஏலக்காய்க்கு நோய் பீடித்திருப்பதைப் போலவே கௌரூரின் கலாச்சாரத்துக்கும் நோய் பீடித்திருக்கிறது என்பது பாடீலரின் அபிப்ராயம். இவை குறித்து அவர் தெரிந்து வைத்திருக்கும் விவரங்கள் அங்காடிக்கு ஆச்சரியத்தைத் தந்தன. ஜோகிஹாள் என்னென்ன திட்டங்கள் வைத்திருந்தார்? அவர் சாவு இயற்கையானது தானா? ஜோகிஹாளரை இங்கிருந்து மாற்றத் தேவையில்லை என்று ஷாந்த கௌடா சிபாரிசு செய்யக் காரணம் என்ன? ஜோகிஹாளருக்கு மட்டும் தெரிந்த, பிறருக்குத் தெரியாமலிருந்த ரகசியங்கள் என்னென்ன? அங்காடி தலையைச் சொறிந்து கொண்டு பாடீல் சொல்வதைக் கேட்டுக் கொண்டு இருந்தான். பிறகு நீண்ட யோசனையில் ஆழ்ந்தான்.

கெசரூரின் ஏலக்காய் பிரச்சினையும், கெசரூரின் கலாச்சாரமும் ஒன்றோடொன்று பின்னிப் பிணைந்தவையல்லவா? பலவாறாகப் பின்னிப் பிணைந்து கிடக்கும் இந்தப் பிரச்சினையின் மூல வேரைக் கண்டறிவது எப்படி? அதற்குரிய மந்திர சக்திகள் தன்னிடமுண்டா? அல்லது நமக்குக் கொடுக்கப்பட்ட வேலையை மாத்திரம் செய்து முடித்து விட்டு மூட்டையைக் கட்டலாமா? அங்காடியால் ஒரு தீர்மானத்துக்கு வர முடியவில்லை.

''சார்... ஏலக்காய் விளைச்சல் குறைந்ததற்கான காரணத்தைக் கண்டு புடிச்சீங்களா? இதைப் பத்தி ஜோகிஹாளர் ஏதாவது ஆராய்ச்சி பண்ணினாரா?''

''என்னான்னு சொல்றது அங்காடி...? இந்த ஊர் ஜனங்களா? ஆராய்ச்சி நிலையத்து விஞ்ஞானிகளா? அல்லது இங்க பரவியிருக்கிற ஒரு விதமான வைரஸ் நோயா? ஜோகிஹாள் இந்த விஷயத்துலே ஒரு வித்தியாசமான அணுகுமுறையை வெச்சிருந்தாரு... அவர் செயல்பாடுகள்லே ஒரு தீவிரத் தன்மை இருந்தது... நியூ கினீங்கற நாட்டுலே நடந்த ஒரு கருத்தரங்குக்கு நானும் அவரும் போயிருந்தோம்... அந்தக் கருத்தரங்குலே பேசறப்ப இருக்கற பயிருங்களைப் பாதுகாக்கறத விட மேலும் புதுப் புது வகைகளைக் கண்டு புடிச்சு உற்பத்தியைப் பெருக்கற ஆராய்ச்சிக்குத்தான் அவர் அதிக முக்கியத்துவம் கொடுத்தாரு... வேளாண்மைத் துறை விஞ்ஞானியா இருக்கறவங்க டிஃபன்சிவ்வா இருக்கக் கூடாது. அஃபன்சிவ்வா இருக்கணும்னு பேசினாரு...''

''கெசரூர்லே வைரஸ் பரவியிருக்குமுன்னு சொல்றீங்க... கெசரூர் நோய்... கெசரூர் நோய்னு நானும் பல தடவை கேட்டிருக்கேன்... அது என்ன சார் அது?''

''அது ஒரு நோய்க் கிருமிதான்... மகரந்தத் தூள்லேர்ந்து தான் அது பரவுது... இந்தக் கிருமி பரவுன ஒடனே அந்தச் செடி கொஞ்சம் கொஞ்சமா வாடீட்டு வரும்... ஏன் செடி இப்படி வாடுது... என்ன காரணம்னு கண்டுபுடிக்கறதுக்குள்ளே விஷயம் கை மீறிப் போகும்... செடி செத்ததுக்கப்புறம் கூட கிருமி அதுலேயே ஒட்டியிருக்கும். மருந்து, உரம்னு விவசாயி என்னத்தைப் போட்டாலும் பிரயோஜனமிருக்காது... வாடிப் போன எலையை எடுத்து மைக்ராஸ்கோப்பல வைச்சுப் பாத்தா

வெள்ளை நரம்புக மாதிரி இந்தக் கிருமிகள் ஊரீட்டு இருக்கறதப் பாக்கலாம்.''

''ஜோகிஹாள் இதுக்கு மருந்து ஒன்னும் கண்டு புடிக்கலியா?''

''அவர் இருக்கறப்ப இந்தப் பிரச்சினை வரலே... ஏதோ கொஞ்சம் இருந்திருக்கும்... இவ்வளவு கடுமையா இருந்திருக் காது...''

''இது இப்படியே போனா என்னாகும் சார்?''

''ஒன்னுமில்லே... ஏலக்காய் விளைச்சல் கொறைஞ்சு கொறைஞ்சு கடைசீலே ஏலக்காய்ங்கற பேரே இல்லாமல் போகும்.''

''என்ன சார் சொல்றீங்க நீங்க... லட்சக்கணகான ஏக்கர் ஏலக்காய் தோட்டங்க இருக்குது... ஆயிரக்கணக்குல ஜனங்க இருக்காங்க... ஏலக்காய்கற பேரே இல்லாமப் போயிரும்னா அப்ப அவங்க கதி என்ன ஆகும்...?''

''அங்காடி... ஒரு விஞ்ஞானியா இருக்கறப்ப இப்படிப் பட்ட கொடுமையான விஷயங்களைப் பத்தியெல்லாம் தெரிஞ்சுக்கத் தான் வேணும்... ஒரு காலத்திலே இலங்கையிலே தேயிலைத் தோட்டங்களே கிடையாது... எல்லாம் காபித் தோட்டங்கள் தான். இலை அரிப்பு நோய்னு ஒரு நோய் வந்தது... அது ஒரு ஃபங்கஸ் நோய்... இலங்கையிலே இருக்கற எல்லாக் காபித் தோட்டங்களுக்கும் அந்த நோய் பரவுச்சு... கடைசீலே இலங்கையிலே காபிப் பயிருங்கற பேரே இல்லாமல் போச்சு... இது வரலாறு நமக்குச் சொல்கிற உண்மை.''

''இதை எப்படித் தடுக்கிறது?''

''இந்த நோயோட அறிகுறி தெரிஞ்ச ஒடனே செடியைப் புடுங்கி சுட்டுப் போடணும்.''

''விவசாயிங்களுக்கு இந்த விஷயத்தைப் பத்தி விவரமா எடுத்துச் சொல்றதுக்கு ஏதாவது முயற்சி எடுத்திருக்கீங்களா?''

''ஒன்னுமில்லே... தாயத்துக் கட்டு, மந்திரம் போடுன்னு கூட்டம் கூட்டமா வர்றாங்க... கௌரூருக்கு இப்பிடி ஒரு நோய் வந்திருக்குன்னு சொன்னா காதுலயே போட்டுக்க மாட்டேங் கறாங்க... சும்மாயிருக்கற செடியைப் புடுங்கி தீ வைக்கணு

மான்னு கேக்கறாங்க... ஏலக்காய்த் தோட்டத்துக்கு தீ வைக்கிற துக்கு முன்னாடி கெசரூர் ஜனங்களைச் சுட்டுப் பொசுக்கணும்... போலி விஞ்ஞானிங்க, அரசியல்வாதிங்க... கோயிலு, மசூதின்னு கட்டீட்டு மைக் வைச்சிட்டு கூச்சல் போட்டிட்டிருக்கற எல்லாரையும் சுட்டுப் பொசுக்கணும்...'' குரலை உயர்த்தி ரொம்பவும் உணர்ச்சி வசப்பட்டுப் பேசினார் பாடீல். அவரது பேச்சில் விரக்தி தெரிந்தது. அங்காடி அவரைச் சாந்தப்படுத்தினான்.

''ஜனங்களைச் சுட்டுப் போட்டப்புறம் ஏலக்காயை எதுக்குப் பயிர் செய்யணும் சொல்லுங்க..?''

பாடீல் சிரித்தார். ''சாரி... சில சமயங்கள்லே எனக்கு இப்பிடி அடக்க முடியாம கோபம் வந்திருது... இந்த மாதிரி ஒரு சிக்கலான பிரச்சினைக்கு ஒரு சரியான தீர்வு கண்டு புடிக்கணும்னு மனப்பூர்வமா ஆசைப்பட்றோம்... அது நடக்காத போது மனசு பதறுது... எக்கச்சக்கமா கோபம் வருது... அப் ஃகோர்ஸ்... இப்ப நான் சொன்னதையெல்லாம் ரிப்போர்ட்டிலே எழுத வேண்டாம். இது நமக்குள்ளேதான்... பாருங்க நீங்க வந்திருக்கறது ஏலக்காய்ப் பிரச்சினையைப் பத்தித் துப்புத் துலக்க... இல்லியா...? நான் சொல்றதுலே எந்தப் பாயிண்டை யும் ஒதுக்கீட்டு அந்த வேலையை உங்களால செய்ய முடியுமா? இங்க பாருங்க அங்காடி... இது ஒரு தனித்த பிரச்சினை இல்லே... ஒரு தாவரம்ங்கற இனமே அழியப் போகுதுன்னா அதைச் சார்ந்து ஜீவிக்கிற புழு, பூச்சிகள் இவற்றைத் தின்னுகிற பறவைகள், அந்தப் பயிர்களே நிறைந்திருக்கிற தோட்டங்கள், காடுகள், காடுகளால் உருவாகிற மேகங்கள், மேகங்கள் தரும் மழையைக் கொண்டு வாழ்கிற மனித குலம் அப்படீன்னு ஒரு பெரிய வட்டமே இதற்குள் இருக்கிறது. வட்டத்துக்குள் வட்ட மாக இவை வாழ்கின்றன. இந்த வட்டத்தை அழிப்பதற்கு எங்கெங்கோ திட்டங்கள் தீட்டப்படுகின்றன. சுலைமான் பேரியிடம் லஞ்சம் வாங்கித் தின்று விட்டு நாட்டை தாரை வார்த்துக் கொடுக்கிறார்களில்லையா அவர்களும் வட்டத்தை அழிக்கிறவர்கள் தான்.''

''இப்பப் பாருங்க... ஏலக்காய்க்கு விலை இல்லேன்னு சொல்லிட்டு ஏலக்காய் மரத்தையெல்லாம் விக்கிறாங்க... மக னுக்குக் கல்யாணம் பண்ணினா நெறைய வரதட்சிணை வாங்க

றாங்க... மகளுக்குக் கல்யாணம் பண்ணனும்னு நெறைய கடன் வாங்கறாங்க... இவங்களுக்குள்ளே புகுந்து லாபமடிக்கப் பாக்கிற அரசியல்வாதிங்க, மதவாதிங்க, தெய்வம், மசூதி, மைக்கு, பஜனை இப்படீன்னு எல்லாம் ஜோரா நடக்குது. கெட்ட பின்னாலே தான் புத்தி போகும்ங்கறதில்லே... கெடக் கெடவே புத்தியும் போகுது... சரி... உங்க துப்புத் துலக்கலை ஆரம்பியுங்க... இவங்க எல்லாம் முழுசா காலியாகறதுக்கு முன்னாலே எதையாவது கண்டுபிடிங்க.''

பாடீலின் குரலில் கிண்டல் தொனித்தது... அங்காடி வெளியே வந்த போது அவன் முகம் இஞ்சி தின்ற குரங்கு மாதிரி இருந்தது. பாடீலின் வாதத் திறமையிலும் அவரது முக பாவனையிலும் அவன் மிகவும் சொக்கிப் போயிருந்தான். சுய நினைவுக்கு வரக் கொஞ்ச நேரம் ஆயிற்று. ஒரு செடிக்கு வந்த நோயை வைத்துக் கொண்டு உலக இயக்கத்தையே விளக்குவது சாமர்த்தியம்தான். படேல் எந்த ஆராய்ச்சியை முக்கியமானது என்று கருதுகிறார்? நாளைக்குப் போய் இந்த முன்னாள் எம்.பி. ஷாந்த கௌடாவைப் பார்க்க வேண்டும். ஜோகிஹாளரைப் பற்றி அவரிடம் விசாரிக்க வேண்டும். இந்த ஆராய்ச்சி நிலையத்தில் உருப்படியான ஆராய்ச்சி ஒன்றும் நடைபெறுவதாகத் தெரியவில்லை.

''இந்தப் புலனாய்வுத் துறைங்கறதே எப்போதும் இன் னொருத்தன் தயவை எதிர்பார்த்து நிற்கிற வேலைதான். தரித்திரம் புடிச்ச வேலை'' என்று முனகிக் கொண்டே நடந்தான் அங்காடி. சினிமாவில் வருகிற துப்பறியும் நிபுணர்களைப் பார்த்திருக்கிறான். அவனுக்கு மெய்சிலிர்த்திருக்கிறது. இங்கிலீஷ் நாவல்களிலும் அவர்களை வர்ணித்திருப்பதைப் படித்திருக்கிறான். ஓவர் கோட் போட்டுக் கொண்டு, கறுப்புக் கண்ணாடி அணிந்து கொண்டு, கையில் பிரம்போ, சிகரெட்டோ வைத்துக் கொண்டு ஜேம்ஸ்பாண்டு மாதிரி இருக்கப் போகிறோம் என்று வந்தவனுக்கு இங்கே ரிப்போர்ட்டுகள் எழுதுவதும், கோப்புகளைப் புரட்டு வதுமாக இருப்பதைப் பார்க்க எரிச்சல் வந்தது. படேல் பேசியது அவருக்கு ஒரு கிழவி பழங்கதை சொல்லி அறிவூட்டியது மாதிரி இருந்தது. அவரது பேச்சில் யதார்த்தம் இருந்தது. ஊரில் நடக்கும் அக்கிரமங்களையெல்லாம் அறிந்த போது அவனது உத்தியோகத்தின் மீதே அருவருப்பும், அதிருப்தியும் ஏற்பட்டது.

ஆராய்ச்சி நிலையத்திலிருந்து கெசரூர் இரண்டு மைல் தூரத்தில் இருக்கிறது. சாலையின் இரண்டு பக்கங்களிலும் ஏலக்காய்த் தோட்டங்களே இருப்பதால் அதை ஒரு காட்டுப் பாதை என்றே சொல்லலாம். கல் பாலத்தைத் தாண்டிக் கொஞ்ச தூரம் வந்தவுடன் ஒரு பாதை ஓரத்தில் யாரோ கம்பளி போர்த்துக் கொண்டு, கையில் கட்டையை வைத்துக் கொண்டு நிற்பதைப் பார்த்த அங்காடிக்குத் 'திக்'கென்றது. இருந்தாலும் அதைக் காட்டிக் கொள்ளாமல் அலட்சியமாக முன்னால் நடந்தான். கொஞ்ச தூரத்தில் அதே மாதிரி இன்னொரு உருவம் கையில் தடியுடன் செடி-கொடிகளுக்குப் பின்னால் ஒளிந்திருந்தது தெரிந்தது. என்னவோ நடக்கப் போகிறது என்று அங்காடியின் உள்ளுணர்வு சொல்லியது. எட்டி நடையைப் போட்டான்.

கொஞ்ச தூரம் நடந்த பிறகு திரும்பிப் பார்த்தான். இரண்டு உருவங்களும் அவனைப் பின்தொடர்ந்து வந்து கொண்டிருந்தன. இப்போதுதான் ஒரு நிஜமான டிடெக்டிவ்வைப் போல நடந்து கொள்ள வேண்டும் என்று டி.பி.யில் தனது சூட்கேஸில் இருந்த 'ரிவால்வரை' ஞாபகப்படுத்திக் கொண்டான். சரசாரவென்று கெசரூரை நோக்கி நடையைத் துரிதப்படுத்தினான்.

அத்தியாயம் 13

அங்காடி பயந்த மாதிரி அந்த ஆட்கள் அவனைத் தாக்க வந்த அடியாட்கள் இல்லை. கிருஷ்ணே கௌடாவின் தோட்டத்தைச் சேர்ந்தவர்கள் தான். அந்த ரகளைக்கு மறுதினம் மீண்டும் வீட்டின் மேல் கல் விழுந்தது. இந்த முறை வேலையாட்கள் குடியிருக்கும் லைன் வீடுகளின் மீது விழுந்தது. கல் விழும் சத்தத்தைக் கேட்ட மாய்லா மேஸ்திரிக்குக் கோபம் பொத்துக் கொண்டு வந்தது. அப்போது அவன் அரை புட்டி சாராயம் குடித்து முறுக்கேறியிருந்தான். கடுங்கோபத்தோடு கத்தியை எடுத்து இடுப்பில் செருகிக் கொண்டு தன் ஆட்களைக் கூவி அழைத்தான்.

''பாருங்கடா... அந்தத் தேவிடியாப் பசங்களை... அன்னைக்குக் குடுத்த அடி போதாது போல இருக்குது... மறுபடியும் இந்தப் போக்கிரி வெளையாட்டை ஆரம்பிச்சிருக்

காங்க... இன்னைக்கு மட்டும் அந்தத் தாயோளிங்க நம்ம கையிலே சிக்குனாங்கன்னா டேசனுக்கோ ஊட்டுக்கோ வேணாம். அந்த எடத்துலேயே கையைக் காலை முறிச்சுப் போடுங்க... அப்பறமா வேணுமின்னா ஐயா கிட்டே சொல்லிக்கலாம். நகர முடியாம அங்கேயே உளுந்து கெடக்கட்டும். தாக்கத்தில்லாத திருட்டுத் தேவிடியாப் பசங்க இருட்டிலே இருந்துட்டுக் கல்லுப் போட்றாங்கயில்ல இங்ஃப்கொம்மா...''

ஆட்களெல்லோரும் மேஸ்திரி சொன்னதைக் கவனமாகக் கேட்டுக் கொண்டார்கள். ''நேத்துப் புடிச்ச ஆட்களையெல்லாம் விட்டுடச் சொல்லி ஐயா சொல்லீட்டாரே'' என்று அவர்களில் ஓரிருவர் முனகினார்கள். உக்ராணத்துக்குள் நுழைந்து கையில் கிடைத்தபடி வெட்டரிவாள், கடப்பாரை, தடி, கம்பு முதலிய வற்றை எடுத்துக் கொண்டார்கள். திசைக்கு ஒருவராகச் சென்று பதுங்கிக் கொண்டார்கள். அவர்கள் தான்... அவர்களில் இரண்டு பேரைத்தான் அங்காடி பார்த்திருந்தான். பார்த்த பிறகு அவர் களைக் கண்டு கொள்ளாத மாதிரி — சந்தேகத்திற்கு இடம் கொடுக்காத வகையில் வேகமாக நடையைப் போட்டுத் தப்பித் தான். எங்கேயாவது குனிந்து ஏதாவது கல்லைக் கில்லை எடுத் திருந்தால் கௌசரூரின் பாதையில் முறிந்த கை கால்களோடு இழுத்து இழுத்து நடந்து போக வேண்டியதிருந்திருக்கும்.

ஆட்கள் தோட்டத்துக்குள் நடமாடிக் கொண்டிருந்தார்கள். காய்ந்த இலைகளின் மீது கால்கள் படியும் சத்தம் ‘சரசர’வெனக் கேட்டது. வீட்டின் மீது கல்லைப் போட்ட திருடனின் அம்மா, அப்பா மற்றும் அவர்கள் மூதாதையர்கள் எல்லோரையும் கண்டமேனிக்குத் திட்டிக் கொண்டிருந்தார்கள்.

ஒன்றிரண்டு தெரு நாய்கள் கிருஷ்ணே கௌடனின் வீட்டு எச்சில் இலைகளுக்காகக் காத்துக் கொண்டிருந்தன. இந்த ஆட்கள் செய்த கலாட்டாவில் அவை எழுந்து ஓடிப் போயின. உடனே சில பேர், ''அடடா... இங்கிருந்து தான் ஓடறானுங்க... பாரு... காலிப் பசங்க...'' என்று சொல்லிக் கொண்டு ஓடி, தோட்டம் முழுவதும் பரவி நின்ற ஆட்கள் எல்லாரும் பயந்து போய் ஓடி வரும்படி செய்தார்கள். நாய்கள் இவர்களின் கைகளில் பிடிபடவுமில்லை. கண்ணில் படவுமில்லை. கொஞ்ச தூரம் ஓடி, பின் திரும்ப வந்து ‘தஸ் புஸ்’ என்று மூச்சு விட்டுக்

கொண்டு, ''ஓடிப் போய்ட்டாங்களே தேவிடியாப் பசங்க'' என்று திட்டினார்கள்.

''என்ன பண்றது... எவ்வளவு வேகமாகத் துரத்தினாலும் ஓடிப் போயிர்ராங்களே... பேசாமே கௌடர் கிட்டச் சொல்லி துப்பாக்கீலே குண்டைப் போட்டு ஒரு வட்டம் சுடச் சொல்ல வேண்டியதுதான்'' என்றான் ஒருத்தன்.

''ஏய்... போடா அந்த சுண்டைக்காய்ப் பசங்களை... பள்ளிக் கூடத்துப் பசங்களைக் கையால் புடிக்கிற மாதிரி புடிக்க முடியாம துப்பாக்கீலே சுட்டுப் புடிக்கறயா... அந்தக் குண்டு எவனாவது பாதையில போறவன் வர்றவன் உயிர எடுத்து நம்ம மேல கொலக் கேசு வரணும்னு பிளானுப் போடறியா?''

''அப்புறமென்ன... சம்மா மூட்டுப் போயி அய்யா கிட்டச் சொல்லலாம்... அவர் போலீசில் கம்ப்ளெயிண்ட் குடுக் கட்டும். அவங்க வந்து ஒரு நாலு நாளு 'பீட்' அடிச்சாங்கன்னா ஒரு பயல் இந்தப் பக்கம் வர மாட்டான்.''

''ஆமாப்பா... யாராவது போயி அய்யா கிட்ட விஷயத்தைச் சொல்லீருங்க...''

அப்பிடியும் இப்பிடியுமாகப் பல பேர் அபிப்ராயங்களைச் சொன்னார்கள். கடைசியில் கௌடாவிடம் சொல்லி விடுவது என முடிவாயிற்று. மாய்லா மேஸ்திரி, பொங்கிரனைக் கூப் பிட்டு, ''போய் எசமான் கிட்டச் சொல்லீட்டு வா'' என்று சொன்னான்.

அவன் பயப்பட்டான். ''அய்யோ நான் ஒருத்தனேவா... இந்த நேரத்துலயா... எங்கூட இன்னும் யாராவது வரட்டும் மாராயா... இந்தத் தேவிடியாப் பசங்க எத்தனை பேரு இருக்காங்களோ? என்னென்ன ஆயுதங்களெல்லாம் வெச்சிருக் காங்களோ...?'' என்று பயத்தில் புலம்பினான்.

சாராயத்தின் முழு போதையிலிருந்த சீங்கிரன், ''அடச்சீ ஏண்டா பயந்து சாகறே தாயோளி... நீயெல்லாம் ஒரு ஆம்பளை ... வாடா போய்ச் சொல்லீட்டு வரலாம்...'' என்று அவனுடன் கிளம்பத் தயாரானான். இந்த இருட்டில் அடிக்கடி காட்டுக்குள் புகுந்து காவலுக்கு அலைந்து திரிவதை விட ஊருக்குள் சென்று சுற்றிக் கொண்டு வருவது அவனுக்கு உசிதமாகப் பட்டது.

இந்த சீங்கிரன் எல்லார் முன்னாலும் தன்னைப் பேடிப் பயல் என்று சொல்லி விட்டானே என்று பொங்கிரனுக்கு ஆத்திரமாக வந்தது. ''பேடி... பேடீன்னு சொல்றியே... நேத்து அந்தப் பசங்க என்ன போடு போட்டாங்கன்னு தெரியுமா? பாஞ்சு பாஞ்சு ஒதைக்கிறானுங்கடா... அவங்களையா சின்னப் பசங்கன்னு சொல்றது?... அடிச்ச அடியிலே எலும்பே முறிஞ் சுடும் போல ஆயிப் போச்சு... நாங்க சமாளிக்கிறதுக்குள்ளே அய்யா வந்திட்டாரு... இல்லேன்னா அவங்கள்லே ஒருத்தனை யாவது தீத்துக் கட்டியிருப்பேன்'' என்றான்.

''ஏய்... அப்பிடிப்பட்டவன் இப்ப ஏண்டா தொடை நடுங்கறே... உன்னோட வீராப்பெல்லாம் வாயளவுலே தான்... இருக்கட்டும் நட நட'' என்று சீங்கிரன் பொங்கிரனைத் தள்ளிக் கொண்டு பேட்டைப் பக்கம் நடக்கத் தொடங்கினான்.

அப்போது தான் அங்காடியை இவர்கள் பார்த்தது. அங்காடியைப் பார்த்த பொங்கிரனும், சீங்கிரனும் செடிகளுக்குப் பின்னால் ஒளிந்து கொண்டார்கள். இவன் நிச்சயம் கல் வீசும் திருடன் தான் என்று நினைத்து அவனை முன்னால் விட்டு அவன் பின்னாலேயே போனார்கள். அங்காடி தன் பாட்டுக்கு 'மள மள'வென்று நடந்து போய் விட்டது அவர்களுக்கு ரொம்பவும் ஏமாற்றமாகிப் போய் விட்டது. அங்காடி அவர்கள் கண்ணிலிருந்து மறைந்த பிறகு பேசத் தொடங்கினார்கள்.

''இந்த காலேஜ் பசங்களுக்கு என்ன திமிர் பாத்தியா? பேசாமே சினிமா, நாடகம் பாத்துட்டு ஓட்டலுக்குப் போய் ஆசைப்பட்டதைத் தின்னுட்டுக் கெடக்காமெ இந்த ராத்திரி நேரத்துலே வந்து வீட்டு மேலே கல்லுப் போடறாங்களேடா'' என்றான் பொங்கிரன்.

''ஏய்... கௌடரோட பொன்னு இருக்கிற எடமாப் பாத்துத் தாண்டா கல்லுப் போடறாங்க... இந்தப் பொன்னு அந்தக் காலேஜிலே படிக்கறது உனக்கு தெரியாதா?''

''அந்தப் பொன்னு என்ன சொல்லியிருப்பா? கல்லுப் போடச் சொல்லி பசங்களுக்குச் சொல்லிக் குடுத்திருப்பாளோ?''

''அந்தப் பொன்னு ஒரு வித்தியாசமான பொண்ணாமே. அவளைப் பாத்த ஒடனே இந்தப் பசங்களுக்கு கிறுக்குப்

புடிச்சிருக்கும். நம்ம இந்தத் தோட்டத்துக்கு வர்றத்துக்கு முன்னாடி இங்கே ரைட்டர் வேலை பார்த்த ஒரு கொடகுப் பையனுக்கு இவளைப் பாத்துப் பாத்து தலை கெட்டுப் போயி பைத்தியமே புடிச்சுப் போச்சாமே?''

''இதையெல்லாம் நானுந்தான் கேட்டிருக்கிறேன்... கௌடரு அந்தப் பொன்னு மேலே ரொம்ப நம்பிக்கையா செல்லம் குடுத்து வெச்சிருக்காரு... ஆனா அந்தப் பொண்ண வேலைக்காரப் பசங்களோடெல்லாஞ் சேர்ந்து ஆட்டம் போடறதாச் சொல்றாங்களே.''

''ஏன் ஆடக் கூடாது... கௌடரே வேலைக்காரப் பொண்ண கூடச் சேர்ந்து தான் ஆட்டம் போடறாராம்.''

''பெரிய எடத்து விஷயமெல்லாம் நமக்கெதுக்கு மாராயா? நம்ம பொண்டாட்டிங்க பக்கம் வராம இருக்கற வரைக்கும் சரி தான்.''

''போடா... போடா... இந்த நாத்தம் புடிச்ச முண்டைங்க கிட்டே யார் வர்றாங்க...''

பொங்கிரன் தன்னுடைய மனைவியையும் சேர்த்தே திட்டி யிருந்ததால் அதை எதிர்த்து ஒன்னும் பேசாமலிருந்தான் சீங்கிரன்.

''அப்பிடீன்னா வேற யாரு கல்லுப் போட்டிருப்பாங்க!'' சீங்கிரன் கேட்டான்.

''இங்க பாரு சீங்கிரா... நான் இப்படிச் சொல்றத வைச்சு மறுபடியும் என்னைப் பயந்தாங்கொள்ளின்னு சொல்லாதே. நான் யாருக்கும் எந்தக் காலத்துலேயும் பயப்பட்டது கெடயாது... திருடனோ, கேப்மாரியோ, கொள்ளைக்காரனோ அவன் மனுஷப் பொறவியா இருக்கற வரைக்கும் நான் பயப்பட மாட்டேன்... இது ஏதாவது பேய், பிசாசா இல்லாத வரைக்கும் சரிதான்.''

சீங்கிரனுக்குக் குழப்பம் அதிகமாகியது. பொங்கிரனின் புதிய விளக்கம் பீதியைக் கிளப்பி விட்டது.

''என்ன சொல்றே நீ...? கல்லுப் போட்டது காலேஜ் பசங்க இல்லேங்கறியா? நேத்துத் தானே அவங்களைப் புடிச்சோம்... இப்பப் போய் பேய் பிசாசா இருக்கும்ங்கறியே... பொம்பளை புள்ளைங்க இருக்கற எடம்... நீ இப்பிடிச் சொன்னீன்னா எல்லாரும் வீட்டை விட்டு ஓடிப் போயிருவாங்க.''

''அதுக்கில்லே... கல்பாலத்துப் பக்கம் பேய் நடமாட்டம் இருக்குதுன்னு சொல்றாங்களே.''

''அடச்சை... எல்லாம் அந்த சுலைமான் பேரியோட ஆட்கள் பண்ற பித்தலாட்டம்... சந்தனக் கட்டையைக் கடத்தறத் துக்கு அது ஒரு தந்திரம்... பாலத்துக்குக் கீழே மன்னு எடுக்க றேன்னு சொல்லீட்டு லாரியைக் கொண்டாந்து நிறுத்திக்கறது... சந்தனக் கட்டையை ஏத்திக்கறது... அந்தப் பக்கம் யாரும் வராம இருக்கறத்துக்காக இப்பிடி ஒரு புரளியைக் கிளப்பி விடறது...''

''திருட்டுத் தேவிடியாப் பசங்களுக்குத்தான் இப்பிடிப் பட்ட யோசனையெல்லாம் தோணும்.''

''பேய்... பிசாசுன்னு சொல்றதெல்லாம் எனக்குத் தெரிஞ்ச வரை பெரிய மோசடிதான்.''

தங்களுக்குள்ளேயே தைரியம் ஊட்டிக் கொள்வதற்காக இருவரும் உரக்கப் பேசிக் கொண்டே போனார்கள்.

''என்னப்பாது... ரோட்லே ஒருத்தரையும் காணோம்...'' என்றான் பொங்கிரன். மங்கலான வெளிச்சத்தில் நீண்டு விரிந்த பாதை முழுவதும் ஆள் சந்தடியே இல்லை. சீங்கிரன் முகத்தில் கலவரம் படிந்தது. பொங்கிரனைப் பார்த்தான்.

''பார்ரா சீங்கிரா... இதுக்குததான் நான் சொன்னது... நர மனுஷனா இருந்தா அவ்வளவு சீக்கிரம் ஓடிப் போய் மறைஞ்சிட முடியுமா...?''

''அப்ப நம்ம கன்னு முன்னாலேயே எதுத்தாப்புல போனது யாரு? அந்தரத்துல நிக்கற பேய்தான்.''

''பேய்க்குத் தான் கால் தரையிலேயே பாவாதாமே. நாம தான் அந்தப் பக்கமே திரும்பலியே. அது வந்ததுன்னா அதுக்கு ஒரு வழிதான் இருக்குது... நம்மளச் சுத்தியும் ஒன்னுக்கடிச்சுட்டு அந்த மூத்திர வட்டத்துக்குள்ளே நின்னுக்கணும்... மனுஷனோட மூத்திரத்தைத் தாண்டி எந்தப் பேயும் உள்ளே வர முடியாதாம்.''

''வேணும்ங்கற போது ஒன்னுக்கு வருமா மாராயா? வயிறு காலியா இருந்ததுண்ணா?... எதுத்தாப்புலே பொம்பளைங்க வந்துட்டாங்கன்னா என்ற பண்றது?'' என்று பொங்கிரன் பேய் எதிரே வருகிற போது நேரிடுகிற நடைமுறைப் பிரச்சினைகளை அலச ஆரம்பித்தான். சற்று நேரத்துக்கு முன்பு வரை பேய், பிசாசு

என்று ஒன்றுமே இல்லை என்று வாதித்துக் கொண்டிருந்த இவர்களை இப்போது பேய் பயம் பிடித்து ஆட்டியது. கெசரூரை நோக்கி வேகமாக நடக்கத் தொடங்கினார்கள்.

அத்தியாயம் 14

ஆராய்ச்சி நிலையத்தைச் சேர்ந்த பூச்சியியல் நிபுணர் சித்தப்பா, ப்ளாண்ட் பேதாலஜிஸ்ட் ஹெக்டே இருவருக்கும் டாக்டர் ஜோகிஹாளரின் மீது மிகுந்த மதிப்பும் மரியாதையும் இருந்தது. ஆனால் இப்போது ஜோகிஹாளரின் பெயரைக் கேட்டாலே தூரமாக ஓட ஆரம்பித்தார்கள். ஜோகிஹாளரின் மரணத்திற்குப் பிறகு போலீஸ்கார்ரகள் விசாரணை என்ற பெயரில் மீண்டும் மீண்டும் கூப்பிட்டு இம்சை செய்ததே இதற்குக் காரணம்.

அடுத்த நாள் பாடீல் இவர்களை அழைத்தார். ஜோகி ஹாளரின் குறிப்புகளெல்லாம் எங்கே என்று கேட்டு அலமாரி களையெல்லாம் குடைந்தெடுத்தார். ''இவனுக்கு இப்பத்தான் ஜோகிஹாளின் நினைப்பு வந்ததா?'' என்று தங்களுக்குள் முனகிக் கொண்டார்கள். இருந்தாலும் எல்லோருமாகச் சேர்ந்து, ஜோகிஹாளரோடு அவர்கள் நடத்திய ஆராய்ச்சியின் போது சேகரித்த குறிப்புகள், கிராஃப்கள், வரைபடங்கள், ஸ்லைடுகள், போட்டோக்கள் எல்லாவற்றையும் கத்தை கத்தையாக எடுத்துக் கொடுத்தார்கள். எல்லாமும் ஒன்றாகக் கலந்து ஒரு குவியலாகக் கிடந்தன.

''என்னப்பா... இந்த மெடீரியல்ஸ்லே இருக்கற விஷயத் துக்காக வேண்டி அரசாங்கம் ரெண்டு மூணு கோடி ரூபா செலவு பண்ணியிருக்குமில்லியா... இதையெல்லாம் இங்க இப்பிடிப் போட்டு அடைச்சு வெச்சு நாசமாக்கிட்டீங்களே... உங்களை நான் என்ன சொல்றது...'' என்று எரிந்து விழுந்தார்.

''இவரு வந்து எத்தனை நாளாச்சு... இது வரைக்கும் இதைப் பத்திக் கண்டுக்கவே இல்லே... இப்ப நம்மளப் புடிச்சு திட்டீட்டு இருக்கார்ப்பா...'' என்று முனகினான் ஹெக்டே. இந்தக் குவியலிலிருந்து உருப்படியான குறிப்புகள் ஒன்றும் கிடைக்காது என்பது அவனுடைய நம்பிக்கை... அதை பாடீல

ரிடம் சொன்ன போது அவர் எரிந்து விழுந்தார். ''இல்லய்யா... அதையெல்லாம் சேத்து வைத்து வகைப்படுத்தீட்டம்னா பின்னால வர்றவங்க இதுல இருக்கிற அதே சோதனைகளை மறுபடியும் செய்ய வேண்டாமில்லையா? அதுக்காகவாவது இந்த வேலையைச் செய்ய வேண்டாமா?'' என்று காய்ந்தார்.

அவர்களெல்லோரும் சேர்ந்த குவியலிலிருந்த குறிப்பு களை எடுத்து ஒழுங்கு பண்ணிக் கொண்டிருந்த போது அங்காடி யிடமிருந்து போன் வந்தது. பாடீல் போனை எடுத்து 'ஹலோ' என்றார்.

அங்காடி தான் முன்னாள் எம்.பி. ஷாந்த கௌடாவைச் சந்தித்து விட்டதாகவும், அவரிடமிருந்து சில உருப்படியான தகவல்கள் கிடைத்ததாகவும், அது பற்றி விவாதிப்பதற்காக தற்போது ஆராய்ச்சி நிலையத்துக்கு வருவதாகவும் சொன்னான்.

ஹெக்டே, சித்தப்பா இருவருக்கும் அங்காடியின் பெயரைக் கேட்டவுடன் பாடீல் ஏன் இப்படி ஜோகிஹாளர் எழுதி வைத்து விட்டுப் போன குறிப்புகளைத் துருவித் தேடிக் கொண்டிருக் கிறார் என்பது புரிந்தது.

''ஹெக்டே... இந்த ஆளு ஏலக்காய் வாரியத்துலே ஒரு இண்டலிஜென்ஸ் ஆபீசருப்பா... இவன் அனுப்பற ரிப்போர்ட் நேரா வேளாண்மைத் துறை அமைச்சரோட மேசைக்கே போகு தாம்... அதனால அங்காடி கேக்கறத, சொல்றதையெல்லாம் நாம் கவனமாகக் கேட்டு அதைத் தீவிரமாப் பரிசீலிக்கணும்'' என்றார் பாடீல்.

''அன்னைக்கு ஓட்டல்லே உக்காந்திட்டு நான், சித்தப்பா எல்லாம் அரட்டை அடிச்சிட்டு இருந்தப்ப இந்தாளு அங்க வந்தான் சார் — நம்ம கூடவே உட்கார்ந்து அரட்டை அடிச்சிட் டிருந்தான். ஆனா அப்ப மத்திய வேளாண்மைத் துறை அமைச்சரைப் பத்தி வாயே தொறக்கலியே சார்!'' என்றான் ஹெக்டே.

''நமக்கெதுக்குச் சொல்லணும்? இதெல்லாம் அரசு இரகசியங்கள் இல்லையா? நேத்து சாயங்காலம் எங்கிட்டே வந்தான். நான் எனக்குத் தெரிஞ்ச விரவங்களைச் சொன்னேன். இந்த கோயிலு, மசூதி, உள்ளூர் அரசியல், நம்ம விஞ்ஞானிகள்

பண்ற அரசியல் எல்லாத்தையும் சொன்னேன். அப்பத்தான் தான் யாருங்கற விஷயத்தைச் சொன்னான். நீங்கள் கொஞ்சம் உஷாரா இருங்க... அரட்டையடிக்கறப்ப பேச்சு வாக்குல என்னத்தை யாவது சொல்லி மாட்டிக்காதீங்க...'' என்று பாடீல் சொன்னதை என்னமோ ஒரு பரம ரகசியத்தைக் கேட்டுக் கொள்கிற மாதிரி அவர்கள் கேட்டுக் கொண்டார்கள்.

அங்காடி அங்கே வந்த போது ஒட்டு விதைத் துறை பிரீடர் முகமதுவும் அங்கே இருந்தான். அங்காடியை வரவேற்ற பாடீல், ''இங்க பாருங்க அங்காடி, ஜோகிஹாளரோட குறிப்பு களையெல்லாம் தேடிப் புடிச்சு எடுத்து வைச்சிருக்கோம். அன்னைக்கு வந்து நீங்க ஞாபகப்படுத்தாம இருந்திருந்தா இப்ப இதெல்லாம் குப்பைத் தொட்டிக்குப் போயிருந்திருக்கும்'' என்றார்.

''ஜோகிஹாளரை இங்கேர்ந்து மாத்தக் கூடாதுன்னு ஷாந்த கௌடா சொன்னார்ணு சொன்னீங்க இல்லியா...? அதனால இன்னைக்கு காலைலே எழும்புன உடனே டி.பி.யிலேர்ந்து அவுரு வீட்டுக்குப் போனேன். இப்பத்தான் அங்கேர்ந்து வர்றேன்... என்ன பண்ணறது சொல்லுங்க... என்னோட கெட்ட நேரம்... அவருக்கு இப்ப கொஞ்சம் ஆஸ்த்மா தொந்தரவு... பேசக் கூட முடியாம கஷ்டப்பட்டிட்டிருக்காரு...''

''தொடர்ந்து முயற்சி பண்ணுங்க அங்காடி... ஜோகி ஹாளருக்குக் கீழே வேலை செஞ்சவங்க இங்க இருக்காங்க... அவங்க கிட்டேர்ந்து கொஞ்சம் விஷயங்கள் கெடைக்கலாம்...''

''அப்படியெல்லாம் ஒன்னுமில்லே சார்... ஜோகிஹாளர் அதிக மகசூல் கெடைக்கிற மாதிரி ஒரு ஒட்டு விதையைக் கண்டுபிடிக்கறத்துக்கு முயற்சி பண்ணீட்டு இருந்தார்ணு மட்டும் சொல்றாங்க'' என்றான்.

பக்கத்திலிருந்த பிரீடர் முகமது, ''இங்க பாருங்க அங்காடி ... நான் ஒட்டு விதைப் பிரிவுல பிரீடரா இருக்கேன், எங்கிட்டக் கேளுங்க... நான் சொல்றேன்... அரசியல்வாதிங்கக் கிட்டப் போய்க் கேட்டு என்ன பிரயோஜனம்? ஜோகிஹாளரோட ஆறேழு வருஷம் கூட இருந்திருக்கேன்... இந்தக் கோப்பு களெல்லாம் அதுக்குச் சம்பந்தப்பட்டது தான்... உக்காருங்க... விவரமாகச் சொல்றேன்'' என்றான். சொல்லவும் தொடங்கினான்.

''அதிகமாக மகசூல் குடுக்கற மாதிரி... எந்த நோய் வந்தாலும் தாக்குப் புடிக்கற மாதிரி, எல்லா வருஷமும் ஒரே மாதிரி மகசூல் குடுக்கற மாதிரி ஒரு வீரிய விதையை ஏலக்காயிலே கண்டுபுடிக்கணும்னு முயற்சி பண்ணினோம். ஏலக்காய்ப் பயிர்லே ஒரு விசேஷம்... வேற செடியிலேர்ந்து வந்து சேர்ற மகரந்தத் துகளினாலே மாத்திரமே அது காய் விடுகிற செடி... நாங்க உற்பத்தி பண்ணின செடியிலே மேலே சொன்ன குணங்களெல்லாம் இருக்குதுன்னு நிரூபிக்க முடியாமப் போச்சு... அதோட பழைய தொந்தரவுகளுள்ள கெட்ட குணங் களுள்ள நாத்துகளே வந்து சேர்ந்துடுச்சு... இதனால ஜோகி ஹாளர் இந்தத் துறையிலே இனியும் ஆராய்ச்சி பண்றது பிரயோஜனம் இல்லேன்னு தீர்மானம் பண்ணீட்டார்.''

''நல்லா விளைச்சலைத் தர்ற செடிகளோட விதைகளாப் பொறுக்கி எடுத்து தான் மொளைக்கப் போட்டு நாத்துப் பண்ணி சோதனை பண்ணினோம். ஏதோ ஆயிரத்துலே நாலு அஞ்சு வகையான பயிர்கள் மட்டும் நல்ல பலனைக் குடுத்தது. மத்த தெல்லாம் பிரயோஜனமில்லே... அந்த நாலஞ்சு பயிர்கள் லேர்ந்தே மீண்டும் சோதனை பண்ணிப் பார்த்தோம். அந்தப் பயிர்களோட தலையெழுத்தும் வழக்கம் போலத்தான் இருந்தது ...'' தங்களது ஆராய்ச்சியின் போது கிடைத்த எல்லா அனு பவங்களையும் பிரீடர் முகமது அங்காடியுடன் பகிர்ந்து கொண் டான். அங்காடி தனது ரிப்போர்ட்டை மத்திய அமைச்சரகத்துக்கு அனுப்புகிறான் என்ற காரணத்துக்காகவோ அல்லது உண்மை யிலேயே ஏலக்காய் உற்பத்தி குறைந்து வருவதில் எங்களுக்கு அக்கறை இருக்கிறது என்பதைக் காண்பிப்பதற்காகவோ அவர்கள் இயன்ற அளவு தங்களுக்குத் தெரிந்த விஷயங்களைச் சொன்னார்கள்.

''ஏலக்காய் சாகுபடியிலே இதுதான் பிரச்சினை பாரங்க... நீங்க என்ன தான் ஒட்டு விதை தயார் பண்ணினாலும் வேற செடியிலேர்ந்து வர்ற மகரந்தம் வழியாகவே இனப் பெருக்கம் நடக்கறதனாலே புது இனத்தை நெனச்ச மாதிரி உருவாக்க முடியாது. அதிகமான செடிகளை வைச்சு சாகுபடியை அதிகரிக்கலாம்னா ஒரு மட்டத்துக்கு வளந்ததுக்கப்புறம் செடி களுக்குள்ள அடர்த்தி அதிகமாகி குறைந்த அளவு மகசூல் தான் கிடைக்குது... ஏலக்காய் விவசாயம்னா இப்ப வழியெல்லாம்

அடைச்சுக் கெடக்கற சக்கர வியூகம் மாதிரி ஆகிப் போச்சு'' என்றார் பாடீல்.

அவர்கள் சொல்வதையெல்லாம் பொறுமையாகக் கேட்ட அங்காடி பெருமூச்சு விட்டான். பிறகு மெதுவாக, ''நீங்கெல் லாம் எங்கிட்டேர்ந்து ஒரு முக்கியமான விஷயத்தை மறைக்கிற மாதிரித் தெரியுது. கெசரூர் ஹைப்ரீட் விதையைப் பத்தி உங்க ளுக்கு ஒன்னுமே தெரியாதா? அதைப் பத்தி என்ன ஆராய்ச்சி பண்ணியிருக்கீங்க...! அந்த விஷயத்தைப் பத்தி யாருமே மூச்சு விட மாட்டேங்கறீங்களே... இந்த வெதையை வெச்சு ஏக்கருக்கு ஒரு டன் ஏலக்காய் உற்பத்தி பண்ணறதுக்கு ஜோகிஹாளர் முயற்சி பண்ணின விஷயம் உங்களுக்குத் தெரியாதா? ஒரு டன் ஏலக்காய்க்கு இன்னத்தி மதிப்பு மூணு லட்சம் ரூபாய். இதைப் பத்தி உங்களுக்கு ஒன்னுமே தெரியாதுங்கறீங்களா?''

''என்ன சொன்னீங்க... ஏக்கருக்கு ஒரு டன்னா? கெசரூர் ஹைப்ரீடா? இன்னைக்குத்தான் அதைப் பத்திக் கேள்விப் படறேன்... என்னப்பா முகமது...?'' என்ற பாடீல் தன் ஆச்சரி யத்தை வெளிப்படுத்தினார்.

''இதைப் பத்தி ஷாந்த கௌடா கிட்டேயிருந்து அதிக விவரங்கள் ஒன்னும் தெரிஞ்சுக்க முடியலே சார்... அவருக்கு ஆஸ்த்மா தொந்தரவு அதிகமாகி ஒரு வார்த்தை கூடப் பேச முடியாம இருக்காரு... ஒரு மணி நேரம் அவருக்கு இளைப்பு இருந்தது... அவரைப் பேச வைக்கிறதுக்குள்ளே போதும் போதும்னு ஆகிப் போச்சு... ஒரு கட்டத்துலே எனக்கே இளைப்பு வர்ற மாதிரித் தெரிஞ்சுது... போதும்னு சொல்லீட்டு வந்துட் டேன்... அவர் தான் சொன்னாரு இந்த ஹைப்ரீட் சமாச்சாரம் பத்தி'' என்றான் அங்காடி.

''இந்த விஷயத்திலெல்லாம் நாம உண்மையைப் பேசறது நல்லது. எனக்கு சரியா விவரம் தெரியலே. ஜோகிஹாளர் கெசரூர் ஹைப்ரீட்னு சொல்லீட்டு பெரிய பெரிய ஏலக்காய்களைக் கொண்டாந்து விதை போட்டு, அதுலேர்ந்து ஏலக்காய் நாத்த விட்டாரு... இப்பக்கூட அந்த எடம் அப்பிடியே இருக்குது... அதனோட தலையெழுத்து மத்த ஏலக்காய்ங்க மாதிரியே ஆச்சு... அதுக்கப்புறம் ஜோகிஹாளர் இந்த மொறையே சரியில்லேன்னு சொல்லி விட்டுட்டாரு... இதுக்கு மேலே எனக்கொன்னும்

தெரியாது... ஏக்கருக்கு ஒரு டன்னுங்கிறீங்க... ஒரு குவிண்டால் கூட அதிலேர்ந்து கெடைக்கலே...'' என்று முகமது மிகவும் தணிந்த குரலில் தனக்குத் தெரிந்த விஷயங்களைப் பற்றிச் சொன்னான்.

''அப்பிடியா... அவ்வளவு தானா?'' என்று நிராசை வெளிப் பட பெருமூச்சு விட்டுக் கொண்டே எழுந்தான் அங்காடி.

''அப்புறமா வர்றீங்களா?'' என்றார் பாடீல்.

''ஆமா... போன் பண்றேன்'' என்றான் அங்காடி.

அங்காடி அந்தப் பக்கம் போன உடனே இந்தப் பக்கம் திரும்பினார் பாடீல். ''இதென்னய்யா இப்பிடிச் சொல்றான் இந்த ஆளு. அந்த ஷாந்த கௌடா கெழவன் ஆஸ்த்மா வேதனை யிலே என்ன சொன்னானோ, இவன் என்ன கேட்டானோ, நாமே யாராவது போய் விவரமாக் கேட்டிருக்கலாம். அந்தாளுக்கு வேறே ஒடம்புக்கு முடியாமக் கெடக்குது. இந்தத் தரித்திரம் புடிச்ச ஊருக்கு வந்ததிலேர்ந்து ஒரு காரியமும் உருப்படியாப் பண்ண முடிய மாட்டேங்குது...''

''கௌரூர் ஹைப்ரீட் அப்பிடீன்னு ஜோகிஹாளர் அடிக்கடி சொல்றதக் கேட்டிருக்கேன் சார்... ஆனா அது என்னான்னு விவரமாக் கேட்டுக்கலே... நம்ம அவரோட ஆபீஸ் குறிப்புகள் மட்டுமல்லாமே அவரோட பெர்சனல் குறிப்புகளையும் தேடிப் பாத்தம்னா எதாவது தெரிய வரும்'' என்றான் ஹெக்டே.

அந்த நேரத்தில் ஆராய்ச்சி நிலையத்துக்குப் பக்கத்திலிருந்த மசூதியிலிருந்து 'அல்லா ஹோ அக்பரல்லா' என்ற முஸ்லிம்களின் பிரார்த்தனைச் சத்தம் கேட்டது. அதற்குப் பதில் சொல்கிற மாதிரி ஆராய்ச்சி நிலையத்துக்கு உள்ளிருந்த கோயிலிலிருந்து ஒலிபெருக்கியின் மூலமாக 'உத்திஷ்டே உத்திஷ்ட' என்ற திருப்பதி வெங்கடேஸ்வர சுப்ரபாதம் உச்ச ஸ்தாயியில் கேட்டுது. தங்களின் மத தர்மம் செல்வாக்கோடு இருப்பதைக் கண்டு நிம்மதிப் பெருமூச்சு விட்ட இந்துக்களும், முஸ்லிம் களும் தங்கள் விரோதி ஒலிபெருக்கிகளின் இரைச்சலைக் கேட்டுப் பற்களை 'நறநற'வென்று கடித்துக் கொண்டார்கள்.

''பாருங்கப்பா... ஆரம்பிச்சுட்டாங்க இவங்க ரெண்டு பேரும்... இந்த மாதிரி மைக் வைச்சு சத்தமாப் பாடி பிரார்த்தனை பண்றதை முஸ்லிம் நாடுகள்லேயே விட்டுட்

டாங்களாம். இங்கே இவங்க நம்ம உயிரை எடுக்கறாங்க... நம்ம விஞ்ஞானிங்க மட்டும் மத்தியானத்துலே திருப்பதி வெங்கடாசல பதியை சுப்ரபாதம் பாடி எழுப்பறாங்க... என்னப்பா ஹெக்டே, முகமது... நீங்க ரெண்டு பேரும் உங்க ஆளுங்க கிட்டே கொஞ்சம் சொல்லுங்கப்பா...'' என்று இந்த கலாட்டாவைத் தாங்க முடியாமல் தலைமீது கை வைத்துக் கொண்டு உட்கார்ந்தார் பாடீல்.

ஹெக்டே முகமதுவைப் பார்த்து, ''என்ன முகமது நமாசுக்குப் போகாமே இங்கே உட்கார்ந்துட்டே'' என்றான்.

''நான் வெள்ளிக்கிழமை மட்டும்தான் போவேன். ஆபீஸ் நேரத்துலே எப்பிடிப் போறது... குரான்லே சொல்ற மாதிரி யெல்லாம் நடக்கறதுக்கு இந்தக் காலத்துலே ஆகுமா?'' என்றான் முகமது.

''இந்த விஷயத்தை யாருக்கும் சொல்லிப் புரிய வைக்க முடியாது சார்... ஆராய்ச்சி நிலையத்து ஹிந்து பரிஷத் ஆதர வாளர்கள் கிட்டே கேட்டம்னா இந்த சாயிபுப் பசங்களோட திமிர அடக்கணும்பாங்க... சாயிபுக கிட்டே கேட்டா இந்த இந்துக்களோட கொழுப்பாட்டத்துக்கெல்லாம் நாங்க பயப்படற மாதிரி இல்லேம்பாங்க... ரெண்டு பேருமே ஒருத்தரை ஒருத்தர் சந்தேகக் கண்ணோட பாக்கறாங்க... ரெண்டு சைடுக்கும் பெரிய பெரிய ஆளுங்களோட சப்போட்டு வேற...'' என்று ஹெக்டே பாடீலுக்கு விவரித்துச் சொன்னான்.

''இவங்க கலாட்டாவெல்லாம் முடியட்டும். அப்புறமா ஹைப்ரீட் விஷயத்தைப் பத்திப் பேசலாம்... இப்ப சாப்பிடப் போவோம்...'' என்று சோகம் ததும்பிய குரலில் சொன்னார் பாடீல்.

''நான் அப்பவே சொன்னேனே சார்... கெசரூர் ஹை ப்ரீடுக்குன்னு ஒரு எடம் ஒதுக்கினோம்... அவ்வளவு தான்... அதுக்கு மேலே அதிலே ரகசியம் ஒன்னும் இருக்கற மாதிரித் தெரியலே'' என்றான் முகமது.

அவனது பேச்சைக் கேட்டு ஏற்கனவே எரிச்சலடைந்திருந்த பாடீலுக்கு மிகுந்த கோபம் வந்தது.

''ஆமா... ஆமா... அப்பிடியொன்னும் இருக்கற மாதிரி உனக்குத் தெரியலே... அதனாலதான் அது ரகசியமா இருக்குது.

ஃபூலீஷ் ஃபெலோ... ஒதுக்கப்பட்ட எடத்துலே போடறத்துக்கு விதையெல்லாம் எங்கேர்ந்து கொண்டாந்தாங்க. Where is the mother plant? எதனால அதை கெசூரின் ஹைப்ரீட்ணு சொன்னாங்க... இதையெல்லாம் யோசிச்சுப் பாத்தியா... ரகசியம் இல்லேன்னா வாயைத் திறந்து சொல்லு'' என்று முகமதுவின் மீது பாய்ந்தார். வெளியே ஒலிபெருக்கிகளின் இரைச்சல் அதிகமாக ஆக இங்கே பாடீலரின் கோபமும் அதிகமாக ஆயிற்று. ''எல்லோரும் சேர்ந்து ஜோகிஹாளரைக் கொலை பண்ணீட்டீங்க அப்பிடீங்கற குற்றச்சாட்டு வைக்கறேன் இரு... அது அப்படியே அமைச்சருக்குப் போகட்டும்...'' என்றார்.

அத்தியாயம் 15

ஷாமநந்தன அங்காடி டி.பி.க்கு வந்து சும்மா உட்கார்ந்திருந்தான். இதுவரை ரிப்போர்ட் எதுவும் எழுதத் தொடங்கவில்லை. அங்கும் இங்குமாகக் கொஞ்சம் குறிப்புகள் மட்டும் எழுதியிருந்தான். பாக்கெட்டுக்குள் இருந்த ரிவால்வரை எடுத்து திறந்து வைத்திருந்த சூட்கேசுக்குள் எறிந்தான். ரிவால்வரை பாக்கெட்டுக்குள் வைத்துக் கொண்டு ஷாந்த கௌடாவையும், பாடீலரையும பார்க்கப் போனதை நினைத்து அவனுக்குச் சிரிப்பு வந்தது. நேற்று இரண்டு பேர் அவனைப் பின்தொடர்ந்து வந்ததிலிருந்து கொஞ்சம் எச்சரிக்கையாக இருக்க முடிவு செய்து கொண்டான்.

அது கோல்ட் கம்பெனியின் 1911 மாடல் ரிவால்வர். அதனுடைய மாகசின் 'கடகட'வென்று ஆடியது. அதைத் திருப்பிய போது தோட்டாக்களை கோவியின் பொத்தான் பக்கம் சரியாகக் கொண்டு வந்து நிறுத்தவே இல்லை. பட்டனை வைத்து அழுத்திக் கொண்டே இருந்தால் எப்போதவாது ஒரு தடவை குண்டு பறந்து போகும். அது திருடர்களுக்குப் பயங்காட்ட மட்டுமே லாயக்கானதே தவிர தற்கொலை செய்து கொள்ளக் கூடப் பயன்படுகிற ஆயுதமாகத் தெரியவில்லை. லைசென்ஸ் இல்லாத ஆயுதம் என்று போலீஸ் அதைக் கைப்பற்றி வைத்திருந்தார்கள். அங்காடி இண்டலிஜென்ஸ் ஆபீசராக இருந்ததால் ஒரு லைசென்ஸ் எடுத்து ரிவால்வரைத் தன்னிடம் வைத்துக் கொண்டான்.

ரிவால்வர் பாக்கெட்டுக்குள் இருக்கிற போது தான், தான் ஒரு ஜேம்ஸ்பாண்ட் என்கிற மாதிரியான உணர்வு அங்காடிக்கு இருந்தது... அவ்வப்போது அதைத் திருகி விளையாடிக் கொண்டிருப்பதைத் தவிர, அதனால் வேறு ஒரு பிரயோஜனமுமில்லை என்பது அங்காடிக்கு நன்றாகத் தெரிந்திருந்தது.

சிறுவனாக இருந்த போதிலிருந்தே தான் ஒரு ரயில் என்ஜின் டிரைவராக வேண்டும் அல்லது ஷெர்லக் ஹோம்ஸ் மாதிரி துப்பறியும் நிபுணராக வேண்டும் என்று ஆசை கொண்டிருந்தான் அங்காடி. முதல் கனவு நனவாகவில்லை. இரண்டாவது கனவு கை கூடியது. அவன் துப்பறியும் நிபுணராக ஆவதற்குச் சிறு வயதிலிருந்து அவன் தாய் அவனுக்குச் சொல்லியிருந்த திருடர் கதைகள் உந்து சக்தியாக இருந்தன என்ற சொல்ல வேண்டும்.

அங்காடி குழந்தையாக இருந்தபோது ஒரு சம்பவம் நடந்தது. ஊரை விட்டுத் தள்ளியிருந்த அவன் வீட்டைக் கொள்ளையடிப்பதற்காக இரண்டு ஏலக்காய் வியாபாரி பேரிகள் வந்தார்களாம். இரண்டு பேரில் ஒருத்தன் இன்னொருத்தனை ஏலக்காய் கட்டும் கோணிப் பைக்குள் போட்டுக் கட்டி இவர்களிடம், "இதைக் கொஞ்சம் பாத்துக்குங்க... நான் இங்கேர்ந்து ரெண்டு மைல் தூரத்திலிருக்கற லட்சுமண கௌடா வீட்டு வரைக்கும் போயிட்டு வந்திர்றேன்" என்று பையை வீட்டுக்குள் வைத்து விட்டு வீட்டுக்குப் பின்னால் போய் ஒளிந்து கொண்டானாம். அங்காடியின் அப்பா வெளியே உட்கார்ந்திருந்தார். அங்காடியின் அம்மா சமையல் வேலையைக் கவனித்துக் கொண்டே கோணிப் பையின் மீது ஒரு கண் வைத்திருந்தாள். கொஞ்ச நேரத்திற்குப் பிறகு கோணிப் பை அசைவது மாதிரி தெரிந்தது... அவளுக்கு உடனே விஷயம் புரிந்து போயிற்று. இன்னொருவன் இங்கே எங்கேயோ ஒளிந்து கொண்டிருக்கிறான்.

வெளியே இருக்கும் கணவனைச் சத்தம் போட்டுக் கூப்பிட்டால் அந்த இன்னொருவன் உள்ளே நுழைந்து கணவனைத் தாக்கக் கூடும். என்ன செய்வதென்று யோசித்து கடைசியில் தொட்டிலில் அப்போது குழந்தையாகப் படுத்திருந்த அங்காடியின் குண்டியில் ஒரு கிள்ளு கிள்ளினாள். குழந்தை அழுதான்.

வெளியே இருந்த கணவன், "ஏய்... குழந்தை ஏன் அழுகுது?" என்று பல முறை கேட்டும் பதில் ஏதும் சொல்லாமல் இருப்பதைக் கண்டு அவளைத் திட்டிக் கொண்டே உள்ளே வந்தான். உடனே மனைவி கதவை மூடுமாறு சமிக்ஞை செய்தாள். வீட்டுக்குள்ளிருந்து உலக்கை ஒன்றை எடுத்து கோணிப் பையின் மீது ரெண்டு வைத்தாள். கள்ளன் துள்ளினான். தன் சிநேகிதனுக்கு ஏற்பட்ட கதியை அறிந்த இன்னொரு கள்ளன் சொல்லாமல் கொள்ளாமல் ஓட்டம் பிடித்தான்.

இந்தத் தாயினிடத்தில் குழந்தையிலிருந்து கேட்ட கதைகள், அவற்றின் சுவாரஸ்யம், தங்களின் தனித்திருந்த வீடு, வீட்டுக்குள் நுழைவதற்கு அந்தத் திருடர்கள் செய்த தந்திரம். வேறெந்தப் பாதுகாப்பும் இல்லாமலிருந்த தன் தாய்க்குத் தோன்றிய உபாயம், பெற்றோர்கள் இருவரும் சேர்ந்து திருடனுக்குக் கொடுத்த தர்ம அடி இவையெல்லாம் அங்காடிக்கு தான் ஒரு புலனாய்வுப் பாரம்பரியத்தைச் சேர்ந்தவன் என்கிற கௌரவத்தைக் கொடுத்தன. அவன் போலீஸ் டிபார்ட்மெண்டில் சேர்ந்து பிறகு ஐ.பி.எஸ்.சில் பாஸாகி இண்டலிஜென்ஸ் டிபார்ட்மெண்டில் சேருவதற்கும் இந்தக் கதை தான் காரணம் என்று அங்காடி நம்பினான்.

ஆனால் அங்காடிக்கு அவனது துறையில் அவ்வளவு செல்வாக்கு இல்லை. அவனது அளவுக்கு மீறிய உற்சாகம், குற்ற வகைகள் பற்றிய அவனது கற்பனை வளம், பார்த்த ஒவ்வொன்றிலும் தன் மர்மத்தைத் தேடும் பழக்கம், எதையும் மிகைப்படுத்தி வருணிக்கும் முறை, அதன் அம்சங்கள் எல்லோராலும் ஏற்றுக் கொள்ள முடியாதனவாக இருந்தன. அங்காடியின் கணிப்புகளும், அதன் அடிப்படையில் அவன் எடுக்கும் தீர்மானங்களும் கொஞ்சம் அதிகப்படியானவை என்று அவனுக்குப் புரிய வைக்க அவன் மேலதிகாரிகளுக்கு நிறைய பொறுமை தேவைப்பட்டது. தனது மதியூகத்தைப் பரிந்து கொள்பவர்கள் இங்கு யாருமில்லையே என நினைத்து அங்காடி ரொம்பவும் ஆதங்கப்பட்டான். வெறும் சந்தேகத்தின் அடிப்படையில் ஒரு ஆளைப் பிடித்து செம்மையாக உதைத்து அவனிடம் விசாரணை செய்யும் அதிகாரிகளைக் கண்டால் அங்காடிக்குக் கோபம் வரும். துப்புத் துலக்கும் புத்திசாலித்

தனமாகவே பொறுமையில்லாத சோம்பேறிகள் தான் இப்படிக் குறுக்கு வழியில் போகிறார்கள் என்பது அவனது திடமான நம்பிக்கை.

அங்காடியை ஏலக்காய் வாரியத்தின் இண்டலிஜென்ஸ் பிரிவுக்கு மாற்றுவதற்கு இத்தனை குழப்பங்கள் காரணமாக இருந்தன.

ஏலக்காய் வாரியம் என்பது தண்டத்துக்கு இருக்கிற ஒரு நிறுவனம். வேலை வெட்டியில்லாத அரசியல்வாதிகள், எப் போதும் தூங்கி வழியும் சில கிழடுகள், ஏற்றுமதி வியாபாரத் தில் கொழுத்த லாபம் கண்ட சில பண முதலைகள் எனப் பலர் வந்து போகும் இடமாக இருந்தது. இது ஏலக்காய் உற்பத்தி குறைந்து விலை ஏறிய போது மத்திய அரசுக்கு அந்நியச் செலாவணி இழப்பு ஏற்பட்ட போது அரசு விழித்துக் கொண்டது. பழைய சேர்மனை நீக்கி விட்டுப் புதிய சேர்மனைப் போட்டது அந்தச் சந்தர்ப்பத்தில் தான். அங்காடி முதன்மைப் புலனாய்வு அதிகாரியாக நியமனம் செய்யப்பட்டான்.

அங்காடியின் அதிதீவிரமான கற்பனையாற்றில் இந்தப் புதுப் பணியில் அவ்வளவு உபயோகப்படவில்லை. சங்கடப் பட்டுப் போனான். என்ன செய்வதென்று யோசித்துக் கடைசி யில் அன்றைய தினம் காலையில் அந்த சாகக் கிடந்த ஷாந்த கௌடாவைப் பார்த்து கெசரூர் ஹைப்ரீட் விதையைப் பற்றித் தெரிந்து கொண்டு ஒரு பெரிய துப்புக் கண்டுபிடித்து விட்ட சந்தோஷத்தில் அதை பாடீலின் அலுவலகத்தில் பகிரங்கப் படுத்தினான். ஆனால், அதில் எந்த ரகசியமும் இல்லை என்று பிரீடர் முகமது அந்த சாதனையிலும் மண்ணைப் போட்டான். அங்காடியின் சோர்வு இரண்டு மடங்காயிற்று. பாரத தேசத்தில் எல்லாத் துறைகளிலும் பணித் தரம் குறைந்து வருவதைப் போலவே மிக முக்கியத் துறையான புலனாய்வுத் துறையில் பணி புரியும் தன்னைப் போன்ற துப்பறிபவனுக்குத் தேவையான தரம் இல்லையென்று எண்ணிக் கொண்டான்.

பாடீல் சொன்ன விஷயங்களுக்கே கொஞ்சம் கண்ணும், மூக்கும் வைத்து ஒப்பேத்தி ஒரு ரிப்போர்ட் தயார் பண்ணி அனுப்பி விட்டு பஸ் ஏறி விடலாம் என்று தீர்மானித்தான். அப்போது டி.பி.யின் டெலிபோன் ஒலித்தது. மேனேஜர் போனை

எடுப்பான் என்று காத்திருந்தான். மேனேஜர் வரவில்லை. அங்காடியே போனை எடுத்து 'ஹலோ' என்றான்.

எங்கோ கேட்ட மாதிரித் தெரிந்த குரல் ஒன்று, ''அமைச்சர் வந்திருக்காராய்யா?'' என்று கேட்டது.

''இல்லீங்களே.''

''நீங்க யாரு?''

''எம் பேரு அங்காடி.''

''ஓ... நான்தான்... ஜெயராம்... தெரியலீங்களா?''

''குரல் எங்கேயோ கேட்ட மாதிரி இருந்தது... சட்டுணு அடையாளம் கண்டுபிடிக்க முடியலே.''

''அப்பறம் என்ன செய்திகள் அங்காடி...''

''ஒன்னுமில்லே... சாயந்திரம் காபி பாருக்கு வாங்களேன். பேசலாம். இந்த ஊருலே இருக்கறது எரிச்சலாருக்குது.''

''கண்டிப்பா வர்றேன்... பார்க்கலாம்...''

அத்தியாயம் 16

தன் வீட்டின் மீது கல்லெறியும் ரவுடிப் பசங்களை என்ன செய்வதென்று தெரியாமல் விழித்துக் கொண்டிருந்த கிருஷ்ணே கௌடா கடைசியில் அவனது ஆட்கள் சொன்ன யோசனையின் பேரில் போலீசில் பிராது கொடுக்க முடிவு செய்தான். கேஸைப் பதிவு செய்து கொண்ட ஏட்டு ஜோகப்பா கௌடாவைப் பார்த்து, ''இங்க பாருங்க... இந்த ஊர்லே இப்பிடி திருட்டுத் தனம் பண்ற கள்ளப் பசங்க யாருன்னு எங்களுக்கு நல்லாத் தெரியும்... லைட் திருடறவன், பைப் திருடறவன், கன்னம் வைக்கிறவன், துணி திருடறவன் அப்பிடீன்னு இன்ன திருட்டைச் செய்தவன் இவன் தான்னு சொல்லீருவோம். ஆனால் இப்பிடி கல்லுப் போடறவன் யாருன்னு கண்டுபுடிக்க முடியலியே... உங்களுக்கு யாரு மேலயாவது சந்தேகம் இருந்தா சொல்லுங்க... உடனே புடிச்ச விசாரிக்கிறோம்'' என்றான்.

''யாரு மேலன்னு சொல்றது... அந்தக் காலேஜ் பசங்க தான்னு நெனைச்சுட்டிருந்தேன். காலேஜ் வாத்தியாருங்க கிட்டே கூடச் சொல்லியிருந்தேன்... இந்தக் காலத்துப் பசங்க யாரு பேச்சைக் கேக்கறாங்க சொல்லுங்க...''

''பாருங்க கௌடரே... அந்தக் கலேஜ் பசங்க யாருன்னு தீர்மானமா தெரியற வரைக்கும் அவங்ககிட்டே எந்த விதமான விசாரணையும் நடத்த முடியாது. அந்தக் கண்டது பெத்ததுங்க போலீஸ்ங்கற பேரைக் கேட்ட ஒடனே ஒன்னு சேந்துக்கறாங்க... ஹர்த்தால், பந்த், கண்ணாடி ஒடைக்கறதுன்னு ஆரம்பிச்சிரு வாங்க... அதனால நீங்களே கொஞ்சம் ஜாக்கிரதையா இருந்தீட் டிங்கன்னாப் பரவால்லே... என்ன... வெறும் கல்தானே உளுகுது ... அதுக்கு மேலே ஒன்னும் தொந்தரவு இல்லே... இல்லீங் களா'' என்றான் ஏட்டு ஜோகப்பா.

கௌரூர் கல்லூரி மாணவர்கள் கலாட்டாவில் இறங்கினால் சிக்மகளூரிலிருந்து ரிசர்வ் போலீஸ் வந்தாலொழிய கலாட்டாவை அடக்க முடியாது என்பது ஏட்டு ஜோகப்பாவுக்கு நன்றாகத் தெரியும்.

''சரி ஜோகப்பா... இப்படியே தினமும் நாலு கல்லு வீட்டு மேல விழுந்துன்னா வீட்டுக்குள்ளார இருக்கறவங்க நிலைமை என்னாகும்? மூணு நாளா ஆளுங்களுக்குத் தூக்கமில்லே... ராத்திரி பூரா காவலிருக்கறது... அங்க ஓடறாங்க, இங்க ஓடறாங்கன்னு தொரத்தீட்டு ஓடறது... கஸ்தி கட்டறது... இதே தொழிலாப் போச்சு.''

''ஒரு வேலை பண்ணுங்க கௌடரே! உங்க கிட்டே துப்பாக்கி இருக்குதில்லியா? கல்லு விழுகற சமயமாப் பாத்து வானத்தைப் பாத்து ரெண்டு மூணு தடவை சுடுங்க... அப்புறம் கல்லு விழுகுதா பாருங்க... யாரோ உங்க ஆளுங்க தான் இப்படிப் பண்றாங்க.''

''அந்தப் பக்கமா பீட் போடுவீங்களா ஜோகப்பா? போலீஸ்காரங்கன்னா ஜனங்க கொஞ்சம் பயப்படுவாங்க... நமக்கெல்லாம் பயப்பட மாட்டாங்க. துப்பாக்கிலே சுட்டு அது யார் மேலயாவது பட்டு ஏதாவது ஆயிடுச்சுன்னா அது வேறே தொந்தரவு...''

''நானென்ன ஜனங்களைப் பாத்து சுடுங்க அப்பிடீன்னா சொன்னேன்? மேலே ஆகாயத்தைப் பாத்து சுடுங்கன்னு தானே சொன்னேன். அதுக்கு மேலே ஏதாவது ஆச்சுன்னா என்ன பண்றது... சட்டப்படி உங்களுக்கு லைசென்ஸ் குடுத்திருக்கறதே தற்பாதுகாப்புக்காகவும், உங்க ஆஸ்தி பாஸ்திகளைப் பாதுகாத்

துக்கவும் தான். ஆளுங்களையெல்லாம் வீட்டுக்குள்ளாற அனுப்பிச்சிட்டு ஆகாசத்தைப் பாத்து ரெண்டு அழுத்து அழுத்துங்க... அவ்வளவுதான்...'' என்றான் ஏட்டு... ராத்திரி ராத்திரி கௌடா தோட்டத்துப் பக்கம் பீட் விடுவது அவ்வளவு உசிதமான காரியமாக ஜோகப்பாவுக்குத் தேன்றவில்லை. அது மட்டுமில்லாமல் அன்று நடக்க விருக்கும் கல்லூரி விழா ஒன்றிற்குப் போலீஸ் வர வேண்டுமென்று பிரின்சிபால் கேட்டிருந்தார்.

தன்னுடைய ஆளுங்களே இந்த வேலையைச் செய்கிறார் களோ என்று கிருஷ்ணே கௌடாவுக்குச் சந்தேகம் வரத் தொடங்கியது. தோட்டத்தில் தாற்காலிகமாக வேலை செய்யும் ஆட்களில் கொஞ்சம் பேர் பெண்களும் இருக்கிறார்கள். சில சமயம் அவர்கள் கணவன்மார்களும் அவர்களோடு கூட வந்து இருப்பது உண்டு. ஜோகப்பா சந்தேகத்தைக் கிளப்பி விட்ட பிறகு தாற்காலிக வேலையாட்களான அவர்கள் மீதும் சந்தேகம் ஏற்படத் தொடங்கியது.

தோட்டத்துக்குத் திரும்பி வந்த கௌடா மாய்லா மேஸ்திரியைக் கூப்பிட்டுச் சொன்னான். ''இன்னைக்கி துப்பாக் கீலே சுட்டே பாத்திர்றது... தேவிடியாப் பசங்க... அவங்க யாரா இருந்தாலும் சரி... நீ நம்ம ஆளுங்க எல்லாருகிட்டேயும் வீட்டுக்கு உள்ளார இருக்கச் சொல்லிச் சொல்லிப் போடு... அது இதுன்னு சொல்லீட்டு அல்கா வேலை பண்றதுக்கு யாராவது வெளியே வந்து குண்டடி பட்டாங்கன்னா அதுக்கு நான் பொறுப்பில்லே...'' என்று கண்டிப்புக் கலந்து உரத்த குரலில் சொன்னான். பிறகு மேஸ்திரியை அழைத்து தணிந்த குரலில், ''ஏய் மாய்லா... நம்ம ஆளுங்க எவனாவது சும்மா நமக்குத் தண்ணி காட்றத்துக்காக இந்த வேலையைச் செய்யறானாடா? ஏட்டு ஜோகப்பா அப்பிடிதான் சந்தேகப்படறான்'' என்றான்.

மாய்லா சிந்தனை வசப்பட்டான். ''இங்க பாருங்கய்யா... நீங்க அந்தப் பக்கம் போன உடனே நாங்க இதைப் பத்தித்தான் பேசிட்டிருந்தோம்... கடைசீலே இது நம்ம தலை மேலதான் விழப் போகுது... எவனோ ஒரு போக்கிரித் தேவிடியா மகன் பண்ற காரியத்துக்கு நாம டேசனுக்குப் போக வேண்டி வரும் போல வந்திருமோன்னு நெனைச்சோம். போன வருசம் எவனோ

ஏலக்காயைத் திருடீட்டுப் போனான்... போலீஸ்காரங்க எங்களையெல்லாம் டேசனுக்குக் கூட்டீட்டுப் போய் ஒதைச் சாங்க... அவங்களால துப்புத் துலக்கி கண்டுபுடிக்க முடிய லேங்கறத்துக்காக கண்ணுல கண்டவங்களையெல்லாம் புடிச்சு மிதிச்சாங்க... இன்னைக்குப் பாருங்க... ஒருத்தனைக் கூட வெளியே விட்றதில்லே... எல்லோரையும் வீட்டுக்குள்ளார விட்டுப் பூட்டுப் போட்டு பூட்டீரப் போறேன்... நம்மாளுகளே எவனாவது செய்யறானான்னு தெரிஞ்சு போயிடுமில்லியா?'' மாய்லாவின் குரல் வேதனை கலந்து ஒலித்தது. கௌடாவிடம் உறுதியாகப் பேசி விட்டாலும் மாய்லாவும் உள்ளுக்குள் சந்தேகப்பட்டான். ''நம்மாளுங்க எவனாது செஞ்சிருப்பானோ? இன்னைக்குக் கண்டு புடிச்சர்றேன்'' என்று முனகிக் கொண்டே சென்றான்.

கிருஷ்ணே கௌடா வேட்டைக்குப் போகிற போதெல் லாம் கூடப் போகிறவன் சீங்கிரன். கௌடா சீங்கிரனைக் கூப்பிட்டான். ''சீங்கிரா... இன்னைக்கு நானே காவலுக்கு நிக்கப் போறேன்... நீ எங்ககூட இரு'' என்றான். சீங்கிரனுக்குப் பெருமை தாங்கவில்லை. கௌடாவின் நெருக்கடி காலத்தில் உதவும் ஆப்த நண்பனாகத் தன்னைக் கருதிக் கொண்டான். இன்னைக்கு மட்டும் இந்தத் திருட்டுப் பசங்க கெடைக்கட்டும்... அரைச்சு பவுடர் பண்ணீர்றேன்'' என்று மீசையை முறுக்கிக் கொண்டான்.

அத்தியாயம் 17

வகுப்பு முடிந்தவுடன் மாணவர்கள் எல்லோரும் தங்கள் நெருங்கிய நண்பர்கள் எங்கெங்கிருக்கிறார்கள் என்று தேடிக் கொண்டு போனார்கள். நாக்குகள் கூர்மை தீட்டப் பெற்று நீண்ட அரட்டைகளுக்குத் தயாராயின. அங்குமிங்கும் ஓடித் திரியும் தலைகளுக்கு நடுவே ரஃபியின் கிராப்புத் தலையைக் கண்டு பிடித்தான் ரமேஷ்.

''என்னடா ரஃபி, உம் மொகத்துலே இப்படி எண்ணெய் வழியுது. என்னாச்சு...?'' என்றான்.

''வயிறு செரியில்லடா... ஒரே பேதி... மருந்து குச்சுட்டு வந்திருக்கேன். இப்ப கொஞ்சம் பரவால்லே. அதிருக்கட்டும்...

அன்னைக்கு ராத்திரி நடந்த விஷயம் இன்னும் யாருக்கும் தெரியலேன்னு நெனைக்கிறேன். கூக்ளி சொன்னது நல்ல ஐடியாவாத்தான் தெரியுது'' என்று தன் மனத் திருப்தியை வெளிப்படுத்தினான்.

''ரஃபி... ரகசியம்னா ரகசியந்தான்... அந்த விஷயத்தைப் பத்தி ஏங்கிட்டக் கூட இனிப் பேசக் கூடாது. நீயும் அதை சுத்தமா மறந்திரணும்... நாம அதைப் பத்திப் பேசீட்டே இருந்தம்னா அப்புறம் விஷயம் எப்படியோ வெளியே வந்திரும்'' என்று ரஃபியை எச்சரித்தான் ரமேஷ். அப்போது சந்திரனும் கூக்ளியும் இவர்கள் ரெண்டு பேரையும் பார்த்து இவர்கள் பக்கம் வந்தார்கள். பேச்சை மாற்றுவதற்காக ரமேஷ், ''ஏண்டா போயும் போயும் உனக்கு இந்த மாதிரி சீக்குத் தானாடா வரணும்?'' எனச்றான்.

''நான் என்னப்பா பண்றது... நம்ம இஷ்டப்பட்டா சீக்கு வருது'' என்றான் ரஃபி.

''அப்பிடியில்லப்பா... நேர் பாதையிலே போகாமே சந்து பொந்தெல்லாம் சுத்தினா இப்பிடித்தான் ஆகும்.'' இது ரமேஷ்.

''ஒட்டுவாரொட்டி நோய்... ஓஹோ... அப்பிடீன்னா இது பொம்பளைச் சீக்குத்தான்'' என்று அங்கிருந்த வேற சில மாண வர்கள் ரஃபியைக் கேலி செய்தார்கள். சந்திரன், ''என்னம்மா கண்ணு... யாருகிட்டப் பேயிருந்தே...'' என்றான்.

''அது தான் இருக்குதே மலபாரு ஓட்டல் சந்து'' என்றான் ரமேஷ். ''த்தூத்திரி... அங்க எவடா கெடைச்சா உனக்கு?'' என்றான் கூக்ளி.

ரஃபிக்கு அவர்கள் பேச்சு கொஞ்சம் எல்லை மீறிப் போகிறதாகப் பட்டது.

''தூ... வக்காலோளிங்க... உங்க மனசுலே எப்பவும் இதே நெனப்புத்தானடா...?''

''இருக்கட்டம்பா... பரவால்லே... ஃப்ரண்டஸ்ங்களுக் குள்ளே ரகசியமெல்லாம் கூடாது. சொல்லு... நாங்களும் கொஞ்சம் ரசிக்கிறோம்'' என்றான் கூக்ளி.

''திருட்டு ராஸ்கல்... நீ தாண்டா இப்பிடியெல்லாம் பண்ணுவே... சாப்பாடு செரியில்லாமெ வயித்துப் போக்கு

ஆகிட்டிருக்குன்னு சொன்னா என்னென்னமோ பேசிக் கழுத்தை அறுக்கறீங்களாடா'' என்ற ரஃபி அவர்கள் பேச்சை முதலி லேயே புரிந்து கொள்ளாததற்கு வெட்கப்பட்டான்.

அப்போது அங்காரா அங்கே வந்தான். ''டேய் ரமேஷ்... உன்னை சார் கூப்பட்ராரு போ'' என்று ரமேஷைப் பார்த்துச் சொன்னான்.

''எந்த சாருடா?''

''நம்ம சாரு... ராமச்சந்திரா'' இரண்டு பேரும் ஸ்டாஃப் ரூம் பக்கம் போனார்கள். ராமச்சந்திரா எதைப் பற்றியோ ஆழமாக யோசித்துக் கொண்டிருந்தான்.

''ரமேஷ்... நம்ம பசங்க யாரோ எங்கெங்கேயோ கல்லுப் போட்றாங்களாமே... யாருப்பா இந்த மாதிரிப் பொறுக்கித்தனம் பண்றவங்க...'' என்று கேட்டான் ராமச்சந்திரா.

ரமேஷுக்கு ரத்தம் குளிர்ந்து வந்த மாதிரி இருந்தது.

நம்ம ரகசியம் பலமாகிப் போச்சு.

இங்கத் தாயோளி கூக்ளி நம்மளக் காட்டிக் குடுத்துட்டான்.

அவனோட வேலையே தான் இது. பையன்கள் ரெண்டு பேரும் தலையைத் தொங்கப் போட்டுக் கொண்டிருப்பதைப் பார்த்த ராமச்சந்திராவுக்கு சந்தேகம் வலுத்தது.

''யாரு சார் உங்களுக்கு இதைப் பத்திச் சொன்னது...?'' வறண்ட தன் தொண்டையைக் கொஞ்சம் ஈரப்படுத்திக் கொண்டு அங்காரா கேட்டான். காலையில் பெண்கள் எல்லோரும் தங்க ளுக்குள்ளேயே பேசிக் கொண்டு சிரித்துக் கொண்டு போனது பலவித அர்த்தங்களை ரமேஷுக்கு இப்போது கொடுக்கத் தொடங்கியது. இந்த விஷயம் வெளியே வந்து விட்டதா இல்லையா என்று தெரிந்து கொள்ளாமலே காலேஜுக்கு வந்து விட்ட தனது முட்டாள்தனத்தை நினைத்து நொந்து கொண்டான் அங்காரா.

''யரோ சொன்னாங்கன்னு வெச்சுக்கங்க... அது என்ன விஷயம்னு தெரிஞ்சுக்கத்தான் கேட்டேன்.''

''கூக்ளி தானே சார் சொன்னான்.''

''....ச்சேச்சே... அவனல்ல... யாருன்னு உனக்கு எதுக்குத் தெரியணும்?''

''பாருங்க சார்... நண்பன்னா அவனுக்காக உயிரையே குடுப்பேன். ஆனா முதுகுலே குத்தறவனா இருந்தா அவனை அங்கேயே தீர்த்துக் கட்டுவேன்.''

'தீர்த்துக் கட்டுவேன்' என்ற வார்த்தையைக் கேட்டு ராமச் சந்திராவுக்குத் தூக்கி வாரிப் போட்டது. யார் சொன்னார்கள் என்று நிஜத்தைச் சொல்லி விடலாமா? இந்தப் பசங்களை நம்ப முடியாது. ராமச்சந்திரா யோசித்தான்.

''இல்லப்பா... உங்க நண்பர்கள் யாரும் சொல்லலே... எப்பிடியோ விஷயம் தெரிஞ்சுது... ஏன் இந்த மாதிரி வேலக்கெல்லாம் போறீங்க... புரட்சிக்கும் இதுக்கும் எந்த சம்பந்தமும் இருக்கிற மாதிரித் தெரியலியே.''

''எந்த வேலை சார்?''

''கல்லுப் போடறது.''

''த்தத்... யாரு சார் கல்லுப் போட்டது...? என்ன சார் சொல்றீங்க நீங்க.''

''சொல்றேன்... சொல்றேன்... அதுக்கு முன்னாலே நீங்க தீத்துக் கட்டுவேன். அப்பிடி... இப்பிடீன்னு பேசினீங்கன்னா அப்புறம் இதுக்கெல்லாம் நான்தான் காரணம்னு என் மேலே பழியைப் போடுவாங்க.''

''இல்லே சார்... எங்களால உங்களுக்கு எந்தப் பிரச்சினையும் வராது.''

''நம்ம காலேஜுலே ஜெயந்தின்னு ஒரு பொன்னு இருக்குதில்லியா?'' என்று ஆரம்பித்தான் ராமச்சந்திரா.

ஜெயந்தியின் பெயரைக் கேட்டவுடன் பையன்கள் இருவருக்கும் மயக்கம் வருகிற மாதிரி ஆனது. ''அவங்க அப்பா கிருஷ்ணே கௌடா நேத்து ஜீப்லெ வந்து என்னைக் கூட்டீட்டுப் போய் சொன்னார். 'யாரோ காலேஜ் பசங்களாமே சார்... எங்க ஆளுங்களோட சண்டை போட்டிருக்காங்க... அந்தக் கோபத்துலெ எங்க வீடு மேலே கல்லுப் போட்ருக்காங்க... நீங்க கொஞ்சம் பாத்துச் சொல்லுங்க' அப்பிடீன்னாரு. அதனால தான் உங் கிட்டே விசாரிச்சேன். நீங்க ஏன் ஆளுக கூடவெல்லாம் சண்டை போடப் போறீங்க? கல்லுப் போட்டீங்களா இல்லே அப்பிடியொன்னும் பண்ணலியா?''

அங்காரா ஆரம்பித்தான். ''பாருங்க சார்... உங்க மேலே எங்களுக்கு நம்பிக்கை இருக்குது. அதே மாதிரி நீங்களும் நாங்க சொல்றதை நம்பணும். ஆளுங்க கிட்டே தகராறு பண்ணின தெல்லாம் நெஜந்தான்... ஆனா வீட்டு மேலெயெல்லாம கல்லுப் போடலே... இங்கிலீஷ் கௌடா கல்லுப் போட்டான்னு சொல்லீட்டு அவங்க ஆளுங்க அவனைப் புடிச்சு அடிச்சிட் டிருந்த போது நாங்க போனோம். அவங்களைப் புடுச்சு கொஞ்சம் கவனிச்சு உட்டோம். ஒரு நண்பன் அடிபடற போது அதைப் பாத்துட்டு இருக்கறது புரட்சியா சார்?''

ராமச்சந்திரா தங்களுக்கு மிகவும் நெருங்கிய ஆசிரிய ராதலால் அவரிடம் எல்லாவற்றையும் விளக்கிச் சொன்னார்கள். அங்காரா கடைசியில் சொன்னான். ''பொண்ணுங்களுக்கு இந்த விஷயம் தெரியக் கூடாதுன்னுதான் இதை இவ்வளவு ரகிசயமா வெச்சிருந்தோம் சார். உங்க கிட்டே சொல்றதிலே தப்பில்லே... அந்தப் பொன்னு வீட்டுக்காரங்ககிட்டே சொன்னா அவங்க நிச்சயம் நாங்க தான் அவங்க வீட்டு மேலே கல்லுப் போட்டம்னு நெனைச்சுக்குவாங்க... நீங்க சந்தேகப்படறீங்க ளேன்னு எங்களுக்கு மனசுக்கு ரொம்ப சங்கடமா இருக்குது.''

''வேற யாரு இந்த வேலையைப் பண்ணியிருபபாங்க...?''

''யாருக்கு சார் தெரியும்? யாருன்னு சரியாக் கண்டுபுடிச்சு அவனுக்கு நாலு குடுக்கறத விட்டுட்டு நம்மள மாதிரி சும்மா வழியிலே போறவங்களைப் புடிக்கிறாங்களே சார்...! நம்ம காலேஜ் பொன்னு வீட்டு மேலேயே எதுக்கு சார் நாங்க கல்லுப் போடணும்? கல்லுப் போட்டவன் கெடைச்சான்னா நாங்களே அவனுக்கு நாலு வைப்போம். நாங்க தான் கல்லுப் போட் டோம்னு பொண்ணுங்க நம்புனாங்கன்னா அது எங்களுக்கு எவ்வளவு அவமானம்னு யோசிச்சப் பாருங்க.'' தன் மனதில் இருந்து துக்கத்தை அங்காரா முழுமையாக வெளிப்படுத்தினான்.

''நீங்க இதைப் பத்தித் துப்புத் துலக்கறதுக்கு எங்கயும் போக வேணாம்பா... அப்புறம் அந்த ஆளுகளோட மறுபடியும் கலாட்டா ஆரம்பமாயிடும்.''

''நாங்க எதுக்கு சார் போறோம்...? நம்ம காலேஜ் பசங்க யாருக்காவது ஏதாவது ஒன்னு ஆச்சுன்னா அதை எங்களாலே பாத்திட்டிருக்க முடியாதுன்னுதான் சொல்ல வந்தோம்.

அவ்வளவுதான். மத்தபடி நாங்க அந்தப் பக்கம் தலையே காட்ட மாட்டோம்'' என்றான் ரமேஷ்.

அத்தியாயம் 18

ஏற்கனவே திட்டமிட்டபடி இருட்டும் நேரத்தில் சீங்கிரன் 'கேப்' துப்பாக்கியைக் கையில் பிடித்தபடி கௌடா வீட்டுப் பக்கம் வந்தான். கௌடா தன் வலது கையில் தோட்டா துப்பாக்கியையும், இடது கையில் ஐந்து செல் டார்ச் ஒன்றையும் வைத்துக் கொண்டு வெளியே வந்தான். ஏற்கனவே வீட்டுக் குள்ளிருந்த வேலையாட்கள் எல்லோரும் ஜன்னலைக் கொஞ்சம் திறந்து துப்பாக்கி வைத்துக் கொண்டு வேட்டைக்குப் போகும் இரண்டு வீரத் திருமகன்களைப் பார்த்தார்கள். ''மேஸ்திரி... இங்கேயே தோட்டத்து வேலிக்குப் பின்னாலே இருக்கிறோம்... அந்தப் பக்கம் தெறந்த வெளிதான்... யாரு போனாலும் பாத்துக்குவோம். நீங்க யாரும் வெளியே வர வேண்டாம். தப்பித் தவறி யாராவது வெளியே வந்து குண்டடி பட்டீங் கன்னா அப்புறம் அதுக்கு நான் பொறுப்பில்லே... இப்பவே சொல்லீட்டேன்... இன்னைக்கு கல்லு எந்தப் பக்கத்திலேர்ந் தெல்லாம் வருதோ அந்தப் பக்கத்துலயெல்லாம் சுட்டுத் தீப்பேன். அப்படித் தீர்மானமே எடுத்தாச்சு...'' என்று எல்லோரையும் பார்த்து கௌடா எச்சரிக்கை செய்தான். வீட்டுக்கு முன் பக்கம் வேலி இருந்தது. வேலிக்கு அப்பால் திறந்த வெளி. திறந்த வெளி முடிந்ததும் கௌரின் ஹரிஜன மக்கள் வாழும் சேரிப் பகுதி.

இருவரும் திறந்த வெளிக்கு வந்தார்கள். அதன் ஓரத்தில் மழைத் தண்ணீர் போவதற்காக ஒரு சிறு பள்ளம் வெட்டப் பட்டிருந்தது. அந்தப் பள்ளத்திற்குள் உட்கார்ந்து கொண்டார்கள். இருட்டு அடர்த்தியாகப் படர்ந்திருந்தது. தோட்டாக்கள் நிரப்பப் பட்ட கௌடாவின் துப்பாக்கி தயாராக இருந்தது. மழைத் தண்ணீர் போவதற்கென்று வெட்டப்பட்டிருந்தாலும் அந்தக் குழி சாக்கடை மாதிரித்தான் இருந்தது. தோட்டத்து ஆட்கள் தங்கள் இயற்கை உபாதையைத் தீர்த்துக் கொள்ள வசதியான இடமாகவும் இருந்தது. உட்கார்ந்திருந்த இருவரும் துர் வாசனையைப் பொறுக்க முடியாமல் தவித்தார்கள்.

''ஏய் சீங்கிரா... இந்த பீ நாத்த்ததுலே இங்க என்னாலெ உட்கார முடியலே... வேறெ எங்காவது எடம் பாரு'' என்றான் கிருஷ்ணே கௌடா.

''தாயோளிங்க... போயி தோட்டத்துகுள்ளே பேலுங்கடா... தோட்டத்துக்கு ஒரமாவது ஆகட்டும்னு சொன்னா எவங் கேக்க றான். இங்கயே வந்து அசிங்கம் பண்ணி வைச்சிருக்கானுங்க'' என்று முனகினான் சீங்கிரன்.

கிருஷ்ணே கௌடா கொஞ்சம் தள்ளி உட்கார்ந்தான். 'சத்' என்று காலில் ஏதோ தட்டுப்பட்டது. ''அடச்சீ எவனோ ஒருத்தன் இங்கே அண்டா அளவுக்குப் பேண்டு வைச்சிருக்காம்பா... டேய்... என்னாலே ஆகாதுடா'' என்று சொல்லிக் கொண்டு அங்கிருந்து துள்ளி எழுந்தான். இருவரும் நரகல் இல்லாத இடம் ஏதாவது இருக்கிறதா என்று சாக்கடைப் பள்ளம் முழு வதும் தேடினார்கள். அவர்கள் அப்படித் தேடிக் கொண் டிருக்கும் போதே 'டாண்' என்று ஒரு கல் வீட்டின் மேல் விழுந்த சத்தம் கேட்டது.

''சீங்கிரனும் கிருஷ்ணே கௌடாவும் குசுகுசுவென்று பேசிக் கொண்டு அங்குமிங்கும் ஓடுவதை நிறுத்தி விட்டு மீண்டும் பள்ளத்திற்குள் வந்து உட்கார்ந்தார்கள். எங்கும் இருள் சூழ்ந்திருந்தது. மரம் செடிகளையெல்லாம் நிழல் வடிவம் மட்டும் கொண்டு மனதின் சித்திரங்களுக்குத் தகுந்த மாதிரி ரூபம் கொண்டிருந்தன.

வீட்டுக் கூரையின் மீது மீண்டும் ஏதோ விழும் சத்தம். ''தேவிடியாப் பசங்க மறுபடியும் ஆரம்பிச்சிட்ட மாதிரித் தெரியுது'' என்றான் சீங்கிரன். இருட்டில் தழாவித் துழாவி திறந்த வெளிக்கு அப்பால் பார்த்தான். ''ஒருத்தனையும் காணோமே'' என்றான்.

இருவரும் கொஞ்ச நேரம் சும்மா உட்கார்ந்திருந்தார்கள். அருகில் பெரிய மரங்கள் நின்றிருந்தன. இருட்டில் அவற்றின் கரிய நிழல்கள் பூமியெங்கும் படர்ந்திருந்தன. அவற்றின் பிரம்மாண்டத்தில் அவர்கள் பிடித்திருந்த துப்பாக்கி வெறும் அல்பமாகத் தெரிந்தது. அப்போது அவர்களுக்கு அருகில் ''சரக்... சரக்'' என்ற பாத ஒசை கேட்டது. இருவரும் திடுக்கிட்டு அந்தப் பக்கம் திரும்பினார்கள். 'கும்' இருட்டாக இருந்த படியால் ஒன்றும் தெளிவாகத் தெரியவில்லை. ''சரக்... சரக்''

என்று மீண்டும் பாத ஓசை. கிருஷ்ணே கௌடா துப்பாக்கியை எடுத்தான். ஓசை மிக அருகிலிருந்து கேட்டது. வெறும் சத்தத்தை வைத்துக் கொண்டே அவர்கள் கற்பனை இதுவரை கண்டறியாத சூனியத்தில், பூலோகத்தையும் அந்தகாரத்தையும் தழுவியதாக அகோர, விகார ரூபங்களைச் சிருஷ்டிக்கத் தொடங்கியது. மேற்கொண்டு என்ன செய்வதென்று இருவருக்கும் ஒன்றும் விளங்கவில்லை. பாத ஓசை இவர்களுக்குச் சமீபத்தில் வந்து 'டக்'கென நின்றது. இருவருக்கும் மூச்சே நின்று விடும் போல இருந்தது. கண்ணுக்குத் தெரியாத ஏதோ ஒன்று தங்கள் அருகில் வந்து நிற்பதை உணர்ந்தார்கள். அந்த உணர்வு அதிகம் நீடிக்கவில்லை. பாத ஓசை தூரப் போனது. சில கணங்களில் மௌனத்தில் கரைந்து போனது.

சீங்கிரன் காட்டு வாழ்க்கைக்கு ஒன்றும் புதியவனல்ல. நூற்றுக்கணக்கான இரவுகளைக் காடுகளில் கழித்தவன். அவன் மனது கலவரமடையாமல் இருந்திருந்தால் அப்போது காய்ந்த இலைகளின் மீது 'சரசர'வென்று ஓடியது வெறும் காட்டுப் பல்லிதான் என அறிந்திருப்பான். எங்கிருந்தோ மர்மமான முறையில் வந்து விழும் கல், இருட்டு, மரங்களின் பீதியூட்டும் நிழல் என இவையெல்லாம் சேர்ந்து அவர்கள் இரண்டு பேரின் சிந்திக்கும் திறனையே அழித்து விட்டது. இருவரும் ஒன்றும் பேசிக் கொள்ளவில்லை. துப்பாக்கியைக் கெட்டியாகப் பிடித்த படி உட்கார்ந்திருந்தார்கள். மீண்டும் ஏதோ விழும் சத்தம். ''இதென்னடா சீங்கிரா... எங்கே பதுங்கி உக்காந்திட்டு கல்லு போட்றானுங்களோ தெரியலியே...?''

''அய்யா கொஞ்ச நேரம் பேசாமெ இருங்க... பேசினம்னா நம்ம இருக்கறத கண்டுபுடிச்சிருவானுங்க...'' என்றான் சீங்கிரன். கொஞ்ச நேரம் இருவரும் எதுவும் பேசாமல் தொடு வானத்தை உற்றுப் பார்த்தபடி இருந்தார்கள். தொடுவானத்தில் கொஞ்சம் கொஞ்சமாக ஒளி ரேகைகள் படர்ந்தன. நிலவு உதயமாகும் நேரம். இப்போது தங்களுக்குப் பக்கத்திலயே கல் வந்து விழும் சத்தம் கேட்டது. கிருஷ்ணே கௌடாவும் சீங்கிரனும் கண் மூடாமல் திறந்த வெளியையே பார்த்துக் கொண்டிருந்தார்கள். அவர்கள் பார்த்த திசையில் ஏதோ சலனம் தெரிந்தது. அந்தத் திசையில் கிருஷ்ணே கௌடா டார்ச் அடித்துப் பார்த்தான்.

'டார்ச்' வெளிச்சம் விழுந்த இடத்திலிருந்து அதைப் பிரதி பலிப்பது மாதிரி தீக்கொள்ளியைப் போன்ற இரண்டு கண்கள் அவர்களை எதிர்நோக்கின. வேட்டைக்குப் போகும் போது இத்தகைய காட்சிகளைக் கண்டு பரிச்சயமாகியிருந்தபடியால் இது ஏதோ மிருகத்தினுடைய கண்கள் தான் என்று கிருஷ்ணப்ப னுக்கும், சீங்கிரனுக்கும் நிச்சயமாயிற்று. ஆனால் இப்போது நிலவுகிற ஒரு அசாதாரணமான சூழ்நிலையில் அவர்களுக்கு ஒரு இனம் புரியாத பயம் ஏற்பட்டிருந்தது. அவர்கள் பார்த்துக் கொண்டிருக்கும் போதே தீக் கொள்ளியைப் போன்ற அந்த இரண்டு கண்களும் அவர்களை நோக்கி வந்தன. பக்கத்திலேயே சரமாரியாகக் கற்கள் வந்து விழுகிற மாதிரி தெரிந்தது. கண்கள் அருகில் வரவரப் பீதியடைந்த கிருஷ்ணே கௌடா தைரியத்தை வரவழைத்துக் கொண்டு துப்பாக்கியின் விசையைப் பிடித்து இழுத்தான். குறி சரியில்லாததால் குண்டு திசை மாறி வெடிச் சத்தம் 'டுமீல்' என்று ஒலியெழுப்பி மலை முகடுகளிலெல்லாம் எதிரொலித்தது.

இவர்களை நோக்கி வந்து கொண்டிருந்தது வேறொன்றும் இல்லை. காதுகள் செவிடாகிப் போன ஒரு நரிதான். எப்போதோ யாரோ சுட்ட ஒரு துப்பாக்கியின் குண்டு அந்த நரியின் வாய்க்குள் போய் தாடையில் சிக்கிக் கொண்டது. அங்கே புண்ணாகி புழுக்கள் உண்டாகி காது செவிடாகிப் போனது. இதனால் நரி தனது சுவாதீனத்தையும் இழந்திருந்தது. பித்துப் பிடித்த மாதிரி 'டார்ச்' வெளிச்சத்தைப் பார்த்தவுடன் அதை நோக்கியே வர ஆரம்பித்தது. துப்பாக்கிக் குண்டு வெடித்த சத்தம் அதற்குக் கேட்கவே இல்லை. மிகச் சமீபத்தில் வந்து மனித வாசனையை உணர்ந்த பிறகு தான் அது ஓட்டத்தை நிறுத்தியது. "சீங்கிரா... சுடுடா ஒன்னு அதுக்கு..." என்று கௌடா மெல்லிய குரலில் அதட்டினான். மீண்டும் குண்டு வெடித்தது. வெடிச் சத்தம் கேட்டும் எந்தச் சலனமும் அடை யாமல் தங்களையே பார்த்துக் கொண்டிருந்த நரியைக் கண்ட சீங்கிரனுக்கு வயிற்றில் புளியைக் கரைத்தது. அப்போது நல்ல வேளையாக நரி திடீரென்று திரும்பி ஓடத் தொடங்கியது. பயம் தெளியாத சீங்கிரன் மீண்டும் விசையை அழுத்தி ஒரு குண்டை வெடித்தான். கௌடனுக்குக் கோபம் தலைக்கேறியது. "அடச்சீ

... பேடிப் பயலே... நல்லாக் குறி பார்த்து அடிடான்னா எங்கயோ ஆகாசத்தைப் பாத்து அடிக்கிறியேடா'' என்றான்.

''இல்லய்யா அந்த நரியைப் பாத்த ஒடனே ஒரு மாதிரியா ஆகிப் போச்சு... அது மட்டுமில்லாமே அந்தப் பக்கமா லம்பாடிக் கும்பலொன்னு கூடாரம் அடிச்சுத் தங்கியிருக்குது... இன்னைக்குத்தான் பாத்தேன்... இந்தப் பக்கமா அடிச்சு யாருக்காவது பட்டிடுச்சுன்னா என்ன பண்றதுன்னு நெனைச்சு தான் மேல பாத்து அடிச்சேன்.''

''உன்னை வச்சிட்டு நான் திருடனப் புடிச்ச மாதிரிதான்'' என்று கிருஷ்ணே கௌடா எரிச்சலோடு சொன்னான். மேலும் ஒன்றிரண்டு கற்கள் விழுந்தன. சீங்கிரன் கொஞ்சம் தலையைத் தூக்கிப் பார்த்து நிலா வெளிச்சத்தில் திறந்த வெளி முழுவதை யும் பார்த்தான். நீளமாக ஒரு பெருமூச்சு விட்டபடி கௌடா வின் பக்கம் திரும்பி, ''அய்யா... கிளம்புங்க போலாம்'' என்றான். திடீரென்று கிளம்பச் சொன்னதால் திடுக்கிட்டு சீங்கிரனைப் பார்த்து, ''ஏண்டா என்ன ஆச்சு'' என்றான் கௌடா. சுற்றுமுற்றும் நிராசையோடு பார்த்து விட்டு கௌடன் பக்கம் திரும்பி, 'எழுந்திருங்க எசமான், இது என்னமோ மனுசங்க வேலையா தெரியல'' என்றான்.

நிலவு உதித்தது. வெண்ணிலவின் மாயையில் எல்லா உருவங்களும் ஒரு வகையான மாயத் தோற்றத்தைப் பெற்று இவர்களைச் சுற்றித் திரியும் போர்க் களக் குழுக்களாகத் தெரிந்தன. சீங்கிரனின் பேச்சைக் கேட்டு ஒன்றும் சொல்லத் தோன்றாமல் கௌடா அப்படியே திகைத்துப் போய் உட்கார்ந்து விட்டான்.

அத்தியாயம் 19

கிருஷ்ணே கௌடாவின் தோட்டத்திற்குப் போலீஸ் காவல் போடுவதற்கு ஏட்டு ஜோகப்பா சாக்குப்போக்குச் சொன்னதற்குக் காரணம், இப்படி இழுத்தடித்தால் கடைசியில் லஞ்சமாகக் கொஞ்சம் காசை விட்டெறிவான்... பிறகு வேண்டு மானால் போலீஸ் பீட் போட்டாலாயிற்று என்று நினைத்திருந்தது தான். அதோடு காலேஜில் பிரின்சிபால் கல்லூரியின் விழாவுக்கு

போலீஸ் பாதுகாப்பு கேட்டிருந்ததும் ஒரு காரணம். கல்லூரி விழாக்கள் சாதாரணமாக அமைதியாக நடக்கும். ஆனால், இந்த மடையன் பிரின்சிபால் தேவையில்லாமம் போலீசை வரவழைக்கிற காரணத்தாலேயே கல்லூரி விழாக்கள் அமைதியாக நடைபெறு வதில்லை. கறுப்பு நிற போலீஸ் வேன் காலேஜ் காம்பவுண்டுக் குள் நுழைவதைக் கண்ட உடனே மாணவர்களிடையில் பரபரப்பு ஏற்படும். சீழ்க்கை ஒலி காதைத் துளைக்கும். இதைக் கேட்கும் போதெல்லாம் மாணவர்களின் முட்டியைப் பெயர்க்க வேண்டுமென்று போலீசாரின் கை துடிக்கும். இதற்கெல்லாம் காரணம் முட்டாளும் ஒரு பயந்தாங்கொள்ளியுமான பிரின்சிபால் பெரும் எண்ணிக்கையில் மாணவர்கள் கூடுகிற போது அது அமைதியாக நடைபெற வேண்டுமென்று எதிர்பார்ப்பது தான்.

இந்த வருடம் கல்லூரி விழாவிற்கு சிறப்பு விருந்தினராக ஆராய்ச்சி நிலையத்தின் இயக்குநர் பாடீலை அழைத்திருந் தார்கள். கூக்ளி, ரமேஷ், ரஃபி எல்லோரும் ராமச்சந்திராவிடம் முதலிலேயே கலந்து பேசி பாடீல் வரும் போது அவரிடம் மந்திரம், தந்திரம் என்பவற்றைப் பற்றிக் கேள்விகள் கேட்பது என்று முடிவு செய்திருந்தார்கள். பகுத்தறிவாளர் சங்கம் ஆரம் பிக்கப்பட்டு பல நாட்கள் ஆகி விட்டன. இது வரை சொல்லிக் கொள்கிற மாதிரி எந்தச் செயல்பாடும் இல்லை. சங்கமே அழிந்து விடுமோ என்று பயப்பட்டார்கள். இதோடு சமீபத்தில் அவர்களைப் பற்றி 'போக்கிரிகள்' என்ற அவப் பெயரும் சேர்ந்திருக்கிறது. அதையும் போக்கிக் கொள்ள வேண்டும். தங்களது போக்கிரிகளுக்கும், செயல்பாடுகளுக்கும் கொள்கை, சித்தாந்த அடித்தளம் உண்டு என்பதை வெளிப்படுத்திக் கொள்ள ஆர்வமுள்ளவர்களாகவும் இருந்தனர். அதற்கு இத்தகைய கூட்டங்களைப் பயன்படுத்திக் கொள்ளலாம். எனவே அதற்காக அங்கு கேட்கப்பட வேண்டிய கேளவ்களையும் ராமச்சந்திராவைத் தொல்லைப்படுத்தி அவனைக் கொண்டே தயாரித்திருந்தனர்.

நிகழ்ச்சி நடைபெறும் நாளன்று மாணவர்கள் எல்லோரும் தயார் செய்து கொடுத்திருந்த கேள்விகளை மனப்பாடம் செய்து கொண்டு உட்கார்ந்திருந்தார்கள். ஆனால் பெண்கள் எல்லோரும் பளபளப்பான உடைகளும், கண் கூசுகிற மாதிரியான அலங் காரமும் செய்து கொண்டு அரங்கத்திற்குள் நுழைந்த உடனே

அவர்களுக்காகத் தேவையற்ற அச்சமும் நடுக்கமும் ஏற்படத் தொடங்கி மனனம் செய்ததில் சில கேள்விகள் மறந்து போயின. அவர்களது கொள்கைகளின் அஸ்திவாரமே ஆட்டம் காணத் தொடங்கியது.

காலேஜ் பியூட்டி வனஜாட்சியின் வரவேற்புப் பாடலுடன் விழா தொடங்கியது. வரவேற்புப் பாடலையே ஒரு காதல் கீதத்தைப் போல ரசித்துப் பாடினாள் அந்தப் பெண். ஒவ்வொரு பையனும் அவள் தன்னைக் குறித்தே பாடுகிறாள் என்று நினைத்துக் கொண்டு அவளது சாரீர மென்மையை அனு பவித்துக் கேட்டார்கள். மகுடிக்குக் கட்டுப்பட்ட நாகப் பாம்பைப் போன்றிருந்தது அவர்கள் நிலை. வனஜாட்சியின் பாட்டு முடிந்தது. ஆனால், அவள் மேடையிலிருந்து இறங்குவது பையன்களுக்குக் கொஞ்சம் கூட இஷ்டமில்லை. அது ஒரு மெல்லிசை நிகழ்ச்சி என்று நினைத்துக் கொண்டு எல்லோரும் 'ஒன்ஸ் மோர்', 'ஒன்ஸ் மோர்' என்று கத்தத் தொடங்கினார்கள். தனது ஆத்மார்த்த ரசிகர்களின் வேண்டுகோளை மதித்து அவர் களுக்காக இன்னொரு பாட்டைப் பாட முடிவு செய்த வனஜாட்சி அதற்கு பிரின்சிபாலின் அனுமதி வேண்டி மேடையிலே நின்றிருந்தாள்.

பிரின்சிபாலுக்குப் புரிந்து போயிற்று. இந்தப் பெண் இன்றைய நிகழ்ச்சியை முழுமையாகத் திசை மாற்ற வேறு எங்கோ கொண்டு போகும் திட்டத்துடன் இருக்கிறாள். "பாருங்க... இதுக்குத்தான் யாரவாது ஒரு பையனை விட்டு வரவேற்புப் பாடல் பாட வைக்கலாம்னு நான் அப்பவே சொன்னேன்..." என்று அருகிலிருந்த ஆங்கிலத் துறை ஆசிரியரிடம் தணிந்த குரலில் சொன்னார் பிரின்சிபால். இப்போது பாட அனுமதி கொடுத்தால் மீண்டும் மீண்டும் 'ஒன்ஸ் மோர்'கள் வரும். வேண்டாமென்று சொன்னால் 'பிரின்சிபால் ஒழிக' கோஷங்கள் எழும்.

பிரின்சிபால் நிதானமாக மைக்கின் முன்னே வந்தார். வனஜாட்சியைப் போகச் சொன்னார். "தயவு செய்து மாணவர்கள் அமைதியாக இருக்க வேண்டும். இது வரவேற்புக்கான பாடல் மட்டுமே. அடுத்து நமது சிறப்பு விருந்தினர் பேச இருக்கிறார். இந்த நிகழ்ச்சி தொடர்ந்து நடைபெற உங்கள் ஆதரவு தேவை"

என்று எல்லா கல்லூரி நிகழ்ச்சிகளிலும் வேண்டுகோள் விடுக்கிற மாதிரி அதே தோரணையில் சொன்னார்.

''த்தூ... இவன் எதுக்குடா இங்க வந்தான்?'' என்று கத்தினான் ஒருவன்.

''பிரின்சிபால்னு சொல்லீட்டு நம்ம உயிரை எடுக்க றானேடா...'' என்று கூட்டத்தின் கடைசி வரிசையிலிருந்து குரல் வந்தது. வனஜாட்சி மேடையை விட்டுக் கீழே இறங்கிய போது ஏற்பட்ட வருத்தத்தை விட பிரின்சிபால் மேடையில் ஏறிய காட்சி மாணவர்களுக்கு அதிக கோபத்தைத் தந்தது. பின்னால் இருந்து சீழ்க்கை ஒலி கேட்க ஆரம்பித்தது. இதற்குள் செயலாளர் சிறப்பு விருந்தினரை அறிமுகப்படுத்திப் பேச ஆரம்பித்தார். சிறப்பு விருந்தினர் பாடீல் தலைசிறந்த விஞ்ஞானி, பிரபலமான ஆராய்கச்சியாளர், புகழ் பெற்ற அறிஞர் என்று வாய்க்கு வந்தபடி புகழ ஆரம்பித்தான். இது ஏற்கனவே திட்டமிடப்பட்ட ஒரு செயலாக இருந்தது. என்னவாவது செய்து பாடீலைக் கைக்குள் போட்டுக் கொள்ள வேண்டும் என்று இந்து பரிஷத் ஆட்கள் திட்டம் போட்டிருந்தார்கள்.

நிகழ்ச்சி போகிற போக்கைப் பார்த்து பகுத்தறிவுவாதிகள் எரிச்சலடைந்தார்கள். ஒரு வழியாக செயலரின் வரவேற்புரை முடிகிற மாதிரித் தெரிந்தது. இன்னும் கொஞ்ச நேரத்தில் கேள்விகள் கேட்கிற பகுதி ஆரம்பமாகும். இந்தப் பெண்களின் அலங்காரமும், பேச்சும் தான் மனசுக்குள் நிற்கிறதே தவிர ஏற்கனவே மனப்பாடம் செய்து வைத்திருந்த கேள்விகள் எங்கேயோ போய் ஒளிந்து கொண்டன. ராமச்சந்திராவாவது பொருத்தமான கேள்விகளாகக் கேட்பார் என்று எதிர்பார்த் திருந்தார்கள். ஆனால் அன்றைய நிகழ்ச்சிக்குத் தன்னால் வர இயலாது என்று ராமச்சந்திரா ஒதுங்கிக் கொண்டான். கூக்ளி, ரஃபி, ரமேஷ், சந்திரன், அங்காரா எல்லோரும், ''கேள்வியை நீ கேளுடா, நீ கேளுடா'' என்ற தப்பித்துக் கொள்ளப் பார்த்தார்கள்.

அதற்குள், ''மாணவர்கள் பாடீலின் பேச்சை அமைதியாகக் கேட்க வேண்டும்'' என்று சொல்லி செயலாளர் தனது பேச்சை முடித்துக் கொண்டு கீழே உட்கார்ந்தான். சிறப்பு விருந்தினர் பாடீல் எழுந்து நின்றார்.

அங்காரா எழுந்து நின்றான். ''நாங்கள் பகுத்தறிவுவாதிகள் சங்கம் சார்பா சிறப்பு விருந்தினர் கிட்டே சில கேள்விகள் கேக்கலாம்னு இருக்கோம்'' என்று மிகுந்த வினயத்துடன் சொன்னான்.

ஏதோ கெட்ட சகுனம் கண்ட மாதிரி பிரின்சிபாலின் முகம் வெளிறிப் போனது. கிறிஸ்தவனான அங்காரா தங்களது விரோதிகளான முஸ்லிம்களுடன் சேர்ந்து கொண்டான் என்று தீர்மானித்துக் கொண்டான். தன்னை எப்போதும் சிக்கலில் மாட்டி விடுவதே இந்தப் பையன்களின் வேலையாகப் போய் விட்டது. எழுந்து மைக்கின் முன்னே வந்து, ''ஜோசப் அங்காரா உட்கார வேண்டும். இது பேச்சுப் போட்டியோ, விவாத மேடையோ அல்ல... மேலும் பல நிகழ்ச்சிகள் இருக்கின்றன. யக்ஷ கானம் இருக்கிறது. கேள்வி-பதில் பகுதியை ஆரம்பித்து விட்டால் பிறகு அந்த நிகழ்ச்சிகளுக்கு இடைஞ்சல் ஏற்பட்டு விடும்'' என்றார்.

இதற்குப் பிறகு என்ன செய்வது என்று அங்காராவிற்கு ஒன்றும் தோன்றவில்லை. நின்று கொண்டிருந்த அவனைப் பெண்கள் எல்லோரும் திரும்பிப் பார்த்தார்கள். அதை உணர்ந்த அங்காரா எதற்காக நின்று கொண்டிருக்கிறோம் என்பதே தெரியாமல் நின்று கொண்டிருந்தான். பக்கத்தில் உட்கார்ந்திருந்த இரண்டு பேர் பெரியவர்கள் அவன் தனது எதிர்ப்பைக் காண் பிப்பதற்குத்தான் நின்று கொண்டிருக்கிறான் என்று நினைத்துக் கொண்டு அவன் தோளின் மீது கையை வைத்து, ''உட்கார்... உட்கார்'' என்று சொன்னார்கள்.

அங்காராவைத் தனியாக சிக்கலில் மாட்ட வைத்து விட்டோம் என்ற பீதியிருந்த பகுத்தறிவுவாதிகள் நினைத்தார்கள். அங்காராவை உட்காரச் சொன்னவர்களைப் பார்த்து, ''யோவ் எதுக்கய்யா அவனை உட்காரச் சொல்றீங்க... நாங்க காலேஜுக்கு வர்றது பல விஷயங்களைத் தெரிஞ்சிக்கறத்துக்குத் தான்... சும்மா பஜனை பண்ணறத்துக்கல்ல'' என்று தனது அறிவுத் தாகத்தை வெளிப்படுத்தினான். அவன் தனது பேச்சை முடிப்ப தற்குள் கூக்ளி, ரமேஷ், தம்மண்ணா, ஜகதீஷ், இங்கிலீஷ் கௌடா என்று பகுத்தறிவாளர் சமூகமே எழுந்து நின்றது... பிரின்சிபால் பேய் பிடித்தவரைப் போல ஆனான். ''சைலன்ஸ்... அமைதி...

அமைதி... உட்காருங்கள்... உட்காருங்கள்'' என்று அலறத் தொடங்கினார். அறிமுக உரை முடிந்து மேடை மேல் இன்னும் நின்று கொண்டிருந்த செயலாளரைப் பார்த்து ரமேஷ் கேட்டான். ''இல்லே, அவர் பெரிய விஞ்ஞானின்னு சொல்றீங்க இல்லே... மந்திர தந்திரம் செய்யறதுக்கும், விஞ்ஞானத்துக்குமிருக்கற சம்பந்தத்தைச் சொல்லச் சொல்லுங்களேன்'' என்று கத்தினான். இதற்குள் பகுத்தறிவுவாதிகளுக்கு இருந்த சபை நடுக்கம் கணிசமாகக் குறைந்திருந்தது.

''இல்லே... இல்லே... சொந்த விஷயத்தைப் பேசறதுக் கெல்லாம் இது எடமில்லே. அவரு நம்ம விருந்தாளியாத்தான் இங்க வந்திருக்காரு... அவருக்கு நாம மரியாதை கொடுக்கணும்'' என்றான் பிரின்சிபால். நடந்து கொண்டிருந்த கலாட்டாவை உன்னிப்பாகக் கவனித்துக் கொண்டிருந்த பாடீல் இனியும் நமக்காக பிரின்சிபாலைப் பேச விட்டால் தமது மரியாதை சுத்தமாகப் போய் விடும் என்று தெரிந்து கொண்டார்.

''அது எப்பிடி சொந்த விஷயமாகும்? அவரு குடும்பத்தைப் பத்தியா கேள்வி கேக்கறோம்? விஞ்ஞானின்னு வந்ததுக்கப்பறம் விஞ்ஞானத்துல தான் நம்பிக்கை இருக்கணுமே ஒழிய மூட நம்பிக்கையையெல்லாம் வளர்க்கக் கூடாது'' என்று கண்டிப்பான குரலில் சொன்னான் ரஃபி.

''ரஃபீக் அஹமத் சிட் டௌன்... ஒருத்தரோட மத நம்பிக்கையை இன்னொருத்தர் கிண்டல் பண்ணக் கூடாது'' என்றான் பிரின்சிபால். ''மூட நம்பிக்கை சம்பிரதாயம் சம்பந்தப் பட்ட விஷயம்'' என்றவுடன் பிரின்சிபாலின் மூளையில் எச்சரிக்கை மணி ஒலிக்கத் தொடங்கியது. ஆராய்ச்சி நிலையத் தின் முன் இருக்கும் வெங்கடேஸ்வரன் கோயில் நிர்வாகத்தில் அவருக்கு முதன்மையான பங்கு உண்டு. நிர்வாக விஷயத்தில் அவ்வளவு அக்கறை காண்பிக்காத பாடீலையும் உள்ளே இழுத்துப் போட வேண்டும் என்று திட்டமிட்டுத்தான் அவரை இங்கே சிறப்பு விருந்தினனாக அழைத்திருந்தான். கௌரூருக்கு வந்ததிலிலிருந்து மசூதிகள், மைக் மூலம் பிரார்த்தனை ஒலிகள், பேரி முஸ்லிம்களின் அரசியல் என எல்லாவற்றையும் பார்த்து விட்டுத் தான் உத்பவ வெங்கடேஸ்வரனின கட்சியில் சேர்ந்து கொண்டான். இந்துக்களுக்கு மட்டுமே பொருந்துகிற குடும்பக்

கட்டப்பாட்டுத் திட்டங்களுக்கு எதிர்ப்பு தெரிவித்தான். அத்தகைய குடும்பக் கட்டுப்பாட்டுப் பிரச்சார நிகழ்ச்சிகளுக்குக் கல்லூரிக் கட்டடத்தை விட்டுத் தர மறுத்தான். இப்போது கேள்வி-பதில் நிகழ்ச்சியை அனுமதித்தால் தனது ரகசியத் திட்டம் நிறைவேறாமல் போய் விடும் என்பதோடு தனது சொந்த விஷயங்களையும் மாணவர்கள் அம்பலப்படுத்தி விடுவார்கள் என்ற பயம் அவனுக்கிருந்தது. அரங்கத்தில் மாணவர்கள் ஏற்படுத்திய கலாட்டாவை அடக்க முயற்சி செய்து அதை மேலும் அதிகப்படுத்தினர். பாடீலர் மைக் முன்னால் வந்து நின்றார். பிரின்சிபால் மைக்கை அவருக்குக் கொடுக்காமல் கெட்டியாகப் பிடித்துக் கொண்டு, ''சைலன்ஸ்... உட்காருங்க... அமைதி... அமைதி...'' என்று கத்தினான்.

பாடீல் மைக் தனக்குக் கிடைக்கவில்லையென்றாலும் ரஃபி இருக்கும் பக்கம் திரும்பி, ''பாருங்கப்பா... நான் ஒரு மாய மந்திரம் பண்ற விஞ்ஞானி இல்லே... 'தேள் மந்திரம்'ங்கறது தேள் கடிகச்குச் செய்யப்படுகிற ஒரு வகையான சிகிச்சை மட்டும் தான். அது எப்படிச் செயல்படுதுங்கற உண்மையைக் கண்டுபிடிக்கச் சொல்றது தான் விஞ்ஞானம்... எனக்கு பூஜை, புனஸ்காரம், சடங்கு, சாஸ்திரம் அப்பிடீங்கறதிலேயெல்லாம் நம்பிக்கையில்லே... அதையெல்லாம் என்னால் ஆதரிக்கவும் முடியாது.'' பிரின்சிபால் செய்த ஆர்ப்பாடங்களுக்கு நடுவிலும் கூட பாடீல் பேசிய பேச்சின் சில பகுதிகளைப் பின்னால் உட்கார்ந்திருந்தவர்கள் கேட்க முடிந்தது.

முன்னால் உட்கார்ந்திருந்த ஒருவர் எழுந்து பினனால் திரும்பி மாணவர்களைப் பார்த்து, ''கடவுள் மேல நம்பிக்கை இருக்கறவங்க பூஜையெல்லாம் பண்றாங்க... மந்திரத்துலே நம்பிக்கையிருக்கறவங்க அதைச் செய்யறாங்க... இதிலே உங்களுக்கு என்னப்பா வந்தது...?'' என்றார். பாடீல் மாணவர் களுக்குப் பயப்படுவதாக அவருக்குத் தெரிந்தது.

வந்திருக்கும் சிறப்பு விருந்தினர் பகுத்தறிவுக் கண்ணோட்டம் உடையவராகத் தெரிந்ததால் கேள்வி கேட்கலாம் என்ற தைரியத்தை வரவழைத்துக் கொண்ட சியாமளா எழுந்து அவரைப் பார்த்து, ''அப்பிடீண்ணா... விஞ்ஞானிகள் கூட பேயோட்டற வேலை யெல்லாம் பண்ணலாமுங்கறீங்களா?'' என்று கேட்டாள்.

''கமான் சியாமளா தூள்... தூள்'' என்ற கூச்சலும் அதைத் தொடர்ந்து 'படபட'வென்ற கை தட்டலும் கேட்டன. ''போச்சு ... இன்னைக்கு எல்லாம் நாசமாப் போச்சு'' என்று நினைத்துக் கொண்டான் பிரின்சிபால். பெண்கள் ஆதரவு கிடைத்து விட்டால் போலீஸ் என்ன, மிலிட்டரியே வந்தாலும் மாணவர் களை ஒன்றும் செய்ய முடியாது என்று அவனுக்குத் தெரியும். சியாமளாவுக்குப் பின்னால் உட்கார்ந்திருந்த சில வயதான பெண்கள் கோபத்தோடு இருந்தார்கள். நிகழ்ச்சிக்குப் பிறகு 'பிரகலாதன் கதை' என்கிற யக்ஷ கான நிகழ்ச்சி நடைபெற இருக்கிறது. அவர்களால் அது தாமதமாகிக் கொண்டிருக்கிறது.

''ஏய் என்ன ஆச்சு உனக்கு? அந்தப் பசங்க எங்கியோ தெருவுல சுத்தற பயலுங்க... கொஞ்சங்கூட பொறுப்பு இல்லாத பசங்க... நீ ஏன் அவங்ககூடச் சேர்ந்து பேசறே...? நீ கல்யாண மாகி இனனொருத்தரு வீட்டுக்குப் போகப் போறவ... போற எடத்துல கௌரவமாக இருக்க வேண்டாமா? அடங்காப் பிடாரின்னா பேருவாங்கப் போறே... உக்காரு'' என்றார்கள்.

சியாளமா தங்களுக்கு ஆதரவாகப் பேசியதை பையன் களே எதிர்பார்க்கவில்லை. ஆச்சரியத்துடன் ஒருவரை ஒருவர் பார்த்துக் கொண்டார்கள். குரு க்ஷேத்திரத்தில் அர்ஜுனனுக்குக் கிடைத்த கிருஷ்ணனை மாதிரி அவள் தெரிந்தாள்.

கூட்டத்தில் சில வெங்கடேச பக்தர்களும் இருந்தார்கள். பாடீலரை வம்புக்கிழுக்க நினைத்தார்கள். ''பெரிய விஞ்ஞானின்னா நாஸ்திகனா இருக்கணுமா என்ன?'' என்று கேட்டார்கள். ஐன்ஸ்டைன், சர் சி.வி. ராமன், ராஜா ராமன்னா ஆகியோரை உதாரணம் காட்டினார்கள்.

அதற்கு பாடீல், ''அப்பிடியில்லே... நமக்குத் தனிப்பட்ட முறையிலே என்ன அபிப்ராயம் இருந்தாலும் அதையெல்லாம் வீட்லே வெச்சுக்கணும். வீதிக்குக் கொண்டு வந்த அடுத்தவங்க மேலே அதைத் திணிக்கக் கூடாது'' என்றான்.

''அப்பிடீன்னா சாயிபுக மாத்திரம் மசூதி கட்டி, மைக் வெச்சு சத்தம் போடலாமா?'' என்று ஒருவர் அப்போது இலை மறை காயாக இருந்த பிரச்சினையை வெளிச்சம் போட்டுக் காட்டினார்.

வெறும் சொற்பொழிவாக ஆரம்பித்த அந்த நிகழ்ச்சி பதினைந்து நிமிடங்களுக்குள் கலந்துரையாடலாகி, கலந்துரை யாடல் வாக்குவாதமாகி, வாக்குவாதம் குழப்பமாகி, குழப்பம் கலகமாகி, கலகம் கலவரமாக வெடிக்கக் கூடிய சூழ்நிலை ஏற்பட்டது.

சில பகுத்தறிவுவாதிகள் நிதானம் இழந்தார்கள். வாக்கு வாதத்தைத் தீவிரப்படுத்தினார்கள். 'பத்தாம்பசலி பாடீல் ஒழிக' என்று கூச்சல் போட்டார்கள். பாடீலுடன் வாக்குவாதம் செய்த இன்னொரு குழுவினர் 'நாத்திகவாதி பாடீல் ஒழிக' என்றார்கள்.

நம்மோடு கூட 'ஒழிக' என்று கூச்சல் போடுவது யார் என்று பகுத்தறிவுவாதிகள் திரும்பிப் பார்த்தார்கள். அவர்கள் வெங்கடேஸ்வர பக்தர் குழுவைச் சேர்ந்த சனாதனிகள் தான். பாடீலுக்கு எதிராகக் கூச்சல் போட்டவர்களில் பெரும்பாலான வர்கள் இந்து பரிஷத் அமைப்பைச் சேர்ந்தவர்கள். பிரின்சி பாலுக்குக் கையாட்கள். பகுத்தறிவுவாதிகள் குழம்பினார்கள். நமக்கு விரோதியாக இருக்கும் பாடீல் அவர்களுக்கும் எப்படி விரோதியானார்? நமது கணக்கில் எங்கோ தப்பு நடந்திருக்கிறது. அவர்களது கலகக் குரல் ஓரளவுக்குத் தணிந்து கூட்டத்தில் ஐக்கியமானார்கள். அவர்களுக்கு ஒரு தெளிவை ஏற்படுத்திச் சரியான பாதையைக் காட்டுவதற்கு இப்போது ராமச்சந்திராவும் அங்கே இல்லை போகட்டும்... பெண்களையாவது பார்த்துக் கொண்டிருக்கலாமென்று பார்த்தால் அவர்கள் எங்கே போனார்கள் என்றே தெரியவில்லை.

'ஒழிக' கோஷம் உள்ளிருந்து வரத் தொடங்கின. உடனே எங்கோ வெளியே தொலைவில் நின்றிருந்த போலீஸ் வேன் வழக்கம் போல் உள்ளே நகரத் தொடங்கியது. 'லாத்தி'யைக் கையில் பிடித்துக் கொண்டு காக்கிச் சட்டைப் போலீஸ்காரர்கள் வேனிலிருந்து இறங்கினார்கள். கல்லூரி முன்னால் நின்று பேசிக் கொண்டிருந்த சில மாணவர்கள் காக்கிச் சட்டையைப் பார்த்தவுடனே நாகப் பாம்பைக் கண்டவர்கள் போலானார்கள். உள்ளே போய் வெங்கடேஸ்வரக் கட்சிக்காரர்களிடம் விஷ யத்தைச் சொன்னார்கள். உள்ளேயிருந்த கலாட்டா பண்ணி போலீஸ்காரர்களிடம் சிக்குவதை விட வெளியே வந்து ஒளிந்திருந்து அவர்களுடன் கொரில்லா யுத்தம் நடத்துவது

உசிதம் என்று சொன்னார்கள். அவர்களும் சண்டையை நிறுத்திக் கொண்டு 'பாடீல் ஒழிக' என்ற கூச்சலை மட்டும் போட்டார்கள்.

'தெய்வ விரோதி... நாஸ்திகவாதி பாடீல்.'

'ஒழிக! ஒழிக! ஒழிக!'

ரமேஷ் யோசித்தான். ''டேய்... 'இந்தத் தேவிடியாப் பசங்களோட சேந்துட்டு நாம எதுக்குடா ஒழிக'ன்னு கத்தணும்'' என்று ரஃபியைப் பார்த்துக் கேட்டான்.

''அப்பிடீன்னா சும்மா இருக்கச் சொல்றியா?''

''பின்ன என்ன பண்றது?''

''சும்மா இருக்க வேண்டாம். அவங்க சொல்றதுக்கு எதிரா 'வாழ்க'ன்னு கோஷம் போடலாம்'' என்றான் சந்திரன்.

''அப்பிடியே பண்ணலாம். நம்ம எதுக்கு சும்மா இருக்கணும்?'' என்றான் அங்காரா.

''தெய்வ விரோதி... நாஸ்திகவாதி'' என்ற சத்தம் எழுவதற்காகக் காத்துக் கொண்டிருந்த பகுத்தறிவுவாதிகள் அந்தச் சத்தம் கேட்ட உடனே 'வாழ்க' என்று கத்தினார்கள். காதைக் கிழிக்கும் அந்தக் கோஷம் 'ஒழிக' கோஷத்தை ஒரேயடியாக அமுக்கி விட்டது.

'பிரகலாதன் கதை' பார்ப்பதற்காக வந்து உட்கார்ந்து கொண்டிருந்த பெண்களுக்கு 'நரசிம்மாவதாரம்' பார்க்கக் கிடைத் மாதிரி மேடையின் பின்பகுதியிலிருந்து போலீசார் தோன்றினார்கள். பயம் கொண்ட அவர்கள் உடனே அங்கிருந்து எழுந்தார்கள். ''ச்சீ... இந்தக் கேடிப் பசங்க நாத்திகவாதம் பேசி கலாட்டா பண்ணறானுங்க... தைரியமிருந்தா மசூதி கிட்டே போய் கலாட்டா பண்ணட்டுமே'' என்று புலம்பிக் கொண்டு அங்கிருந்து இடத்தைக் காலி செய்தார்கள்.

''இவங்க எதுக்கு அங்க போகணும்... அவங்க தானே பிரகலாதன் கதையை நிறுத்துங்கடான்னு சொல்லி கலாட்டா பண்றதுக்கு இவங்களை அனுப்பியிருக்காங்க'' என்று எரியும் நெருப்பில் எண்ணெய் ஊற்றினான் இன்னொருவன்.

ஏட்டு ஜோகப்பா பிரின்சிபாலிடம் போனான். ''இப்ப யாரைங்க ஒதைக்கறது? வாழ்க கோஷம் போடறவங்களையா? ஒழிக கோஷம் போடறவங்களையா?'' என்று கேட்டான்.

முகத்தில் பீதி தெரிய பிரின்சிபால் அலறினான். ''பாடீல் வாழ்கன்னு கோஷம் போட்ரானுங்க இல்லியா? அவுனுகளைத் தான்'' என்றார்.

பாடீல் இதைக் கேட்டு, ''இல்லே... ஒழிகன்னு சொல்ற வங்க பேரிலேயும் தப்பு இருக்குது... கேள்விங்களுக்குப் பதில் சொல்றதற்கு இவங்க வாய்ப்புக் குடுக்கணுமா இல்லியா?'' என்றார். ஜோகப்பாவுக்கு ஒன்றும் புரியவில்லை. யாரை உதைப்பது என்று அவனுக்குத் தெளிவாகத் தெரிய வேண்டும். மைக்கை பிரின்சிபாலிடமிருந்து பிடுங்கினான். ''எதிர்ப்புத் தெரிவிக்கிறவங்க அது என்ன எதிர்ப்புன்னாலும் வெளியே போய்த் தெரிவியுங்க... இங்கே உள்ளே ஏதாவது கலாட்டா பண்ணினா, லாத்தி சார்ஜ் செய்ய வேண்டியது வரும்'' என்றான்.

''போலீசுக்காச்சு... அவங்களுக்காச்சு... நமக்கெதுக்கு இந்தப் பொறுக்கிப் பசங்களோட சகவாசம்'' என்று முணு முணுத்துக் கொண்டே கூட்டம் கலைந்தது. பெண்கள், குழந்தைகள், வயதானவர்கள் முதலியோரை வெளியே போகச் சொல்லி விட்டு மாணவர்களை மட்டும் ஓரங்கட்டி நிறுத்தி னார்கள் போலீசார்.

நிகழ்ச்சி குழப்பத்தில் முடிந்ததில் பாடீலுக்கு வருத்தம். பயிர்களுக்கு வரும் அநேக குறிப்பாக ஏலக்காய்ப் பயிருக்கு வரும் கெசரூர் வைரஸ் பற்றிச் சொல்வதற்கு நிறைய குறிப்புகள் வைத்திருந்த அவர் அவற்றைச் சொல்ல முடியாமல் போனதில் மிகந்த வருத்தப்பட்டார். 'செரூர் நோய்' என்பதைப்பற்றி பல நாட்டுப்புறக் கதைகள் வளர்ந்து போயிருப்பதையும் கவனித்தார்.

அத்தியாயம் 20

''**எ**ன்னய்யா... நீ ஒருத்தனே உட்கார்ந்திருக்கே... எங்கே நம்ம சித்தப்பா, ஹெக்டே இவங்கெல்லாம்...?'' என்று கேட்டுக் கொண்டே 'விஸ்வ பவன்' ஓட்டலின் படியேறி வந்து கொண்டிருந்தான் ஜெயராம். உள்ளே ராமச்சந்திரா சிகரெட் பிடித்துக் கொண்டு தனியாக உட்கார்ந்திருந்தான்.

''அவங்க குருவோட நிகழ்ச்சி ஒன்னு கெசரூர் காலேஜ்லே நடக்குதாம். அதுக்குப் போயிருக்காங்கன்னு நெனைக்கிறேன்.''

''உங்க காலேஜ்லியா... நீ போகலை?''

''அய்யோ... அது பெரிய கதை... இந்தப் பசங்களைக் கண்ட்ரோல் பண்றது ரொம்பக் கஷ்டம்... பாடீலைப் பத்தி என்னதான் விளக்கமாகச் சொன்னாலும் ஒன்னும் பிரயோஜன மில்லே.''

''பரவால்லே உடு... மொதல்லே இருந்ததுக்கு இப்ப எவ்வளவோ பரவால்லே... பசங்க மொகத்துலே கொஞ்சம் உற்சாகம் தெரியுது... மொதல்லேயெல்லாம் நிகழ்ச்சிகள்லே சும்மா விசில் அடிச்சிட்டு கலாட்டாப் பண்ணீட்டிருப்பாங்க... இப்ப கொள்கை, சித்தாந்தம்னு பேசறாங்க.''

''கொள்கையெல்லாம் கத்துகிட்டு கொள்கைப்படி கலாட்டாப் பண்றாங்க... அவ்வளவுதான்... காலையிலேர்ந்து எவ்வளவோ எடுத்துச் சொல்லியும் கேக்காமே பாடீலர்கிட்டே கேள்வி கேட்டே ஆகணும்னாங்க... இவங்க உபத்ரவம் பொறுக்க முடியாமே 'சரீ'ன்னு சொன்னேன். அப்புறம், ''நீங்களே கேள்விகளைத் தயார் பண்ணிக் குடுங்கன்னாங்க. இவனுங்க எங்க அவருக்குக் கறுப்புக் கொடி காண்பிச்சிரப் பேறாங்க ளோன்னுட்டு அதுக்கும் 'சரீ'ண்ணேன். ஆனால் கூட்டத்துக்கு வர முடியாதுன்னு சொல்லீட்டு இங்க வந்திட்டேன்.''

''ஏன் கேள்வி கேட்டா உனக்கென்ன?''

''அதுக்கில்லே ஜெயராம். இந்த ஊர்லே நெலைமை ரொம்ப கெட்டுப் போய்க் கெடக்குது. ஒரு சின்ன பொறி எழும்பினாக் கூட அது பெரிய விவகாரமா மாற வாய்ப் பிருக்கு... அதையெல்லாம் யோசனை பண்ணீட்டுத்தான் இங்கே உட்கார்ந்திருக்கேன். அந்தப் பசங்களுக்கு கொஞ்சம் துடிப்பு ஜாஸ்தி... இவ்வளவு வீராவேசமா இருக்கற பசங்க சபையிலே எவன் மேலயாவது கை வைச்சு கலவரம் ஆகிப் போச்சுன்னா என்னாகும்னு நெனைச்சேன்.''

அதற்குள் ஷாம நந்தன அங்காடி ஓட்டலுக்குள் நுழைந் தான். பின்னாலிருந்து வந்த அங்காடியை ஜெயராம் கவனிக்க வில்லை. 'ஹலோ' என்ற சத்தம் கேட்டு பின்னால் திரும்பிப் பார்த்த ஜெயராம் தானும் 'ஹலோ' என்றான். ''எங்கே சித்தப்பா, ஹெக்டே இவங்கெல்லாம்... நீங்க ரெண்டு பேர் மட்டும்

உட்கார்ந்திருக்கீங்க'' என்று சொல்லிக் கொண்டு பக்கத்து டேபிளிலிருந்து ஒரு நாற்காலியை எடுத்துப் போட்டு உட்கார்ந்தான்.

''இனிமேலே வருவாங்களா இருக்கும்'' என்று சொல்லி ராமச்சந்திரா சிகரெட் ஒன்றைப் பத்த வைத்துக் கொண்டிருக்கும் போதே ஹெக்டேயும், சித்தப்பாவும் உள்ளே நுழைந்தார்கள். ''என்னப்பா நிகழ்ச்சி அதுக்குள்ளே முடிஞ்சு போச்சா?'' என்று ஆர்வம் பொங்கக் கேட்டான் ராமச்சந்திரா.

''ராமச்சந்திரா நிகழ்ச்சியை நாசமாக்கறத்துக்குன்னே சுபாகு, மாரீசன்னுட்டு பெரிய பெரிய ராட்சசர்களை ஏவி விட்டுட்டு இங்க வந்து அமைதியாக உட்கார்ந்துட்டு உலக வெவகாரம் பேசீட்டிருக்கிறியா?'' என்றான் ஹெக்டே.

ராமச்சந்திரா கலவரத்துடன், ''என்ன சொல்றே... என்னாச்சு?'' என்றான்.

நடந்ததையெல்லாம் விவரித்தான் ஹெக்டே. போலீஸ் இருந்த காரணத்தால் பெரிய கலவரம் ஏற்படாமல் தப்பித்த கதையையும் சொன்னான். நம்ம இயக்குநர் மொதல்லியே ஒரு அரைக் கிறுக்கு... இனிமே கெசரூர் ஜனங்க இன்னும் அதிகமாகத் திட்டப் போறாங்க...'' என்றான்.

''கலாட்டா பண்ணாதீங்க... வெறும் கேள்வி மட்டும் கேளுங்க அப்பிடீன்னு படிச்சப் படிச்சு சொல்லி அனுப்புனேன். பாருங்கப்பா இந்தப் பசங்க பண்ணியிருக்கறதே...'' குரலில் வருத்தம் தொனிக்கச் சொன்னான் ராமச்சந்திரா.

''பசங்க கேள்வியும் கேக்கலே... இவரு பதிலும் சொல்லலே... சும்மா பாடீலரோட தேள் கடி மருந்தைப் பத்தி இந்தப் பசங்க அவரு கிட்டே என்னமோ கேக்கப் போனாங்க... மந்திர தந்திரமெல்லாம் ஒன்னும் கெடையாது... நான் அதையெல்லாம் நம்பறதில்லேன்னு பாடீல் சொன்னார். அதைக் கேட்டு கொஞ்சம் பேர் எழுந்து, 'நீ ஒரு நாத்திகன்... தெய்வ விரோதி'ன்னு கத்தினாங்க. மசூதி, கோவில் எல்லாம் விவாதத்துக்கு வந்தது. 'பாடீல் ஒழிக'ன்னு கத்துனாங்க. உங்க சிஷ்யனுங்கள் 'பாடீல் வாழ்க'ன்னு கத்த ஆரம்பிச்சாங்க. யாரை அடிக்கறதுன்னு போலீஸ்காரங்களும் குழம்பிப் போனாங்க...''

ஹெக்டே சொன்னதைக் கேட்ட ராமச்சந்திரா ஜெயராமை நோக்கித் திரும்பி, ''பாத்தியா... இந்த ஊருக்கு அழிவு காலம்

நெருங்கீட்டுதுன்னு சொன்னேனே... இப்பப் பாத்துக்கோ'' என்றான்.

''பொறி விழுந்து தீப்புடிச்சு எறியட்டும் விடு... ஒரு எரிமலை மேலே உட்கார்ந்திட்டு எப்ப என்ன ஆகுமோன்னு பயந்திட்டு இருக்கறதவிட ரெண்டுலே ஒன்னு ஆகறது நல்ல தில்லையா? கௌரூரைப் புடிச்சிருக்கற எல்லா நோய்களுக்கும் அது தான் மருந்துன்னு பாடீலர் சொல்றார்... நானும் அந்த முடிவுக்குத் தான் வந்திருக்கேன்'' என்றான் ஜெயராம்.

''என்ன அந்தாள் பேச்சையா கேக்கறே நீ... அவன் ஒரு தேர்டு ரேட் சினிக் இல்லியா... ஜோகிஹாளர் கிட்டே இருந்த மனிதாபிமானம் கொஞ்சங் கூட இந்தாளுகிட்டே இல்லியே?'' என்று திட்டினான் சித்தப்பா.

''பெரிய விஞ்ஞானின்னு எல்லாரும் சொல்றாங்க... ஜோகிஹாளரேகூட இவரைப் பெரிய ஆளுண்ணு சொன்னாரே'' என்றான் ஹெக்டே.

''அப்பவே சொன்னேனில்லையா அந்தாளு ஒரு தேர்டு ரேட் சினிக்குன்னு... யாராவது தனது கருத்தக்கு மாறுபட்டுப் பேசினாங்கன்னா இவனுக்குப் புத்தி கூர்மையாயிடுது. காலையிலே என்ன ஆச்சு பாத்தியா? ஜோகிஹாளர் நீங்க தான் கொன்னுட்டீங்கன்னு முகமது மேலேயும், நம்ம மேலேயும் எப்படி எகிறி விழுந்தான் பாத்தியா... நாடக வசனம் பேசற மாதிரி அவன் பேசறதை எவனாவது கேட்டா ஜோகிஹாளரோட வேலை செஞ்ச நம்மையே எல்லாரும் சந்தேகப்படுவாங்க'' என்று எரிச்சலோடு சொன்னான் சித்தப்பா.

இதுவரை ஒன்றும் பேசாமல் அவர்கள் பேசுவதை மௌனமாகக் கேட்டுக் கொண்டிருந்த அங்காடி, ''மிஸ்டர் சித்தப்பா... நீங்க எல்லாருமே ஜோகிஹாளருக்கு அவரோட ஆராய்ச்சீலே சரியா ஒத்துழைக்காம அவரோட சாவுக்கு மறை முகமகக் காரணமா இருந்தீட்டீங்கன்னு நெனைக்கிறீங்க இல்லியா... இது ஓரளவுக்கு உண்மைன்னுகூட எனக்குத் தோணுது'' என்றான்.

ஹெக்டேவுக்குக் கோபம் வந்தது. ''ஆரம்பமாயிடுச்சுப்பா இவரோட விவகாரம். இதுக்குத் தான் இந்த இண்டலிஜென்ஸ்

ஆபீசருருங்களோட சகவாசமே கூடாதுன்னு சொல்றது'' என்றான்.

''ஜோகிஹாளர் இருந்தப்ப நமக்கு அவர் மேலே ஒரு மதிப்பும், மரியாதையும் இருந்தது. அவர் செத்ததுக்கப்பறம் அதெல்லாம் கொறைஞ்ச போச்சு... இப்ப இவர் பேச்சை எடுத்தாலே எரிச்சல்தான் வருது'' என்று ஹெக்டேயுடன் சேர்ந்து பேசினான் சித்தப்பா.

''எனக்கும் அப்பிடித்தான் தோணுது சித்தப்பா... நாம எந்த விஷயத்தை எடுத்துப் பேசினாலும் அது கடைசீல ஜோகி ஹாளரோட சாவுல தான் வந்து நிக்கிது... அவரோட சாவுலே புதைஞ்சிருக்கிற மர்மத்தைத் தான் இந்த ஊர் ஜனங்க பெரிய விஷயமாப் பேசறாங்க... இன்னைக்கு ஸ்டேஷனுக்குப் போய் பழைய ரெகார்டுகளையெல்லாம் பொரட்டிப் பார்த்தேன்... என்னென்னமோ குளறுபடியெல்லாம் பண்ணி வெச்சிருக் காங்க... இதுக்குப் பின்னணியிலே ஒரு கெட்ட நோக்கம் இருக்கற மாதிரித் தெரியுது...''

ஹெக்டே குறுக்கிட்டான், ''அங்காடி... எனக்கு தோணு கிறதை நான் சொல்றேன்... ஜோகிஹாளரைக் கொல்றத்துக்கு யாருக்கும் எந்தக் காரணமும் இல்லை. அந்த விவகாரத்தை மறுபடியும் மறுபடியும் கௌப்பி எங்களைப் பழைய சிக்கல்ல மாட்டி வைக்காதீங்க...'' என்று சொல்லி விட்டு ஓட்டலில் மற்றவர்கள் அங்குமிங்கும் நடமாடுவதைக் கண்டு, ''அங்காடி... நாம நாற்காலிய ஒரு மூலையில் போட்டுக்கிட்டு பேசறது நல்லது'' என்றான்.

ஜெயரமானுக்கும், ராமச்சந்திராவுக்கும் இவர்கள் பேச்சைக் கேட்கக் கேட்க மேலும் ஆர்வம் ஏற்படத் தொடங்கியது. எல்லோரும் எழுந்து நாற்காலிகளைச் சுமந்து கொண்டு வந்து ஒரு மூலையில் போட்டுக் கொண்டனர். ஓட்டல் பணியாள் மேசையைக் கொண்டு வந்து மறுபடியும் இவர்களின் நடுவில் வைத்தான். ஹெக்டே தொடர்ந்தான். ''இங்க பாருங்க அங்காடி ... ஒரு பாரபட்சமில்லாத நியாயமான விசாரணைக்கு நாங்க எப்பவும் தயாரா இருக்கோம். ஆனால் தங்களோட சுயநலத்துக் காக இந்த வழக்கைப் பயன்படுத்திக்கறத்துக்கு நிறைய பேர் தயாரா இருக்காங்க... காண்ட்ராக்டர் மேலேயும், பிரீடர் முகமது

மேலயும் அபாண்டமா பழி சொல்றாங்க... நாங்க உறுதியா இருந்தோம். நாங்க மட்டும் கொஞ்சம் பலவீனமா இருந்திருந்தோம்னா எங்களை எப்பிடி எப்பிடியோ பொய் சொல்ல வைச்சு மாட்ட வெச்சிருப்பாங்க... அதனால தான் இப்பவும் ஜோகிஹாளர் சாவு ரகசியம்ங்கற விஷயத்தைக் கேட்டாலே எங்களுக்குப் பேயறைஞ்ச மாதிரி ஆகிப் போகுது.''

"ஹெக்டே... நான் இப்ப இங்கே வந்திருக்கறது ஜோகி ஹாளர் மரணத்தைப் பத்தித் துப்புத் துலக்கறதுக்கு இல்லே... அதை வைத்து என்னைச் சந்தேகக் கண்ணோட பாக்காதீங்க..." என்ற அங்காடி ஜெயராம் பக்கம் திரும்பி, "ஜெயராம்... நீங்க கதை எழுதறவரு... உங்களுக்கு ஒரு வேண்டுகோள்... இப்பத் தைக்கு இந்த விஷயத்தைப் பத்திக் கதை ஒன்னும் எழுத வேண்டாம். என்னோட புலன் விசாரணை ஒரு நெருக்கடியான கட்டத்துல இருக்குது... எந்தப் பக்கம் போனாலும் அது ஜோகிஹாளர் விஷயத்துலதான் முடியுது.''

அதற்கு ஜெயராம் சிரித்துக் கொண்டே, "அங்காடி, ஒரு எழுத்தாளன் கிட்டே ஒன்னைப் பத்தி எழுது, ஒன்னைப் பத்தி எழுதாதேன்னு யாரும் கட்டளை போட முடியாது... எழுத் தாளனே தனக்கு அப்படி ஒரு கட்டளை போட்டுக்க முடியாது.''

"சரி... எழுதினதைப் பிரசுரம் பண்ணாமலாவது இருக்க லாமில்லையா? அது கூட உண்மையில் இருக்குதா அல்லது அது கூட தெய்வ லீலை தானா...?'' என்று ராமச்சந்திரா சிரிப்பு மூட்டினான்.

"நடைமுறையிலே உங்களால கூட எது சாத்தியமாகா துன்னு தெரியுமோ அதைப் பத்தி இப்பவே கற்பனை ஆரம் பிச்சிருக்கும் இல்லியா?'' என்று கிண்டல் பண்ணினான் அங்காடி.

"கண்டிப்பா... ஆனா அதுலே ஒன்னும் இட்டுக் கட்டி சொல்றதில்லே... விஷயத்தைப் பற்றிக் கேள்விப்படறப்பவே அது கதை வடிவிலே மூளையிலே உருவாகிக் கொள்ளும்.''

"பாருங்க... நீங்க இப்ப இப்படிச் சொல்றீங்க... முன்னால ஒரு தடவை உங்க கதையைப் படிச்சுட்டு உங்களுக்குச் சிலசில விஷயங்கள் தெரிஞ்சிருக்கும்னு நெனைச்சுட்டு உங்க கிட்டே கேட்டேன். நீங்க சொல்ல மறத்துட்டீங்க... அந்த சமயத்துலே

நீங்க கொஞ்சம் ஒத்தாசை பண்ணியிருந்தீங்கன்னா அந்தப் பொண்ணு கொலை கேசுலே குற்றவாளியைப் புடிச்சுருக்கலாம்.''

''இன்னும் அதையே புடிச்சுத் தொங்கீக்கிட்டிருக்கீங்களே அங்காடி... அது வெறும் கற்பனைக் கதைதான்னு இப்பவும் அடிச்சுச் சொல்றேன். மனுஷ தர்மத்திலே நம்பிக்கை இருக்கற எந்த எழுத்தாளனும் குற்றவாளி யாருன்னு தெரிஞ்சதுக்கப்புறம் அவனைப் புடிச்சுக் குடுக்கத்தான் முயற்சி செய்வானே தவிர வெறும் கதை எழுதிட்டு இருக்க மாட்டான்'' என்றான் ஜெயராம்.

ஜெயராம் சொல்வது சரியென்று எல்லோருக்கும் பட்டது.

''இல்லே... உங்க மேலே நம்பிக்கையில்லாமே இதை யெல்லாம் சொல்றேன்னு நெனைக்காதீங்க ஜெயராம்... ஆராய்ச்சி நிலையத்துலே பேசீட்டிருக்கறப்ப நடைமுறை வாழ்க்கைலே அபூர்வமா நடக்கிற சத்தியத்திற்குத் தொடர்புடைய சில சம்பவங்களைப் பத்தின அறிவு ஒரு எழுத்தாளனுக்குக் கெடைச்சா அவனாலே எதார்த்தத்துக்கு மிக நெருக்கமாக இருக்கிற ஒரு சிறந்த கதையை உருவாக்க முடியும்னு சொன்னீங்க இல்லியா... அதனால தான் கேட்டேன்...'' என்றான் அங்காடி... அங்காடிக்குப் பதில் சொல்லத் தெரியாமல் மற்றவர்கள் திணறுவதை ராமச்சந்திரா கவனித்தான்.

''இதெல்லாம் ஒரு கலைஞனைப் பொறுத்த விஷயம்... வனது பார்வையில் ஒரு கதாபாத்திரம் உத்தமனாகிறான் அல்லது கேடியாகிறான்'' என்றான் ஹெக்டே.

''இல்லே... இதை என்னால ஒத்துக்க முடியாது... இது கொஞ்சம் ஆழமான விஷயம். என்னதான் கற்பனைக் கதைன் னாலும் அதிலுள்ள பாத்திரங்களை மனம் போன போக்கில் படைத்து விட முடியாது. எழுத்தாளனோட உண்மையான அனுபவங்கள் அதுக்கு அடிப்படையா அந்த அனுபவங்களே ஆளுமைகளாக உருவாகி மேலும் பரந்து விரியும். ஒரு மனுஷ னோட ஆளுமைலே எப்படி சமூக, பொருளாதார அம்சங்கள் கலந்திருக்குதோ அதே மாதிரி ஒரு கலைப் படைப்பிலேயும் அந்த அம்சங்கள் இருக்கும். இதெல்லாம் இல்லேன்னா அந்தப் படைப்புத் தரமான படைப்புன்னு சொல்ல முடியாது'' என்று

ராமச்சந்திரா தனக்குத் தோன்றியதை அழுத்தமாகச் சொல்லி விவாதத்தில் இறங்கினான்.

''ஒரு சில அடிப்படைகள்லே நீ சொல்றதை நானும் ஒத்துக்கறேன். ஆனாலும் வாழ்க்கைலே... நடைமுறை யதார்த் தத்துலே நல்லவங்களாகவும், கெட்டவங்களாகவும் ஆகறதுக் கான சுதந்திரம் அவங்க அவங்களைப் பொறுத்தே இருக்கற மாதிரித்தான் நாவல்லேயும் ஆகுது'' என்றான் ஜெயராம்.

''நோ... நோ... சுதந்திரம்ங்கறது ஒரு பிரமைதான். சுதந்திரத்தோட செயல்படற போதும் சுற்றுப்புற சூழ்நிலைகளின் தாக்கம் அமைஞ்சு தான் இருக்குது... கதையிலும் கடைசில மாற்றங்கள் செய்ய முடியாது. மொதல்லேருந்தே திருத்தங் களைச் செய்யணும்.''

''இருக்கலாம்... சுதந்திரம்ங்கற பிரமையிலே வாழ்றது னாலே தான் நாம் விதி, நியமங்களோட கைதிகளாக இருக்கி றோம். ஆனா நாம சுதந்திரமா இருக்கறமா, நியமங்களோட கைதிகளா இருக்கறமான்னு சோதிச்சுப் பாக்கறத்துக்கு வாழ்க்கைலே நமக்கு வாய்ப்பே இல்லே... கால தேச வர்த்தமானப் பின்னணி யிலே ஒரு சரியான சூழல் ஏற்பட்டு, ரெண்டு விஷயங்களையும் சரியான அளவுலே அனுபவிக்கறப்ப மட்டும்தான் அதைப் புரிஞ்சுக்க முடியும்... ஆனா கால தேச வர்த்தமானங்கள் நமக்கு அனுமதிக்கறபடி பாத்தா சுதந்திர நிலையோ அல்லது நியமங்களில் சிறைப்படறதோ ஒரு முறைதான் கிடைக்குது...''

''சரி... ஒரே காரியத்தை நாம் ரெண்டு விதமாச் செஞ்சா லும் அதை காலம், களம் என்று ரெண்டு வேறுபட்ட கணங் களில் செய்யறோம். வேறுபட்ட சூழ்நிலைகளில் அது வேறு வேறு வடிவம் எடுக்குது... ரெண்டினோட குணாம்சங்களும் வேற வேற... ஒன்னு மத்ததோட அப்பட்டமான பிரதி இல்லே... அதுக்குத்தான் சொல்றது ஒரு கலைஞன் இதைக் கலைப் படைப்பா மறு உருவாக்கம் செய்யறப்போ அவன் அனுபவத்தோட தோற்றம் என்னாங்கறத வெளிப்படுத்தலாம் அப்பிடீண்ணு.''

''ராமச்சந்திரா... என்னோட பழைய கதை ஒன்னுல கொஞ்சம் வித்தியாசமான கற்பனைக் கதா பாத்திரங்கள் வருது...

அவங்களைக் கவனிச்சுப் பாத்தா அங்காடியோட விசாரணையே வேற மாதிரி போகும். அங்காடி எதிர்பார்க்கற மாதிரி அவங் களோட செயல்பாடுகளை மாத்தி அமைச்சிட்டா அவரு கொலைகாரனைக் கண்டுபுடிச்சிடுவாரா என்ன?''

''ரைட் ரைட். அப்பிடி வாங்க பாயிண்டுக்கு...'' அதுவரை ஒன்றும் பேசாமல் மௌனமாக உட்கார்ந்திருந்த அங்காடி உற்சாகத்துடன் பேசத் தொடங்கினான்.

''அந்தக் கதையை விடுங்க... இப்ப அந்த ஜோகிஹாள ரோட கதையை எடுத்துக்கங்க... அவரோட மரணத்தைப் பற்றிய துப்புத் துலக்கல்லே இப்ப மேலே தொடர்ந்து போக முடியாத படி சிக்கல் விழுந்திருக்கு... இது வரைக்கும் நான் சேகரிச்ச உண்மையான விவரங்களையெல்லாம் தர்றேன். நீங்க அதையே வெச்ச ஒரு கதையை உருவாக்குங்க... அதை நான் விமரிசிக் கிறேன்... உங்க கற்பனையைப் பயன்படுத்தி விட்டு எது இயல்பானதில்லேன்னு விசாரணை பண்ணீட்டுப் போறேன். வாழ்க்கைங்கறது சுதந்திரம்ங்கற பிரம்மைலே உருவாகி, வெறும் சில நியமங்களோட போக்கிலே நடக்கறதாயிருந்தா உங்க கதையும் கடைசி வரைக்கும் சத்தியம்ங்கற ஆதாரத்து மேலேயே தொடர்ந்து போகணும்... உங்களுக்கும் அந்த ரகசியத்தைக் கண்டுபுடிச்ச மாதிரி ஆகும்... என்னோட ரிப்போர்ட்டுக்கும் அது பிரயோஜனப்படும்... என்ன சொல்றீங்க'' என்றான் அங்காடி.

சித்தப்பா, ஹெக்டேயும் ஜெயராமைத் திரும்பிப் பார்த் தார்கள். ''ஜெயராம்... நீங்க உங்க கற்பனையைத் தட்டி விட்றதுக்குள்ளே நாங்க இங்கேருந்து போயிடறோம்... எங்க ளுக்கு ஜோகிஹாளர் சாவு விஷயமெல்லாம் சுத்தமா மறந்து போச்சு'' என்று எழுந்து நின்றார்கள்.

''சும்மா உக்காருங்கய்யா பேசாமே... இப்ப நீங்க கௌம்பிப் போனீங்கன்னா இவங்க இப்படி ஓடறத்துக்குக் காரணம் என்ன? இவுங்களே கொலை பண்ணீருப்பாங்க ளோன்னு எனக்குச் சந்தேகம் வரும். அப்புறம் அங்காடி அதைப் பத்தி துப்புத் துலக்க ஆரம்பிச்சிடுவார்'' என்றான் ஜெயராம்.

''இதென்ன விவகாரமாப் போச்சு... எங்களுக்கே தெரியாம நாங்க இந்த வலையிலே சிக்கிட்ட மாதிரித் தெரியுதே'' என்று முணுமுணுத்துக் கொண்டே எழுந்தான் சித்தப்பா.

''உக்காருங்க... கதை கேக்கக்கூட உங்களுக்குப் பயமா இருக்கா?'' என்று கேலி பண்ணினான் அங்காடி.

கதை கேட்பதில் அவர்களுக்குப் பயமில்லை... ஆனால், அமைச்சருக்கு ரிப்போர்ட அனுப்புகிற அங்காடி கதையோடு சம்பந்தப்பட்டிருப்பதுதான் அவர்களுக்கு உறுத்தலாக இருந்தது.

''ஒன்னு பண்ணலாம்... நம்ம எல்லோரும் இப்ப டி.பி.க்குப் போகலாம்... ஜோகிஹாளர் சாவு சம்பந்தமா நான் இதுவரைக்கும் சேகரிச்சு வெச்சிருக்கற எல்லாக் குறிப்புகளை யும் விவரங்களையும் உங்களுக்குத் தர்றேன். இத ஒரு சீட்டாட்டம் மாதிரின்னு வெச்சுக்கங்க... இங்க எதுக்கு பொது இடத்துல நாம இதப் பத்திப் பேசணும்'' என்றான் அங்காடி.

''சரி... டி.பி.க்கு ரெவின்யூ மினிஸ்டர வர்ற புரோகிராம் ஒன்னு இருக்கல்லே'' என்றான் ஜெயராம்.

''அப்படீன்னு சொல்லித்தான் மேனேஜர் ரூம் ரெடி பண்ணிட்டிருந்தான். அப்பறமா மினிஸ்டர் வர்றதில்லேன்னு சொல்லீட்டாளாம்'' என்றான் அங்காடி.

எல்லோரும் ஓட்டலிலிருந்து வெளியே வந்தார்கள். நிலவு உதயமாகும் வேளை நெருங்கிக் கொண்டிருந்தது. அப்போது கல் பாலத்துக்கு அருகிலிருந்து 'டம்' என்ற பெருத்த வெடி யோசை கேட்டது.

அத்தியாயம் 21

டாக்டர் பாடீலரைப் பற்றிச் சொல்லி கிருஷ்ணே கௌடா புலம்பிக் கொண்டிருந்தான். ''என்னப்பா விஞ்ஞானி இவரு... கடவுளே இல்லேங்கறாரு... அப்பன் ஆத்தா இல்லாமே புள்ளைங்க வந்துருமா... என்ன படிச்சாங்களோ என்னமோ?'' அன்றைக்கு காலேஜில் நடந்த விஷயங்களைப் பற்றி ஜெயந்தி அவனிடம் விவரமாகச் சொல்யிருந்தாள். வெங்கடேஸ்வர பக்த சபையைச் சேர்ந்த கௌடா கோயில் மைக் சத்தத்திற்கு எதிராகப் பேசிய பாடீலரின் மீது மிகவும் கோபப்பட்டான். மேலும் சில விஷயங்களைப் பற்றியும் ஜெயந்தி தனது தகப்பனிடம் சொல்லிக் கொண்டிருந்தாள். ஆனால் கௌடாவின் சிந்தனை வேறெங்கோ ஓடிக் கொண்டிருந்தது.

''கல்லு வீசறது யாரோ மனுஷருங்க செய்யற மாதிரித் தெரியலே'' என்று சீங்கிரன் சொன்னதிலிருந்து கௌடாவுக்குப் பீதியடித்திருந்தது. மனுஷப் பிறவி எவனாக இருந்தாலும் சமாளித்து விடலாம். ஆனாலும் பேய் பிசாசுகளோடு எப்படிப் போராடுவது? ''சரி கல்லுத்தானே விழுது. நாலு நாளைக்கு விழும். அப்புறம் தானாகவே நின்னு போயிடும்'' என்று சமாதானப்படுத்திக் கொண்டான்.

ஆனால், இந்தப் பிரச்சினையை விட இன்னும் பெரிய பிரச்சினை கௌடாவின் தலையை ஆக்கிரமித்திருந்தது. ஏலக்காய் மண்டிக்கு வந்திருந்த அத்தனை ஏலக்காயையும் புதிய ஆள் ஒருவன் ஏலம் கூறி எடுத்திருந்தான். இத்தனை லட்சம் ரூபாய்க்கு வியாபாரம் செய்தவன் யார் என்று விசாரித்த போது கிருஷ்ணே கௌடனுக்கு இடி விழுந்த மாதிரி அந்தச் செய்தி வந்தது. சுலைமான் யூசுஃப் பேரியுடைய ஆள் ஒருவன் தான் ஏலத்தை எடுத்திருந்தான்.

சுலைமான் யூசுஃப் பேரி கருவாடு வியாபாரம் செய்வ தற்காக கெசரூருக்கு வந்தவன். மிகக் குறைந்த காலத்துக்குள் அவன் கோடீஸ்வரனானது எப்படி என்ற விவரம் யாருக்கும் பிடிபடவே இல்லை.

கருவாடு கட்டி வந்த சாக்குப் பைகள் ஒன்றில் கடத்தல் காரர்களுடைய தங்கக் கட்டிகள் அவர்களுக்கே தெரியாமல் இவனுக்கு வந்து விட்டதென்றும் அதிலிருந்து அவனுக்கு சுக்கிர திசை அடித்து, அவனுடைய வாழ்க்கைப் போக்கே மாறி விட்டதென்றும் மக்கள் பேசிக் கொண்டார்கள். இன்னும் சிலர் இவன் கோயம்புத்தூரிலிருந்து கள்ள நோட்டு அடிக்கிறவர் களைக் கூட்டி வந்து லட்சக் கணக்கில் கள்ள நோட்டு அடித்துக் கொண்டதாகவும், காரியம் முடிந்த பிறகு அந்த மூன்று பேரையும் தீர்த்துக் கட்டி விட்டதாகவும் சொன்னார்கள்.

மொத்தத்தில் திடீர்ப் பணக்காரனாவதற்கு என்னென்ன வழிகள் உண்டோ அத்தனை வழிகளிலும் சுலைமான் பேரியைச் சம்பந்தப்படுத்திப் பேசிக் கொண்டிருந்தார்கள் ஜனங்கள்.

சுலைமான் பேரியிடம் மூன்று தோணிகள் இருந்தன. அராபிய நாடுகளுடன் அவன் ஏற்றுமதி வியாபாரம் செய்து வந்தான். அங்கே இருந்து பேரீச்சம் பழத்தை இந்தியாவுக்கு இறக்குமதி செய்தான். இங்கிருந்து புளி மாதிரியான சில

பொருட்களை அரபு நாடுகளுக்கு ஏற்றுமதி செய்தான். ஏற்று மதிப் பொருட்களோடு ஏலக்காயும் கள்ளத்தனமாகக் கடத்தப் பட்டது. கெசஹரில் ஏலக்காய் மண்டி ஒன்றைத் திறந்து மண்டிக்கு வருகிற அத்தனை ஏலக்காய்களையும் தானே கொள்முதல் செய்தான். மலபார் ஏலக்காய் மண்டி ஒன்று திறப்பதற்கான திட்டம் ஒன்றும் இருந்தது. இது கிருஷ்ணே கௌடாவுக்குப் பெரிய அதிர்ச்சியை ஏற்படுத்தியிருந்தது. சுலைமான் பேரியுடன் போட்டி போடுவதென்பது அவனால் முடியாத காரியம்.

ஏலக்காய் சில்லறை வியாபாரம் முழுவதும் பேரிகள் கையிலேயே இருந்தது கௌடாவுக்கு எரிச்சல் தரக் கூடிய இன்னொரு விஷயம். இந்த மண்டிகள் தீவிரமாகச் செயல்படத் துவங்கினால் அவனது வியாபாரம் சுத்தமாகப் படுத்துப் போகும். கள்ளக் கடத்தல், லஞ்சம், காட்டை நாசம் செய்தல் முதலிய பல நாச காரியங்களில் ஈடுபட்டிருந்தாலும் சுலைமான் பேரியின் வியாபார முறைகள் பற்றி அதிகம் கவலைப்பட்ட தாகத் தெரியவில்லை. ஆனால், பேரியின் மூலம் வரும் அபாயத்தை அவர்கள் வேறு வகையில் தெரிந்து கொண் டார்கள். சுலைமான் பேரி எல்லா வியாபாரத் தலங்களிலும் தனது ஆட்களை வேலைக்கு வைத்திருந்தான். எங்கெல்லாம் காண்ட்ராக்ட் விடுகிறார்களோ, எங்கெல்லாம் காட்டு மரங்களை 'கூப்' எடுக்கிறார்களோ, எங்கெல்லாம் மரக்கரி விற்பனை ஆகிறதோ அங்கெல்லாம் கேரளா, மங்களூரிலிருந்து வந்த பேரிகள் கூடாரம் போட்டார்கள். இந்த மாதிரி காண்ட்கராக், ஏலம் முதலியவை எந்த ஏரியாவில் நடக்கிறதோ அந்த ஏரியாவைச் சேர்ந்த தாசில்தார், ரெவினியூ இன்ஸ்பெக்டர், சர்வேயர் இவர்களையெல்லாம் கைக்குள் போட்டுக் கொண்டு அவர் களுக்குக் கொடுக்க வேண்டியதைக் கொடுத்து காரியத்தைச் சாதித்துக் கொண்டான். அவன் பெரிய பெரிய அதிகாரிகளோடு பழகுவதையும், அந்த அதிகாரிகளிடம் அவனுக்கு இருக்கும் செல்வாக்கையும் பார்த்த கெசஹர் மக்களின் கண்கள் வியப்பால் விரிந்தன. பெரிய மசூதிகள் கட்டப்பட்டு அவற்றிலிருந்து மைக் சத்தம் உரக்கக் கேட்கத் தொடங்கியது. மதம், அரசியல் என்பவை பேரி பணம் சம்பாதித்துக் கொள்ள உதவும் கருவிகள்.

கௌசரூரைச் சேர்ந்த ஒக்கலிகரும், லிங்காயத்தாரும் தங்கள் இனத்துக்குள்ளேயே கொள்வினை, கொடுப்பினை வைத்துக் கொண்டார்கள். இதன் மூலம் தங்கள் குடும்பச் சொத்து வெளியே போகாமலிருக்கும் என்பது அவர்கள் எண்ணம். தங்கள் பிரச்சினைகளிலேயே மூழ்கியிருந்த அவர்களுக்கு அதே ஊரில் சுலைமான் பேரி ஒரு பெரிய சக்தியாக உருவாகியிருப் பதைக் கவனிக்க முடியவில்லை.

சுலைமான் பேரியின் கூட்டத்தைச் சேர்ந்த ஒன்றிரண்டு பேர் தாலூகா போர்டு அங்கத்தினர்களாகி அந்த ஊர் பெரிய மனிதர்களோடு சரி சமமாக உட்கார்ந்திருந்தார்கள். அப்போது தான் பெரும்பான்மை சாதியினரான ஒக்கிலியர்களுக்கும், லிங்காயத்தார்களுக்கும் பயம் வந்தது.

கௌசரூர் பகுதிக்கு எத்தகைய கலாச்சாரச் சீர்கேடு ஏற்பட் டுள்ளது என்று உய்த்தறியும் சக்தியெல்லாம் கிருஷ்ணே கௌடா வுக்கு இல்லை. தனக்கு ஏற்பட்ட அனுபவத்தை வைத்துப் பார்க்கிற போது ஏதோ கேடு காலம் சூழ்ந்திருக்கிறது என்று யூகித்துக் கொண்டான். தொடர்ந்து அவன் வீட்டின் மேல் கற்கள் விழுந்த போது தனது யூகம் சரி என்றே அவனுக்குப் பட்டது.

கௌசரூருக்கு இது அழிவு காலம். காடுகள் மூலமாகவும், மதம் காரணமாகவும் மட்டுமல்லாமல் ஜோகிஹாளரின் மரணம் காரணமாகவும் கௌசரூருக்கு அழிவு காலம் வந்து கொண்டிருக் கிறது.

அத்தியாயம் 22

''யோவ் ராமச்சந்திரா... நீ தான் பகுத்தறிவுவாதிங் கறியே... எதிர்காலத்தைப் பத்தி ஜோசியம் சொல்றத்துக்கு எதுக்கு என்னை இங்கே உக்காத்தி வைச்சிருக்கறே'' என்றான் ஜெயராம்.

''எதிர்காலத்தைப் பத்தி இல்லய்யா... இறந்த காலத்தைப் பத்தி... கடந்த காலத்துலே என்ன நடந்திருக்கும்னு சொல்லுன்னு தான் கேக்கறோம்'' என்றான் ராமச்சந்திரா.

''நீங்க உண்மையான விவரங்களோட அடிப்படையிலே இறந்த காலத்தைக் கட்டுமானம் பண்ணிக் கதை எழுதறீங்க,

இல்லியா...? இந்த மாதிரியே சொல்லுங்கன்னு கேக்கறோம், இருக்கற விவரங்களை வெச்சு ஜோடிக்கப்பட்ட ஒரு கதை இப்பத் தேவையா இருக்குது. அதில் இருந்தாவது விசாரணையைத் தொடர்ந்து கொண்டு போக முடியும்னு நெனைக்கிறோம். இந்த விசாரணை மூலமா உங்க கதை பொய்யாப் போனால் போகலாம். ஆனாலும், அதுக்கப்புறமாவது நிஜம் என்னான்னு வெளியே வரமில்லியா?'' என்றான் அங்காடி.

''இல்லே... ஜோகிஹாளரோட மரணத்தைப் பத்தி நீங்கள் நெறைய விஷயங்கள் சேகரிச்ச வெச்சிருக்கீங்க... சமீப காலத்துலே ஏலக்காய் சம்பந்தமா சில பிரச்சினைகள் ஏற்பட்டிருக்கு. இதோட என்னோட கற்பனையும் சேர்ந்துதுன்னா ஒரு விஷயம் தெளிவாகுது. கௌரூரினோட ஆரோக்கியமான சூழ்நிலை சுத்தமா கெட்டுப் போச்சு. ஏற்கனவே ஜோகிஹாளரோட ஒவ்வொருத்தரும் ஒவ்வொரு விதமா கதை கட்டி விடுங்க... என்னோட கதை மட்டும் தான் பாக்கி இருந்தது'' என்ற ஜெயராம் அதற்குப் பிறகு எதுவும் பேசாமல் தீவிரமான சிந்தனையில் ஆழ்ந்தான்.

ஜெயராம் எந்தெந்த வகையில் கற்பனை செய்ய முடியும் என்று எல்லோரும் கற்பனை செய்யத் தொடங்கினார்கள். ஹெக்டே, சித்தப்பா இருவரும் ஜோகிஹாளரின் மரணம் தற்செயலானது என்று நினைத்திருந்தார்கள். ஜோகிஹாளர் எதிர்பாராத வகையில் மரணமடைந்திருக்கிறார். இதில் என்ன ரகசியம் இருக்கிறது? மரணத்திற்கு வேறு என்ன காரணம் சொல்ல முடியும் என்று அவர்கள் யோசித்தார்கள்.

அங்காடி வெறுமையான மனதுடன் உட்கார்ந்திருந்தான். சாட்சி ஆதாரங்களில்லாமல் மேற்கொண்டு எதுவும் சிந்திக்க முடியாது.

ஜோகிஹாளருக்குப் பிரியமானவர்கள் என்று சொல்லும் படி பெண்கள் இருந்தார்களா? ராமச்சந்திரனின் மூளைக்குள் விசித்திரமான கற்பனைகள் வந்து போயின. ஆனால் அங்காடி தெரிவித்த தகவல் குறிப்புகளில் இத்தகைய செய்திகள் ஏதும் இல்லை. ஜெயராம் எப்படிக் கதை கட்ட முடியும் என்று ராமச்சந்திரா ஆச்சரியப்பட்டான்.

ரொம்ப நேரம் சும்மா உட்கார்ந்திருந்த ஜெயராம் மெதுவாகத் தனது கதையைச் சொல்ல ஆரம்பித்தான். யாரறாலும் யூகிக்க

முடியாத ஒரு திசையில் ஜெயராமின் கதை சென்றது. ''கெசரூர் ஜனங்களின் கற்பனைக்கே எட்டாத அளவில் ஜோகிஹாளரின் கொலை நிகழ்ந்திருக்கிறது.''

''கொலை நடந்திருக்குமா என்று சந்தேகப்பட்ட போலீஸ் அதற்கான தடயங்களைத் தேடியது. ஒரு தடயமும் கெடைக்கலே... அப்பறம் எப்படி இதைக் கொலைன்னு சொல்றீங்க'' என்று தொடக்கத்திலேயே தகராறு செய்தான் ஹெக்டே.

அங்காடி குறுக்கிட்டான். ''மிஸ்டர் ஹெக்டே.... போலீஸ் ரிக்கார்டுகளை நான் முழுக்கப் பார்த்தேன். ஒவ்வொருத்தரும் அதைக் கொலைன்னே சொல்லி அடுத்தவங்க மேலே பழியைப் போடப் பாத்திருக்காங்க. ஒருத்தரும் சாட்சி சொல்ல வரலே. அதனாலே ஒரு கட்டத்துலே துப்புத் துலக்கறதையே விட வேண்டியதாப் போச்சு. ஒருத்தரு மேல ஒருத்தர் குற்றம் சுமத்தற முயற்சியிலே ஊர்ல ரொம்ப குழப்பம் ஏற்பட்டுப் போச்சு'' என்றான்.

அவர்கள் வாக்குவாதத்தை அத்தோடு நிறுத்தினான் ஜெயராம். ''ஹெக்டே, அங்காடி... உங்களுக்கெல்லாம் ஒன்னு சொல்றேன் கேளுங்க. இங்கே எழுதறவங்கிட்டே நீ ஏன் இந்த விஷயத்தை இப்பிடிச் சொன்னே... அப்பிடிச் சொன்னேன்னு கேக்கவே கூடாது. ஒரு போலீஸ்காரன் ஒரு கேசைப் பத்தித் துப்புத் துலக்கற விதம் வேறே... ஒரு கலைஞன் தனது கலைப் படைப்பு உருவாக்கற விதம் வேறே... இதுல நிஜம் எது பொய் எதுன்னு அப்புறமா சோதிச்சப் பாத்துக்கங்க... அதுக்கு முன்னாலே குறுக்கிட்டீங்கன்னா என்னோட படைப்புக் கற்பனை சுத்தமா வறண்டே போகும்'' என்றான்.

கெசரூரில் ஜன நடமாட்டம் அடங்கிப் போய் வீதி விளக்குகள் எல்லாம் வரிசையாக எரியத் தொடங்கின. ஜெயராம் கதையைத் தொடங்குவதற்கு முன்பாக, ''வழக்கு விசாரணை செய்யறவங்க, துப்புத் துலக்கறவங்க இப்படிப்பட்டவங்களுக்கு உதவி செய்யணும்ங்கற நோக்கத்தில் நான் இந்தக் கதையைச் சொல்லலே... இது ஒரு இலக்கியப் படைப்பு. அவ்வளவுதான்... நீங்க எதிர்பார்க்கறது கதையிலே இல்லைன்னா தப்பா நெனைக்க வேண்டாம்'' என்று சொல்லி விட்டுக் கதையை ஆரம்பித்தான்.

ஜெயராம் சொன்ன கதையை இப்படி சுருக்கிச் சொல்லலாம். ''ஜோகிஹாளர் சர்வதேச அளவில் பகழ் பெற்று மக்சேசே விருதுக்குத் தகுதியாகும் கட்டத்தில் பிற நாடுகளின் கவனம் இவர் மீது விழுந்தது. ஏலக்காய் ஏற்றுமதியில் நூற்றுக்கு நூறு ஏகபோகமாக நிறைய லாபம் கிடைத்துக் கொண்டிருந்த காலம் அது. பின்தங்கிய நாடுகளில் அந்த நாட்டு முன்னேற்றத்துக்குத் தங்கள் ஆராய்ச்சிகளின் மூலம் உதவி செய்கிற விஞ்ஞானிகளைத் தீர்த்துக் கட்டும் சதித் திட்டம் ஒன்று அந்தந்த நாடுகளில் உருவாகியது. அவர்கள் லிஸ்டில் சில அணு விஞ்ஞானிகளும், உயிரியல் விஞ்ஞானிகளும் இருந்தனர். ஜோகிஹாளர் பெயரும் இருந்தது. அரபு நாடுகளுக்கு ஏலக்காய் ஏற்றுமதி வியாபாரத்தில் இந்தியாவோடு கடும் போட்டியில் இருந்த நாடு குவாடிமாலா. அந்த நாட்டு வணிகர்களும் ஜோகி ஹாளரின் மீது ஒரு கண் வைத்திருந்தார்கள். இந்த நிலையில் குவாடிமாலாவிலிருந்து சில ஸ்லைடுகள் ஜோகிஹாரின் அபிப்ராயத்துக்காக அனுப்பி வைக்கப்பட்டன. அதில் கெசரூரில் பரவியிருந்த நோயின் உயிருள்ள வைரஸ்கள் பற்றிய ஸ்லைடும் அதில் இருந்தது. ஆனால் உண்மையில் அது சாதாரண ஸ்லைடு இல்லை. புரொஜக்டருக்குள் செருகப்படும் போதே வெடிக்கக் கூடிய மாதிரியான ஸ்லைடு அது. அது வெடித்ததன் காரண மாகவே ஜோகிஹாளர் உயிரிழந்தார். வெடித்த வைரஸ்கள் இந்திய ஏலக்காயோடு ஒட்டிக் கொண்டு விட்டதால் விளைச்சலும், தரமும் குறைந்து இந்தியாவின் ஏற்றுமதி வியாபாரம் சுத்தமாகப் படுத்து விட்டது. அராபியர்களின் எண்ணெய் பிற நாடுகளை நோக்கி ஓடத் தொடங்கியது. வேறு பல விஞ்ஞானி களும் அந்தக் கொலைகாரர்களின் சதியால் உயிரிழந்தார்கள். பல பின்தங்கிய நாடுகள் முன்னேற்றப் பாதையிலிருந்து குறைந்தது இருபது வருடங்கள் பின்னோக்கிப் போயின.''

இவ்வளவு கதையையும் பூரண விவரங்களுடன் ஒரு நாடகீயப் பாணியில் விவரித்துச் சொன்னான் ஜெயராம். ஹெக்டே, சித்தப்பா இருவருக்கும் கதை கேட்கக் கேட்க பயத்தால் முகம் வெளிறிப் போயிற்று. வைரஸ் நோயைப் பற்றி ஜெயராம் சொன்ன விஷயங்கள் யாவும் அவன் ஹெக்டே, சித்தப்பா இருவருடனும் பலமுறை நடத்திய விவாதங்களின் மூலம்

சேகரித்துக் கொண்டவை எனத் தெரிந்தது. ஒரு எழுத்தாளனின் கை வண்ணத்தில் இப்படி வகை வகையான பல விஷயங்கள் எப்படி வந்து சேர்ந்து அர்த்தமுள்ள உருமாற்றம் பெற்றுக் கலைப் படைப்பாக மாறுகின்றன என்பது அவர்கள் வெளுத்துப் போகுமளவு பயமூட்டியது.

கதை அவர்களை முழுவதுமாக ஈர்த்திருந்தது. ஜோகி ஹாளரின் சாவு குறித்து ஜெயராம் தரும் வியாக்கியானத்தைத் தவிர வேறெந்த விஷயமும் அவர்கள் மனதில் பதியவில்லை.

கதையைச் சொல்லும் போது கேட்பவர் நான்கு பேரின் முகத்தையும் ஜெயராம் கவனித்தான். தனது படைப்புத் திறமையின் மீது அவனுக்கு அபார நம்பிக்கை இருந்தது. கதை நிஜமாக இருந்தாலும், பொய்யாக இருந்தாலும் அதைக் கேட்டுக் கொண்டிருக்கிற வரை அவர்கள் நிஜமென்றே நம்புவார்கள் என்று நினைத்துக் கொண்டே கதை சொல்ல ஆரம்பித்திருந் தான். தான் சொல்லும் கதையின் சூழ்நிலையில் மூழ்கியிருக்கிற வரை அவர்களுக்கு அதை விமரிசிக்கிற சக்திகை கூடாது என்பது அவனுக்குத் தெரியும். சம்பவங்களைத் துல்லியமாகச் சொல் கிறோம் என்ற நம்பிக்கை ஜெயராமுக்கு இல்லை. ஒரு நல்ல இலக்கியப் படைப்பில் இயல்பாகக் காணக் கூடிய சிறந்த அம்சங்கள் கதையில் இருந்தன. ஆனாலும் கதையைப் பல கோணங்களிலிருந்து விமர்சித்தார்கள். நிஜ வாழ்க்கையில் இது நடக்குமா, நடக்காதா என்பதான கதையின் யதார்த்தக் கூறுகள் குறித்து அங்காடி துருவித் துருவிப் பார்த்தான். ஹெக்டேயும், சித்தப்பாவும் இதற்கு விளக்கங்கள் சொல்ல உதவினார்கள்.

அங்காடியின் அபிப்ராயத்தை அறிவதற்காக எல்லோரும் அவனைத் திரும்பிப் பார்த்தார்கள். அங்காடி பேசினான். ''ஜெயராம்... உங்கள் கதை திடுக்கிடும் அம்சங்கள் கொண்டதாக இருக்கிறது. ஆனால், வெறும் வாசகன் என்னும் நிலையில் மட்டும் இக்கதையை என்னால் அணுக முடியாது. கதையோட முக்கியமான அம்சங்களைக் கவனமாகப் பார்த்துக் குறிப்பெடுத் துட்டுப் பிறகு அதிலிருந்து ஏதாவது செய்திகள் சேகரிக்க முடியு மான்னுதான் பார்க்கறேன். மத்தபடி என் சொந்த அபிப்ராயம் ஒன்னுமில்லே'' என்றான்.

அத்தியாயம் 23

காலையில் கிருஷ்ணே கௌடா ஏலக்காய் மண்டியைத் திறந்து கொண்டிருக்கும் போது கெசஞூர் ரிடையர்டு சப்-ரிஜிஸ்ட்ரார் ஆச்சாரி, காலேஜ் பிரின்சிபால் வெங்கட்ராயர், கப்பே கௌடா ஆகியோருடன் வந்தார். கிருஷ்ணே கௌடா வின் மனசு முழுவதையும் சுலைமான் பேரியின் ஏலக்காய் மண்டியே ஆக்கிரமித்திருந்தது. வந்த மூவருக்குப் பின்னால் சிவப்பு நிற மீசையுடைய ஓர் ஆணும், அதே மாதிரி விசித்திர மான தோற்றம் கொண்ட ஒரு பெண்ணும் இருந்ததை கௌடா கவனிக்கவில்லை. சமீபத்தில் தான் கெசஞூருருக்கு மாற்றலாகி வந்தவர்களாதலால் கிருஷ்ணே கௌடனுக்கு அவர்களைப் பற்றித் தெரிந்திருக்கவில்லை. ஆச்சாரியே அவர்கள் இருவரை யும் அறிமுகப்படுத்தி வைத்தான். கௌடாவின் தோட்டத்திற்கு முன்னால் திறந்த வெளிக்கும் அப்பால் கூடாரமடித்துத் தங்கியிருக்கும் லம்பாடிக் கும்பலில் ஒருவன் அவன். பெயர் மெஜிஷியன் முத்து. பஸ் ஸ்டேண்டு, சந்தை முதலான ஜனத் திரள் கூடுமிடங்களில் சிறு சிறு மேஜிக் நிகழ்ச்சிகள் நடத்துவது தான் அவன் தொழில். தேவையான அளவு ஜனங்கள் சேர்ந்த வுடன் ''ஒன்... டூ... த்ரி... ஃபோர்...'' என்று மேஜிக் ஷோவை ஆம்பித்து விடுவான். பார்வையாளர் வீசும் கால் பணம், அரைப் பணம் முழுவதையும் சேர்த்தால் சாயந்திரம் சாராயக் கடைக்குப் போகச் சரியாக இருக்கும். ராத்திரியானதும் தனது சகாக்களுடன் சேர்ந்து கொண்டு காட்டுக்குள் போய் முயல், நரி முதலிய வற்றை வேட்டையாடி அடுத்த நாள் சாப்பாட்டுக்கு வகை செய்து கொள்வான். இந்தி, இங்கிலீஷ், உருது, தெலுங்கு, தமிழ், வங்காளம் முதலிய அனைத்துப் பாஷைகளையும் திக்கித் திணறிப் பேசக் கற்றுக் கொண்டிருந்தான்.

இந்த லம்பாடிப் பெண்களில் சிலர் விபசாரத் தொழிலில் தம்மை முழுமையாக ஈடுபடுத்திக் கொண்டிருந்தார்கள். சிவந்த நிறத்தோடும், ஒல்லியான உடம்போடும் அங்குமிங்கும் ஓடி யாடித் திரியும் அந்தப் பெண்களை ருசி பார்ப்பதற்கு கெசஞூர் கௌடாக்களுக்குத் தீராத ஆசை. இந்த விஷயம் சம்பந்தமாகத் தான் ஆச்சாரிக்கும், கப்பே கௌடாவுக்கும் மெஜிஷியன் முத்து

ஆத்ம நண்பனாகியிருந்தான். இந்த முறை இந்த லம்பாடிக் கூட்டத்தை கெசரூரிலிருந்து கிளம்ப விடாமல் நிரந்தரமாக அங்கேயே தங்க வைத்து முடிந்த அளவு பெண்களை ருசி பார்க்கும் திட்டம் தீட்டியிருந்தான் ஆச்சாரி.

கிருஷ்ணே கௌடா தான் பஞ்சாயத்து போர்டு பிரசிடெண்டு. ஆசாரிக்கு கிருஷ்ணே கௌடாவின் ரசனை குறித்து நல்ல பரிச்சயமுண்டு. அதை அனுசரித்து முத்துவிடம் சொல்லி ஒரு கன்னி ரத்தினத்தைத் தங்களுடன் அழைத்து வந்திருந்தான். அக்கம் பக்கம் பார்க்காமல் அந்தப் பெண்ணை முத்துவின் மகள் என்று கௌடாவுக்கு அறிமுகம் செய்து வைத்தான்.

அறிமுக சம்பிரதாயங்களுக்குப் பிறகு ஆச்சாரி விஷயத்திற்கு வந்தான். ''இவர்களுக்கு நம்ம ஊர்லே வீடு கட்ட இடம் கொடுத்து விடலாம். அதற்காக விண்ணப்பமும் தயாரிச்சுக் கொடுத்திருக்கேன்'' என்றான். ஏதேதோ யோசனையிலிருந்த கிருஷ்ணே கௌடா ஆச்சாரியின் திட்டத்தைக் கண்டு கொள்ளாமல் அது மேய்ச்சல் நிலத்திற்கு ஒதுக்கப்பட்டிருக்கிறதென்றும் அங்கே வீட்டு மனைகள் போட முடியாதென்றும் சொன்னான்.

''ஒரேயடியாக ஆகாதுன்னு சொல்லாதீங்க கௌடரே... நல்லா யோசனை பண்ணி சாயங்காலமா சொல்லுங்க... உங்க கிட்டே வேற சில விஷயங்களும் சொல்லணும்... அதையெல்லாம் தெரிஞ்சதுக்கப்புறமும் வேண்டாம்னு தோணிச்சுன்னா அப்புறம் உங்க இஷ்டம்'' என்றான் ஆச்சாரி. பிறகு முத்துவையும், அந்தக் கன்னி ரத்தினத்தையும் பார்த்து, ''போங்க. சாயந்திரமா வந்து கௌடரைப் பாருங்க'' என்று சொல்லி அனுப்பி வைத்தான்.

ஆச்சாரி அசாத்தியமான மூளை படைத்தவன். ஆனால், அந்த மூளை எப்போதும் கெட்ட எண்ணத்தோடேயே வேலை செய்தது. 'அசாத்திய மூளை ஆச்சாரி' என்றே அவனை எல்லோரும் கூப்பிட்டார்கள். சில பேர் 'இந்தக் குறுக்குப் புத்தி கொண்டவனிடம் நமக்கென்ன வம்பு' என்ற பயந்து கொண்டு போலி மரியாதை கொடுத்து வந்தார்கள். தனது காம வேட்கையை மட்டும் கொஞ்சம் கட்டுப்படுத்தியிருப்பானேயானால் சுலைமான் பேரியை விட அதிக பணம் சம்பாதித்திருப்பான். பெண்களின்

இடுப்பழகையும், பின்னழகையும் விட உலகில் மதிக்கத் தக்க பொருள் வேறு எதுவும் இல்லை என்பது ஆச்சாரியின் அபிப் பிராயம். ஊரில் எல்லோரும் வீடு, தோட்டம், கார் என்று வாங்கிக் கவனித்துக் கொண்டிருக்கும் போது ஆச்சாரி இந்த அறுபது வயதைத் தாண்டிய வேளையிலும் வேறு எதிலும் நாட்டமில்லாமல் சந்தை, திருவிழா என்று எல்லா இடங்களிலும் பெண்களை மோப்பம் தேடி அலைவதிலேயே குறியாக இருந்தான். அவன் தலை மட்டும் தான் நரைத்திருந் ததே தவிர, வேறு வயோதிகத்திற்கான எந்த அடையாளங்களும் அவன் மெலிந்த திரேகத்தில் கிடையாது. ஒவ்வொரு பெண்ணின் சகவாசம் ஒரு புது உலகமாக அவனுக்குத் தெரிந்தது. ஒவ்வொரு பெண்ணும் ஆழம் காண முடியாத பூமா தேவியைப் போல் இருந்தாள். பெண்களைப் பற்றிய விஷயங்கள் வரும் போதெல் லாம் அவனது மனதும், அறிவும் மிகுந்த விசாலமடைந்தன. ஏதாவது ஒரு திட்டம் தீட்டி இந்த நாடோடிக் கும்பலைக் கெசரூரிலேயே தங்க வைப்பதற்குப் பெரிதும் முயற்சி செய்தான். அந்தக் கும்பலின் முக்கியப் பிரமுகர்களான முத்தூஜி, தானாஜி, சிவாஜி முதலியோரைப் பிடித்து இங்கேயே வீடு கட்டிக் கொள்ள வீட்டு மனை கேட்டு விண்ணப்பம் கொடுங்கள் என்று தூண்டி விட்டான். அந்த லம்பாடிகளுக்கு அங்கே வீடு கட்டிக் கொள்ள வேண்டுமென்று ஆசை ஒன்றும் கிடையாது. கண்ணில் படுகிற நரி, முயல், காடை, கவுதாரி, காட்டுக் கோழி முதலியவற்றைப் பிடிக்க வேண்டும். குளம் குட்டைகளில் தென்படுகிற மீனையெல்லாம் பிடிக்க வேண்டும். ஊருக்குள் கிடைக்கிற பூனை, ஆடு, கோழிகளைப் பிடிக்க வேண்டும். திருட முடிகிற பொருட்களை எல்லாம் திருட வேண்டும். ஊரிலுள்ள காமுகர்களுக்குக் கொடுக்க வேண்டிய நோய்களையெல்லாம் கொடுக்க வேண்டும். பிறகு வேறு இடம் நோக்கிப் போக வேண்டும். இதுதான் அவர்கள் வாழ்க்கை முறை. இவர்களுக்காக ஆச்சாரி அபாரமான சில யோசனைகள் சொன்னான். அரசாங்கம் பணம் தருகிறது. மரம் முதலிய வீடு கட்டும் சாமான்கள் தருகிறது. நீங்கள் இங்கே வீடு கட்டி முடிந்த உடன் உங்களுக்கு வாக்குரிமையும் தருகிறது. அடுத்து தாலுகா போர்டு தேர்தல் வருகிறது. இரண்டு கட்சிக்காரர்களும்

உங்களுக்கு வாக்குறுதிகள் தருவார்கள். வேண்டிய அளவு பணம் தருவார்கள் என்று இப்படி ஆசை வார்த்தைகள் காட்டிய உடனே நாடோடிகளும் அவற்றை நம்பத் தொடங்கினார்கள். இவன் சொன்னபடி செய்தால் தான் என்ன என்றும் அவர் களுக்குத் தோன்றியது.

மெஜீஷியன் முத்து அந்தப் பக்கம் போன உடனே இதெல்லாம் என்ன என்பதைப் போல கிருஷ்ணே கௌடா ஆச்சாரியைப் பார்த்தான். தனது செயலுக்குக் கொஞ்சம் கௌரவம் வரட்டும் என்று சொல்லி காலேஜ் பிரின்சிபாலையும் இழுததுக் கொண்டு வந்திருந்தான் ஆச்சாரி. காலையிலேயே பிரின்சிபால் வீட்டுக்குப் போயிருந்தான். ''நேத்து உங்க காலேஜிலே ஆன கலாட்டாவுக்கெல்லாம் காரணம் சுலைமான் பேரியோட ஆட்கள்தான். இப்பவே அவங்களுக்குச் சரியான பாடம் கற்பிக்ககேலன்னா இந்த மாதிரி கலாட்டாக்கள் இன்னும் அதிகமாகும். இதுக்கெல்லாம் நான் ஒரு திட்டம் வெச்சிருக் கேன். நீங்க எங்கூட வாங்க'' என்று அந்த மூர்க்கன் பிரின்சி பாலை முதுகில் சுமந்து கொண்டு திரிந்தான். பிரின்சிபாலுக்கு இது ஒரு பெரிய கௌரவமாகப் போயிற்று. கெசனூரின் சுக துக்கங்களில் பங்கு கொண்டு அதன் தலை விதியைத் தீர்மானிக்கிற பெரும் பொறுப்பு தனக்கு இருப்பதை நினைத்துக் கொண்டு ஒரு ஆட்டுக் குட்டியைப் போல ஆச்சாரியின் பின்னால் திரிந்தான்.

கிருஷ்ணே கௌடா இவர்களைப் பார்த்த உடன், ''உங்க ளிடம் கொஞ்சம் பேச வேண்டும்'' என்று சொல்லி பிரின்சி பாலையும் கப்பே கௌடாவையும் அங்கேயே உட்கார வைத்து விட்டு வீட்டுக்குள் கௌடாவை அழைத்துப் போனான் ஆச்சாரி. இருவரும் ஒருமையிலேயே தங்களை அழைத்துக் கொண்டு தங்கள் ஆத்மார்த்தமான சம்பாஷணையை ஆரம்பித்தார்கள். பேச்சு முழுவதும் பெண்களைப் பற்றியே — அதிலும் குறிப்பாக அவர்களது அந்தரங்க உறுப்புகளைப் பற்றியே இருந்த போது அதற்குக் குறுக்கே 'கண்ணியமான பேச்சு' என்ற தடைச் சுவர் எதற்கு?

''யோவ் ஆச்சாரி... உனக்கு இஷ்டமாச்சுன்னா அவங் கள்ளேல நாலஞ்சு குட்டிங்களைப் புடிச்சு ஜோலியைப் பாத்துட்டு கையக் கழுவிக்கோ... அதை விட்டுப் போட்டு அவங்களை

ஊருலேயே நிரந்தரமா வெச்சுக்கணும்னு சொல்றியே. ஊரையே பாழ்படுத்துறதுக்கா? நம்ம தோட்டத்துக்குப் பக்கத்துலேயே இருந்துட்டு வேலி, காம்பவுண்டு எல்லாத்தையும் எப்பவும் தலைகீழாத் திருப்பிப் போட்டிட்டிருக்கானுங்க... இந்தத் தேவிடியாப் பசங்களுக்கு வீட்டையும் கட்டிக் குடுத்துட்டா எங்கிட்டே இருக்கிற கோழி, ஆடு ஒன்னையும் மிச்சம் வைக்க மாட்டானுங்க...'' என்று கத்தினான் கௌடா.

''கிருஷ்ணப்பா... பாரு இங்க தான் நீ தப்புப் பண்றே... பொம்பளைங்களைப் பாத்து ஜொள்ளு ஒழுக்கீட்டு நான் இதைச் சொல்றேன்னு நீ நெனைக்கிற இப்படிப்பட்ட கேசுகள் எத்தனை பேரை நான் பாத்திருக்கேன். ஒரு நீண்ட காலத் திட்டத்தோட தான் இந்த யோசனையை நான் உனக்குச் சொல்றேன். அவங் களுக்கு வீடு கட்ட எடம் குடுத்தா அவங்க இங்கியே தங்கிக்கப் போறாங்கன்னு நெனச்சியா? நாடோடிப் பசங்க தானே அவங்க ... காலு ஒரு எடத்துலே நிக்காது. இப்ப கொஞ்சம் கொஞ்சம் எடத்தை அளந்து குடு. அவங்களோட ஓட்டு பூராவும் உனக்குத் தான். இதை வெச்சு சுலைமான் பேரியோட ஆளுங்களை ஒரு தட்டுத் தட்டலாம். இந்தப் பசங்க தப்பித் தவறி சுலைமான் பக்கம் போயிட்டாங்கன்னா போச்சு. இந்தத் தடவை பஞ்சாயத்து போர்டு சேர்மன், தாலூகா போர்டு பிரசிடெண்டு எல்லாத்தையும் அவங்களே தட்டீட்டுப் பேயிருவாங்க. நம்ம கிட்டே இருக்கற ஓட்டுங்க எவ்வளவு... அவங்ககிட்டே இருக்கற ஓட்டுங்க எவ்வளவுன்னு கணக்குப் போட்டுப் பாரு... உனக்குத் தெரியும். இப்ப அவங்க வீடு கேக்கறப்போ சும்மா 'சரி'ன்னு சொல்லி வையி. சாயந்திரமா இவன் தன்னோட மகளைக் கூட்டிக்கிட்டு உங்கிட்ட வருவான். பாவம் பொம்பளைப் புள்ளைங்க. மனசுலே என்னமோ வெச்சிக்கிட்டிருக்குதுங்க... வேண்டான்னு சொல் லிடாதே...'' ஆச்சாரி கிருஷ்ணே கௌடாவின் எல்லாப் புலன் களையும் குறி வைத்து தன்னுடைய சக்தி வாய்ந்த அஸ்திரங் களை ஏவினான்.

'சுலைமான் பேரி!' கிருஷ்ணே கௌடா சற்று நேரம் மறந்திருந்த அந்தப் பெயர் மீண்டும் நினைவுக்கு வந்தது. இப்போது நாடோடிகள் தங்கியிருக்கும் அதே இடத்தைத் தான் சுலைமான் பேரி ஒரு அறுவை மில் கட்டுவதற்குக் கேட்டான்.

விண்ணப்பமும் போட்டிருந்தான். ஒக்கலியரும், லிங்காயத்துக் களும் ஏகப்பட்ட ரகளை செய்து அவனுக்கு இடம் கொடுக்க விடாமல் செய்து விட்டார்கள். ஆச்சாரி சொல்வதிலும் கொஞ்சம் நியாயம் இருப்பதாக கிருஷ்ணே கௌடா நினைத்தான். ஆனால், அந்தப் பெண்களை மனதில் வைத்துக் கொண்டு தான் அவன் இவ்வளவும் செய்கிறான் என்ற சந்தேகம் உறுதியாக இருந்தது.

''யோவ்... ஆச்சாரி பொம்பளைங்க பின்னாலேயே திரிஞ்சு திரிஞ்சு உன்னோட வீடு, பூமி எல்லாத்தையும் தொலைச்சது போதாதுன்னு ஊர்லே இருக்கற எடத்தையெல்லாம் வாங்கிக் குடுக்கறத்துக்குக் கிளம்பியிருக்கியா... பொண்டாட்டி ஒருத்திக் கண் மூடுனதுனாலே உங்கிட்டேர்ந்து தப்பிச்சுப் போயிட்டா... இது வரைக்கும் சுலைமானைப் பத்திக் கண்டுக்கலே... இப்ப என்ன திடீர்னு...''

''ஒரு பொம்பள இல்லாம நான் தவிக்கிற தவிப்பு உனக்கென்னய்யா தெரியும்? அவ்வளவு நல்ல பொம்பளையை வீட்லே வெச்சுட்டு நீ ஊரெல்லாம் மேயற இல்லே... உன்னோட சந்ததிகளெல்லாம் பஸ் ஸ்டேண்டுகளிலெல்லாம் வெளையா டிட்டிருக்கறது எனக்குத் தெரியாதா... அதிருக்கட்டும்... சுலைமான் உன்னோட மண்டிக்கு எதிரிலேயே ஒரு மண்டி தொறந்திருக் கானாமே... இங்க பாரு கிருஷ்ணே கௌடா நான் இங்க வந்திருக்கறது என்னோட பொம்பளை ஆசையைத் தீத்துக்கறத் துக்கில்லே... பாரு. பிரின்சிபால் வெங்கடராயரும் எங்கூட வந்திருக் காரு. இந்த சுலைமான் பேரியோட ஆட்கள் ஸ்கூலு, காலேஜ் எல்லா எடத்திலேயும் கலாட்டா பண்றாங்க. காலேஜிலே யக்ஷ கானம் நடத்த விடாமே கடைசீல போலீஸ் வந்து காவல் நிக்க வேண்டியதா போச்சாமே... எப்படி ஆச்சுப் பாரு நம்ம தலைவிதி... கையலகம் எடம் குடுக்கறத்துக்கு அழுவுறே... அங்கே பேரி ஊரான ஊரையெல்லாம் வளைச்சுப் போட்டிருக்கான்... நீ இங்கே சும்மா பாத்துட்டு உக்காந்திட்டிருக்கே.''

ஆச்சாரியின் வார்த்தைகள் ஒவ்வொன்றும் கிருஷ்ணே கௌடாவைக் குறி வைத்துத் தாக்கின. பெண்களின் பொருட்டு தனது புத்தி சாதுரியம், வாதத் திறமை எல்லாவற்றையும் பிரயோகித்து கிருஷ்ணே கௌடாவை வளைத்தான் ஆச்சாரி. பிராமணனான அவனது அறிவுக் கூர்மையின் முன்னால் அப்பாவி கிருஷ்ணே கௌடாவின் பலம் ஆட்டம் காணத் தொடங்கியது.

''சரி ஆச்சாரி... நான் இப்ப சரீன்னு சொல்லீர்ரேன்னு வெச்சுக்க... இன்னும் பஞ்சாயத்து போர்டு மெம்பருங்க... தாசில்தார் இவங்கெல்லாம் இருக்காங்கல்லியா... அவங்களை யெல்லாம் சரிக் கட்றது எப்படி...? சுலைமான் பேரிக்கு எடம் குடுக்கக் கூடாதுன்னு நிறுத்தி வைச்சிட்டு இப்ப இந்த நாடோடிப் பசங்களுக்கு குடுத்தா அவங்களுக்கு என்ன பதில் சொல்றது...?'' அவன் பேசுகிற விதத்திலிருந்து இடம் கொடுப்பதில் அவ்வளவு ஆட்சேபணை ஒன்றும் இல்லை என்கிற மாதிரி தெரிந்தது.

''அதையெல்லாம் நான் பாத்துக்கறேன் விடு... அதுக்குத் தான் இப்ப பிரின்சிபாலையும் கப்பே கௌடனையும் கூட்டீட்டு வந்திருக்கேன்... அரசு இப்போ 'ஏழைகள் வீட்டு வசதித் திட்டம்'ணு ஒரு திட்டம் கொண்டு வந்திருக்காங்க... அதைச் சொல்லி தாசில்தாரை மடக்கலாம். மத்தவங்ககிட்டே பிரின்சி பாலை அனுப்பறேன்.'' தனது எதிர்காலத் திட்டங்களை வரை படமாக ஜோடித்துக் காட்டினான் ஆச்சாரீ. பேச்சின் முடிவில் ஆச்சாரியின் திட்டமிடும் சாமர்த்தியத்தை கிருஷ்ணே கௌடா மனமுவந்து பாராட்டினான்.

அறைக்குள்ளிருந்து கௌடாவும், ஆச்சாரியும் வெளியே வந்தார்கள். ஆச்சாரி பிரின்சிபாலைப் பார்த்து, ''எல்லாம் பேசி விட்டோம். மத்த விஷயங்களையெல்லாம் நீங்க தான் பாத்துக் கணும்... அப்புறமா உங்ககிட்டே எல்லாத்தையும் விவரமா சொல்றேன்... வெங்கடேஸ்வரன் கிருபையால் எல்லாம் நல்ல படியா நடக்கும்'' என்றான்.

நடந்தது எதைப் பற்றியும் தலையும் புரியாமல் வாலும் புரியாமல் ஆச்சாரி சொன்ன எல்லாவற்றுக்கும் செக்கு மாடு போலத் தலையை ஆட்டிய பேராசிரியர் பெருமகனார் அவரையே பின்தொடர்ந்து சென்றார்.

அத்தியாயம் 24

பிரீடர் முகமது தீவிர சிந்தனையில் ஆழ்ந்திருந்தான். ஜோகிஹாளர் கொலைக் கேசில் அவனைச் சிக்க வைப்ப தற்காகப் பலர் முயற்சி செய்தார்கள். இது அவனுக்கு ரொம்ப வும் மனத் தளர்ச்சியை ஏற்படுத்தியிருந்தது. எப்படியாவது இந்த

இடத்திலிருந்து மாற்றல் வாங்கிக் கொண்டு போக வேண்டும் என்று பெரிதும் முயற்சி செய்தான். ஆனால், எம்.எல்.ஏ. தொடங்கி எல்லோரும் அவனைச் சந்தேகக் கண்ணோடேயே பார்த்தார்கள். கடைசியில் அவனது மதத்தைச் சேர்ந்தவர்களிடமே அவன் புகலிடம் தேட வேண்டியதாக இருந்தது. சுலைமான் பேரி அவனிடம் மிகுந்த பரிவு காட்டினான். ''நீ கத்தாருக்குப் போ. அங்கே கை நிறைய சம்பளம் கிடைக்கும். இந்த தேசத்தில் உனக்கு ஒன்னும் கிடைக்காது...'' என்று புத்தி சொன்னான்.

உடனே முகமது பாஸ்போர்ட், விசா முதலியவற்றுக்கான ஏற்பாடுகளைப் பண்ணினான். ஆனால், கத்தாரிலிருந்து வேலைக்கான ஆர்டர் ஒன்றும் இதுவரை வரவில்லை. இந்த தேசம் விட்டுப் போவதற்கான வேளையும் வரவில்லை.

கௌசரூரின் பிரச்சினை மேலும் மேலும் சிக்கலாகிக் கொண்டு வந்தது. வெங்கடேச பக்தர்களின் போராட்டம் மசூதியை வளைப்பதிலேயே குறியாக இருந்தது. ஒன்றையும் கண்டு கொள்ளாமல் இருப்பதற்கு முகமது மிகுந்த சிரமப்பட வேண் டியதாக இருந்தது. கத்தாருக்குப் போகும் திட்டம் வைத்துக் கொண்டிருந்ததால் தனது திருமணத்தைக் கூடத் தள்ளிப் போட்டுக் கொண்டிருந்தான். இந்தச் சூழ்நிலையில் அவனது பயத்தை அதிகரிப்பது மாதிரி மேலும் ஒரு நிகழ்ச்சி நடந்தது.

முகமது இப்படிப் பல யோசனைகள் செய்து கொண்டு நடந்து வந்து கொண்டிருந்தான். தன்னை யாரோ பின்தொடர்ந்து வருகிற மாதிரி தோன்றிது. யாரென்று திரும்பிப் பார்க்கலாம் என்று நினைப்பதற்குள், ''கழுத்தை முறிக்கிறேன் பார். தலை துண்டாப் போகும். ஜாக்கிரதை'' என்ற குரல் கேட்டது. முதுகில் கத்தியின் நுனி பட்டு நின்றது மாதிரி தெரிந்தது. தனது அந்திம காலம் நெருங்கி விட்டது என்று உணர்ந்த முகமது அங்கேயே நின்றான். முதுகுக்குப் பின்னாலிருந்து மிரட்டும் தொனியில் ஒரு குரல், ''ஏண்டா... ஒரு முசல்மானாக இருந்துட்டு இன்னொரு முசல்மானுக்கு துரோகம் பண்றியா? உனக்கு கத்தார்லே வேலை வேணும்... பெஹரைன்லே வேலை வேணும்... ஆனா இங்கே மட்டும் நம்பிக்கைத் துரோகம் பண்ணலாம். அப்பிடித்தானே.'' இவன் எவனோ சுலைமான் பேரியோட ஆள் என்று எண்ணிக் கொண்டான் முகமது.

''நான் ஏன் முசல்மானுக்குத் துரோகம் பண்றேன்... நான் யாருக்கும் துரோகம் பண்ணவுமில்லே... யாரோட கட்சிக்கும் போகவுமில்லே'' என்றான்.

''அப்பிடியா... அப்பிடீன்னா ஒரு விஷயம் கேக்கறேன்... சொல்லு...''

''தெரிஞ்சதுன்னா சொல்றேன்.''

''அந்த அங்காடி இங்கே எதுக்கு வந்திருக்கான்னு சொல்லு.''

''அங்காடி ஏலக்காய் போர்டுலே இண்டலிஜென்ஸ் ஆபீசரா இருக்கான். ஏலக்காய் ரிசர்ச் நந்திட்டிருக்குது... மார்க்கெட் எப்படியிருக்குன்னு விசாரணை பண்ண வந்திருக்கான்.''

''ஏய்... பொய் சொல்றியா... உன் கொடலை உருவீடு வேன். சுலைமான் பேரியைப் பத்தி அவன் ஒன்னும் கேக்கலை?''

''இல்லே.''

''காட்டு மரத்தையெல்லாம் வெட்டிப் போட்டதைப் பத்தி விசாரணை பண்றத்துக்குத் தானே அவன் வந்திருக்கான்.''

''இல்லே... குரான் மேலே சத்தியமா சொல்றேன்... இல்லே...''

''இங்க பாரு... நீ நம்ம ஆளு... அவன் எதுக்கு வந்திருக் கான்னு உனக்குத் தெரியாம இருக்கலாம். அவன் சுலைமான் பேரி விஷயத்தை எடுத்த ஒடனே எங்களுக்கு வந்து சொல்லணும் தெரியுதா...?''

''எப்பிடித் தெரிவிக்கிறது...? யாரு நீங்க? எங்க இருக்கீங்க?''

''ஹா... ஹா... பைத்தியக்காரா! அதெல்லாம் உனக் கெதுக்கு? நாங்க சொல்ற இடத்துக்கு நீ வரணும்... விஷயத்தைச் சொல்லணும்... எதாவது பொய் சொன்னீன்னா உன் கதை முடிஞ்சுதுன்னு வெச்சுக்க.''

''தெரிஞ்சதுன்னா தெரிஞ்ச அளவுக்குச் சொல்றேன்.''

''சரி... நல்லா ஞாபகம் வெச்சுக்கோ... ஏதாவது துரோகம் பண்ண நெனைச்சீன்னா இந்தக் கத்தி உன்னோட நெஞ்சுக்குள் எறங்கும்...'' என்று கத்தியை இலேசாக முதுகில் உரசினான். உரசல் வலி ஏற்படுத்துகிற அளவுக்கு இருந்தது. முகமது எதுவும் பேசவில்லை. கத்தார் வேலை கூட இப்போது அவ்வளவு பெரிதாகத் தோன்றவில்லை. பெஹரைனும் வேண்டாம்... கெசரூரிலிருந்து தப்பித்துப் போனால் போதும்.

''சரி முன்னாலே நேரா ஒரு இருநூறு அடி நடந்து போ... திரும்பிப் பார்க்காதே... இந்த விஷயத்தை யாரு கிட்டயாவது சொன்னேன்னா உன்னத் தீத்துக் கட்டிருவோம்'' என்றது குரல்.

'தப்பித்தோம் பிழைத்தோம்' என்று வேகமாக நடக்க ஆரம்பித்தான் முகமது... எவ்வளவு தூரம் ஓடினோம், எங்கிருக்கிறோம் என்பதை உணராமலேயே ஓடினான். திரும்பியே பார்க்காமல் வேகமாக ஓடினான்.

ரொம்ப தூரம் ஓடி வந்த பிறகு பின்னால் யாரும் வரவில்லை என்று உறுதி செய்து கொண்ட பிறகு திரும்பிப் பார்த்தான். யாரையும் காணோம்... கத்தியை கையில் வைத்து தான் மிரட்டப்பட்ட இடத்தில் யாரோ நின்று கொண்டிருப்பது மாதிரி தெரிந்தது. அந்த மனிதன் முகமதுவை நோக்கி வந்தான். இவனுக்காகவா பயந்து நடுங்கினோம் என்று முகமது வெட்கப்பட்டான். ரோட்டிலேயே நின்றான். அந்த ஆள் யார் என்று பார்க்க ஆவலாக இருந்தது. அதே சமயம் ஓடிப் போய் விடலாமா என்றும் தோன்றியது.

அந்த ஆள் பக்கத்தில் வந்தான். அவனை எங்கோ பார்த்த ஞாபகம் இருந்தது. அந்த ஆள் எதுவும் பேசாமல் தன் பாட்டுக்கு எதையோ யோசித்துக் கொண்டு முகமதுவைக் கடந்து போனான். முதுகில் கத்தியை வைத்துப் பயமுறுத்தியவனுக்கும் இவனுக்கும் எந்தச் சம்பந்தமுமில்லை என்று தோன்றியது. அப்படியானால் இவன் யார்? எங்கோ பார்த்திருக்கிறோம் என்பது மட்டும் நிச்சயம். எங்கே? எங்கே பார்த்திருக்கிறோம்...? கொஞ்சம் கொஞ்சமாக அந்த ஆளைப் பற்றிய ஞாபகம் வர ஆரம்பித்தது. அவன் மெஜிஷீயன் முத்து தான். பூச்சியியல் துறையைச் சேர்ந்த சித்தப்பா லம்பாடிகளால் சுற்றுப்புறச் சூழல் எப்படி நாசமாகிறது என்று ஜோகிஹாளரிடம் பல முறை புகார் செய்திருக்கிறான். ஆராய்ச்சி நிலையத்தைச் சுற்றி இருக்கிற காடுகளில் தென்படும் எல்லா பறவை, கோழியினங்களையும் வேட்டையாடி அருகிலுள்ள மிலிடரி ஓட்டலுக்கச் சப்ளை செய்வதே இந்த லம்பாடிகளின வேலையாக இருந்தது. அதோடு அந்தப் பகுதியில் கிடைக்கும் பெரிய பெரிய தவளைகளைப் பிடித்து அதன் தொடைகளைக் கத்தரித்துக் கடத்தல் செய்யவும் தொடங்கினார்கள். எங்கோ வெளிநாட்டுக்கு ஏற்றுமதி செய்வ

தற்காகவே இந்த வேலை. இவர்களால் சுற்றுப்புறச் சூழலுக்கு விளையும் கேடுகளைக் கண்கூடாகப் பார்த்த சித்தப்பா இந்த விஷயத்தைப் பற்றி வனத் துறை அதிகாரிகளுக்கும், போலீசுக் கும் பிராது கொடுத்தான். லம்பாடிகளுக்கும் சித்தப்பாவுக்கும் மறுபடியும் தகராறு எதுவும் ஆரம்பமாகி விட்டதா என்று யோசித்தான் முகமது.

தன் முதுகில் கத்தியை வைத்துப் பயமுறுத்தியவன் முத்து வாக இருக்க முடியாது. அவன் நடக்கும் விதத்திலே இருந்தும், அவன் முக பாவத்திலிருந்தும் இது சாத்தியமில்லை என்று தோன்றியது. அப்படியானால் தன்னைப் பிடித்துக் கொண்டிருந்த வன் முத்து வருவதைப் பார்த்த பிறகு தான் விட்டிருப்பானோ? முத்துவின் முக பாவம் மூலம் அவன் எதையும் பார்த்திருக்க வில்லை என்று அறிய முடிந்தது.

முகமதுவுக்கு ஒன்றும் புரியவில்லை. எதையும் உறுதி யாகத் தீர்மானிக்க முடியவில்லை. ஒரு விஷயம் மட்டும் தெளிவாகத் தெரிந்தது. தனக்கே தெரியாமல் கெசரூர் ஜனங்களுக்குப் பாதகம் ஏற்படும்படி ஏதோ ஒரு காரியத்தைச் செய்திருக்கிறோம் என்பது தான் அது.

தன் முதுகில் கத்தியை வைத்து மிரட்டியதன் பின்னணி முகமதுவுக்கு ஓளவுக்குப் புரிந்தது. பாடீலரின் சிஷ்யர்களுக்குள் ளேயே இரண்டு பிரிவினர் இருக்கிறார்கள். இவர் எதிர் அணி களைச் சேர்ந்தவர்களாவே தங்களைக் கருதிக் கொள்கிறார்கள். கல்லூரி விழாவில் வெங்கடேஸ்வர பக்தர்களிடமிருந்து கூட ஒழிக சத்தம் கேட்டது. ஆனால் அங்காடி என்று ஒரு வெளியூர் ஆள் ஒருவன் வந்த பிறகு கெசரூர் ஆட்களுக்குப் பிரச்சினை வந்தது. அதுவும் அவன் ஒரு இண்டலிஜென்ஸ் ஆபீசர். எதையோ துப்புத் துலக்க வந்திருக்கிறான் என்று தெரிந்த பிறகு அவர்களுக்குக் கொஞ்சம் பயம் கண்டது. இதுவரை அங்கே காட்டிலிருந்த மன்னா, சசாகுவானி, பீட்டி, தேவதாரு, நந்தி முதலிய கோடிக்கணக்கான மதிப்புள்ள மரங்களை வெட்டிக் கடத்தி வந்ததைப் பற்றி விசாரணை செய்யத் தான் இவன் அனுப்பப்பட்டிருக்கிறான் என்று சந்தேகப்பட்டார்கள். முகமது வின் மூலமாக விஷயத்தை அறிந்து கொள்ளலாம் என்று நினைத்து முகமதுவை மிரட்டினார்கள். முகமது சொன்ன

விவரங்கள் அவர்களுக்குத் திருப்தி தரவில்லை. ராமச்சந்திரா, ஜெயராம், அங்காடி ஆகியோரது நடவடிக்கைகளும் அவர்களுக்கு ஒன்றும் பிடிபடவில்லை. ராமச்சந்திராவின் சீடர்களான ரமேஷ், ரஃபி முதலிய பையன்களும் இரண்டு குழுவினரும் ஒன்றும் புரிந்து கொள்ள முடியாதபடி தங்கள் காரியத்தை நடத்திக் கொண்டிருந்தார்கள். இவர்களது செயல்பாடுகளின் நோக்கத்தை அறிந்து கொள்ள இரண்டு குழுக்களுமே முயற்சி செய்தார்கள். குறிப்பாக சுலைமான் பேரியின் கோஷ்டி தங்கள் சதித் திட்டங்களை யாராவது கவனிக்கிறார்களா என்பதை அறிவதில் மிகுந்த கவனம் காட்டினார்கள். இவற்றுக்கு நடுவில் ஜெயராம் புனைந்த கதையில் வரும் நிகழ்ச்சி விவரணைகள் விஷயத்தை மேலும் சிக்கலாக்கின.

அத்தியாயம் 25

டி.பி.யில் உட்கார்ந்து கொண்டு அங்காடி ராமச்சந்திரா வுடன் பேசிக் கொண்டிருந்தான். ''ஜெயராம் சொன்ன கதை கிட்டத்தட்ட நம்பற மாதிரியே இருக்குது. ராமச்சந்திரா... மனுஷனோட எல்லாச் செயல்பாடுகளும் ஏற்கனவே நிச்சயம் பண்ணப்பட்டவைதான்னு நம்ப வைக்கிற மாதிரியே இருக்குது. கதையில் சில எடங்கள்லே ஓட்டைகள் இருக்கு... அந்த ஓட்டைகள் என்னான்னு கண்டு புடிக்கணும்... இல்லேன்னா கொலைச் சதியிலே ஜெயராம்கூட சம்பந்தப்பட்டிருப்பா னோன்னு நெனைக்க வேண்டியது வரும். சில உண்மைகளை அடிப்படையா வெச்சு ஒரு கதையை எழுதறப்போ அது இந்த அளவுக்கு சத்திய பூர்வமா இருக்குமான்னு ஒரு மலைப்போட பார்க்க வேண்டியதா இருக்கு... அந்த அளவுக்கு இது ஒத்துப் போகுது...'' என்றான். இருவரும் மற்ற நண்பர்களுக்காகக் காத்திருந் தார்கள். ஜெயராமின் கதை உண்மைக்கு மிக நெருக்கமாக இருப்பதாக அங்காடிக்குப் பட்டது. ராமச்சந்திரா எதுவும் பேசாமல் சிகரெட்டைப் பிடித்துக் கொண்டு சும்மா உட்கார்ந்திருந்தான்.

கொஞ்ச நேரம் கழிந்தது. ராமச்சந்திரா அங்காடியைப் பார்த்து, ''நீங்க எப்பவாவது கம்யூனிஸ்டா இருந்திருக்கீங் களா?'' என்றான்.

அங்காடி இந்தக் கேள்வியை எதிர்பார்க்கவில்லை. ''ஏன் இப்படிக் கேக்கறீங்க... அரசியலுக்கும் இதுக்கும் என்ன சம்பந்தம்?'' என்றான்.

''சம்பந்தம் இருக்கு... சொல்றேன்... நீங்க மார்க்ஸிஸ்ட்டா இருந்திருக்கீங்க இல்லியா...?''

''நான் மார்க்ஸிஸ்டாகவும் இருந்ததில்லை. கம்யூனிஸ்ட் கட்சியிலேயும் இருந்ததில்லே... வங்காளத்துலே கொஞ்ச காலம் சி.பி.ஐ. ஆபீசரா இருந்தப்போ அங்கிருந்த மார்க்சீயவாதிகளோட கொஞ்சம் நெருங்கிய பழக்கம் இருந்தது. மார்க்சீய கோட்பாடு களோட கொஞ்சம் பரிச்சயம் உண்டே தவிர, மார்க்சிஸ்ட் கட்சியோட எந்தத் தொடர்பும் இருந்ததில்லே. அதிருக்கட்டும். எதுக்காக இதெல்லாம் கேக்கறீங்க?''

''ஒன்னுமில்லே... நம்ம வந்து ஒரு தத்துவத்திலேயோ ஒரு கோட்பாட்டிலேயோ நம்பிக்கை வைச்சிருந்தும்னா நம்ம எண்ணம், சிந்தனை, அறிவு எல்லாத்திலேயும் அதனோட பாதிப்பு வந்திருது... மனித வரலாறு முழுவதையும் பல கட்டங் களாப் பிரிச்சு சில சரித்திர நியதிகளுக்கு உட்பட்டுத்தான் இந்த வரலாறு நடந்து வந்திருக்குன்னு மார்க்ஸ் வியாக்கியானம் பண்ணினார். மனிதனுடைய பிரக்ஞை அப்பிடீங்கறதே நடைமுறை வாழ்க்கையிலே அவனுக்குக் கிடைக்கிற அனுபவங்களோட அடிப்படையில் தான் அமைகிறதுன்னும் மார்க்ஸ் சொன்னார். ஜெயராம் கற்பனையிலே சில விஷயங் களைக் கணிச்சுச் சொல்றாரு... அதுல சில விஷயங்களை நீங்க நம்பறீங்க... நடக்கப் போற விஷயங்களைக் கற்பனையிலேயே ஓரளவுக்குக் கட்டுமானம் பண்ண முடியும்ங்கற மார்க்சீயப் பாதிப்பு இதிலே இருக்குமான்னு நெனைக்கத் தோணுது.''

''ராமச்சந்திரா... நீங்க ஒரு பேராசிரியர். இந்தத் தத்துவங்கள், கோட்பாடுகள் எல்லாத்தையும் ஆழமாப் படிச் சிருப்பீங்க... நான் எந்தக் கோட்பாட்டையும் ஆழமாப் படிச்ச தில்லே... அடிப்படையிலே நான் ஒரு துப்பறிவாளன். ஒரு துப்பறிவாளனுக்கு இயல்பா இருக்கு வேண்டிய துப்பறியும் நாட்டம் தான் எங்கிட்டயும் இருக்கு... அதைத் தவிர எந்த ஒரு சித்தாந்தம், கோட்பாட்டோட பாதிப்பும் எங்கிட்ட கெடையாது ...'' என்று அங்காடி சொல்லிக் கொண்டிருக்கும் போதே

ஜெயராம், சித்தப்பா, ஹெக்டே, முகமது எல்லோரும் டி.பி. யின் படியேறி உள்ளே வந்தார்கள். ஹெக்டே ஜெயராமோடு எதைப் பற்றியோ தீவிரமாக விவாதித்துக் கொண்டு வந்தான்.

ஜெயராம், ''அடப் போய்யா... ஒரு கதை எழுதறதோட எழுத்தாளனோட வேலை முடிஞ்சு போச்சு... அது நல்லா வந்திருக்கா இல்லயான்னு சொல்றது விமர்சகனோட வேலை... அதை விட்டுட்டு அதைத் திருத்து... இதைத் திருத்து... அது இப்படியிருக்கணும்... இது இப்படியிருக்கணும்னு சொல்றதை யெல்லாம் நான் ஏத்துக்க மாட்டேன்'' என்றான்.

''அப்படியில்லே ஜெயராம்... வைரஸ், ஃபங்கஸ் இதுங் கெல்லாம் காத்து மூலமாகவே நாடு விட்டு நாடு தாண்டி வருது. அதையெல்லாம் நீங்க யாரும் நட்டு வளத்தறதில்லே... இங்கே இந்த நோயைப் பரப்பறத்துக்கு ஜோகிஹாளரைக் கொலை செஞ்சு தான் ஆகணும்னு இல்லே... குவாடிமாலா வுலே இருக்கற ஏலக்காய் வியாபாரிங்களுக்கு இந்த சதியைச் செய்யணும்னு ஒரு கட்டாயமுமில்லே'' என்று தனது இரண்டு வாதங்களை மீண்டும் வலியுறுத்திச் சொன்னான் ஹெக்டே.

''கொஞ்சம் இருங்க ஹெக்டே... நீங்க சொல்லுங்க... கெசரூர்லே இருக்கற நோய் குவாடிமாலாவுலே மட்டுந்தான் இருக்குதுங்கிறத ஒத்துக்கறீங்க இல்லியா?'' என்றான் அங்காடி.

''ஆமாம்.''

''அப்பிடீன்னா குவாடிமாலாவுலே கெசரூர் நோய் தாக்கி ஏலக்காய் செடிகளெல்லாம் பாதிக்கப்பட்டிருக்கணுமே.''

''இல்லே... கெசரூர் வைரஸ்களை ஒரு செடியிலேர்ந்து இன்னொரு செடிக்குக் கொண்டு போறது 'திகணி'ங்கற பூச்சி தான். அந்தப் பூச்சி இந்தியா மாதிரி வெப்பப் பிரதேசத்துல தான் இருக்கும். குவாடிமாலா மாதிரி குளிர்ச்சியான பிரதேசத்துல அந்தப் பூச்சி உயிர் வாழாது. அதனால இந்த நோய் கொஞ்சம் மெதுவாத்தான் அங்க பரவும். பரவினாலும் இந்த நோயோட தாக்கம் இங்க இருக்கற அளவுக்கு அங்கே இருக்காது.''

''அந்த நோயோட பேரே இல்லியே அங்கே... அது எப்படி?''

''இந்த வைரஸ் ஏலக்காய் செடிகளுக்கு வர்ற ஃபங்கஸ் நோயிலேர்ந்து ஆரம்பமாகி அப்பறம் அதனோட மகரந்தம் மூலமா வேற செடிகளுக்குப் பரவுதான்னு ஒரு சந்தேகம்...''

''இந்த நோயோட ஸ்போர்கள் அடங்கின ஸ்லைடுகளை யெல்லாம் ஜோகிஹாளரோட அபிப்ராயம் கேட்டு அனுப்பி யிருந்தாங்க... அந்த ஸ்லைடுங்களை புரொஜக்டர்லே போட்டப்போ அது வெடிச்சச் சிதறி அந்த வைரஸ்ங்க எல்லாம் அங்க பரவுச்சு அப்பிடீன்னு தானே ஜெயராம் சொல்றார்.''

''அது ஜெயராமோட கற்பனை. அதை நாம் நம்பறதுக்கு முன்னாலே பல சந்தேகங்களைத் தெளிவு பண்ணியாகணும். அது வரைக்கும் இது வெறும் யூகமாகத் தான் இருக்கும்'' ஹெக்டேயும் அங்காடியும் ஒருமித்த குரலில் பேசினார்கள்.

அங்காடிக்கு முகம் இறுகியது. அங்காடியின் முகமாற்றம் எல்லோரும் கவனிக்கும்படி இருந்தது. ''இங்க பாருங்க ஹெக்டே... ஜெயராமோட கற்பனையை 'இது சுத்தமான பொய்' அப்படீன்னு நீங்க ஒதுக்கித் தள்ளலே. அது அங்காடிக்குத் தெரியும். அப்படி சீரியஸ்ஸா ஒதுக்கித் தள்றதா இருந்தா அதுக்கு முன்னாடி பல சந்தேகங்களுக்கு நீங்க பதில் சொல்லி யாகணும் தெரிஞ்சுதா?'' என்றான்.

''இதென்னடாது நாம ஏதோ சொல்லப் போய் விவகாரம் நம்ம மேலேயே திரும்புது'' என்று ஹெக்டே பீதியடைந்தான். அதைப் பார்த்து ராமச்சந்திராவுக்குச் சிரிப்பு வந்தது.

''ஜோகிஹாளர் கொலை செய்யப்பட்டார்ங்கறது நிஜம். ஜெயராமோட கதையைக் கேட்டதுக்கப்புறம் நான் சிர்சிக்குப் போய் ஜோகிஹாளர் கிட்டே வேலை செஞ்ச லேப் டெக்னீஷியன் கிட்டப் பேசினேன். ஜோகிஹாருக்கு குவாடிமாலாவிலிருந்து ஸ்லைடுகள் வந்தது நிஜம் தான். அது ரொம்பவும் மங்கலாக இருந்ததுனால புரொஜக்ட் பல்புலே அது சரியா புரொஜக்ட் ஆகலே... அதைப் பாத்துட்டு ஜோகிஹாளர் ஹாலோஜன் பல்பு வேணும்னு கேட்டு அந்தப் பல்பைத் தேடினாராம். இப்படி ஒரு சூழ்நிலையை வேணுமின்னே உருவாக்கினவங்க தான் ஹாலோஜன் பல்பை ஜோகிஹாளருக்குக் கொடுத்திருக்கணும்... நம்ம விசாரணையிலேர்ந்து தெரிய வந்த முக்கியமான விஷயங் கள்லே இது ஒன்னு'' என்று மிகுந்த தன்னம்பிக்கையுடன் பேசினான் அங்காடி.

ஆனால் ஹெக்டே எழுப்பிய சந்தேகங்கள் அவனைப் பொறுத்த அளவில் சரியாகவே தோன்றி. ''சரிங்க அங்காடி...

நீங்க எவ்வளவு ஆதாரங்கள் வைத்திருந்தாலும் என்னோட சந்தேகங்களெல்லாம் தீருகிறவரைக்கும் பெனிஃபிட் ஆஃப் டவுட் எனக்குக் கிடைத்தே தீரும். ஏன் ஜோகிஹாளர் கொலை செய்யப்பட்டார்? வைரஸ்ஸைப் பரப்புவதுதான் நோக்கமென்றால் அதற்காக ஜோகிஹாளரைக் கொலை செய்ய வேண்டும் என்ற அவசியமில்லையே! இதுக்கெல்லாம் பதில் சொல்லாத வரைக்கும் உங்கள் விசாரணை பூரணமாகாது...'' என்றான் ஹெக்டே.

ஜெயராம் இவர்கள் பேசுவதையே இவ்வளவு நேரமும் கேட்டுக் கொண்டிருந்து விட்டு பிறகு சொன்னான். ''பாருங்க அங்காடி, ஹெக்டே சொல்கிறதிலேயும் நியாயமிருக்குது... என்னோட கதைக்கு மூலாதாரமா நீங்க சொன்ன விஷயங்கள்லே ஏதோ ஒரு முக்கியமான அம்சம் விடுப் போயிருக்குது. ஜோகி ஹாளரைக் கொலை பண்றதுக்கு வேற ஏதோ காரணம் கண்டிப்பா இருக்கணும்... அப்படியில்லேன்னா என்னோட கதை வெறும் யூகமாகத்தான் இருக்கும். தற்செயலாத்தான் ஜோகிஹாளர் இறந்திருப்பார்.''

ஜெயராமின் கதையை வெறும் கட்டுக் கதை என்று தள்ளி விட அங்காடியின் மனம் ஒப்பவில்லை. சர்வதேச அளவில் கவனம் பெறுகிற ஒரு வழக்கைத் துப்புத் துலக்கும் அரிய வாய்ப்பை நழுவ விடுவதில் விருப்பமில்லை. அதோடு ஜெயராமின் கதையோட சில அம்சங்களைப் பொருத்திப் பார்க்கும் முயற்சியையும் மேற்கொண்டிருந்தான். ஆனால் ஹெக்டே அவனுக்கு ஒரு தர்ம சங்கடமான நிலைபமையை உருவாக்கி விட்டிருந்தான்.

''ஜோகிஹாள் பண்ணின ரிசர்ச்சுலே ரொம்ப முக்கியமானது அவர் கண்டுபுடிச்ச கெசரூர் ஹைப்ரீட் ஏலக்காய் விதைதான். ஆனால், அதை விதை போட்டு நாத்துப் பண்ணின ஒரு ஏக்கரா நிலம் இன்னும் இருக்குது... அதுகளெல்லாம் எந்த விதத்திலேயும் சொல்லிக்கற மாதிரி பயிரா இல்லேன்னு பாடீலரும், பிரீடர் முகமதுவும் சொல்றாங்க'' என்று சொல்லி யோசனை பண்ணிக் கொண்டே உட்கார்ந்தான்.

பிரீடர் முகமது அங்காடி அன்று அங்கிருந்து போனதிலிருந்து பாடீலர் கெசரூர் ஹைபிரீட் விதையைப் பற்றி விரிவான

சோதனைகளைப் பண்ணிக் கொண்டு உட்கார்ந்திருக்கிறார் என்றும் அந்த விதைகளுக்குத் தாய் விதை எதுவென்று சொன்னாரென்றும் சொன்னான். ஏக்கருக்கு ஒரு டன் ஏலக்காய் கொடுக்கிற விதையைப் பற்றி ஷாந்த கௌடா சொன்ன விஷயத்தையெல்லாம் பாடீலர் தீவிரமாக ஆராய்ந்தாரென்றும் சொன்னான். ஷாந்த கௌடா கிட்டே பேசி அவரிடம் இது சம்பந்தமாக மேலும் விவரங்களை அறிய எவ்வளவோ முயற்சி செய்தாரென்றும் ஆனால் அதற்குள் கௌடாவின் நிலைமை மிகவும் மோசமாகி, டாக்டர்கள் அவரை எதுவும் பேச அனுமதிக்கவில்லை என்றும் சொன்னான்.

''இதென்னப்பா இது கெசரூர் விதைங்கறது. பெரிய சிதம்பர ரகசியமாக அல்லவா இருக்கிறது'' என்று கூறித் தலையைச் சொறிந்து கொண்டான் அங்காடி. அங்காடியின் பேச்சைக் கேட்ட முகமது, ''அங்காடி... காலையிலே பாடீலரும் இதையே தான் சொன்னார். ஜோகிஹாளரோ நோட்சுகள் எல்லாம் சிதம்பர ரகசியமாகத்தான் இருக்குது. நாளைக்கி அல்லது நாளண்ணைக்கி இந்த சிதம்பர ரகசியத்தை விடுவிக்க றம்பாரு... என்ன பண்றது... இந்த விஷயத்தை பத்தி ஷாந்த கௌடா கொஞ்சம் வாயைத் தொறந்து பேசினாருன்னா என்னோட வேலை சுலபமாகும்னார்'' என்றான்.

அங்காடி ஜெயராமைப் பார்த்து, ''சரி... ஜெயராம்... யார் இந்தக் கொலையைப் பண்ணினாங்கன்னு நீங்க திட்டவட்ட மாகச் சொல்லாம விட்டுடீங்க... மத்தது எல்லாத்தையும் விவரமா சொல்லீட்டு இதை மட்டும் ஏன் சும்மா விட்டுட் டீங்க... உங்க கதையைப் பத்தி என்னோட முக்கிய விமர்சனமே இது தான்'' என்று கேட்டான்.

''யோசிச்சுப் பாத்தா எனக்கும் அப்பித்தான் தோணுது அங்காடி... ஒட்டுமொத்தத்துலே ஒரு குற்றம் சுமத்தற விஷயந் தான். அதனால தான் எனது கற்பனையைக் கூட கொஞ்சம் நிதானமாகவே விட்டேன். இப்ப நீங்க சொன்ன அந்த ஹாலோஜன் பல்பு விஷயத்தையும் இதுலே புகுத்துனா கதை இன்னும் விரிவாப் போகும். அது நடந்தது மெஜிஷீயன் முத்து மூலமாத்தான்'' என்று மனதில் பட்டதை ஒளிக்காமல் சொன் னான் ஜெயராம்.

சித்தப்பா திடுக்கிட்டவனாக, ''என்ன ஜெயராம்... நல்லா யோசனை பண்ணித் தான் சொல்றீங்களா...? உங்க முடிவு என்னென்ன விளைவுகளை ஏற்படுத்தும்னு நெனைச்சிப் பாத்தீங்களா?'' என்றான்.

''நோ... நோ... ஒரு கற்பனைக் கதையிலே நம்ம பொறுப் பெடுத்துக்கறத்துக்கு என்ன இருக்கு...? பொறுப்பா இருக்கற வங்க யாரும் இந்த மாதிரி கதையிலே என்ன சொல்லியிருக் குன்னு தேடிக் கண்டுபுடிச்சு அதைப் பத்தி விவகாரம் பண்ற துக்கு வர்றதில்லே... மெஜிஷீயன் முத்து மூலமா இதை நடத்தி யிருக்காங்கன்னு என்னோட கற்பனை சொல்லுது... அவன் ஒரு தடவை ஹாசன்லே பயணியர் விடுதிக்கு எதிரில் அங்க வர்ற வங்களுக்கு மேஜிக் நடத்திக் காட்டறான். வெளிநாட்டுக்காரங்க பல பேரு பேளூர் ஹளே பீடு பாக்கறத்துக்காக வர்றாங்க... வெள்ளைக்காரங்க முத்து மாதிரி ஆட்களைத் தானே ரொம்ப அதிசயமாகப் பாப்பாங்க... அவங்க கிட்டேயிருந்து கலர் பிலிம்கள், காமிரா, லெதர் பைகள், பேனாக்கள், கடிகாரங் கள்ணு எல்லாத்தையும் வாங்கீட்டுப் போய் வெளியிலே விக்கிறான். ஒற்று வேலை செய்யறத்துக்கு இவனைத் தவிர வேறு பொருத்தமான ஆள் கிடைக்க மாட்டான்'' ஜெயராம் கதையைத் தொடர்ந்து சொன்னான்.

''ஜோகிஹாளர் கொலை நடந்த சமயத்துலே மெஜிஷீயன் முத்து இங்கிருந்தானா...?'' என்றான் அங்காடி.

''ஆமா... இந்த லம்பாடிங்களாலே சுற்றுச்சூழல், வன விலங்குகளெல்லாம் பாழறாகுதுன்னு சொல்லீட்டு இவங் களுக்கு எதிரா சித்தப்பா ஒரு போராட்டமே தொடங்கினாரு'' என்றான் ஹெக்டே.

''அது மட்டுமில்லே...'' என்றான் முகமது. எல்லோரும் அவனைத் திரும்பிப் பார்த்தார்கள். முகமதுவின் முகத்தில் அப்பி யிருந்த பயம் எல்லோருக்கும் அதிர்ச்சியைத் தந்தது. ''அது மட்டுமில்லே'' என்று மறுபடியும் சொல்லிக் கொண்டு தன்னைச் சுதாரித்துக் கொண்டான் முகமது. அவன் முகம் வெளிறிப் போயிருந்தது. உதடுகள் நடுங்கிக் கொண்டிருந்தன. அவனது நிலைமை சுற்றியிருந்தவர்களைக் கலவரப்படுத்தியது. 'ஆட்டம்' என்று தொடங்கியவன் மேலும் வார்த்தைகள் வராமல்

தடுமாறினான். ''என்ன முகமது... ஏன் இப்படி பதட்டப்படறீங்க...'' என்று அங்காடி கேட்டதற்கு, ''கொஞ்சம் பொறுங்க'' என்று சைகை காண்பித்தான்.

தன்னைக் கொஞ்சம் ஆசவாசப்படுத்திக் கொண்டு முகமது சொன்னான். ''ஜெயராம்... நீங்க சொல்லீட்டிருக்கறது எனக்கு கதை மாதிரியே தெரியலே... நல்லா தான் உங்க வாயிலிருந்து என்னென்னவோ சொல்ல வைக்கிறான். அந்த மெஜிஷீயன் முத்து மறுபடியும் வந்திருந்தான். இன்னைக்கி ஒரு வித்தி யாசமான சூழ்நிலையில் தான் அவனைப் பார்த்தேன். இப்ப நான் சொல்லப் போறது என்னோட ஜீவ மரணப் பிரச்சினைங் கறதாலே தயவு செய்து இதை யாருகிட்டயும் சொல்லாதீங்க'' என்று சொல்லி விட்டு தனது முதுகில் கத்தி வைத்தது, அங்காடியைப் பற்றி விவரங்கள் கேட்டது, பிறகு முத்துவைப் பார்த்தது என எல்லா விவரங்களையும் சொன்னான். முதுகில் கத்தியை வைத்து மிரட்டியவன் நிச்சயம் சுலைமான் பேரியி னுடைய ஆள் தான் என்ற தனது சந்தேகத்தையும் சொன்னான்.

முகமது சொன்ன கதை எல்லோருக்கும் அதிர்ச்சியையும் கோபத்தையும் ஏற்படுத்தியது... இதைக் கண்ட முகமதுவும் பயத்தால் நடுங்கினவான்.

ஜெயராம் எல்லாவற்றையும் கேட்டு விட்டு, ''பாத்தீங் களா'' இன்னொரு முக்கியமான தகவல் நமக்குக் கெடைச் சிருக்கு... என்னோட கதை எட்டு வருஷத்துக்கு முன்னாலே போய் இறந்த காலத்திலேர்ந்து நிகழ் காலத்துக்கு வருது. மெஜிஷீயன் முத்து மறுபடியும் எதுக்கு வந்திருக்கிறான்? அங்காடியைக் கொல்றத்துக்கோ முகமதுவைக் கொல்றத்துக்கோ இல்லே. என்னோட கதை எதார்த்தத்துக்கு ரொம்ப நெருங்கி வந்திருக்கான்னா இந்தத் தடவை அவனோட குறி யார் மேல தெரியுமா? புரொஃபஸர் பாடீல்... கௌசரூர் ஹைப்ரீட் விதை யோட சிதம்பர ரகசியத்தை பாடீல் விடுவிக்கறதுக்கு முன்னாடி அவரோட கதையையே முடிக்கறத்துக்குத் திட்டம் நடந்திட் டிருக்கு...''

ஜெயராமின் கதையைக் கேட்ட எல்லோருக்கும் ஆகாயம் இடிந்து தலை மேல் விழுந்த மாதிரி இருந்தது. முகமதுவின் முதுகில் கத்தியை வைத்து மிரட்டிய செய்தியைக் கேட்ட

உடனே இக்கதை விளையாட்டாக ஆரமபித்து எங்கோ விபரீதத்தில் போய் முடிகிற மாதிரி தெரிவதாக நினைத்தார்கள். இது வெறும் கதையாக முடியாமல் கௌசரூரின் ஜீவத் துடிப்பையே நிறுத்துமளவுக்குச் சீரழிக்கப் போகிறது என்றும் பயப்பட்டார்கள். கத்தி கடைசியில் நமது கழுத்துக்கே வந்து விடுமோ என்ற கலக்கமும் தெரிந்தது.

''அப்படீன்னா இந்த விஷயத்தை மொதல்லே நாம பாடீல ருக்குச் சொல்லிடறது நல்லதில்லையா?'' என்றான் முகமது.

இதுவரை அவர்கள் பேசுவதையெல்லாம் கேட்டுக் கொண்டிருந்த ராமச்சந்திரா சோகம் கவிந்த குரலில் பேசத் தொடங்கினான். ''போதும்பா உன்னோட கதை... 'ஒரு கதை சொல்லுப்பா'ன்னு கேட்ட பாவத்துக்கு நீ என்னமோ எங்களைப் பழி வாங்கற மாதிரி ஒரு கதையைச் சொல்லிப் போட்டே... இப்ப உன்னோட கதை முழுமையடையணும்னா பாடீலர் பலியாகணுமா? எங்க கொண்டு வந்து நிறுத்தியிருக்கே பாரு...? பாடீலர் கிட்டே போய் என்ன சொல்லப் போறீங்க.. ஜெயராம் இப்படி ஒரு கதையைச் சொன்னான்... அதிலே கடைசீலே நீங்க உயிரை விடப் போறீங்கன்னா? கொஞ்சம் யோசனை பண்ணிப் பாருங்க... இந்தக் கதை வட்டத்துக்கு வெளியே இருக்கறவங்க இந்தக் கதையைக் கேட்டாங்கன்னா நம்ம முட்டாள் தனத்தைப் பத்தி என்ன நெனைப்பாங்க...? இந்த மாதிரியான பரிசோதனை முயற்சிகளையெல்லாம் நம்ம நாலு பேருக்குள்ள நிறுத்திக்கறது நல்லதுன்னு தோணுது.''

ஜெயராம், ''ராமச்சந்திரா, கதை வட்டத்துக்கு வெளியே இருக்கறவங்களைப் பத்தி ஏன் பேசறே... அப்பப்ப எனக்கே இது கிறுக்குத் தனமாத்தான் படுது. ஆனால், அங்காடி அப்பப்ப குடுக்கிற ஆதாரங்கள், முகமது சொல்ற அனுபவங்கள் எல்லாத் தையும் பாக்கறப்ப இந்தக் கதை வட்டத்துக்கு வெளியே இருக்கறவங்க கௌசரூர்லே ரொம்பக் கம்மின்னு தோணுது'' என்றான்.

''எனக்கு இது கிறுக்குத் தனமாப் படல்லே ராமச்சந்திரா... ஏன்னு சொன்னா... எனக்குன்னு ஒரு நோக்கம் இருக்குது... அந்த நோக்கத்தை அடையறதுக்கு இது ஒரு பரிசோதனை முயற்சி... என்னோட துப்புத் துவக்கல் ஒரு கட்டத்துலே

தடைப்பட்டு ஒரேயடியா நின்னே போச்சு... இப்போ இந்தக் கதை பொய்யாப் போனாலும், நெஜமா ஆனாலும் எனக்கு அதனால பிரயோஜமுண்டு'' என்றான் அங்காடி.

ராமச்சந்திரா ஜெயராமைப் பார்த்து, ''ஒருகதையைச் சொல்லி இத்தனை கலாட்டாவை உண்டுபண்ணியிருக்கியே... உன்னோட நோக்கம் தான் என்னய்யா சொல்லு.''

''க்வெஸ்ட் ஃபார் ட்ரூத்... சத்தியத் தேடல்... உண்மை யான அர்த்தத்துலே சிதம்பர ரகசியத்தை விடுவிக்கறது... ஜோகி ஹாளர் கொலை செய்யப்பட்டாரா இல்லையான்னு அங்காடி கண்டுபுடிக்கற முயற்சிலேர்ந்து வேறுபட்டது. கெசரூர் ஹைப்ரீட் விதையோட ரகசியத்தைக் கண்டுபிடிக்க முயற்சிக்கற பாடீல ரோட முயற்சியிலேர்ந்தும் வித்தியாசப்பட்டது... வாழ்க்கை யினோட உண்மையான தோற்றம் தான் என்ன? அனுபவங்கள் மற்றும் அதற்கு அடிப்படையான மூலாதாரமான மனிதனுடைய செயல்பாடுகள் இவற்றின் உண்மையான சொரூபம் தான் என்ன என்பதைக் கண்டுபிடிக்கறதே என்னோட நோக்கம். இது தான் என்னோட சிதம்பர ரகசியம்.''

''அப்படீன்னா இது இலக்கியத்துச் சம்பந்தப்பட்ட விஷயமில்லே?''

''இல்லே... என்னோட பிரச்சினை நீ எழுப்பின பிரச்சினை தான்... மனிதனோட பிரக்ஞை உமையிலேயே சுதந்திரத் தன்மை உடையதா அல்லது பிரக்ஞை என்பதே வெறும் பிரமை தானா? கிரகங்களுடைய நடமாட்டத்தின்படி உலகம் இயங்கிக் கொண்டிருக்கிறது. ஒவ்வொன்றும் அதற்கென்று விதிக்கப்பட்ட பாதையிலேயே போய்க் கொண்டிருக்கின்றன. அணுவுக்குள் ளும், அணுக் கூறுகளுக்குள்ளும் இருக்கும் எலெக்ட்ரான்களும், புரோட்டான்களும் அதனதன் எல்லைகளை விட்டு வருவ தில்லை. அப்படியானால் இவை வழியாக நமக்குக் கிடைக்கும் பிரக்ஞை தனக்கென்ற ஒரு சுதந்திரப் பாதையை வகுத்துக் கொள்ள முடியுமா? இதுதான் என்னை எப்போதும் வதைத்துக் கொண்டிருக்கும் சிதம்பர ரகசியம்... இந்தப் பைத்தியக்கார விளையாட்டில் ஈடுபட்டிருக்கிற எனக்கு இந்த ரகசியத்தை விடு விக்கறதை விட வேற நோக்கம் ஒன்னுமில்லே'' என்ற தனது நிலையை மிகத் தெளிவாக எடுத்துச் சொன்னான் ஜெயராம்.

''அதிருக்கட்டும்யா... இப்ப உன்னோட ஞானத் தேடல் எந்தக் கட்டத்திலே நிக்கிதுன்னு சொல்லு.''

''உன்னோட தேடலுக்குப் பொருள் இருக்குதா இல்லை யான்னு பார்க்கணும்... அதுக்காக நாங்க இங்கே காத்திட்டிருக்க ணும்... என்ன ஒரு நெலைமை வந்திருக்கு பாத்தியா?'' என்றான் ராமச்சந்திரா.

''சேச்சே... நாங்க இண்டலிஜென்ஸ் ஆபீசருங்க எதுக்குங்க இருக்கோம்'' என்றான் அங்காடி.

அதற்கு ஜெயராம், ''ஒரு விஷயத்தை நீ மறந்துட்டே ராமச்சந்திரா... நாம இப்ப கதையோட நிகழ்காலத்துக்கு வந்திருக்கோம். இது வரைக்கும் சொன்ன நிகழ்ச்சிகளோட கதை முடிஞ்சு போகலே... இப்ப நீங்களும் இந்தக் கதையிலே ஒரு பாத்திரம் தானே... பாடீலரை சாவின் விளிம்பிலேர்ந்து காப்பாத்தப் போற என்னோட கதையை நீங்க தான் தொடர்ந்து நடத்திக் கொண்டு போக வேணும்'' என்றான்.

ராமச்சந்திரா பலமாகச் சிரித்தான். அவன் சிரிப்பதைப் பார்த்து மற்றவர்களும் சிரித்தார்கள். ''ஜெயராம்... உன்னோட கதையை நம்பீட்டு நாங்க போய் பாடீலரைக் காப்பாத்தறது இருக்கட்டும். இப்ப என் கேள்வி அதைப் பத்தி இல்லே. எங்களுக்கு ஏற்பட்டிருக்கிற பிரச்சினை ரொம்ப சிக்கலானது. உம் பேச்சைக் கேட்டு நாங்க பாடீலரைக் காப்பாத்தீட்டா ஒரு விஷயம் தெளிவாகி விடும். அதன் மூலம் கிடைக்கும் விளக்கம் இது தான். மனுஷனோட பிரக்ஞை சுதந்திரத் தன்மை கொண்டது. ஏதோ விதிக்கப்பட்டிருக்கிற நியமங்கள் பிரகாரம் தான் மனுஷ னோட பிரக்ஞை இயங்கிக் கொண்டிருக்கங்கறது பொய்யுன்னு ஆகி விடும். ஆகுமா இல்லியா'' என்றான்.

''ஆகும்... ஆகும்'' என்றனர் எல்லோரும். ''அப்படின்னா மனுஷப் பிரக்ஞை சுதந்திரத் தன்மை கொண்டதுன்னா எந்த நியதிகளும் அதைக் கட்டுப்படுத்த முடியாதுன்னா சில எதார்த்த அனுபவங்களை வெச்சு கடந்த காலத்தை மீண்டும் சிருஷ்டிக்க ஒரு கலைஞனாலே முடியும்ங்கறதும் பொய்யாகி விடும். உன்னோட கதையை நம்பறவங்களும் முட்டாளுங்கன்னு ஆகி விடும்.''

''நாம சும்மா இருந்திட்டம்னா?'' அங்காடி கேட்டான்.

''நாம சும்மா இருந்திட்டம்னா ஜெயராம் கதையை நாம சீரியஸா எடுத்துக்கல்லேன்னு ஆகும்.''

மரணப் பிடி போன்ற ராமச்சந்திராவின் வாதம்... அதன் தர்க்க ரீதியான வலிமை... அதன் தன்மைகள் எல்லாம் சேர்ந்து அவர்களுக்குப் பெரும் மனச் சோர்வைத் தந்தது.

எல்லோரும் தலையை கை மேல் வைத்துக் கொண்டு தீவிர யோசனையில் ஆழ்ந்திருந்தார்கள். சும்மா இருந்து ஜெயராமனை 'கதை சொல்லு' என்று கேட்டு அவன் சொன்ன கதையால் மிகுந்த கலவரப்பட்டு இப்போது அந்தக் கதையே சக்கர வியூகமாகி அதிலிருந்து விடுபட முடியாமல் சிக்கிக் கொண்டு உட்கார்ந்திருந்தார்கள்.

''இங்க பாருங்க... தர்க்கம், வரலாறு இதெல்லாம் வாழ்க்கையோட அம்சங்கள்... வாழ்க்கையோட கடைசிக் கட்டத்தில் தான் இதையெல்லாம் நாம தெரிஞ்சுக்க முடியும்... இப்ப நமக்குத் தோனுகிறபடி நம்ம வாழ்க்கையை நாம நடத்திக்கலாம். நம்ம கெடு முடியற போது நம்ம வாழ்க்கை எந்தத் திசையில் போயிற்று என்கிற கணக்கெடுப்பை நம்மால் நடத்த முடியும். என்ன சொல்றீங்க அங்காடி?'' என்று நிராதர வாக உட்கார்ந்திருந்த அங்காடியைப் பார்த்துச் சொன்னான் ஜெயராம். ராமச்சந்திரா எழுப்பிய விடையே தென்படாத சிக்க லான பிரச்சினைகளிலிருந்து எல்லோருக்கும் ஒரு தாற்காலிக ஆசுவாசம் கிடைத்தது.

''ரைட் சார்... நீங்க சொல்றது கரெக்ட்... எனக்கு என்ன தோனுதோ அதே மாதிரிச் செய்யறேன்... மனுஷனோட பிரக்ஞை சுதந்திரத் தன்மை கொண்டதா அல்லது எல்லாம் விதி நியமங்கள் படி தான் நடக்குதான்னு தெரியட்டும்'' என்று அங்காடி தனது சம்மதத்தை வெளிப்படுத்தினான்.

அத்தியாயம் 26

எண்டமாலஜிஸ்ட் சித்தப்பா மீது ஆச்சாரி கடும் கோபத்தில் இருந்தான். லம்பாடிகளைப் பார்க்கும் போதெல் லாம் படமெடுத்து ஆடும் நாகப் பாம்பைப் போலச் சீறினான்

சித்தப்பா. கெசரூரின் காடுகள் கடந்த சில வருடங்களாக எவ்வாறு சீரழிக்கப்பட்டு வந்தன என்பதை அவன் நேரடியாகக் கண்டு வந்தான். ஒரு பக்கம் சுலைமான் பேரியைப் போன்ற பெரும் கொள்ளையர்கள் பேராசை கொண்டு காட்டையே சூறையாடிக் கொண்டிருந்தார்கள். சுலைமான் பேரியைப் போலவே லம்பாடிகளும் இந்தக் கொள்ளையில் பங்குதாரர் களாக இருந்தார்கள். ஊருக்குப் பக்கத்தில் இருக்கிற காட்டில் சிறு சிறு புதர்களிலிருந்து தொடங்கி, பெரிய மரங்கள் வரை வெட்டிக் கொண்டு வந்து விறகாக்கி விற்றுக் கொண்டிருந் தார்கள். மூங்கில்கள், கம்புகள் முதலியவற்றை வெட்டி லாரி லாரியாகக் கடத்திக் கொண்டிருந்தார்கள். காட்டுக்குள் அடைக் கலமாகியிருந்த முயல், கோழி, காட்டு ஆடுகள் எல்லாம் கடத்தப்பட்டு சந்தைக்குப் போயின. மழைக் காலத்தில் எல்லாமே கழுவித் துடைக்கப்பட்டது போல மாறி பார்ப்பதற்கு வெறும் சலவைக் கல் மாதிரி இருந்தது. கெசரூருக்கு அருகில் இருந்த சுற்றுப் பள்ளங்களில் ஏதோ வேர்களையும் காய்களை யும் அரைத்துக் கலந்து விடுவார்கள். செத்த மீன்களையெல்லாம் எடுத்துச் சென்று விடுவார்கள். கொஞ்சம் கொஞ்சமாக சாகின்ற மீன்களுக்காக பருந்துகளும், கழுகுகளும் நதி நெடுகப் பறந்து கொண்டிருந்தன. அவர்கள் தண்ணீரில் கலந்த விஷம் நீரோடு போகின்ற தூரம் வரையிலும் மீன்கள் செத்துக் கொண்டே இருந்தன.

லம்பாடிகளுக்கெதிரான சித்தப்பாவின் போராட்டம் தொடர்ந்து கொண்டே இருந்தது. காட்டிலாகாவுக்கும், போலீசுக்கும் சலிக்காமல் பிராதுகளை அனுப்பிக் கொண்டே இருந்தான். ஆச்சாரி லாம்பாடிகளுக்கு வீடு கட்ட இடம் வாங்கிக் கொடுக்க முயற்சி செய்யும் விஷயத்தை சித்தப்பா இன்னும் அறியவில்லை. லம்பாடிகளுக்கு எதிராக சித்தப்பாவோடு அந்த ஊர் ஹரிஜனங்களும் போராடினார்கள். தங்கள் சேரிக்குப் பக்கத்தில் வந்து பதியம் போட வரும் அந்த சனியன்களை அவர்கள் அருவருப்புடன் பார்த்தார்கள். ஹரிஜனச் சேரியிலிருந்த ஒவ்வொரு வருஷமும் வயசுப் பெண்கள் நிறைய பேர் ஓடிப் போனார்கள். இதற்குக் காரணம் இந்த லம்பாடிகள் தான் என்று அவர்கள் நிச்சயமாக நம்பினார்கள். ஊரை விட்டு ஊர் போகும்

பழக்கமுள்ளவர்கள் ஒவ்வொரு ஊரிலும் விபச்சாரம் நடக்கும் பகுதிகளை நன்றாக அறிந்திருப்பார்கள். சேரியிலுள்ள இளம் பெண்களிடம் நகரத்து வாழ்க்கையைப் பற்றி நிறையச் சொல்லி, ஆசை காட்டி அவர்களைக் கடத்திக் கொண்டு போய் விபசார விடுதிகளில் விட்டு விட்டு அதற்குக் கமிஷன் பெற்றுக் கொள் வார்கள். இந்த மாதிரி விபசார விடுதிகளுக்குச் சென்று ஊருக்குத் திரும்பி வருகிற பெண்கள் தாங்கள் நல்ல துணிமணிகள் எடுத்துக் கொண்டு வருகிறதோடு மட்டுமல்லாமல் தங்கள் பெற்றோர்களுக்கும் துணிமணிகள் எடுத்துக் கொண்டு வந்து பணம் கொடுத்து விட்டுப் போனார்கள். வறுமையில் உழன்று கொண்டிருந்த பல ஹரிஜனப் பெண்களுக்கு லம்பாடிகளின் வருகையும், பரிச்சயமும் மிகுந்த உற்சாகத்தைத் தருவதாக இருந்தது. அதே சமயம் பிற ஹரிஜனங்கள் இவர்கள் வருகை யினால் கோபமும் எரிச்சலும் கொண்டார்கள். ''லம்பாடிகளுக்கு இடம் கொடுக்க மாட்டோம். அவர்கள் எங்கள் கிணற்றில் தண்ணீர் எடுக்கக் கூடாது'' என்று சத்தம் போட்டார்கள். சித்தப்பாவின் எதிர்ப்புக் குரலோடு இவர்கள் குரலும் சேர்ந்து ஒலித்தது.

சித்தப்பா லம்பாடி மேல் கோபம் கொண்டிருப்பதற்குக் காரணம் ஜெயராம் தங்களுக்குச் சொன்ன கதை தான் என்று அங்காடியும் ராமச்சந்திராவும் நம்பினார்கள். கௌசரூரின் சுற்றப்புறச் சூழலை நாசம் செய்யும் புழுக்களாகவும், பூச்சி களாகவும் சித்தப்பா அவர்களைப் பார்த்தான். லம்பாடிகளால் கொலை செய்யப்படாமல் பாடீலரைக் காக்கும் பொறுப்பு ஏற்கனவே அங்காடிக்கு இருக்கிறது. இதனால் லம்பாடி மீது தாக்குதல் எதுவும் நடத்தாமல் சித்தப்பா பொறுமை காத்தான்.

இத்தனை விஷயங்களையும் அக்கறையோடு கவனித்துக் கொண்டிருந்த இன்னொரு நபர் அப்பாஸ் பேரி. சுலைமான் பேரிக்கு வலது கையாக இருப்பவன். ஊரில் என்னென்ன நடக்கிறது என்கிற விஷயங்களையெல்லாம் தெரிந்து கொண்டு அதற்கு என்னென்ன செய்ய வேண்டுமென்பதற்கும் பல தந்திர மான வழிகளைச் சொல்லிக் கொடுப்பவன். சுலைமான் பேரி ஒரு கோடீஸ்வரன் என்பது தான் ஊராரின் அபிப்ராயம். ஆனால், அப்பாஸ் பேரிக்கு சுலைமான் பேரியின் உண்மையான நிலை

தெரியும். சுலைமான் பேரியைப் போலவே மிகுந்த எச்சரிக்கை உணர்வோடு சுற்றுமுற்றும் நடப்பதைக் கவனித்துக் கொண்டிருந்தான். அங்காடி எதற்கு வந்திருக்கிறான் என்ற காரணத்தை முகமது மூலமாக அவன் அறிந்து கொண்ட பிறகும் அவனுக்கு சமாதானமுண்டாகவில்லை. கெசரூரின் சூழ்நிலை துவேஷம் நிறைந்ததாக இருக்கிறது. நிலைமை கொஞ்சம் கொஞ்சமாக கட்டுக்கடங்காமல் போய்க் கொண்டிருக்கிறது. இதற்கான காரணத்தை அறிய அப்பாஸ் பேரி மிகவும் முயற்சி செய்தான். யார் யார் தங்களுடன் சிநேகமாக இல்லையோ அவர்கள் எல்லோரும் தங்களுக்கு எதிராளி என்பது அவனுடைய தீர்க்கமான அபிப்பிராயம். இது ஒரு பிரச்சினையை உண்டாக்கியது. எந்தப் பக்கமும் சேராமல் இருந்தவர்கள் ஏதாவது ஒரு அணியில் சேர நிர்ப்பந்திக்கப்பட்டார்கள். ஒன்று சுலைமான் பேரியிடம் சரணடைந்தார்கள். அல்லது வெங்கடேஸ்வர பக்தர் கும்பலில் சேர்ந்து கொண்டார்கள். இந்தச் சதுரங்க விளையாட்டில் எந்தக் காயை எப்போது நகர்த்துவது என்று அப்பாஸ் பேரி எப்போதும் யோசனை செய்து கொண்டிருந்தான்.

அங்காடியின் சந்தேகத்துக்கிடமான வருகை - லம்பாடிகளுக்கெதிராக சித்தப்பா நடத்தும் போராட்டம் - ராமச்சந்திராவுக்குப் பின்னால் இருக்கும் இளைஞர் பட்டாளம் - லம்பாடிகளை வெறுக்கும் ஹரிஜனங்கள் என்ற கெசரூரின் பிரச்சினைகள் மேலும் மேலும் சிக்கலாகிக் கொண்டு வருகின்றன. ஜோகி ஹாளரின் சாவுக்குக் காரணம் கெசரூரைச் சேர்ந்த ஒரு சாராய வியாபாரி தான் என்ற குற்றம் சாட்ட வேண்டும். அப்போது அவன் ஆப்காரி ஏலம் எடுக்க வர மாட்டான். தாலூகாவின் ஆப்காரி காண்ட்ராக்ட் முழுவதையும் தாங்களே எடுத்துக் கொள்ளலாம் என்று சுலைமான் பேரியின் கூட்டம் முயற்சி செய்தது. இதனால் பல பக்க விளைவுகள் ஏற்பட்டன. முடிவு எப்படியிருக்கும் என்று கணிக்க முடியவில்லை. எத்தனையோ சாவிகள் போட்டு முயற்சி செய்தாலும் பூட்டு என்னவோ திறக்கிற மாதிரித் தெரியவில்லை. அப்பாஸ் பேரி குழம்பிப் போனான்.

லம்பாடிகளுக்கு வீட்டு மனை தர வேண்டுமென்று சொல்லி ஆச்சாரி ஓடித் திரிகின்றான். கலெக்டரிடமிருந்து

கையெழுத்து வாங்கி விட்டால் போதும். மனைகள் ஒதுக்கப் பட்ட மாதிரிதான். நலிந்தோருக்கு நிதியுதவி அல்லது வீட்டு மனை என்கிற ஒரு அரசுத் திட்டத்தின் கீழ் இது வருகிறது. இதற்கு ஏன் ஆச்சாரி இப்படி ஓடித் திரிகிறான் என்று அப்பாஸ் பேரிக்குப் புரியவில்லை. இந்தத் தேவிடியா மகன் ஏன் இப்படி வெறி பிடித்து அலைகிறான் என்று நினைத்துக் கொண்டான். ஆனால், ஆச்சாரியின் நடவடிக்கைகளுக்குப் பின்னால் இருப்ப வர்கள் யார் யார் என்று துருவிப் பார்த்த போது இதற்குப் பின்னால் ஒரு கும்பலே இருக்கிறது எனத் தெரிய வந்தது. தாலூகா போர்டில் தங்களுக்கு எதிரணியில் இருப்பவர்கள் இவர்கள். கிருஷ்ணே கௌடா, தம்மண்ண கௌடா, ஷாமா நாயக், திம்மப்ப கௌடா, காலேஜ் பிரின்சிபால்... நலிலிந் தோருக்கு வீட்டு மனை கொடுக்கும் திட்டமில்லை. ஆச்சாரியின் காம வெறியும் இல்லை. இந்தத் திருட்டுப் பசங்க இதிலே அரசியல் பண்றாங்க... ஒரு பிராமணனை வெச்சுட்டு தாலூகா போர்டைப் பிடிக்கறத்துக்கு ஒக்கலியரும், லிங்காயத்துக்களும் செய்யற வேலை. ''அடேய்... அயோக்கியப் பசங்களா...'' பேரி கோபத்தில் துடித்தான். இந்தத் தடவை தாலூகா போர்டைப் பிடிக்காமல் விட்டுவிடக் கூடாது என்று சுலைமான் பேரி தீர்மானமாகச் சொல்லிக் கொண்டிருக்கிறான். வெறும் பதவி ஆசை கொண்டு மட்டும் அவன் இப்படிச் சொல்லவில்லை. ஒரு பெரிய ஆசை அவன் மனதில் இருந்தது. அதற்காக எவ்வளவு பணமும் செலவு செய்யத் தயாராகிருந்தான். இந்த மாவட்டத் தின் தேவை முழுவதையும் நிறைவு செய்கிற அளவுக்கு மரப் பலகைகள், நிலைக் கதவுகள், மரச் சட்டங்கள் முதலியவற்றைத் தனது அறுவை மில்லில் மலை போல் குவித்து வைத்திருந்தான். அவை எல்லாம் ஆலம், தாரை, பசரி முதலிய நாட்டு மரங்களி லிருந்து செய்யப்பட்டவை. விலை குறைந்தவை. எளிய வீடுகள் கட்டுவதற்கு மட்டுமே இவற்றைப் பயன்படுத்த முடியும். இப்போது ஜெயித்தால் வாழ்க்கை முழுவதும் வெற்றி தான். இப்போது தோற்றுப் போனால் அதோ கதி தான். தாலூகா போர்டில் எதிரிகள் அதிகாரத்துக்கு வந்து விட்டால் இது நாட்டு மரம் என்பதைச் சுலபமாகக் கண்டுபிடித்து விடுவார்கள். பிறகு இந்தச் செய்தி ஜில்லா முழுவதும் பரவும். இதற்காகவே

வெட்டப்பட்ட நல்ல ஜாதி மரங்களெல்லாம் எங்கே போயிற்று என்ற ஒரு பெரிய கேள்வி எழும்பும். விசாரணை ஆரம்பமாகும். அப்புறம் ஆண்டவன் தான் காப்பாற்ற வேண்டும். இந்த ஆச்சாரி மோசக்கார பிராமணன். எல்லாவற்றையும் தூக்கித் தலை மேல் போட்டுக் கொள்கிறான்.

இதைத் தவிர பாடீலர் குழுவைச் சேர்ந்தவர்கள் என்ன மாதிரியான நடவடிக்கைகளில் ஈடுபட்டிருக்கிறார்கள் என்பது அப்பாஸுக்குச் சரிவர புலப்படவில்லை. தலையைப் பிய்த்துக் கொண்ட மாதிரிதான்.

அறுபது, எழுபது பேரைக் கொண்ட இந்த லம்பாடி கும்பல் கெசரூரின் அரசியலை நிர்ணயிக்கப் போகிறதா? நாம் ஏன் ஒரு நூறு பேரைக் கொண்டு வந்து இங்கே குடி வைக்கக் கூடாது? இந்தப் பரதேசிப் பயல் ஆச்சாரி எதிராளி பக்கம் இருக்கிற வரைக்கும் ரொம்பவும் ஜாக்கிரதையாக இருக்க வேண்டும் என்று பல சிந்தனைகள் அப்பாஸின் மனதில் ஓடின.

அத்தியாயம் 21

“சார்... உங்களைக் கொலை பண்ணறதுக்கு ஒரு முயற்சி நடந்ததாம் சார்” என்று பயந்து பாடீலரிடம் சொன்னான் முகமது. ஆபீசில் உட்கார்ந்து ஃபைல்களைப் புரட்டிக் கொண்டிருந்தார் பாடீல்.

பிரீடர் முகமதுவை சுலைமான் பேரியின் ஆட்கள் மிரட்டிய தினத்திலிருந்து அவன் எப்போதும் பயந்து செத்துக் கொண்டிருந்தான். ஜெயராமின் கதையைக் கேட்ட பிறகு குழப்பம் இன்னும் கூடியது. கதையின் பல சம்பவங்கள் உணர்வோடு கலந்து ஒட்டிக் கொண்டன. ஆராய்ச்சி நிலையத் துக்கு வருபவர்கள் எல்லாரையும் கொலைகாரர்கள் என்ற சந்தேகக் கண்ணோட்டத்துடனேயே பார்க்க ஆரம்பித்தான். தன் மீது யாராவது குற்றம் சாட்டி விடுவார்களோ என்ற கவலையும் எப்போதும் அவனுக்கு இருந்தது. இந்த விஷயத்தைப் பற்றிப் பாடீலரிடம் சொல்லாமல் விட்டு விட்டால் தெரிந்திருந்தும் சொல்லாமல் இருந்திருக்கிறானே... கொலையில் இவனுக்கும் பங்கிருக்குமோ என்று இந்த இந்துக்கள் நிச்சயம் குற்றம் சாட்டுவார்கள் என்று பயம் பிடித்துக் கொண்டது. பாடீலரிடம் விஷயத்தைச் சொல்லி விட்டதாக சித்தப்பாவிடமும், ஹெக்டே

யிடமும் தெரிவித்த போது, ''அந்தக் கிறுக்கு கிட்ட ஏம்பா இதைப் பத்திச் சொன்னே? உனக்கென்ன பைத்தியம் புடிச்சுப் போச்சா'' என்றார்கள்.

அன்றைக்கு என்னமோ பாடீலர் மிகந்த உற்சாகமாக இருந்தார். ஜோகிஹாளரின் நோட்சுகளைப் பற்றிய அவரது ஆய்வு ஒரு குறிப்பிட்ட கட்டத்தை அடைந்திருந்தது. கெசரூர் ஹைப்ரீட் விதையின் ரகசியம் அவருக்கு ஓரளவு புலப்பட்டிருந்தது. இன்னும் பூரணமாக அதைப் பற்றி அறிந்த பிறகு அதைப் பற்றி வெளியில் சொல்லலாம் என்று சும்மா இருந்தார்.

தன்னைக் கொலை செய்ய முயற்சி நடக்கிறது என்று முகமது செல்லக் கேட்டு அதிர்ச்சியடைந்தவராக அவனைத் திரும்பிப் பார்த்து என்ன விஷயம் என்று கேட்பது மாதிரிப் பார்த்தார். முகமதுவுக்குத் திகில் அதிகமாகி வேறு என்ன சொல்வதென்று தெரியாமல் விழித்தான். மேற்கொண்டு விஷயத்தைச் சொல்வது எப்படி என்று அவனுக்குப் புலப்படவில்லை.

முகமது பேசட்டும் என்று கொஞ்ச நேரம் பொறுத்துப் பார்த்தார் பாடீலர். முகமது பேசவில்லை. பிறகு, ''உனக்கு எப்படித் தெரிஞ்சுது இந்த விஷயம்? உன் முகம் ஏன் இப்படி வெளிறிப் போயிருக்கு? உன்னோட முகத்தைப் பாத்தா என்னைக் கொலை பண்ற வேலையை உங்கிட்டேயே ஒப்படைச்சிருக்கிற மாதிரி தெரியுதே...?''

வறண்ட தொண்டையை ஈரப்படுத்திக் கொண்டு முகமது பேசினான். ''இல்லே சார்... அப்பிடி ஏதாவது இருக்குமோன்னு எங்களுக்கெல்லாம் சந்தேகமாக இருக்கு சார்?'' என்றான்.

''உங்களுக்கெல்லாம் சந்தேகம் வந்திருக்குது... எனக்கு கலக்கமா இருக்குது... அது சரி... எங்களுக்கெல்லாம்னு சொன்னியே. அது யாரு அவங்க... என்ன கதை... பொறந்தவங்க எல்லாம் ஒரு நாளைக்கு சாகத் தானே வேணும்... நோய் நொடி வந்தும் சாகலாம். கொலையாகியும் சாகலாம். அதுக்கு நீ ஏன் இப்படிப் பயந்து சாகறே?'' என்றார் பாடீலர்.

''நாங்க அப்பிடீங்கறது நான், சித்தப்பா, அப்புறம் ஹெக்டே சார்... இதுக்குப் பின்னாலே ஒரு கதையே இருக்கு சார்... கதைன்னா நிஜமான கதை...''

''ஓஹோ... அப்படியா... அப்படீன்னா அந்தக் கதையைச் சொல்லு, கேட்கலாம்'' என்று கொஞ்சமும் கலவரப்படாதது மாதிரிக் கேட்டார் பாடீலர்.

முகமது கொஞ்சம் சுதாரித்துக் கொண்டு தனக்குத் தெரிந்த விஷயங்களையெல்லாம் பாடீலருக்குச் சொன்னான். 'கதை சொல்லு'ன்னு ஜெயராம் கிட்டே அங்காடி கேட்டது... அந்தக் கதை இப்ப சனி புடிச்ச மாதிரி அவங்களையெல்லாம் பிடித்துக் கொண்டது என்கிற விஷயங்களையெல்லாம் தெரிவித்தான். எந்த மனத் தடுமாற்றமும் இல்லாமல் பாடீலர் பேசினார். ''முகமது... இந்தக் கதையிலேயேல்லாம் எனக்கு நம்பிக்கை இல்லே... எனக்கும் சில எடங்கள்லேர்ந்து கொலை மிரட்டல் எல்லாம் வந்தது. ஆனா ஒன்னு தெரிஞ்சுக்கங்க... இட் ஈஸ் டூ லேட்... என்னைக் கொலை பண்ணிப் பிரயோஜனமில்லே... இப்ப இருக்கிற நிலைமையைப் பார்த்த ஜெயராமோட கதை நிஜமாகிறதுக்கு ஒரு சிறு வாய்ப்பு இருக்குதுன்னு சொல்ல லாம்... ஆனா ஒன்னு ஞாபகத்துலே வச்சுக்க... இப்ப என்னைக் கொலை செய்யறதனாலே ஒரு பிரயோஜனமும் இல்லே. சித்தப்பாவுக்கும், ஹெக்டேவுக்கும், உனக்கும் ஜோகிஹாள ரோட நோட்சுகளிலேர்ந்து நான் தெரிஞ்சு கொண்ட சில விஷ யங்களைப் பத்திச் சொல்லீடறேன்... அதுக்கப்புறம் இந்த உயிரு என்ன கழுதை... போனாப் போகட்டும்... நீங்க பணியைத் தொடர்ந்து செய்யுங்கள்...'' என்றார். தான் சொன்ன விஷயங் களையெல்லாம் மிக அமைதியாகக் கேட்டுக் கொண்டு பாடீலரின் சாந்தமான குணம் முகமதுவுக்கு மிகுந்த மனத் தெளிவைக் கொடுத்தது.

முகமது போய் சித்தப்பாவையும், ஹெக்டேயையும் கூட்டிக் கொண்டு வந்தான். அவர்கள், ''யோவ்... நீ எதுக்கய்யா அவருகிட்டப் போய் இதையெல்லாம் சொன்னே... மொதல் லயே அந்தாளு ஒரு கிறுக்கு...'' என்று திட்டி விட்டு, ''நாங்க வர மாட்டோம் போ'' என்று டபாய்த்தார்கள்.

''இல்லப்பா... என்னமோ முக்கியமான விஷயம் சொல்ல ணும்னு இருக்காரு. ஒரு வேளை கெசரூர் ஹைப்ரீட் விதை யோட ரகசியத்தைப் பத்திச் சொல்வாரோ என்னமோ'' என்றான் முகமது.

''உன் தலை... அதிலே என்ன ரகசியம் கெடக்குது... நமக்குத் தெரியாத கத்தரிக்காய் ரகசியம்... இதை ஒரு பெரிய ரகசியம்னு நாம சொல்லீட்டுத்திரிஞ்சம்னா ஊர்லே இருக்கற கிறுக்குப் பயலெல்லாம் நம்மைக் கொலை பண்ணணும்னு கௌம்புவான். ஆக மொத்தத்துலே இந்தப் பாழாப் போன ஊர்லே ஒரு கொலை நடக்கறதுக்கு நாம காரணமா இருக்கப் போறோம்... அவ்வளவுதான்...'' என்றெல்லாம் புலம்பிக் கொண்டே முகமதுவோடு வந்தார்கள். பாடீலரைப் பார்த்து, ''சார்...

அந்த ஜெயராம் சொல்றதையெல்லாம் உண்மைன்னு நம்பீட்டு நம்மைக் காபராப்படுத்தறான் சார் இந்த முகமது. அதையெல்லாம் நீங்க சீரியஸா எடுத்துக்காதீங்க சார்...'' என்று மிகவும் தணிந்த குரலில் சொன்னார்கள்.

''அப்படியில்லே சித்தப்பா... அதைப் பத்தி நீங்க எனக்கு சமாதானம் ஒன்னும் சொல்ல வேண்டாம். என்னைப் பாத்து 'பயப்படாதீங்க'ன்னு சொல்ற அளவுக்கு உங்களுக்குத் தைரியம் இருக்குதில்லையா... அதே எனக்குச் சந்தோஷம் தான்... ஊர்லே இருக்கிறவனெல்லாம் கோயில், மசூதின்னு கட்டிக்கிட்டு ஒருத்தனை ஒருத்தன் கொலை பண்ணத் திரியறான்... அப்படி யிருக்கறப்ப நாம பண்ணின ஆராய்ச்சியை சீரியஸ்சா எடுத்துட்டு நம்மைக் கொலை பண்ண வர்றாங்கன்னா நம்ம ஆராய்ச்சியைப் பத்தி நாம நிச்சயமா பெருமைப்படலாம். ஏன்னா உங்களுக்கு மொதல்லேயே எனக்கு டெலிபோன்லே மிரட்டல் வந்தது... சாவைக் கண்டு எப்பவும் நான் பயப்பட்டதில்லே... எனக்கு ஹார்ட் ப்ராப்ளம் இருக்குன்னு டாக்டர் சொன்னாரு. அவரு புதுசா வாங்கியிருக்கிற எலக்ட்ரோ கார்டியோகிராம் எப்படி வேலை செய்யுதுன்னு எனக்கு காண்பிக்கறத்துக்குக் கூட்டீட்டுப் போனாரு... 'செக்' பண்ணீட்டு நீ எப்ப வேணும்னாலும் செத்துப் போகலாம். அதனால அதிகமா ஓடியாடி வேலை செய்ய வேண்டாம்.... மேல் மூச்சு, கீழ் மூச்சு வாங்கப்படாது. மாடிப்படி ஏறக் கூடாது. உப்பு சேர்க்கக் கூடது. சர்க்கரை சேர்த்துக்கப்படாது. அதிக தூரம் பிரயாணம் பண்ணக் கூடாது'' ன்னு நெறைய கண்டிஷனெல்லாம் போட்டாரு. அவரு சொன்ன மாதிரியே எனக்கு நானே ஒரு சமாதி கட்டீட்டு அதுக்குள்ளேயே ஒம்பது வருஷம் படுத்துக் கிடந்தேன்... எங்கியாவது இருக்குமா

இப்படி... மரண பயம் இருக்கற வரைக்கும் நாம மனுஷராகவே வாழ முடியாது... தெரிஞ்சுக்குங்க... 'செத்துச் செத்தே கழுதை யான கதை' மாதிரி இன்னைக்கு வரைக்கும் உயிரை வைச்சிருக் கேன் பாருங்க... உங்களுக்கு ஏன் இப்படி புத்தி தடுமாறிப் போச்சு... ஜெயராம் சொன்னது நிஜமா இருந்தாலும் உண்மை யிலேயே நடந்தாலும் தீவிரமான வாழ்க்கையை நடத்தி, தீவிரமாகவே சாகலாம் விடுங்க'' என்றான். பாடீலரின் ஆவேசம் மற்ற மூவரையும் செயலிழக்கச் செய்தது. இந்த 'சினிக்கு'வின் இதயத்துக்குள்ளும் இவ்வளவு தைரியம் ஒளிந்திருப்பதைக் கண்டு அவர்களுக்கும் கொஞ்சம் தைரியம் உண்டாயிற்று.

''அதுக்கில்லே சார்... அந்தக் கதையை நாங்க கேக்காம இருந்திருந்தோம்னா எப்படியோ எல்லாம் நடந்திட்டிருக்கும்... இப்ப அந்தக் கதையோட பாதிப்பாலே அப்படியே தான் எல்லாம் நடக்கறதுன்னு நம்பி தலையைப் பிச்சுக்கட்டுக் கெடக் கிறோம்... என்ன பண்றது சொல்லுங்க...'' என்றான் ஹெக்டே.

''இந்தக் குழப்பத்துக்கெல்லாம் யாரு காரணம்...?''

''எல்லாம் அந்த ஷாம நந்த அங்காடி வந்திருக்கானல்ல சார்... அவனாலதான். அவனாலதான் எல்லாம் ஆரம்பமாச்சு... அப்புறம் அந்த ராமச்சந்திராவும், ஜெயராமும் சேர்ந்தாங்க... என் னென்னமோ சித்தாந்தம் பேசினாங்க... மனுஷ வாழ்க்கையே எந்த அளவுக்குச் சுதந்திரத் தன்மை இருக்கு. எந்த அளவுக்கு விதி நியமங்களோட கட்டுப்பாடு இருக்குன்னு ஒரு கலைப் படைப்பு மூலமாகப் பாக்க முடியும்னு சொல்லீட்டு ஆரம் பிச்சாங்க... தினமும் சாயங்காலம் இதைப் பத்தின விமர்சனந் தான் நடந்திட்டிருக்குது... விளையாட்டுப் போல ஆரம்பிச்சு இப்ப வினையாகிப் போச்சு...''

''ஓஹோ... எந்தக் காலத்திலும் விடுவிக்க முடியாத ஒரு பிரச்சினையை எடுத்துட்டிருக்கிங்க... டோண்ட் வொரி... அது மீறி எவனாவது கொலை செஞ்சு நான் செத்துப் போனாலும் இது நியமம் ஆகாது. சரி... ஜோகிஹாளர் ஆராய்ச்சி பண்ணிக் கிட்டிருந்த ஹைப்ரீட் விதையைப் பத்தி இப்பப் பேசலாமா? ஏலக்காய் உற்பத்தியைப் பெருக்கறத்துக்கு எந்த வழியுமே தெரியலேன்னு தலையை சுவத்திலே முட்டிக்கிட்டிருந்தமே! ஒரு வழியும் தெரியாமலே உட்கார்ந்திட்டு இருந்தமே... இந்த

விஷயத்தை ஜோகிஹாளர் எவ்வளவு சுலபமா முடிச்சிருக்கார்... அந்த ஹைப்ரீட் விதையை வரவழைத்து எல்லா விதைகளையும் போட்டு நாத்துப் பண்ற மாதிரியே நாத்தப் பண்ணினதும் எல்லா செடிகளை மாதிரியே அதையும் வளர்த்துனதும் தெரியும். அதுக்கப்புறம் எல்லாச் செடிகளையும் மாதிரி அதைப் பயிர் செய்ய முடியாதுன்னு முடிவு செஞ்சு அதை விட்டுட்டதும் தெரியும்... இல்லியா முகமது...'' என்றார் பாடீலர்.

''ஆமார் சார்... நாம கூட இவ்வளவு கஷ்டப்பட்டும் பிரயோஜனமில்லாமல் போச்சேன்னு கவலைப்பட்டுக்கிட் டிருந்தமே.''

''நீ சொல்றது சரிதான்... ஆனா இதுக்கு ரொம்ப சுலபமான ஒரு வழி இருந்தது. நமக்கு யாருக்கும் இன்னைக்கு வரைக்கும் இது தோனலை. நாம மரபு வழிப்படியே சிந்திக்கறதனாலே தான் இது முடியாமப் போச்சு.''

''என்ன சார் அது?'' என்று ஆர்வம் பொங்கக் கேட்டான் சித்தப்பா.

''பொறுங்க... சொல்றேன்... ஏன் அதுக்குள்ளே என்னை யாராவது கொலை பண்ணீருவாங்களோன்னு பயப்படறீங்களா? ஜோகிஹாளர் குவாடிமாலாவுலே பண்ணியிருக்கற நோட்ஸைப் பாருங்க... குவாடிமாலாவுலே எப்படி அவுங்க நம்மள விட அதிகமாக ஏலக்காய் உற்பத்தி பண்றாங்கன்னு கண்டுபுடிச்சாரு... வேன்னா நம்ம உற்பத்தியை அதிகரிக்கறதுக்கு குவாடிமாலாவுல இருந்து தான் விதை வந்தது... அங்கிருந்து தான் அவருக்கு சந்தேகம் ஆரம்பமாச்சு... அது வரைக்கும் தெரிய வராத ஒரு முக்கியமான விஷயம் தெரிய வந்தது. அதாவது குவாடிமாலா வுல நம்மள மாதிரி விதையைப் போட்டு நாத்த பண்றதில்லே... ஏலக்காய்ப் பயிர்ங்கறது வாழை, இஞ்சி மாதிரி தண்டை வெட்டி நட்டு வச்சு வளர்ற பயிர். அதனால அவங்க அங்கங்கே சின்ன குழியை வெட்டி நாம வாழைக் கன்னு நட்டு வைக்கிற மாதிரி வைக்கிறாங்க. அதுங்க எல்லாம் தாய்ச் செடி மாதிரியே வளர்ந்து வருது... நல்லா வளர்ற பயிரைப் புடுங்கி வேற எடத்துல நட்டு வைக்கவறன் நல்ல செடியாகத்தான் புடுங்கி நட்டு வைப்பான். அதனால அங்கே பயிரும் நல்லா இருந்தது. விளைச்சலும் நல்லா இருந்தது. நல்ல வளர்ச்சியில்லாத செடிகள்

அப்படியே பட்டுப் போச்சு... எந்தக் கண்ணோட்டத்திலே நீங்க ஒரு விஷயத்தைப் பாக்கறீங்களோ அப்பிடீங்கறதைப் பொறுத்து இருக்குது... குவாடிமாலா விவசாயி ஏலக்காய் செடி தானே வேர் விட்டு அடியிலே வேர் பரவி நிக்கிற பயிரா பார்த்தான்... நம்ம இந்திய விவசாயி ஏலக்காய் செடியா வளந்து பூ, காய், பழம்னு ஆகி அப்புறம் அதனோட விதைன்னு பரவற பயிராப் பாக்கறான்... கெசரூர் ஹைப்ரீட் விதையை இப்பிடி மாத்தறத்துக்கு ஜோகிஹாளர் முயற்சி பண்ணினார். அவரு கெசரூர் ஹைப்ரீட்ணு சொல்ற விதை ஒரு வருஷத்துக்கு சராசரியா ஒரு கிலோ ஏலக்காய் கொடுக்குமாமே. அப்படிக் கணக்குப் போட்டுத் தான் அத ஒரு ஏக்கருக்கு ஒரு டன் கொடுக்கும்னு எதிர்பார்த் தாங்க...''

''சார்... இதைப் பத்தி எங்களுக்கு முழுமையாகத் தெரியலே பாருங்க... ஜெயராமும், அங்காடியும் இதைக் கேட்டாங்கன்னா ஓஹோ கதை இப்ப ஒரு முடிவுக்கு வந்துட்டுதுன்னு சந்தோஷப் படுவாங்க. ஜோகிஹாளரைக் கொல்றதுக்கு எந்த காரணம்னு நேத்து தலையைப் பிச்சுக்கட்டிருந்தாங்க... இப்ப தை நீங்க விடுவிச்சிட்டீங்க'' என்றான் சித்தப்பா.

''மரணத்தோட நிழல்லே நின்னுட்டு ஒரு காரியத்தைப் பண்றதைவிட சந்தோஷமான விஷயம் வேற ஒன்னுமில்லே. பிரிட்டிஷ்காரங்க அப்ப இங்க வந்து காபித் தோட்டம் போட்ட கதையைப் படிச்சுப் பாருங்க... அப்பத் தெரியும்... அவங்க இங்க வாழ்ந்த வாழ்க்கை ஒன்னும் மலர்ப் பாதை இல்லை. ஒவ்வொரு எட்டு எடுத்து வைத்த போதும் அது அவங்களுக்கு ஜீவ மரணப் போராட்டமாகத்தான் இருந்தது.''

''சரி சார்... இந்த கெசரூர் ஹைப்ரீட்டோட தாய்ப் பயிர் இப்ப எங்க இருக்குது...? அது தெரியலேன்னா நீங்க இவ்வள வெல்லாம் பண்ணியும் பிரயோஜனமில்லாமப் போயிருமே'' என்றான் முகமது.

''அதைத் தேடாமே விட்ருவோமா... ஜோகிஹாளரோட நோட்ஸ், டைரி இதிலெயெல்லாம் இன்னும் கொஞ்சம் பார்க்க வேண்டியது இருக்குது... எல்லாம் முடிச்சிருவேன். நீங்க ஒரு செடியைப் பார்த்தாலும், வாழ்க்கையைப் பார்த்தாலும் எந்தக் கண்ணோட்டத்திலே அதைப் பார்க்கறீங்க அப்படீங்கறதப்

பொறுத்துத் தான் உங்களுக்குப் பலன் கெடைக்கும். இதை நான் சொல்லலே. ஜோகிஹாளர் எழுதி வைச்ச குறிப்பு சொல்லுது.''

''கெசரூர் ஹைப்ரீட் செடியைத் தேடலாம். இப்பக் கூட என்னைக் கொலை பண்ணிட்டா ஜோகிஹாளர் ஆராய்ச்சியோட தலைவிதி முடிஞ்சு போகுமில்லியா... நம்ம ஊரு முட்டாளுங் களுக்கு என்னோட ஆராய்ச்சிங்களோட மதிப்பு தெரியலேன்னாக் கூட எவனோ ஒரு வெளிநாட்டுக்காரன் வந்து அதைக் கண்டு புடிச்சுச் சொல்லுவான். அதுவே எனக்குச் சந்தோஷம் கொடுக் கும். உங்க ஜெயராம் கதையும் உண்மையாகும்'' என்று தீர்க்க மான குரலில் சொல்லி விட்டுச் சிரித்தார் பாடீலர். இந்த மனுஷன் ஒரு விசித்திரமான ஆள் தான் என்று எல்லோருக்கும் தோன்றியது.

''சார்... ஒரு ஏக்கருக்கு ஒரு டன் கெடைக்குமா சார்'' என்றான் முகமது.

தன்னோட குறிப்புகள்லே ஜோகிஹாளர் சொல்றது என்னென்னா இந்த மாதிரி சாகுபடி பண்ணினா ஒவ்வொரு ஏலக்காய்த் தோட்டமும் ஒரு தங்கச் சுரங்கமாகும்னு... ஒரு இருபத்தஞ்சு செடி போட்ட வளர்த்தினா ஒரு அரசு ஊழியரோட சம்பளம் வந்திடும்'' என்றார் பாடீலர்.

''பயிர்களுக்கு நோய் வாராமல் தடுக்கறது எப்படீன்னு அவர் எழுதியிருக்கற நோட்ஸ்களைப் பார்க்கிறேன். அந்த செடி எதுன்னு சொல்ற குறிப்பு கெடைச்ச உடனே தெரிவிக்கிறேன். அது சரி... இப்ப உங்களுக்கு இவ்வளவு விஷயம் தெரிஞ்சிருக் குதே... ஜெயராமோட கணிப்புப்படி வெளிநாட்டு ஏஜெண்டுகள் உங்களையும் கொலை பண்ணுவாங்க அப்பிடீங்கறத மறந்துடா தீங்க'' என்று சொல்லி விட்டுச் சிரிததார்.

கேட்டுக் கொண்டிருந்தவர்கள் திகிலடைந்தார்கள்.

அத்தியாயம் 28

''என்னய்யா ஆச்சாரி! எனக்கு நிம்மதிங்கறதே இல்லாமப் போச்சு. வீட்டுக்கு மேல இடைஞ்சல்... உள்ளே இடைஞ்சல்... வெளியே இடைஞ்சல். வியாபாரத்துலே வேற ஏகப்பட்ட விவகாரத்தை உண்டு பண்ணீட்டிருக்கான் சுலைமான் பேரி...

வீட்டுக்கு மேல எப்பவும் கல்லு விளுகுது... வீட்டுக்குள்ளே பேய் நடமாட்டம்... 'நான் எங்க அம்மா வீட்டுக்குப் போறேன்'னுட்டு எம் பொண்டாட்டி வேற ரகளை பண்றா... ராத்திரி பகலா வீட்டுக்குள்ளே ஆவி நடமாடறது தெரியுதாம் அவளுக்கு... வேலையாளுங்களும் காத்து கறுப்பு நடமாடற எடத்துல நாங்க வேலைக்கு வர மாட்டோம்னு சொல்லி அப்பப்ப நின்னுக்கறாங்க... வீட்டுக்குள் அமைதிங்கறதே இல்லே...'' ஏலக்காய் மண்டியில் உட்கார்ந்து கொண்டிருந்த கிருஷ்ணே கௌடா ஆச்சாரியிடம் ஏகப்பட்ட புகார்களைச் சொல்லிக் கொண்டிருந்தான்.

''சுலைமான் பேரியோட விஷயத்தை எங்கிட்ட விடு... இந்த லம்பாடிங்களுக்கு வீடு கட்ட எடத்தைக் குடுத்து அவங்கள வாக்காளர் பட்டியல்லே சேத்து விடு... அப்பறம் அதனோட தமாஷைப் பாரு... இந்தப் பேயோட நடமாட்டத்துக்கு மட்டும் நீ ஏதாவது பண்ணனும்... அத உதாசீனம் பண்ணாதே கிருஷ்ணப்பா... நம்ம ஆராய்ச்சி நிலையத்துக்காரர் பாடீலைக் கேட்டுப் பாரேன்... அவரு என்னமோ மந்திரம்... தந்திரமெல்லாம் பண்றாராமே... மந்திரம் சொல்லி விஷத்தையே எறக்கறவரு பேயை ஓட்ட மாட்டாரா?''

''அது எப்பிடிய்யா அது... அந்த மனுஷனுக்குத் தெய்வ நம்பிக்கையே இல்லியாமே... நம்ம கோயில் வேலைக்கெல்லாம்கூட நெறைய தொந்தரவு குடுக்கறானாமே...!''

''அவரு எப்படியிருந்தா உனக்கென்னாச்சு... இந்த பேயோட்டறவங்க, பில்லி சூனியம் வைக்கவறங்க எல்லாம் தெய்வத்த நம்பறதில்லே. மனுஷருக்குள்ளேயே தேவ கணம், ராட்சச கணம்னு ரெண்டு வகை இருக்கறாங்க... இவங்கெல் லாம் ராட்சச கணத்தைச் சேந்தவங்க... தெய்வங்களையே பகைச்சுட்டு மோட்சத்துக்குப் போறவங்க... அதனால அதைப் பத்தி உனக்கென்ன கவலை! உன்னோட வீட்டு மேல கல்லு விளுகறது நின்னாப் போதுமல்ல உனக்கு. இதை உதாசீனம் பண்ணீட்டே போனீன்னா ராத்ரிலே விளுகற கல்லு இனிமே காலைலையே விளுந்தாலும் விளுகும்... வீட்டுக்குள்ளே இருக்கற சாமானுங்க மேலேயும் விளுகும். அதுக்கப்பறம் சாணி வீசுவாங்க... தீ வைப்பாங்க... இப்பிடியே தொந்தரவுங்க ஆரம்பமாகும்...''

என்றான் ஆச்சாரி. கௌடனுக்கிருந்த கொஞ்ச நஞ்ச தைரியமும் போய் விட்டது. பயத்தால் முகம் வெளிறிப் போனது.

ஆச்சாரியின் மந்திராலோசனை முடிந்த பிறகு பாடீலரைப் பார்க்க வேண்டுமென்று முடிவு செய்திருந்தான் கௌடா. ஆனால் வெளியே போகலாம் என்று எழுந்திருந்த போது இன்னொரு வேலையத்தவன் வந்தான். கௌரூரில் தம்மண்ண கௌடனும், பேங்க் செக்ரடரி ராமாச்சாரியும் எத்தகைய ரகளையையும் அடக்குபவர்கள் என்று பெயரெடுத்திருந்தாகள். கௌரூரில் என்ன தகராறு, சண்டை, அடிதடி என்றாலும் அது இவர்களிடையே வந்து முடியும். கிருஷ்ணே கௌடா பேயறைந்த மாதிரி உட்கார்ந்திருந்ததைப் பார்த்த தம்மண்ண கௌடா, "என்னப்பா ஆச்ச?" என்று கேட்டான். ஆச்சாரியிடம் சொன்ன விஷயங்கள் அனைத்தையும் மீண்டும் ஒரு முறை தம்மமண்ண கௌடாவிடம் சொன்னான். கௌடா, பாடீலரைப் பார்க்கப் போவதையும் சொன்னான். தம்மண்ண கௌடா அதைக் கொஞ்சமும் பொருட்படுத்தவில்லை. அதனால் ஒரு பிரயோஜனம் இல்லை என்றான். இதெல்லாம் நம்மூரிலிருக்கிற ஹரிஜனங்களோட வேலை என்றும் குரு பீடத்திலிருந்து கற்றுக் கொண்ட பல தந்திர வேலைகளைக் கொண்டு இந்த வேலையைச் செய்கிறார்கள் என்றும் சகலமும் அறிந்தவனைப் போலப் பேசினான். ஏற்கனவே பிரச்சினைகளுக்கு நடுவில் சிக்கித் தத்தளித்துக் கொண்டிருந்த கிருஷ்ணே கௌடா இப்போது சுத்தமாக திசை தவறிப் போனான்.

இப்படி ஹரிஜனங்களின் மீது கத்தியைச் சொருகுவதற்குத் தம்மண்ணன் தயாரானதற்குக் காரணம் இருந்தது. இங்கு வருவதற்குச் சில மணி நேரங்களுக்கு முன்பு வெங்கடேஸ்வர பக்த கோடிகளில் ஒருவரான ராமாச்சாரியுடன் சேரி மக்களைக் காணச் சென்றிருந்தான். ராமாச்சாரி ஒரு போதும் சேரிக்குச் சென்றதே இல்லை. ஹரிஜனங்கள் எல்லோரும் சாயிபுகளோடு அவர்கள் மதத்தில் சேரப் போகிறார்கள் என்ற வதந்தி அவன் காதுக்கு வந்தது. இன்னொரு பேங்க் மானேஜரான சீனிவாசராவ் மூலமாகத்தான் அந்த வதந்தி வந்தது. சர்க்காரது ஆணையின் பேரில் ஹரிஜனங்களுக்கும் மலை சாதியினருக்கும் கடன் வழங்க வேண்டிய நிர்ப்பந்தத்தில் இருந்த அவனும் கௌரூர்

வெடினரி டாக்டர் ஒருவனும் சேர்ந்து கொண்டு கொஞ்சம் புலயர்களைப் பிடித்துக் கொண்டு வந்தார்கள். அவர்களுக்கு ஆசை வார்த்தை காட்டி ஒன்றிரண்டு பன்றிக் குட்டிகளைக் கொடுத்து விண்ணப்பத்தில் கை நாட்டு வாங்கிக் கொண்டார்கள். இப்படியாக டி.ஐ.ஆர். திட்டத்திற்கு ஒதுக்கப்பட்ட பணம் முழுவதையும் விழுங்கி விட்டார்கள்.

புலயர்கள் இருவரும் தங்களுக்குக் கிடைத்த பன்றிக் குட்டிகள் எல்லாம் அரசாங்கத்தால் இலசவமாகக் கொடுக்கப்பட்டவை என்று நினைத்துக் கொண்டு கடனைத் தீர்ப்பதற்கான எந்த யோசனையும் இல்லாமலிருந்தார்கள். கொஞ்ச காலத் திற்குப் பிறகு மேலிடத்திலிருந்து மேனேஜர் சீனிவாசராவுக்கு ஒரு நோட்டீஸ் வந்தது. ''டி.ஐ.ஆர். திட்டத்தின் கீழ் ஹரிஜனங் களுக்குக் கொடுக்கப்பட்ட கடன் தொகையில் ஒரு தவணைப் பணம் கூட திரும்பி வரவே இல்லை. என்ன காரணம்?'' என்று கேட்டிருந்தது அந்த நோட்டீஸ்.

சீனிவாசராவ் ஹரிஜனங்களைப் பணத்துக்கு நெருக்கினான். சீனிவாசராவின் வேண்டுகோளை அவர்கள் அவ்வளவு பெரிதாக எடுத்துக் கொள்ளவில்லை. கடனைத் திருப்பி அடைக்கிறீர்களா? இல்லை பன்றிகளைப் பிடித்து ஏலத்தில் விட்டுப் பணத்தை எடுத்துக் கொள்ளட்டுமா என்று மிரட்டிய போதுதான் கொஞ்சம் அரண்டார்கள். பிறகு சுதாரித்துக் கொண்டு இப்படியொரு ருசியான பண்டத்தை சீனிவாசராவ் தின்னக் கொடுத்திருக் கிறானே என்று கண்டு கொண்டு அவன் மறுபடியும் பணம் கேட்டு வருவதற்குள் முழுவதையும் அடித்துத் தின்று தீர்த்து விட்டார்கள்.

சீனிவாசராவ் மறுபடி வந்த போது, ''நாங்கெல்லாம் சாயிபுகளோடு சேரப் போகிறோம். அந்த மதத்தில் சேர்ந்தால் பன்றிகள் சேரிக்குள் இருக்கக் கூடாதாம். அதனால் பன்றிகளை யெல்லாம் காட்டுக்குள் ஓட்டி விட்டோம்'' என்று புருடா விட்டார்கள்.

சுலைமான் பேரியைச் சேர்ந்தவர்கள் தங்களையெல்லாம் அவர்கள் மதத்தில் சேர்த்துக் கொள்ள ஒரு யோசனை வைத் திருக்கிறார்கள் என்று அரசல் புரசலாக ஒரு பேச்சு அவர்கள் காதுக்கு வந்ததே தவிர, அவர்களுக்கு அதைப் பற்றி எந்தச்

சிந்தனையும் கிடையாது. பன்றிகளைக் கொன்று தின்பதற்கு ஒருசரியான காரணம் கிடைத்தது. வெங்கடேஸ்வர பக்தர் கூட்டத்தைச் சேர்ந்தவனாதலால் சக பக்தனான ராமாச்சாரியிடம் இந்த விஷயத்தைச் சொன்னான் சீனிவாசராவ். அவர்களது பிராமணீயத்தைக் காப்பாற்றுவதற்கு எப்போதும் கச்சை க்டடிக் கொண்டு நிற்பவன். சாதி அமைப்பு என்பது எப்படி கட்டமைக்கப் பட்டிருக்கிறது என்பதை விஸ்தாரமாகச் சொல்வான். எல்லா சாதியினருக்கும் மேலாக பிராமணர் இருக்கிறார்கள் என்று சொல்லி அவர்களுக்குக் கிடைக்க வேண்டிய சகல வசதிகளையும் கிடைக்கச் செய்தான். பிராமணர்கள் மேல் சூத்திரர்கள் எகிறி விழுந்த போதெல்லாம் அதற்குக் காரணமானவர்கள் ஒக்கலிகரும், லிங்காயத்துக்களும் தான் என்று ஹரிஜனங்களிடம் சொன்னான்.

ஒரு முறை விவசாயிகளுக்கும் ஹரிஜனங்களுக்கும் மோதல் ஏற்பட்டது. ராமாச்சாரி ஹரிஜனங்கள் பக்கம் சேர்ந்து கொண்டு அவர்களை உசுப்பி விட்டு விவசாயிகள் மேல் பாயச் செய்தான். நிலப் பிரபுக்கள் எல்லோரும் சேர்ந்து கொண்டு விவசாயக் கூலிகளான ஹரிஜனங்களை இம்சிக்கிறார்கள். அவர்கள் உழைப்பைச் சுரண்டுகிறார்கள் என்று சொல்லி கம்யூனிஸ்ட் கட்சி கிளை ஒன்றை அங்கே ஆரம்பிக்கச் செய்தான்.

இந்த முறை ஜகத்குரு வருகிற போது அவரை எப்படி யாவது புலைச்சேரிப் பக்கம் கூட்டிக் கொண்டு போய் புலை யர்களை அவர் காலில் விழ வைக்க வேண்டுமென்று முடிவு செய்திருந்தான். இதன் மூலம் ஹரிஜனங்களைத் தன் பக்கம் சேர்த்துக் கொண்டு தாலுகா போர்டு தேர்தலில் வெற்றி காண வேண்டுமென்பது அவன் ஆசை. சூத்திரர்களுக்குள் சண்டை மூட்டிப் பார்ப்பதில் அவனுக்கு ஆசை இருந்தாலும் அவர்கள் எல்லோரும் சேரும் போது பிராமணர்களாகிய தங்களை சந்தேகக் கண்ணோடேயே பார்க்கிறார்கள் என்பதையும் அறிந்து வைத்திருந்தான். இப்படியிருக்கையில் வெங்கடேஸ்வர பக்த சபை மூலமாக அவனது, தந்திரம் கொஞ்சம் வேலை செய்ததால் சில முட்டாள் கௌடாக்களை அவன் பக்கம் இழுக்க முடிந்தது. ஆனால், தாலுகா போர்டு தேர்தல் வருகிற போது இவர்கள் தங்கள் புத்தியைக் காண்பித்து விடுவார்கள் என்ற சந்தேகமும் அவனுக்கு எப்போதும் இருந்தது.

இதனால் இந்த ஹரிஜனங்களையாவது நமது கையை விட்டுப் போகாமல் இருக்க வேண்டும் என்று கருதி, இந்த அந்தணன் தனது மூர்க்க சிஷ்யனான தம்மண்ண கௌடனைக் கூப்பிட்டு, ''இந்தப் புலையர்கள் முஸ்லிம்களுடன் சேரப் போகிறார்களாம். என்னவாவது பண்ணி இதைத் தடுக்கணும். என்ன விஷயம்னு தெரிஞ்சட்டு வரலாம் வா'' என்று சொல்லி புலைச்சேரிப் பக்கம் கூப்பிட்டுக் கொண்டு வந்தான்.

தந்திரசாலி பிராமணனும், மூர்க்கன் கௌடனும் தங்கள் சேரிக்கு வந்ததில் புலையர்கள் ரொம்பவும் உற்சாகமானார்கள். தாங்கள் முஸ்லிம்கள் பக்கம் சேரப் போகிறோம் என்று தெரிந்த தினால் தான் இவர்கள் வந்திருக்கிறார்கள் என்பதை அறிந்த போது, ''ஓஹோ, மதம் மாறுவதில் இவ்வளவு விஷயம் அடங்கியிருக்கிறதா!'' என்று ஆச்சரியப்பட்டார்கள். அதனால் மத மாற்றம் பற்றிய வதந்தியைப் பற்றி அவர்களிடம் மூச்சு விடவே இல்லை. ''உங்க கோயிலுக்குள்ளே எங்களை விடுவீங்களா? உங்க வீட்டுக்குள்ளே நாங்க நுழையலாமா? எங்களைத் தொடுவீங்களா?'' என்றெல்லாம் கேள்வி கேட்டுத் துளைத்தார்கள்.

ராமாச்சாரி அதற்கு, ''தொடலாம். தொடக் கூடாதுன்னு ஒன்னுமில்ல... இதெல்லாம் பழைய பத்தாம்பசலித் தனமில் லியா? நீங்க கொஞ்சம் சுத்தபத்தமா இருக்கறதுக்குக் கத்துக்க ணும். சும்மா ஒருத்தரு இன்னொருத்தரைத் தொட்றதுன்னா என்ன? உங்க பொண்ட்டாடிங்களை எவனோ ரோட்டுல போறவன் தொட்டுப் பார்த்தா நீங்க சும்மா விட்ருவீங்களா? அப்பிடித்தான் வந்தது இந்தக் கட்டுப்பாடுகளெல்லாம்... கோயிலுக்குள்ளே பூசாரியைத் தவிர யாரும் உள்ளே போகக் கூடாதுன்னு வெச்சிருக்கிறோம்... இதுக்கெல்லாம் என்ன காரணம்னு தெரிஞ் சிக்காமலே நீங்க பேசறீங்க... உங்களுக்கும் எங்களுக்கும் நல்லது நடக்கட்டும்னு தானே இப்படிப் பண்றோம். சாமிக்குத் தீட்டுப்பட்டுப் போச்சுன்னா அந்தப் பாதிப்பு நமக்கா, சாமிக்கா சொல்லு. கொஞ்சம் தெரிஞ்சட்டுப் பேசுங்க'' என்று தடால் புடாலென்று பேசினான்.

ஹரிஜனங்கள் மனதில் என்ன இருக்கிறதென்று தெரிந்து கொண்டு போகத் தான் வந்தானே ஒழிய அவுங்களுக்கு இந்த

மாதிரி ஆறுதலையெல்லாம் சொல்றதுக்கில்லை. ஹரிஜனங்களும் இதுதான் சமயமென்று சொல்லி அவர்களுக்கு என்னெல்லாம் அநியாயம் பண்ணியிருக்கிறார்கள் என்று நடந்த கொடுமைகள் எல்லாவற்றையும் பட்டியல் போட்டுப் பேசத் தொடங்கி விட்டார்கள். நடந்தது எல்லாவற்றையும் ராமாச்சாரிக்குப் பின்னால் நின்று கொண்டு பார்த்துக் கொண்டிருந்தான் கௌடா. அவனுக்குக் கோபம் தலைக்கேறியது. ராமாச்சாரியைப் போன்ற மகானுபாவனின் மகத்துவத்தைப் புரிந்து கொள்ளாமல் அவர்கள் அவனை அவமரியாதை செய்வதாக அவனுக்குப் பட்டது.

''ஆமாண்டா வக்காலோளிங்களா... நீங்க சொன்னதெல்லாம் நிஜந்தாண்டா... யார்ரா இல்லேண்ணாங்க... மனுஷருங்க இருக்கற எல்லா எடத்துலயும் நடக்கற விஷயங்கள் தான் இதெல்லாம்... அதுக்காக நாங்க மதம் மாறுகிறோம்னு சொல்லு வீங்களாடா. அதைப் பண்றோம், இதைப் பண்றோம்னு வேற சொல்றீங்களே... உங்க பாட்டன், முப்பாட்டன் காலத்திலேர்ந்து உங்களுக்குச் சோறு போட்டு வளத்தி விட்ருக்கமே அதய ஏண்டா சொல்ல மாட்டேங்கறீங்க...?'' என்றும் வம்புக்கிழுக்கிற மாதிரிப் பேசினான்.

ஹரிஜனங்களுக்கு அநியாயம் பண்ணியிருந்தால் கூட கௌடாவுடன் அவர்கள் உரிமையோடு பழகுவார்கள். அவர்களது கஷ்ட நஷ்டங்களுக்கு அவனது இதயம் எப்போதும் அசைந்து கொடுக்கும்.

''என்னாச்சு சொல்லுங்க... பாட்டன் முப்பாட்டன் காலத்தி லேர்ந்து உயிரு போகப் பாடுபட்டாலும் இன்னைக்கி வரைக்கும் அரை வயித்துக் கஞ்சியும் அரைகுறையாகத் துணியுந்தானே கெடைக்குது... பாத்தாத் தெரியலியா...?''

''அப்பறமென்ன நாங்கெல்லாம் தங்கக் கிரீடத்தைத் தலை மேல வெச்சிட்டு ஆடிட்டிருக்கமா? உண்ட வீட்டுக்கு ரண்டகம் பண்ற ஜாதி நீங்க... இத்தனை நாளு எங்க தயவு தேவையா இருந்தது... இப்ப அந்த மாட்டுக் கறி திங்கற பசங்களோட சாவகாசம் தேவைன்னு கௌம்பியிருக்கீங்க...''

''தின்னா என்ன... ? நாங்களும் திங்கறம்... அவங்களுந் திங்கறாங்க.''

‘‘அதுக்குத்தான் சொல்றது... எங்க ஒடம்பத் தொடாதீங் கடா... தூரமா நில்லுங்கடான்னு...’’ என்று கௌடா இளக் காரமாகச் சொன்னது அங்கிருந்த சில இளைஞர்களுக்குக் கோபத்தைக் கிளப்பி விட்டது.

ராமாச்சாரி, ‘‘பொறுங்க... பொறுங்க...’’ என்று சொல்லித் தடுத்தும் கூடக் கோளாமல் சண்டைக்குத் தயாரானார்கள்.

‘‘நீங்க பீயைத் திங்கற பன்னியைத் திங்கிறீங்க... அது மட்டும் ருசியா இருக்குதோ...?’’ என்றான் ஒருவன்.

‘‘புலைப் பொண்ணுங்க தோட்டத்து வேலைக்கு வந்தா அவுங்களப் புடிச்சுப் பாக்கறீங்க...’’ என்றான் இன்னொருவன்.

‘‘எங்க பொண்ணுங்க தோட்டத்துக்கு வந்தா மான மரியாதையோட வேலை செஞ்சுட்டுப் போறதுக்கு முடிய மாட்டேங்குது...’’

தம்மண்ண கௌடா எதிர்பார்க்கவே இல்லை. இந்தப் புலையர்கள் ராமாச்சாரிக்கு முன்னாலேயே தன்னை எதிர்வாதத் தில் ஜெயித்துக் கொண்டிருக்கிறார்கள். ராமாச்சாரிக்கு செக்யூ ரிட்டியாக வந்த நம்மை அவமானப்படுத்தும் வண்ணம் பேசு கிறார்கள். அவனுக்குக் கோபம் பிய்த்துக் கொண்டு போயிற்று. மேல் ஜாதியினரான தாங்கள் ஹரிஜனப் பெண்களைத் தொடு வதும், சம்பந்தம் வைத்துக் கொள்வதும் தங்களது பெருந் தன்மையையே காட்டுகிறது என்று அவன் இதுவரை நினைத்துக் கொண்டிருந்தான். இப்பொழுது பார்த்தால் ஹரிஜனங்கள் அதைப் பகிரங்கப்படுத்தியதோடு மட்டுமல்லாமல் அதைக் குற்றப் பட்டியலில் வேறு சேர்த்திருக்கிறார்கள்.

‘‘டேய் மூட்றா வாயை... சேரில இருக்கற கொழந்தைங்க ஊர்ல இருக்கறவனையெல்லாம் அப்பான்னு கூப்பிடுதுங்க... பாதிக்குப் பாதி நேராப் பொறக்கலே... இவன் வந்து ஒழுக் கத்தைப் பத்திப் பேசறாம் பாரு... போங்க... போயி அந்த லப்பை பேரிகளோடு சேருங்க... உங்க பொம்பளைங்களோட போங்க... அப்ப அங்க நடக்கற கூத்தைப் பாருங்க... வாங்க ராமாச்சாரி... இந்தத் தேவிடியாப் பசங்களோட இனி என்னத்தைப் பேசறது!’’ என்று ஹரிஜனங்களுடைய மனதைப் புண்படுத்தி விட்டு, ராமாச்சாரியை இழுத்துக் கொண்டு திரும்பிப் போனான்.

அந்த ஹரிஜன இளைஞர்களுக்கு வந்த கோபத்துக்கு கௌடாவை அங்கேயே குத்திக் கழித்திருப்பார்கள். ஆனால் நூற்றாண்டுகளாகப் பணிந்தும், குனிந்துமே வாழ்ந்து பழகிப் போன அந்தச் சமூகத்தில் இப்படி ஒரு துணிச்சலான செயலைச் செய்வதற்கு யாருக்கும் தைரியமில்லை. ஆனால், ராமாச்சாரி சேரிக்கு வந்ததன் விளைவாக பல ஹரிஜன இளைஞர்களுக்கு தங்கள் ஜாதியின் மீது அருவருப்பு உண்டாயிற்று.

ராமாச்சாரி என்னவோ திட்டமிட்டு அது எப்படியோ முடிந்து விட்டது. இதற்கு யாரைக் குற்றம் சாட்டுவதென்றே அவனுக்குத் தெரியவில்லை. தான் செய்த முதல் தவறு இந்த முட்டாள் கௌடாவைப் புலைச்சேரிக்குக் கூட்டிக் கொண்டு போனதுதான் என்று தோன்றியது. இந்து மதத்தில் இருக்கும் சாதிகளுக்குள் துவேஷத்தை ஏற்படுத்துகிறது சுலபம். ஆனால், ஒற்றுமையைக் கொண்டு வருவது அசாத்தியமானது என்று அந்தச் சூழ்ச்சிக்கார அந்தணனுக்குப் புரிந்தது.

தம்மண்ண கௌடா நேராக கிருஷ்ணே கௌடாவிடம் வந்தான். அவன் வீட்டின் மேல் கல் போடுபவர்கள் இந்த ஹரிஜனங்களே என்று சர்வ நிச்சயமாகச் சொன்னான். ஹரி ஜனங்கள் ஒரு மாய தந்திரம் மூலம் இந்த வேலையைச் செய் கிறார்கள் என்று தம்மண்ணன் சொன்ன போது கிருஷ்ணே கௌடா அதை நம்பவில்லை. எல்லாரது யோசனையையும் மிகவும் பவ்யமாக ஏற்றுக் கொள்வதைப் போலவே தம்மண்ண னின் யோசைனயையும் ஏற்றுக் கொண்ட கிருஷ்ணே கௌடா அதைத் தனது மனதில் வைத்துக் கொண்டான்.

அத்தியாயம் 29

கிருஷ்ணே கௌடாவுக்கு ஏற்பட்டிருக்கும் பிரச்சினைகளை அவனைத் தவிர வேறு யாரும் புரிந்து கொள்ள முடியாது. ஆவிகளோட நடமாட்டம்... வீட்டு மேலே கல்லு வுளுகுது... என்றெல்லாம் கேள்விப்பட்டவர்கள், ‘‘வீட்டு மேலே கல்லு விளுந்தா என்ன ஆகிப் போகும்! விளுந்தா விளுகட்டும் விடு மகனே!’’ என்று சொல்லி விட்டு, பிறகு தங்களுக்கு ஏற்பட்ட ஆர்வத்தின் மிகுதியில் அவன் வீட்டுக்கும் வந்தார்கள். வீட்டுக்

குள்ளேயே நீண்ட நேரம் பேய்களைப் பற்றிய தங்கள் அனுபவங்களையெல்லாம் உளறிக் கொண்டிருப்பார்கள். கேட்டுக் கொண்டிருப்பவர்களுக்கு இந்த விஷயங்களில் அக்கறை இருக்கிறதா இல்லையா என்பதைப் பற்றி அவர்களுக்குக் கவலையே இல்லை. பேசிக் கொண்டிருக்கும் போதே கூரையின் மேல் ஏதாவது 'கடகட'வென்று உருளும் சப்தம் கேட்டால் உடனே வெளியே ஓடிப் போய் அது என்ன என்று பார்க்கிற ஒரு நாடகீயமான காட்சியை அங்கே அரங்கேற்றிக் கொண் டிருந்தார்கள்.

வந்தவர்களுக்கெல்லாம் காபி, டீ எல்லாம் கொடுத்து உபசரித்ததில் கிருஷ்ணே கௌடாவின் மனைவி சீதம்மாவிற்கு 'சீசீ' என்றாகி விட்டது. அவர்கள் எப்போதும் 'சளசள'வென்று பேசிக் கொண்டிருந்தார்கள். தங்கள் வீட்டின் பின்னால் வந்து கூடாரம் அடித்திருந்த லம்பாடி கும்பலைப் பற்றியும் அவர்கள் பேசிய போது, அவளுக்கு எரிச்சல் அதகிமாகியது. தன் புருஷன் வெளியே போய் என்னென்ன காரியங்களெல்லாம் செய்கிறான் என்பதை அவள் நன்றாகவே தெரிந்து வைத்திருந்தாள். ஒரு பெண் குழந்தைக்குப் பிறகு தனக்கு வேறு குழந்தை எதுவும் பிறக்காததற்குக் காரணம் இவன் வழியில் போகிற கண்ட கண்ட சனியன் புடிச்ச முண்டைகளுடன் எல்லாம் படுத்துக் கொண்டது தான் என்பதை அவள் தெளிவாகத் தெரிந்து வைத் திருந்தாள். அவளுக்கு இன்னொரு குழந்தை பிறந்திருந்தால் அவனது நடவடிக்கைகளைப் பற்றி அதிகம் கவலைப்பட்டிருக்க மாட்டாள். ஏனென்றால் மலைநாட்டுப் பகுதியைச் சேர்ந்த கௌடாக்கள் எல்லோருமே மூன்று, நான்கு மனைவிகளைக் கட்டிக் கொண்டு குடும்பங்களைக் குரு க்ஷேத்திரமாக்குவது முன்னாளில் சாதாரணமாக நடக்கிற விஷயமாக இருந்தது.

தற்போது கிருஷ்ணப்பன் வேறு எந்தப் பெண்ணையும் வீட்டிற்குக் கொண்டு வராமலிருப்பது ஒரு சமூக சீர்திருத்தத்தின் காரணமாக ஏற்பட்ட மாற்றமே என்று சீதம்மா நம்பினாள். ஆனாலும் கிருஷ்ணப்பன் ஒரு தராதரமில்லாமல் குப்பை கொட்டுபவளுடன் எல்லாம் படுத்துக் கொள்ளத் தயாராய் இருப்பது தனது பெண்மைக்கே ஒரு களங்கம் என்கிற உணர்வு அவளிடம் இருந்தது. லம்பாடிகளுக்குத் தனது தோட்டத்துக்கு

சிதம்பர ரகசியம் 171

அருகிலேயே வீட்டு மனைகள் தரப் போகிறான் என்பதை வீட்டுக்கு வந்தவர்கள் மூலமாக அறிந்த போது அவளுக்கு மிகுந்த மன வேதனையும், அருவருப்பும் ஏற்பட்டது. இதனால் அவன் என்ன செய்தாலும் சகித்துக் கொண்டு போக வேண்டிய ஒரு நிலைக்குத் தள்ளப்பட்டிருந்தாள்.

இப்படியொரு குடும்பச் சூழ்நிலையில்தான் மகள் ஜெயந்தி வளர்ந்து வந்தாள். பெரியவளாகி யௌவன ரூபம் கொண்டுள்ள அவள் நல்ல அழகி என்பதில் அவளுக்கோ, பிறருக்கோ கிஞ்சித்தும் சந்தேகம் இருக்கவில்லை. ஆனால், அவளை எப்போதும் ஒரு பிரச்சினை வாட்டிக் கொண்டிருந்தது. தான் அழகி என்றால் தன்னை ஏன் இதுவரை யாரும் காதலிக்க வில்லை? முன்பெல்லாம் அழகான பெண்களை ராஜகுமாரர் களோ இல்லை வீர புருஷர்களோ குதிரையில் வந்து தூக்கிக் கொண்டு போனார்கள். தான் அழகி என்றால் தன்னை? அப்படித் தூக்கிக் கொண்டு போவதற்கு ஏன் இன்னும் யாரும் வரவில்லை? இந்த காலேஜ் பசங்களுக்கு யாராவது ஒவ்வொரு குதிரை கொடுத்தாலும் பரவாயில்லை. பாவம் பையன்கள் வெறும் வாடகை சைக்கிளைத் தள்ளிக் கொண்டு வருகிறார்களே என்று அவள் சிந்தனை ஓடியது.

அன்றைய தினம் கல்லூரி விழாவில் சியாமளா எழுந்து கேள்வி கேட்கப் போகிறேன் என்று சொன்னதும் ஜெயந்திக்கு நெஞ்சு 'திம்' என்றது. இது ஒரு வேண்டாத வேலை என்றே அவள் நினைத்தாள். ஏனென்றால், பொதுப்படையாகப் பையன்கள் எல்லோரையும் தங்கள் எதிரிகளின் என்றே பெண்கள் கருதியிருந்தார்கள். பையன்கள் பக்கம் பெண்கள் திரும்புவதே இல்லை. பையன்கள் யாராவது தங்கள் பக்கம் பார்த்தால் முகத்தை இறுக்கமாக வைத்துக் கொண்டு வேறு பக்கம் திரும்பிப் போய் விடுவது அவர்களுக்குக் கை வந்த கலையாக இருந்தது. சியாமளா பகுத்தறிவாளர்கள் சார்பாகக் கேள்வி கேட்ட போது அவர்களுக்குப் பக்கத்தில் உட்கார்ந்திருந்த ஒரு பாட்டி துப்புவதைப் போன்று அபிநயம் பிடித்த காட்சி பெண்கள் மத்தியில் பரவலான வாத விவாதத்தைக் கிளப்பியிருந்தது. தெய்வ நம்பிக்கை இல்லாத பெண்களை நம்பக் கூடாது. அவர்களுக்கு எதைப் பற்றியும் பயமோ, மரியாதையோ இருக்காது.

காதலிக்கவும், திருமணம் செய்து கொள்ளவும் அவர்கள் தகுதி இல்லாதவர்கள். அவர்கள் பிற பெண்களையும் கெடுத்து விடுவார்கள் என்று சாதித்தார்கள்.

சியாமளாவினுடைய செயலால் முதலில் சற்றே அதிர்ச்சியடைந்த ஜெயந்தி மற்றும் சில பெண்கள் பிறகு தைரியம் பெற்று விவாதம் புரியத் தொடங்கினார்கள். கடவுள் உண்டா, இல்லையா என்று விவாதம் செய்வதில் என்ன தவறு? என்று கேட்டு ஆஸ்திகவாதிகளில் எத்தனை பேர் அயோக்கியர்களாகவும், மோசக்காரர்களாகவும் இருக்கிறார்கள் என்று உதாரணங்களுடன் பேச ஆம்பித்தார்கள். அப்போதெல்லாம் ஜெயந்தியின் மனதில் தெய்வ பக்தனும், வெங்கடேச பக்த சபையின் முக்கியப் பிரமுகருமான தனது தந்தையே சிறந்த உதாரணமாகத் தோன்றினான். கொஞ்ச காலத்திற்குப் பிறகு தெய்வம் இருக்கிறதா, இல்லையா என்கிற விஷயம் அவர்களது விவாதத்திலிருந்து மறைந்தது. பகுத்தறிவாள அயோக்கியக் கும்பல் காதலிப்பவர்கள், காதலிக்கப்படுபவர்கள் என்ற இரண்டு பிரிவை உண்டாக்கினார்கள். பகுத்தறிவுவாதிகளுக்குச் சார்பாக இருக்கிற பெண்களில் ஒவ்வொருவரையும் ஒவ்வொரு பையனோடு இணைத்துப் பேசினார்கள். தங்களை இப்படி இணைத்துப் பேசுவது அவமானமாயிருக்கிறதென்று பெண்கள் கண்டித்தார்கள். ஆனால், மனசுக்குள் தன்னோடு இணைத்துப் பேசப்படுகிற பையன் பிற பையன்களை விட உயர்ந்தவனா, தாழ்ந்தவனா என்று ஒப்பிட்டுப் பார்த்துக் கொண்டார்கள். இவ்வளவும் நடந்து கொண்டிருந்தாலும், ஒருவரை ஒருவர் நெருக்கிக் கொண்டு தலையைக் குனிந்து கொண்டே வகுப்புக்குப் போனார்கள்.

பார்ப்பவர்களுக்கு இது ஒரு சிறு குழந்தைகள் விளையாட்டு என்று தோன்றினாலும் ஜெயந்தியைப் பொறுத்த அளவில் இது வேறுபட்ட அனுபவமாக இருந்தது. அவள் மனசு இது வரை அனுபவித்திராத ஒரு விசாலத்தை அடைந்திருந்தது. பெண்கள் கற்பனையாக ஜோடிகள் சேர்ந்த போது அவளுக்கும் ஒரு பாய் ஃப்ரண்ட் கிடைத்தான். இதனால் தானும் ஒரு அழகி என்ற நம்பிக்கை அவளுக்கு ஏற்பட்டது. இப்படிப்பட்ட சிந்தனை எல்லாம் முன்பு அவளுக்கு ஏற்பட்டதே இல்லை.

ஆண்களில் எல்லோருமே காதலிக்கத் தகுந்தவர்கள் என்ற திடமான நம்பிக்கை அவளுக்கு இருந்தது. அவளது கண்களும் பிற அங்க அவயங்களும் அவளது மனசின் ஆணைக்குக் கட்டுப் பட்டு எப்போதும் அவள் அழகைப் பிரதிபலிப்பவையாகவே இருந்தன. அவளைப் பார்க்கும் எவனும் அழகு என்பதற்கு என்ன அர்த்தம் வைத்திருக்கிறானோ அதை அவளிடம் பார்க்க முடிந்தது. ஆவேசமாகப் பீறிட்டுக் கிளம்பிய அன்புப் பிரவாகத் தின் சகல லட்சணங்களையும் அவளிடம் காண முடிந்தது.

வீட்டில் எப்போதும் கலாட்டா. அவள் தாய் தன் புருஷனை வைது கொண்டே இருப்பாள். அவனது ஆளுமை யின் இறக்கைகளைப் பிய்த்தெடுத்து விட்டு, தனது எதிர்பார்ப்பு வட்டத்திற்குள் அவனை இழுத்துக் கொள்ளவே எப்போதும் முயற்சி செய்து கொண்டிருந்தாள் அவள். என்ன குணங்கள் அவளை அவனிடம் ஈர்த்ததுவோ அதே குணங்களை நாசம் பண்ணத் தொடங்கியிருந்தாள் அவள்.

அவள் தாய் இப்படியென்றால் தந்தை இன்னொரு மாதிரி. அவன் ஒரு போதும் வெட்கத்தால் தன் மனைவியின் கன்னத்தைச் சிவக்க வைத்ததே இல்லை. தனது அன்பால் அவளைத் திக்கு முக்காட வைத்ததுமில்லை. இவளைக் கட்டிக் கொண்டு வாழ்க்கையில் தானும் மோசம் போய் விட்டோம் என்கிற உணர்வே அவனுக்கு எப்போதும் இருந்தது. அவனைப் பொறுத்த அளவில் பெண்கள் என்பவர்கள் தன்னுடைய இச்சையைப் பூர்த்தி செய்து கொள்ளப் பயன்படுபவர்கள் மட்டுமே. இப்படியே தங்களது மிச்ச காலத்தைதயும் ஓட்டி விட முடிவு செய் திருந்தார்கள் அவர்கள்.

தனது பெற்றோர்கள் போட்டுக் கொண்ட சண்டைகளெல் லாம் ஜெயந்திக்குப் புத்தம் புதிதாக மீண்டும் நினைவுக்கு வந்தன. அப்போது அவளுக்கு லம்பாடிக் கும்பலுடன் சேர்ந்து ஓடிப் போன பல கௌரூர்ப் பெண்கள் நினைவுக்கு வந்தார்கள்.

கிழடு தட்டிப் போன கௌரூர்க் கலாச்சாரத்தில் ஒவ்வொரு குடும்பத்திலும் இளைய சமுதாயம் எதிர் கொள்கிற பிரச்சினை களே இவை. பரந்துபட்ட அறிவையும், அனுபவத்தையும் கொடுத்து இளைய சமுதாயத்தின் வாழ்க்கைக்கு மேலும் ஒளி யூட்ட எந்த முயற்சியும் எடுக்கப்படவில்லை. மாறாக ஆச்சார

அனுஷ்டானங்களுக்கும் நியமங்களுக்கும் அதீத முக்கியத்துவம் கொடுத்து, தாங்களும் அதிலேயே பூரணமாக ஈடுபட்டு இளைய சமுதாயத்தை எல்லாவற்றிலிருந்தும் அந்நியப்பட வைத்தார்கள். தங்கள் முதுமையை இளைஞர்கள் மேல் திணித்து அவர்கள் சிந்தனையையும் முதுமையடையச் செய்தார்கள். உலகம் அது பாட்டுக்குப் போய்க் கொண்டிருந்தது. பஸ்சுக்குக் காத்திருப்பவர்கள் காத்துக் கொண்டே இருந்தார்கள். ஏர் பூட்டி உழுவதற்கு மழை வரவில்லையே எனப் புலம்பிவர்கள் புலம்பிக் கொண்டே இருந் தார்கள். எல்லாருக்குள்ளும் இருந்த ஒரு எரிமலை வெடிப்ப தற்குச் சரியான சமயம் பார்த்துக் கொண்டிருந்தது.

லம்பாடி கும்பலின் முக்கியஸ்தன் ஒருவன் அவனுடைய மனைவி என்று சொல்லகிற மாதிரியான ஒருத்தியுடன் கிருஷ்ணே கௌடாவைப் பார்க்க வந்தான். கிருஷ்ணே கௌடாவைப் பார்த்த உடனே அந்தப் பெண் ஜோசியம் சொல்ல ஆரம்பித்து விட்டாள். ''உனக்கு மருந்து வெச்சுருக்காங்க... உன் தோட்டத் துக்கு மருந்து வச்சிருக்காங்க... உன்னோட வீட்டுக்கு மருந்து வைச்சிருக்காங்க... நான் சொல்ற மாதிரி கேளு... என்னை நம்புனீன்னா என்னோட மந்திர சக்தியாலே அந்த மருந்தை எடுத்திர்றேன்... இந்தக் கண்டத்திலேர்ந்து உன்னைத் தப்ப வைக்கிறேன்'' என்று ராகத்தோடுஓலமிட ஆரம்பித்து விட்டாள்.

வியாகூலம் கொண்டு வேதனித்திருந்த கௌடா இதற்கும் தலையாட்டினான். ஆச்சாரியிடம் ஆலோசனை கேட்டான்.

''இருந்தாலும் இருக்கலாம்... முயற்சி பண்ணிப் பாரு... அதனால் தப்பொன்னுமில்லே...'' என்றான் ஆச்சாரி. வீட்டில் வைக்கப்பட்டிருக்கும் மருந்தை எடுப்பதற்கு லம்பாடிப் பெண் ஒருத்தி வருகிறாள் என்ற விஷயம் கிருஷ்ணப்பன் மனைவி சீதம்மாவுக்குத் தெரிய வந்தது. அவளுக்கு ஆத்திரம் பொத்துக் கொண்டு வந்தது...

''அந்த லம்பாடி பொம்பளை எதுக்காவது வீட்டுக்குள் வந்தான்னா அவளோட கால ஒடிக்காமே விட்றதில்லே'' என்று கர்ஜித்தாள்.

''ஓஹோ... நீ அவளோட காலை ஒடிக்கிற வரைக்கும் நாங்க இங்கே பாத்துட்டு உட்கார்ந்திருப்பம்னு நெனச்சியா...? பேய் நடமாடுது, சனி புடிச்சருக்குதுன்னு எப்பப் பார்த்தாலும்

நாய் மாதிரி குலைச்சுட்டே இருந்தே இல்லே... இப்ப ''யாரோ மருந்து வச்சிருக்காங்க... எடுத்துத் தர்றேன்''னு இவ வந்தான்னா இவ காலை வெட்டுவேங்கறியே... ஊருல இருக்கறவ எல்லாம கண்டவனோட போறவ... இவ ஒருத்தி தான் பதிவிரதை... மூடீட்டு உக்காரு... நீ யாருன்னு எனக்குத் தெரியும்...'' என்று கிருஷ்ணப்பன் அவள் மீது தீயை உமிழ்ந்தான். சீதம்மா அழுது கொண்டே அடுக்களைக்குள் போனாள். கதவை மூடிக் கொண்டு உட்கார்ந்து சிந்தித்தாள்.

வீட்டுக்கு ஒரு லம்பாடிப் பெண் வருகிறாள் என்று தெரிந்த உடனே இந்தப் பேய் விவகாரமெல்லாம் ஒரு திட்ட மிட்ட யோசனை என்று அவளுக்குத் தெரிந்தது. இவனுடைய காம வேட்டையை நடத்துவதற்காக நாடோடிகளையே வீட்டின் மேல் கல்லெறியச் சொல்லியிருக்கிறான். அப்போதுதான் காவல் காக்கிறேன் என்று சொல்லி விட்டு ராத்திரி முழுவதும் வீட்டுக்கு வெளியே இருக்க முடியும் என்ற அவனது திட்டத்தைத் தெளிவாக அறிந்திருந்தாள்.

''ஒன்னு அவ இருக்கணும்... இல்லே நான் இருக்கணும்... அவ வந்தாள்னா நானே வீட்டை விட்டுட்டு எங்க அம்மா வீட்டுக்குப் போயிருவேன்... இல்லேன்னா எதாவது பாழுங் கெணத்துலே குதிச்சுருவேன்... அந்தத் தேவிடியா முண்டைகள் உங்களுக்கு மருந்து வெச்சு அவங்க சொல்ற மாதிரி கேக்க வெச்சிருக்காங்க... அவங்க கூடவே குடும்பம் நடத்துங்க...'' என்று சமையல் கட்டுக்குள்ளிருந்தே சீதம்மா பலமாகக் கூச்சலை ஆரம்பித்தாள்.

கௌடாவிடம் என்னமோ பேச வந்திருந்த மாய்லா இவர்கள் இருவரின் சண்டையைப் பார்த்துப் பயந்து போனான். வீட்டுக்குள் வந்து இருவருக்கும் சமாதானம் செய்து வைத்தான். அந்த லம்பாடிப் பெண் வீட்டுக்குள்ளேயே வர மாட்டாள் என்றும், வெளியே இருந்து கொண்டே தனது வேலையை முடித்துக் கொண்டு போய் விடுவாள் என்றும், தற்போது பேய் நடமாட்டப் பிரச்சினை தீர்ந்தால் தான் வேலைக்கு வருகிறவர்கள் வருவார்கள் என்றும் சீதம்மாவிடம் கெஞ்சிக் கேட்டுக் கொண்டான்.

அப்பொழுது யாருமே இல்லாத சமையல் கட்டுக்குள் இருந்து தடதடவென்று பாத்திரங்கள் உருளும் சப்தம் கேட்டது.

ஒரு அன்ன கரண்டி வெளியே வந்து விழுந்தது. மேஸ்திரியும் வீட்டில் இருந்தவர்களும் பேச்சை நிறுத்தி விட்டு இந்த அமானுஷ்யமான காட்சியைக் கண்ணிமைக்காமல் பார்த்தார்கள்.

"யார் இருக்காங்க சமையல் கட்டுக்குள்ளே?"

"யாருமே இல்லியே?"

கிருஷ்ணப்பனின் கேள்விக்கு சீதம்மா பதில் சென்னாள்.

"அப்பறம் எப்படி இது?"

கிருஷ்ணப்பனுக்கு ஆச்சாரி சொன்ன விஷயம் நினைவுக்கு வந்தது. "பேயோட நடமாட்டத்தை உதாசீனமா நெனைக்காதே. அப்புறம் பாத்திரம் பண்டமெல்லாம் தானாகப் பறக்க ஆரம்பிக்கும்..." என்று சொல்லியிருந்தான் ஆச்சாரி.

"சரி... பேய் நடமாட்டத்தோட இரண்டாம் கட்டம் ஆம்பமாச்சு. மூன்றாவது கட்டம்...! சாப்பாட்டில் மலம்...!" யோசிக்க யோகிக்க மனதில் பீதியும் சீதம்மாவின் மீது ஆக்ரோஷமும் ஏற்பட்டது.

ஜெயந்தி எதுவும் பேசாமல் நின்று பார்த்துக் கொண்டிருந்தாள்.

அத்தியாயம் 30

வீட்டிலிருக்கிற மந்திரத்தை எடுத்துக் காட்டுவதாகச் சொன்ன லம்பாடிப் பெண் எதுவும் செய்யவில்லை. கிருஷ்ணே கௌடாவிடமிருந்து கொஞ்சம் பணம் பறித்துக் கொண்டாள். மந்திரம் போடுகிற மாதிரி நடித்துக் கொண்டு சாமி வந்த மாதிரி விதவிதமான சத்தங்களை எழுப்பிக் கொண்டு கோழி ஒன்றை அடித்துக் கக்கத்தில் வைத்துக் கொண்டு ஆடினாள். ஆங்காரத்துடன், "அந்த வீட்டுல நாலு மூலையிலும் தலை முடியைப் பொதைச்சு வெச்சிருக்காங்க..." என்று கூச்சலிட்டுக் கொண்டு எல்லோரையும் கட்டிக் கொண்டு தோட்டத்தின் நான்கு மூலைகளுக்கும் ஓடினாள். காய்ந்த இலைகளுக்குள் தேடுவது மாதிரிச் செய்து விட்டு கொஞ்சம் குப்பையைக் கிளறிப் பார்த்து, "இதுக்குள்ள பார்... மனுஷனோட தலை மயிர் இருக்கும்... அதை எடுத்துத் தீயை வெச்சுக் கொளுத்து' என்று சொல்லித் தனது கடமையை முடித்துக் கொண்டாள்.

மாய்லா அந்தக் குப்பைக்குள் தலை முடியை தேடுவதற்குச் சோம்பேறித்தனப்பட்டுக் கொண்டு நான்கு கைப்பிடிக் குப்பையை மட்டும் எடுத்துக் குளியலறைக்குள் இருந்த அடுப்பில் போட்டான். கிருஷ்ணே கௌடாவுடன் தனக்குள்ள பரிச்சயத்தைப் பலப்படுத்திக் கொள்ளவே அந்தப் பெண் இந்தச் சந்தர்ப்பத்தைப் பயன்படுத்திக் கொள்ள நினைத்திருந்தாள். ஆனால், கௌடா அவளது மந்திரக் காரியங்களை ரொம்ப சீரியசாக எடுத்துக் கொண்டு அதிலேயே ஊன்றிப் போய் விட்டதால் அதற்குத் தகுந்த மாதிரி கபட நாடகமாட வேண்டியதாகப் போய் விட்டது. இந்த வகையில் அவளுக்கு ஏமாற்றம்தான்.

''என்னாச்சு... பேயைப் புடிச்சாளா உட்டாளா...?'' என்று நக்கலாகக் கேட்டாள் சீதம்மா.

''நீதான் என்னையும் என் வீட்டையும் புடிச்சிருக்கற பேய்னு சொன்னாள்'' என்று இன்னும் நக்கலாகச் சொன்னான் கௌடா.

''அப்படிப்பட்டவளைத் தானே நீ சுத்திட்டிருக்கிறே... நான் சொல்ற பேச்சை விட ஊரிலே இருக்கிற தேவிடியாளுங்க சொல்ற பேச்சுத்தானே உனக்கு முக்கியப் படுது.''

கிருஷ்ணப்பன் பேசவில்லை. தம்மண்ண கௌடா சொன்ன வார்த்தை திடீரென்று அவனுக்குள் வேலை செய்யத் தொடங்கியது. அவன் முதன்முதல் தோட்டக் காவலுக்காக வெளியே போன போது நரி ஒன்று ஊளையிட்டுக் கொண்டு எதிரிலே வந்த காட்சி அவனுக்கு மனதில் உதித்திலிருந்த தம்மண்ண கௌடாவின் வார்த்தைகள் மனதை வலம் வந்து கொண்டே இருந்தன. கிருஷ்ணே கௌடாவின் பேச்சும் போக்கும் சீதம்மாவுக்கு மேலும் கோபத்தையும், எரிச்சலையும் உண்டு பண்ணின. ''உங்களுக்கு எதுக்கு என்னால தொந்தரவு? நான் எங்க அம்மா வீட்டுக்குப் போறேன்'' என்றாள். அவள் சொன்னதைக் கொஞ்சமும் காதில் போட்டுக் கொள்ளாத கௌடா, ''எங்கியோ போய்த் தொலை. போ'' என்றான்.

சாயந்திரம் காலேஜிலிருந்து வந்த ஜெயந்தி வீட்டில் அம்மா இல்லாததைக் கண்டு அழத் தொடங்கினாள். அப்போதுதான் சீதம்மா அவள் அம்மா வீட்டுக்குப் போன விஷயம் கிருஷ்ணே கௌடாவுக்குத் தெரிய வந்தது. ''அழாதேம்மா...

நாளைக்கு யாரையாவது அனுப்பி கூப்பிட்டு வரச் சொல்றேன்... இப்ப அழாதே'' என்று மகளைச் சமாதானப்படுத்தினான்.

காலையில் எழுந்தவுடன் மாய்லா ஒரு புதிய பிரச்சினையைக் கொண்டு வந்தான். தோட்ட வேலைக்காகக் கொண்டு வந்து வைத்திருந்த ஆட்கள் எல்லோரும் பேயின் நடமாட்டத்திற்குப் பயந்து ராத்திரியோடு ராத்திரியாக இடத்தைக் காலி செய்து விட்டு ஓடி விட்டார்கள். வேலையாட்களில் பல பேர் அவனிடம் கடன் வாங்கியிருந்தார்கள். அந்தப் பணமெல்லாம் இப்போது ஆத்தோடு போய் விட்டதென்று தலையில் கையை வைத்துக் கொண்டு உட்கார்ந்து விட்டான். ''கொஞ்சம் பணம் கடனாக் குடுங்க... அந்தத் தேவிடியாப் பசங்க எங்க இருந்தாலும் குடுமியைப் புடிச்சுக் கொண்டாந்துர்றேன்'' என்று கெஞ்சினான்.

ராத்திரி எல்லாம் தூக்கம் கெட்டு களைத்துப் போயிருந்த கிருஷ்ணப்பனுக்கு ஹரிஜன மாயி நினைவுக்கு வந்தாள். நீண்ட யோசனைக்குப் பிறகு அவன் மேலுள்ள சந்தேகம் உறுதிப்படவே கோபம் தலைக்கேறியது. மாயி நரியைச் சாக்காக வைத்துக் கோழிகளைத் திருடிக் கொண்டிருக்கிறான் என்று ஹரிஜனங்கள் பேசிக் கொள்வது அவன் காதுக்கு வந்திருந்தது. அவனோடிருந்த போது நரியைப் பார்த்த சம்பவமும் நினைவுக்கு வந்தது.

அந்தக் கதை பிறக்கக் காரணமாக இருந்தவனே மாயிதான். அது இப்போது அவனுக்கே பெரிய ஆபத்தைக் கொண்டு வந்திருக்கிறது. ஒன்றுக்கும் உருப்படாதவனாக ஊரிலே இருக்கிற விபசாரிகளை மேய்ந்து கொண்டிருந்த சேம்பேறி மாயி திடீரென்று ஹரிஜனங்களின் ஆன்மீகத் தலைவனாகவும், மந்திரவாதியாகவும் ஆவதற்குத் தற்செயலான ஒரு காரணமும் இருந்தது.

மாயி சேரிக்கு எதிர்ப்புறமாக இருந்த புறம்போக்கு நிலத்தில் மரங்களில் எங்காவது தேன் தென்படுகிறதா என்று துளாவிக் கொண்டிருந்த போது ஒரு சிறிய மண் திட்டின் மீது நாய்க் குட்டிகள் போன்று மூன்று பிராணிகள் உட்கார்ந்திருந்ததைப் பார்த்தான். மாயியைக் கண்டவுடன் அவை எங்கோ ஓடிப் போயின. மாயி அந்தத் திட்டின் மறு பக்கம் போய்ச் பார்த்த போது ஒரு பழைய முள்ளம்பன்றிக் குழி இருந்ததைப் பார்த்தான். அந்த மூன்று பிராணிகளும் அந்த வளைக்குள் தான் இருக்க வேண்டுமென்று நினைத்து புகை போட்டு அவற்றை

வெளியே வரும்படிச் செய்யலாமா என்று யோசித்தான். பிறகு உள்ளே போனவை எப்படியும் வெளியே வரத் தானே வேண்டும் என்று முடிவு செய்து, அவை வெளியே வரட்டும் என்று பக்கத்திலுள்ள ஒரு மரத்தின் மீது ஏறி உட்கார்ந்தான்.

கொஞ்ச நேரத்திற்கு வேறு ஏதோ ஒரு பிராணி நடந்து வரும் சத்தம் கேட்டது. ஒரு பெரிய நரி கோழி ஒன்றை வாயில் கவ்விக் கொண்டு வளைப் பக்கம் வந்தது. மாயி 'ஓ ஹோஹோ' என்று சத்தமிட்டாள். நரி வளைப் பக்கம் கோழியை வீசி எறிந்து விட்டு ஓடிப் போயிற்று. மாயிக்குப் புரிந்து போயிற்று. தாய் நரி தனது குட்டிகளுக்கு இரை கொடுப்பதற்காக எங்கிருந்தோ கோழி ஒன்றைக் கவ்விக் கொண்டு வந்திருக்கிறது.

மறு தினத்திலிருந்து மாயி அதையே தொழிலாக வைத்துக் கொண்டான். வீடு குடும்பம் ஒன்றுமில்லாமல், குழந்தை குட்டியுமில்லாமல் கண்ட இடங்களில் பொறுக்கித் தனமாகத் திரிந்து கொண்டிருந்த மாயிக்கு தேடிக் கிடைத்த மாதிரியாக இந்த வேலை வந்து வாய்த்தது. சில சமயங்களில் நரி கோழியை வளைப் பக்கம் போடாமல் வாயில் கவ்விக் கொண்டே ஓடிப் போயிற்று. அதற்கு மாயி இன்னொரு தந்திரம் பண்ணினான். வளையின் குறுக்காக நாலைந்து முள் செடிகளை வெட்டிப் போட்டான். நரி முள் செடிகளைப் பார்த்து விட்டு அவற்றை அகற்றுவதற்காக வாயில் வைத்திருந்த கோழியைக் கீழே துப்பியது. அதுதான் சமயம் என்று சத்தமெழுப்பி நரியைத் துரத்தி விட்டுக் கோழியைத் தூக்கிக் கொண்டு வந்து விட்டான்.

மாயியின் திருட்டுத் தனம் இப்படி வெற்றிகரமாக நடந்து கொண்டிருக்கும் போது அங்கே சேரியில் கோழிகள் மாயமாக மறைந்து கொண்டிருந்தன. கோழியைத் தேடிக் கொண்டிருந்த அதன் சொந்தக்காரர்கள் மாயியின் குடிசைக்குப் பக்கத்தில் தன் சிறகுகள் குவியலாகக் கிடப்பதைப் பார்த்தனர். திருடியது அவன்தான். நரி கோழியைக் கவ்விக் கொண்டு போனதைக் கண்ணாரப் பார்த்த சிலர் இருந்தார்கள். அவர்களுக்கு இது ஆச்சரியத்தைக் கொடுத்தது. அந்தக் கோழிகளின் சிறகுகளும் குவியலாகக் குப்பை மேட்டில் கிடந்ததைப் பார்த்தார்கள். எல் லோரும் 'குசுகுசு' என்று மந்திராலோசனை செய்தார்கள். யாருக் கும் ஒன்றும் புரியவில்லை. மாயி நரியை வசியம் செய்து

அதைக் கோழி கவ்வி வருமாறு செய்கிறான் என்று ஒருவன் சொன்னான். அவனது பாட்டனோ, முப்பாட்டனோ இந்த வசியக் கலையில் வல்லவனாக இருந்திருக்கிறான். சில பேர் மாயியே நரியாக மாறி இக்காரியத்தைச் செய்கிறான் என்றனர். இன்னும் சில பேர் மாயி நரியாக மாறும் காட்சியைத் தாங்கள் கண்கூடாகப் பார்த்ததாகக் கதை விட்டனர்.

இப்படியாக அவர்களது மந்திராலோசனை முடிவதற்குள் மாயி அமானுஷ்ய சக்திகள் நிறைந்த ஒரு மந்திரக்காரனாக உருமாறினான். நமது சாதியிலிருந்து இப்படி அமானுஷ்ய சக்திகள் நிறைந்த ஒரு அவதார புருஷன் உருவாகியிருக்கிறானே என்று சிலருக்குச் சந்தோஷமும் ஆயிற்று. ஒரு டபுள் டிகிரி வாங்கியவனை விட மதிப்பு மிகுந்தவனாக மாயியை அவர்கள் கருதினார்கள். எல்லோரும் அவனிடம் போய் தங்களுக்கு எந்த விதமான தொந்தரவும் கொடுக்க வேண்டாம் என்று விண்ணப்பம் செய்து கொண்டார்கள். அவர்களில் ஒரு இளைஞன் மட்டும் வேறு விதமான அபிப்பிராயம் வைத்திருந்தான். ''அவன் செரியான கோழித் திருடன். அவனைக் குண்டி மேலே ஒதைச்சா எல்லாம் செரியாப் போகும்'' என்றான். ஆனால், அவனை மேலும் பேச விடாமல் இன்னொருவன் ஆவேசமாகச் சொன்னான். ''டேய் வக்காலோளி... இதெல்லாம் சிறு புள்ளை வெளையாட்டுன்னு நெனச்சியா... இன்னைக்கி நரி வேஷத்துலே வந்து மனுஷ னையே அடிப்பான். நீ சூத்தை மூடீட்டு உன் வேலையைப் பாரு'' என்று கத்தினான்.

மாயி குடிசையிலிருந்து வெளியே வந்த போது சேரி ஜனங்கள் எல்லோரும் கும்பலாகத் தன்னை நோக்கி வருவதைப் பார்த்தான். நமது கோழித் திருட்டு அவர்களுக்குத் தெரிந்து விட்டது. தூக்கிப் போட்டு உதைக்க வருகிறார்கள் என்று நினைத்த அவனுக்கு உதறலெடுக்கத் தொடங்கியது. ஆனால், வந்தவர்கள் அவனே ஆச்சரியப்படும்படி கையெடுத்துக் கும் பிட்டு, ''நம்ம சேரி மேல உனக்கு எதுக்கப்பா இவ்வளவு கோபம்?'' என்று கேட்டவுடன் தந்திரசாலி மாயி எல்லாவற்றை யும் புரிந்து கொண்டான். எதிர்பாராமல் தனக்கு வந்து சேர்ந்த மந்திரவாதி பதவியை மிக்க நன்றியோடு ஏற்றுக் கொண்டு இனிமேல் சேரிக்கு எந்தத் தொந்தரவும் வராது என்று அபயக்

குரல் கொடுத்தான். பிறகு காட்டுக்குள் போய் அந்த நரி வளைக்குப் புகை போட்டு நரியும், நரிக் கட்டிகளும் வெளியே வருமாறு செய்து அவைகளைக் கொன்று, தனது வாக்கைக் காப்பாற்றினான்.

அன்றிலிருந்து நீளமாக முடியை வளர்த்திக் கொண்டு ஒரு சுரைப் புருடையில் நாதமெழுப்பிக் கொண்டு குரலை உயர்த்தி ராகம் போட்டுப் பாடி ஜோசியம் சொல்லத் தொடங்கினான். அதற்குப் பிறகு ஜனங்களே அவனுக்குக் கோழி கொண்டு வந்து கொடுத்து மந்திரத் தாயத்தை வாங்கிக் கொண்டு போனார்கள். ஆனால், இப்போது கிருஷ்ணப்பனின் வீட்டில் பேய் நட மாட்டம் ஆரம்பித்து அது மாயியினுடைய உயிருக்கு உலை வைப்பதற்காக வந்திருக்கிறது.

கிருஷ்ணப்பனும், மாய்லா மேஸ்திரியும் துப்பாக்கியைப் பிடித்துக் கொண்டு ஆயுதபாணிகளாக மாயியின் குடிசையை நோக்கி வந்தார்கள். காலை நேரமானதால் மாயி கஞ்சி குடித்த பிறகு ஜோசியம் சொல்வதற்காகத் தன்னைத் தயார் பண்ணிக் கொண்டிருந்தான். ஒரு உடைந்த கண்ணாடியில் முகத்தைப் பார்த்துக் கொண்டு மேக்கப் போட்டுக் கொண்டிருந்தான்.

''அந்தத் தேவிடியா மகனை இன்னைக்கு ஒரு கை பாத்திர ணும். இனியும் அவனை நடமாட விட்டால் ஏதாவது மந்திரம் கண்கட்டு வித்தைன்னு பண்ணிப் போடுவான்'' என்று மாய்லா மேஸ்திரி மாயியிடம் உஷாராக இருக்க வேண்டியதன் அவசி யத்தைத் தெளிவாக்கினான். ஆனால் குடிசைப் பக்கம் வர வில்லை. ''நான் இங்கேயே இருக்கிறேன். நீங்க போய்ட்டு வாங்க... ரெண்டு பேரும் போனால் கலாட்டா ஆகும்'' என்று சொல்லி தூரத்திலேயே நின்று கொண்டான்.

கிருஷ்ணே கௌடா துப்பாக்கியின் இரண்டு குழல் களையும் மேலே தூக்கிக் காண்பித்து, ''அந்தத் தேவிடியா மகன் ஏதாவது வாலாட்டட்டும்... தொலைச்சுக் கட்டீர்றேன்'' என்று சொல்லிக் கொண்டே மாயியின் குடிசைக்குள் நுழைந்தான்.

ஒப்பனை செய்து கொண்டிருந்த மாயிக்கு அவன் மண்டை யின் பின்புறத்தில் இரட்டைக் குழல் துப்பாக்கியின் முனைகள் வருடுவதை உணர முடிந்தது. கண்ணாடியின் மூலம் அது உறுதிப்பட்டது. இதென்ன என்று அவன் தன்னை சுதாரித்துக்

கொள்வதற்குள், ''அசையதாடா... அசைஞ்சேன்னா நீ இன்னைக்கு செத்தே... தேவிடியா மகனே'' என்ற கிருஷ்ணே கௌடனின் குரல்.

''அய்யோ சாமி கொல்லாதீங்க... அப்படி நான் என்ன காரியம் பண்ணேன்ட்டு சொல்லிட்டுக் கொல்லுங்க'' என்று குரலின் மூலமாகவே கிருஷ்ணே கௌடனை அடையாளம் கண்டு கொண்ட மாயி கெஞ்சினான்.

''என்ன பண்ணினேன்னா கேக்கறே... தேவிடியா மகனே இப்பக் காமிடா பாக்கலாம்... உன்னோட நரி வேஷத்தை...'' என்று சொல்லிக் கொண்டே துப்பாக்கிக் குழலால் அவன் தலையை ஒரு தட்டு தட்டினான்.

''அய்யய்யோ... நானெதுக்கு சாமி நரி வேஷம் போடணும் ... எவனெவனோ தேவிடியாப் பசங்க பேச்சைக் கேட்டு என்னைக் கொல்ல வந்திருக்கீங்களே சாமி...'' என்று கூக்குரல் போட்டான்.

''தேவிடியா மகனே... பேயை விட்டு என் வீட்டிலே கல்லுப் போட வெக்கிறியா? மந்திரம் போட்டியா? த்தூத்தெறி மகனே... உன்னை இன்னைக்கி உயிரோட விடப் போறதில்லே ... அவிசாரி பெத்தவனே... அதென்ன மந்திரம் மாயம் போட்றே நீ... காமி பாக்கலாம்.''

''அய்யோ... கௌடரே... உங்க கால்லே விழுந்து கெஞ்ச றேன்... ஏதோ ஜோசியம் சொல்லி பிச்சையெடுத்துப் பொளைக் கிற பிச்சைக்காரன் நான்... என்னத்த பேயைப் புடிச்சு உட்டேன் சாமி... என்னைக் கொன்னு பிசாசாக்கிடாதீங்க சாமி... என்னைக் காப்பாத்துங்க அய்யாவே...'' என்று பயத்தில் அலறிக் கொண்டே மடாரென்று கீழே விழுந்து கிருஷ்ணே கௌடாவின் கால்களைக் கெட்டியாகப் பிடித்துக் கொண்டான். அதற்குள் கிருஷ்ணே கௌடாவின் கலாட்டாவைக் கேட்டு பல பக்கங் களிலுமிருந்த சேரி மக்கள் மாயியின் குடிசையை நோக்கி வரத் தொடங்கினார்கள்.

கிருஷ்ணே கௌடா கண்டமேனிக்குத் திட்டிக் கொண் டிருந்தான். ''நல்ல மொறையிலே விட்டிருக்கற பேயைத் திரும்பக் கூப்பிட்டுக்கோ. இல்லேன்னா சேரிக்கே தீயை வெச்சக் கொளுத்திடுவேன்'' என்று கர்ஜித்தான். மாயி கல் மனதும் கரைகிற மாதிரி கெஞ்சி மன்றாடினான்.

கதவுக்கருகில் பார்த்துக் கொண்டிருந்த ஹரிஜனங்களுக்கு என்ன நடக்கிறது என்று ஒன்றும் புரியவில்லை. தங்களது ஆன்மீக நாயகனுக்கு நடக்கும் அவமானம் மட்டுமே அவர்கள் கண்ணுக்கத் தெரிந்தது. கோபத்தில் அக்னிப் பிழம்பாக நின்று கொண்டிருந்த கௌடனிடம் என்ன விஷயம் என்று கேட்பதற்கும் அவர்களுக்குத் திராணி இல்லை. தேவையான அளவுக்கு மாயியைக் கவனித்து விட்டோம் என்று கௌடாவுக்கத் தோன்றியது.

''இன்னொரு தடவை என் வீட்டு மேல கல்லு உளுந்த துன்னா உன்னோட தலை ஒடம்புலே இருக்காது. போடா தேவிடியா மகனே... என்னோட வார்த்தை பொய்யா நெஜமான்னு அப்பறம் நீயே தெரிஞ்சுக்கவே!'' என்று சவால் விடுகிற தோரணையில் சொல்லி விட்டு அங்கிருந்து வெளியேறினான்.

கௌடா போன பிறகு ஹரிஜனங்கள் எல்லோரும் மாயியின் குடிசைக்கு வந்தார்கள். என்ன, ஏது என்று விசாரிக்கத் தொடங்கினார்கள். அவர்களுக்கு எரிச்சல் வந்தது. ''இந்த ஊர் ஜனங்களுக்கு இதே தொழிலாப் போச்சு. தினமும் ஏதாவது ஒரு காரணத்த சொல்லி சேரியோட அமைதியைக் கலைக்கிறாங்க. அன்னைக்கி பேங்க் மேனேஜர் வந்து 'வீடு ஜப்தி பண்றேன்... பன்னிகளை ஏலம் போடறேன்...'னு சொல்லிட்டுப் போனான். நேத்து அந்த ராமாச்சாரியும், தம்மண்ண கௌடனும் வந்து சத்தம் போட்டுட்டுப் போனாங்க...'' என்று ஒருவன் புலம்பினான்.

''இந்த கௌடா துப்பாக்கியை எடுத்துட்டு நம்மைக் கொல்றதுக்குன்னே வந்திருக்காம்பா... நாமெல்லாம் என்ன மனுஷப் பொறவிகளா இருந்து வாழணுமா இல்லே சாகணுமா ...'' என்றான் இன்னொருவன்.

''இந்தத் தேவிடியாப் பசங்களோட இருக்கறத விட பேசாம சாயிபுக கூடவே சேர்ந்துரலாம் போல இருக்குது.''

''மாயண்ணா... நீ மட்டும் சரீன்னு ஒரு வார்த்தை சொல்லு... நம்மெல்லோரும் சாயிபுகள் கூட சேர்ந்துர்லாம்...'' என்று ஒருவன் மாயியின் அனுமதியைக் கேட்டான். நிராயுத பாணிகளாக நிற்கும் அவர்களுக்குத் தற்போது தங்கள் எதிர்ப்பைக் காண்பிப்பதற்கு அது ஒன்றே ஆயுதமாகத் தெரிந்தது.

''கௌடா வீட்டு மேலே கல்லு விளுந்துன்னா அவன் எதுக்கு நம்ம சேரிலே வந்து தீ வைக்கணும்ங்கறான்?'' என்று தன் ஆச்சரியத்தை வெளிப்படுத்தினான் ஒருவன்.

''அந்த லம்பாடிப் பொம்பளைங்களை மஜா பண்ணப் போனானோ என்னவோ? அவங்கள்லே எவனாவது கல்லுப் போட்டுருப்பான்... அந்த நரி திங்கற நாடோடிங்க சௌக்கியமா இருக்கறாங்க... இங்க நம்ம உயிரு போகுது...'' என்றான் ஒருவன்.

தனது சாதி சனங்களிடம் தனக்கிருந்த மதிப்பு மரியாதை அனைத்தும் ஒரேயடியாகப் போய் விட்டதே என்பதை நினைத்து மாயி 'ஓ'வென்று அழத் தொடங்கினான்.

அத்தியாயம் 31

அந்த லம்பாடி பாபு பாடீலரின் அறைக்குள் நுழைவதை தனது அறையின் ஜன்னல் வழியாகப் பார்த்தான் முகமது. ''அடத் தேவிடியாப் பயலே'' என்று சொல்லிக் கொண்டு செய்த வேலையை அப்படியே போட்டு விட்டு சித்தப்பாவைப் பார்க்க ஓடினான். விஷயத்தைக் கேள்விப்பட்ட சித்தப்பனுக்கு முகமது அளவு பயம் ஏற்படவில்லையாயினும் ஜெயராமின் கதையைக் கேட்டு வியாகூலமடைந்திருந்தான்.

''பாரு சித்தப்பா... பாடீலரோட வாழ்க்கைக்கு அபாயம் வந்திருக்குன்னு தெரிஞ்சிக்கிட்டு பிறகு அவரைக் காப்பாத்தற முழுப் பொறுப்பையும் அங்காடி கிட்டயே விட்டுட்டம்னா அது சரியா இருக்குமா...?'' என்று பாடீலரின் அறை மீது ஒரு கண் வைத்துக் கொண்டே ஜெயராமிடம் சொன்னான் முகமது. அவர்கள் கற்பனையில் லம்பாடி ஒருவன் விரிந்த கத்தியுடன் பாடீலரின் அறைக்குள் போயிருக்கிறான். எப்போது வேண்டுமானாலும் ரத்தம் தோய்ந்த கத்தியுடன் வெளியே வருவான். உள்ளே பாடீலர் ரத்த வெள்ளத்தில் மிதந்து கிடப்பார். இருவரும் புயலைப் போல பாடீலரின் அறைக்குள் நுழைந்தார்கள்.

உள்ளே நுழைந்து பார்த்தால் லம்பாடி எட்ட நின்று கொண்டு பாடீலருடன் பேசிக் கொண்டிருந்தான். பாடீலர் நாற்காலியில் கம்பீரமாக உட்கார்ந்து கொண்டிருந்தார். சித்தப்பா

வும், முகமதுவும் நுழைந்த வேகத்தைப் பார்த்த அவர் முகத்தில் கொஞ்சம் ஆச்சரியம் தெரிந்தது. இருவரையும் உட்காரச் சொன்னார். நுழைந்த இருவரும் அறையில் நிலவிய அமைதியைப் பார்த்து தங்கள் செயலுக்கு வெட்கப்பட்டார்கள். ''உட்காருங்க... உங்க கிட்டேகொஞ்சம் பேசணும்... நானே உங்களைக் கூப்பிடணும்னு இருந்தேன்...'' என்றார்.

கெசரூருக்குப் பக்கமிருக்கிற அரசுக்குச் சொந்தமான காடு ஒன்று இப்போது அழிந்து கொண்டிருக்கிறது. அந்தக் காட்டு முள் புதருக்கு அருகில் ஒரு சாம்பிராணி மரம் ஒன்று இருக் கிறது. மரத்தின் மத்திய பாகத்தில் ஒரு பெரிய வீடு அளவுக்குப் பொந்து ஒன்று இருப்பதால் சுலைமான் பேரியின் ஆட்கள் அதை வெட்டாமல் விட்டிருக்கிறார்கள். அதைத் தனக்குக் காண்பிக்க முடியுமா என்று அந்த லம்பாடிகள் தலைவனிடம் பாடீலர் கேட்டுக் கொண்டிருந்தார்.

அதற்கு அந்த லம்பாடி தலைவன், ''அதைக் காண்பிச்சுத் தர்றது பெரிய விஷயமொண்ணுமில்லே... அது ரொம்ப வாசனையான மரம்... போன வருஷம் கூட அதனுடைய கட்டையெல்லாம் கொஞ்சம் எடுத்தோம்... ஆனா மனுஷன் போகவே முடியாதபடி காட்டு முள் அங்கே ரொம்பிக் கெடக் குது... இந்தக் கோடையிலே வெயிலுக்கு அந்த முள் புதரெல் லாம் காஞ்சு போச்சுன்னா அப்புறம் அதை நெருங்கறதுக்குச் சுலபமாயிருக்கும். போன வருஷம் முள்ளு இவ்வளவு ஜாஸ்தியில்லே... இப்ப ஆள் நழையற அளவுக்காவது முள்ளை யெல்லாம் வெட்டி பாதை பண்ணீட்டு, அப்புறம் உங்களைக் கூப்பீட்டுப் போய்க் காண்பிக்கலாம்... கொஞ்ச நாள் போகட் டும்... பார்க்கலாம்...'' என்றான்.

இந்த லம்பாடிகள் காட்டுக்குள் இருக்கிற பல வகையான மரங்களிலிருந்து கோந்து, குச்சிகள், பட்டைகள் முதலிய வற்றைச் சேகரித்துக் கொண்டு வந்து சந்தைகளில் விற்றுக் காசு பண்ணிக் கொண்டிருந்தார்கள். கெசரூர் ஊதுவத்தி தயாரிக்கிற இக்பால் இவர்களிடமிருந்து நிறைய பொருட்கள் வாங்குவான். கெசரூரில் ஒரு சிறிய தீப்பெட்டித் தொழற்சாலையும் இருந்தது. ராமாச்சாரி கம்யூனிஸ்ட் பார்ட்டியின் தொழிற்சங்கம் ஒன்றை ஆம்பித்து போராட்டங்கள் நடத்தி அனேக தகராறுகள் செய்து அதை மூடும்படிச் செய்து விட்டான். இதனால் அங்கே வேலை

செய்து கொண்டிருந்த சேரிப் பெண்களுக்கு வேலையில்லாமல் போயிற்று. அவர்கள் குச்சிகள் எடுத்துக் கொண்டு போய் இக்பால் சாயுபுவிடம் கொடுத்து ஊதுபத்தி செய்யும் குடிசைத் தொழிலைச் செய்து வந்தார்கள்.

இக்பால் சாயபு தான் செய்யும் 'தில் பார்' ஊதுபத்திகளைச் சுலைமான் பேரிக்குச் சப்ளை செய்தான். சுலைமான் பேரி அவற்றை அரபு நாடுகளுக்கு விற்றான். அதற்குத் தேவையான அத்தியாவசியப் பொருட்களை சாம்பிராணி மரத்தின் கோந்து, வெந்தல மரத்தின் குச்சி, குளு மரத்தின் பட்டை என்பவற்றைக் காட்டிலிருந்து கொண்டு வந்து கொடுப்பவர்களில் இந்த லம்பாடித் தலைவன் முக்கியமானவனாக இருந்தான்.

சாதாரணமாக லம்பாடிகள் கோடைக் காலத்தில் வந்து கூடாரம் அடித்துத் தங்குவார்கள். கோடைக் காலம் முடிந்து மழைக் காலம் வருகிற வரை லம்பாடித் தலைவனுக்கு இந்த வேலை இருக்கும். மழைக் காலம் வந்து விட்டால் சாம்பிராணி மரத்தில் கோந்து கிடைக்காது. ஊதுபத்தியைக் காய வைப்ப தற்கு வெயில் இல்லையாததால் இக்பால் சாயபுவினுடைய 'தில்பார் மேனுஃபேக்சரிங் கம்பெனி' மூடப்பட்டிருக்கும். அந்தச் சமயத்தில் லம்பாடிகள் அங்கிருந்து இடம் பெயர்வார் கள். லம்பாடி பாபு அங்கிருந்து வெளியேறியவுடன் பாடீலர் இந்தப் பக்கம் திரும்பினார்.

''ஏம்பா... இப்படி காளைகள் மாதிரி உள்ளே நுழைஞ் சீங்க... என்னைக் கொலை செஞ்சுட்டாங்கன்னு யாராவது தகவல் சொன்னாங்களா? நான்தான் இவனைக் கூப்பிட்டனுப்பி னேன். எதுக்குக் கூப்பிட்டேன்னு சொல்றேங் கேளுங்க... இதைச் சொல்றத்துக்குத்தான் உங்களைக் கூப்பிடணும்னு இருந்தேன். நீங்களே வந்தது நல்லதாப் போச்சு'' என்றார் பாடீலர்.

''சார் நீங்க சொல்ல வர்ற விஷயம் இருக்கட்டும். இந்த லம்பாடி உங்க ரூமுக்குள்ளே போற விஷயத்தை முகமது என்னிடம் சொன்னான். அந்த அயோக்கியனாலே உங்களுக்கு என்னவெல்லாம் அசம்பாவிதங்கள் நேரும்னு உங்ககிட்ட சொல்லியிருந்தேனில்லியா? நாங்க அவங்களை ஊரிலேர்ந்து ஓட்டி விடணும்னு பார்க்கறோம். நீங்க என்னடான்னா அவன இங்கேயே கூப்பிட்டு...'' என்று சித்தப்பா பேசப் பேச அவனைத் தடுத்து, ''அவங்களை நிதானமாத்தான் வெரட்டணும்

சித்தப்பா... இப்பத்தைக்கு அவங்கிட்ட ஒரு காரியம் ஆக வேண்டியதிருக்கு... ஜோகிஹாளர் நோட்சுலே ஒரு விஷயத்தைச் சொல்லியிருக்காரு... காட்டுக்குள்ளே அந்தமுள் புதர் பக்கத்துலே பெரிய சாமப்ராணி மரம் இருக்குதில்லியா... அதுக்குப் பக்கத்திலே, ஒரு குழியிலே ஒரு ஏலக்காய் செடி இருக்கு. அது தானாகவே முளைத்து வளர்ந்தது. வெயிலோட காட்டம், நோய், பூச்சி, புழு ஒன்னுமே அதைத் தீண்டாது. அதையெல்லாத்தை யும் எதிர்த்து நின்னு இது ஆரோக்கியமா வளரும். இந்தச் செடி வளர்ற சூழ்நிலைதான் அதுக்குக் காரணம். நாம இந்த இடத்தைப் பத்தியும் இந்தச் செடியைப் பத்தியும் இன்னும் நல்லாத் தெரிஞ்சுக்காம அதைப் பறிக்கக் கூடாது. சுலைமான் பேரியோட ஆட்கள் அந்த எடத்தைப் பாக்கறதுக்கு முன்னாலே நம்ம இதைச் செஞ்சாகணும். இதையெல்லாம் சொல்றதுக்காகத்தான் நான் உங்களைக் கூப்பிட்டது.''

''சார்... என்னதான் இருந்தாலும் இந்த லம்பாடிங்க கூட சகவாசம் வெச்சுக்கறது நல்லா இல்லே சார்.''

''சித்தப்பா அவுங்க வாழ்க்கையே ஒரு விதமானது. இந்த வாழ்க்கை முறைக்கு சரித்திர பூர்வமா சில காரணங்கள் இருக்க லாம். அதைத் தெரிஞ்சக்காம அவங்க மேலே துவேஷம் பாராட்டறது செரின்னு எனக்குத் தோணல. அவங்களால சுற்றப்புறச் சூழ்நிலைக்கு ஏற்பட்டிருக்கிற கேடுகளை வேன்னா உடனடியா நிறுத்தலாம். அதை நான் ஆதரிக்கிறேன். ஆனா, அவுங்ககிட்டே இருக்கற தனித் திறமைகளைக் கண்டுபுடிச்சு அந்தத் திறமைகளைச் சுற்றப்புறச் சூழலைப் பாதுகாக்கறதுக்குப் பயன்படுத்தணும். அந்தப் பெரிய பொறுப்பு நம்ம எல்லாரையும் சேர்ந்தது. இல்லியா... சித்தப்பா?''

''இது ஒன்னு மட்டும் காரணமில்லே சார்... கதையைச் சொல்லி வந்த போது இதை விட்டுட்டமோ என்னவோ...?''

''எனக்கு இதெல்லாம் எங்கப்பா தலையிலே நிக்குது...? ஜோகிஹாளரோட நோட்ஸ்களையெல்லாம் படிச்சப் படிச்சு ஜெயராம் சொன்ன கதை பாதிதான் நெனப்பிருக்குது... பாதி மறந்து போச்சு.''

''ஜோகிஹாளர் கொலையிலே இந்த லம்பாடிங்க சம்பந்தப்பட்டிருக்கறாங்க... அவங்களோட பிரமுகன் இந்த

மெஜிஷீயன் முத்துதான் கொலை செய்திருக்கணும்னு ஜெயராம் சொல்றார்... நாங்க ரொம்ப சீரியஸா எடுத்திருக்கற விஷயத்தை நீங்க இவ்வளவு மேலோட்டமா எடுத்துக்கறீங்களேங்கறது தான் எங்களுக்கு ரொம்ப விசனத்தைத் தருது...'' என்றான் சித்தப்பா.

''செரி... இப்படியெல்லாம்... ஜோசியம் சொல்லி உங்களைக் காபராப் படுத்தறானே அவனை எப்படி நீங்க பகுத்தறிவுவாதி ன்னு சொல்வீங்க.''

''இப்பப் பாத்தீங்கன்னா ஜெயராமும், ராமச்சந்திராவும் விவாதம் பண்ணிப் பண்ணி ஒரு மாதிரில ஆகிட்டாங்க... அவங்க விவாதத்திலே பகுத்தறிவு எங்க இருக்குது... மூட நம்பிக்கை எங்கிருக்குதுன்னு கண்டுபுடிக்க முடியாத அளவுலே இருக்குது... இதில்லாமே அங்காடி காலையிலேர்ந்து சாயங்காலம் வரைக்கும் நம்ம கிட்டேர்ந்து கெடைக்கிற விவரங்களையெல் லாம் சேகரிச்சுக்கறாரு...''

''அப்படீன்னா இந்த லம்பாடியை நான் கூப்பிட்டது... கௌரூர் ஹைப்ரீட் விதை இன்னும் காட்டுக்குள்ளே இருக்கறது ... எல்லா சங்கதிகளும் இன்னைக்கு அங்காடி கிட்டே போயிருமோ...?''

''கண்டிப்பா... அவங்களுக்கு இன்னைக்குக் கெடைக்கிற முக்கிய செய்தி இது... உங்க பாதுகாப்புக்கு அவங்க ஒரு முக்கியப் பொறுப்பு எடுத்திருக்காங்க இல்லியா? எந்த விஷய மானாலும், ''இது ரொம்ப ரகசியம்... யாருகிட்டேயும் சொல்ல வேண்டாம்''னா மட்டும் சொல்ல மாட்டோம்... மத்தபடி எல்லாத்தையும் சொல்லீருவோம்.''

''என்ன வேணும்னாலும் சொல்லிக்குங்க... நீங்கெல்லாம் உங்களைப் பத்தி அதிபுத்திசாலிகளா நெனைச்சிட்டிருக்கீங்க... சாயங்காலம் உங்களை டி.பி.யிலே வந்து பாக்கறேன். உங்களுக்கெல்லாம் ஒரு ஷாக் ட்ரீட்மெண்ட் குடுக்கணும். ஜோகிஹாளர் சாகவே இல்லை தெரியுமா?'' என்றார்.

சித்தப்பாவும் முகமதுவும் திறந்த வாய் மூடாமல் பேயறைந்தது மாதிரி உட்கார்ந்திருந்தார்கள். ஜோகிஹாளருடைய நோட்சுகள், பர்சனல் டைரி முதலியவற்றையெல்லாம் தீவிர மாகப் படித்து வைத்திருக்கும் பாடீலரின் இந்த அறிவிப்பு இடி விழுந்த மாதிரி இறங்கியது. பிறகு ஒன்றும் பேசாமல் அங்கிருந்து எழுந்து நடந்தார்கள்.

அத்தியாயம் 32

"இந்தப் பேய் நடமாட்டத்துக்கு ஏதாவது மந்திரித்த விபூதியோ தாயத்தோ இருந்தா வங்கிட்டு வா'' என்று மாய்லா மேஸ்திரியை பாடீலரிடம் அனுப்பினான் கிருஷ்ணே கௌடா. பாடீலர் மேஸ்திரியை திட்டு திட்டென்று திட்டி 'கெட் அவுட்' என்று சொல்லி வெளியே துரத்தி விட்டார். பிறகு கிருஷ்ணே கௌடாவே அவரிடம் நேராகப் போனான். நடந்தது எல்லா வற்றையும் அவரிடம் விவரமாகக் கூறி அந்தப் பிரச்சினைக்கு ஒரு பரிகாரம் தாருங்கள் என்று கேட்டுக் கொண்ட பிறகு அவர் மனமிளகி, ''நீங்க போய் ராமச்சந்திராவைப் பாருங்க... இதைப் பத்தியெல்லாம் தீவிரமா விசாரிக்கறத்துக்கு அவங்க ஒரு சங்கம் வெச்சிருக்காங்க...'' என்று சொல்லி அனுப்பினார். ஜெயந்தியும் கூடவே ராமச்சந்திராவின் வீட்டிற்குப் போனாள். தனது வீட்டிற்குக் கௌடா வருவதன் காரணத்தை அறிந்த உடனே ராமச்சந்திரா பீதியடைந்தான்.

''அடடே அவரு ஏன் எங்கிட்டே அனுப்புனாரு... நான் எந்த மந்திரமும் பண்றதில்லே... விபூதியும் குடுக்கதறில்லே... இதெல்லாம் எனக்குக் கொஞ்சம் கூடப் புடிக்காத விஷயங்கள்... இதுக்கெல்லாம் எதிரி நானு'' என்றான்.

ராமச்சந்திராவின் பதட்டத்தைப் பார்த்த ஜெயந்திக்குச் சிரிப்பு வந்தது. ''அதுக்குத்தான் சார் பாடீலர் சொல்லி அனுப் பினார். உங்க சிநேகிதர் ஜெயராம் இருக்காரில்லே... அவர் வந்து கோவூர் அப்பிடீங்கறவரு இந்த மாதிரி பேயை ஓட்றதுக் குன்னே நியமிச்சிருக்காராமே... அதனால தான் அவரால ஏதாவது செய்ய முடியுமான்னு தெரிஞ்சுக்கறத்துக்குக் கேக்க றோம்...''

''ஓஹோ... அப்பிடியா... சரி... நம்ம பகுத்தறிவாளர் சங்கத்துக்கு ஒரு கேஸை அனுப்பீருக்காருன்னு சொல்லுங்க... இந்த முகமது ரஃபி இருக்கானே, அவந்தாமா இந்தச் சங்கத்துக்கு செயலாளர். டாக்டர் கோவூர் அப்பிடீன்னுட்டு சிலோனிலேர்ந்து ஒரு சைகாலஜிஸ்ட் இருக்காரு... பகுத்தறிவாளர் இயக்கம்னு ஒன்னு தொடங்கி உலகம் பூரா பகுத்தறிவைப் பரப்பிட்டு இருக்காரு... மனுஷனோட அலௌகீக உலகத்துலே பேய் பூதம்னு ஒன்னுமில்லே... அப்டி ஏதாவது இருக்குதுன்னு யாரா

வது நிரூபிச்சாங்கன்னா அவுங்களுக்கு லட்சக் கணக்கிலே பணம் பரிசாத் தரேன்னு சொன்னார். அந்த இயக்கத்தோட கர்நாடகப் பிரதிநிதி ஜெயராம் மற்றும் ரமேஷ், அங்காரா, ரஃபி இவங்கெல்லாம் சேர்ந்து இங்கே பகுத்தறிவாளர் சங்கம் ஆரம்பிச்சிருக்காங்க. ஜெயராம்தான் அதனோட தலைவர்'' என்று சொல்லி சங்கத்தின் பல செயல்பாடுகளையும் விவரித்துச் சொன்னான் ராமச்சந்திரா.

''சார்... இந்தப் பேய் விவகாரத்தை மட்டும் முடிச்சுக் குடுங்க... கோவூர் பரிசை விடுங்க... என்னாலே எவ்வளவு முடியுதோ அந்த அளவுக்கு சங்கத்துக்குப் பணம் தர்றேன்... இதனாலே எனக்குப் பெரிய பிரச்சினையாப் போச்சு. என் பொண்டாண்டி அவுங்க அம்மா வீட்டுக்குப் போயிட்டா. தோட்ட வேலைக்கு ஆளுங்க யாரும் வர்றதில்லை. புலையர்களுக்கும் எனக்கும் பெரிய சண்டை. பேயைத் தொரத்தறதுக்கு உங்க தோட்டத்துக்கே தீயை வெக்கிறோம்னு அவுங்க மாய்லா மேஸ்திரிகிட்டே சொல்லியிருக்காங்க. இதனாலே எனக்கு மன நிம்மதியே இல்லை சார்...'' என்று தனது வேதனையைக் கொட்டித் தீர்த்தான். பேயின் கொடுமைக்கு ஆளானவர்களுக்கென்றே ஒரு சங்கம் இருப்பது கண்டு அவனுக்கு மிகுந்த சந்தோஷமாயிற்று.

''எவனோ சில போக்கிரிப் பசங்க பண்ற வேலை இது... நம்ம பசங்களுக்கு ஒரு வார்த்தை சொல்லீட்டம்னா எப்பவோ இதைச் செரி பண்ணீருப்பாங்க. ஆனா, அவங்க சின்னப் பசங்க. உற்சாகம் ஜாஸ்தியாகி ஏதாவது பண்ணீட்டாங்கன்னா நிரபராதிகளுக்குக் கூட அதனால தொந்தரவு ஆகலாம் இல்லியா'' என்றான் ராமச்சந்திரா. ''அன்னைக்கி அப்பிடித்தான் இந்தப் பசங்கதான் கல்லுப் போட்டாங்கன்னு சொல்லீட்டு உங்க ஆளுங்க அடிக்கறதுக்கு வந்தாங்களாம். அதைச் சொல்லி ரொம்ப வருத்தப்பட்டாங்க. இருந்தாலும் பரவால்லே சொல்லுங்க... பார்க்கறேன்'' என்ற சொல்லி யோசனையில் ஆழ்ந்தான்.

''அய்யோ இந்தப் பேயோட தொந்தரவுனாலே அது மட்டமில்லே சார்... எத்தனையோ இடைஞ்சல்கள் ஏற்பட்டுப் போச்சு. யாரையெல்லாமோ சந்தேகப்பட்டோம். அதனாலே எங்களுக்கு எல்லாருமே விரோதிகளாயிட்டாங்க. என்னோட சிநேகிதர் ஒருத்தரு சொன்னாரு. 'இதை இப்பிடி விட்ராதே...

அப்பறம் சமையல் கட்லே பாத்திரங்கள் பறக்கும்... சாப்படற சாப்பாட்லே மலம் விழும்... இருந்திருந்தாப்புலே தீப்புடிச்சு எரியும்''னு. இப்ப பாத்திரங்களெல்லாம் பறக்க ஆரம்பிச்சிட்டது. நாங்க சாப்படற ஒவ்வொரு பண்டத்தையும் ஏதாவது கலந்திருக்குதான்னு பார்த்துப் பார்த்துத்தான் சாப்படறோம்'' என்றான் கிருஷ்ணே கௌடா. தங்கள் வீட்டு விவகாரங்களையெல்லாம் தன் ஆசிரியரிடம் இப்படி விலாவாரியாகச் சொல்லிக் கொண்டிருப்பது ஜெயந்திக்கு மிகுந்த சங்கோஜத்தைக் கொடுத்தது.

''உங்க பிரச்சினை என்னன்னு எனக்கு நல்லாப் புரியுதுங்க கிருஷ்ணே கௌடரே. பசங்ககிட்டே சொல்றேன். பசங்கதானே ... நேத்து நடந்ததை இன்னைக்கி மறந்துர்றாங்க... ஆனா ஒன்னு சொல்றேன் கேளுங்க... நாலைஞ்சு கல்லு சேத்து வீட்டு மேலே விழுந்தா இவுங்கதான் பேயைக் கூப்பிட்டு விட்டு வந்து கல்லுப் போட வைக்கிறாங்கன்னு நெனைச்சிக்காதீங்க...'' என்று கொஞ்சம் எச்சரிக்கையோடேயே சொன்னான். தனது வகுப்புப் பையன்கள் வீட்டிற்கு வருகிறார்கள் என்று நினைத்த ஜெயந்திக்கு உடம்பு புல்லரித்தது. அதற்குக் காரணமாக இருந்த பிசாசை மனதார வணங்கினாள். கூடப் பிறந்த அண்ணன் தம்பி யாரும் இல்லாததால் ஆண் பிள்ளைகளைக் கண்டாலே அவளுக்கு ஒரு குதூகலம்.

''பேய்க்குப் பயந்து ஒரு நோயாளி மனுஷனைப் போல வாழ்றது எனக்கு இஷ்டமில்லே... அது என்ன ஆனாலும் சரி... எங்கே கொண்டு போய் விட்டாலும் சரி பாத்திர்லாம்... நீங்க கொஞ்சம் தைரியம் குடுத்தாப் போதும்... நான் எல்லாத்துக்கும் ரெடி'' என்று கிருஷ்ணே கௌடா மனதில் உறுதி தொனிக்கச் சொன்னான்.

ராமச்சந்திரா டீ கொடுத்தான். ''உங்க மிசஸ் இல்லீங்களா சார்?'' என்றாள் ஜெயந்தி.

''இல்லம்மா. அவ அவங்க அம்மா வீட்டுக்குப் போயிருக்கா... இப்பத்தைக்கி என்னோடதுதான் சமையல் எல்லாம்'' என்றான் ராமச்சந்திரா.

நடந்த விஷத்தையெல்லாம் ஜெயராமனுக்கு விஸ்தாரமாகச் சொன்னான் ராமச்சந்திரா. ஜெயராம் இதைக் குறித்து எந்த உற்சாகமும் காட்டவில்லை. ''த்த்த்... ப்ளடி நியூசென்ஸ்'' என்று ஜெயராம் முனகியதைக் கண்டு ராமச்சந்திராவுக்கு ஆச்சரிய

மாயிற்று. இந்த மாதிரி விஷயங்களெல்லாம் ஒரு சலிப்பையே ஏற்படுத்தின.

''அதிருக்கட்டும்... உனக்கெதாவது அறிவிருக்குதா? இந்த விஷயத்தை ஒரேயடியா பகுத்தறிவாளிகள் மேல் தூக்கிப் போட்டுட்டியே... சங்கத்தோட தலைவர் நான் இருக்கறப்ப என்னை ஒரு வார்த்தை கூடக்க கேக்காம கிருஷ்ணே கௌடா வீட்டுக்கு விசாரணை பண்றதுக்கு பசங்களை அனுப்பறம்னு எதுக்குச் சொன்னே? எங்கிட்டே ஒரு பேச்சு சொல்லியிருக்கணுமா? வேண்டாமா?'' என்று எகிறினான் ஜெயராம்.

''ஜெயராம்... நீ இந்த அளவுக்கு ஃபார்மாலிடீஸ் பாப்பேன்னு நான் நெனைக்கவே இல்லே. அந்த கிருஷ்ணே கௌடனோட நெலைமையைப் பாத்து பரிதாபப்பட்டு நான்தான் பசங்க கிட்டே சொன்னேன். விசாரணையை அவங்களே பாத்துக்கறாங்க... உனக்கென்ன போச்சு?'' என்றான்.

''அப்படியில்லே ராமச்சந்திரா. நீ எந்த விஷயத்தையும் அறிவு பூர்வமாக விவாதிக்கிற அறிவு ஜீவியா இருக்கலாம். ஆனா எந்த ஒரு காரியத்தைச் செய்யறதுக்கும் ஒரு முறை இருக்குங்கறதை மறந்திராதே... மொதல்லே அந்த கிருஷ்ணே கௌடா உங்கிட்ட சொன்ன விஷயங்களிலேர்ந்து உனக்கு என்ன தெரிய வருது? பேய் நடமாட்டம்ங்கறது எந்த அளவுக்கு இருக்குது? அதனாலே மனுஷங்களுக்கு எந்த அளவுக்குத் தொந்தரவு ஆகியிருக்குது? இதப் பத்தியெல்லாம் யோசிச்சியா? இந்தப் பசங்க போய் விஷயத்தை என்ன ஏதுன்னு நிதானமா விசாரிக்காமெ 'தடால் புடால்னு' எதையாவது பண்ணி வெச்சாங்கன்னா என்ன ஆகும். அப்புறம் இவங்களே ஒரு பிரச்சினை ஆயிடுவாங்க... என்னோட வேலை இன்னும் கஷ்டமாயிடும். சரியா பயிற்சி குடுக்காமெ போருக்கு அனுப்புன மாதிரி ஆயிடும். இதுக்குத்தான் சொல்றது ஒவ்வொன்னையும் ஆற அமர யோசிச்சுப் பண்ணணும்னு.''

''ஓஹோ... இதுக்குக் கூட ஒரு சாஸ்திரம் பண்ணி வெச்சிருக்கறயா...?''

''ஆமா... கண்டிப்பா சாஸ்திரம்தான்... மொதல்லே அந்தப் பேய்க்குச் சம்பந்தப்பட்டவங்களையெல்லாம் தனியாப் பிரிச்சு அவங்களுக்கு பேயைப் பத்தி என்னென்ன அனுபவமெல்லாம் ஏற்பட்டுதுன்னு தெரிஞ்சு அதைப் பதிவு பண்ணிக்குவோம்.

'நான் என்ன கேட்டேன். அதுக்கு என்ன பதில் சொன்னாங்க அப்பிடீங்கறத யாருக்கும் சொல்ல வேண்டாம்னு' சொல்லீரு வோம். இவங்களோட சொந்த அனுபவத்தை மட்டும் கேட்டிட் டம்னா அப்புறம் அவங்க கும்பலா தங்களோட அனுபவத்தைச் சொல்லும் போது அதுல ஒன்னுமிருக்காது. அதுக்கு மேலயும் ஏதாவது இருந்துதுன்னா அதை விசாரிக்கவும் ஒன்னு ரெண்டு வழிகள் இருக்கு... பொதுவா பகுத்தறிவுவாதிங்க பேய் இல்லே ... கடவுள் இல்லேம்பாங்க... இது வரைக்குமான விசாரணை யிலேர்ந்து என்ன தெரிய வருதுங்கறத மாத்திரம் சொல்ல வேணும். அதாவது பேய் இருக்குதுன்னு சொல்றவங்க பண்ற அக்கிரமங்களுக்குப் பதிலா இல்லவே இலங்லைன்னு அடிச்சுச் சொல்லணும்.''

''அப்பிடீன்னா பேயைப் பத்தி கல்லெறியறது, பாத்திரம் பண்டம் தூக்கி எறியதுன்னு சொல்ற விஷயங்களை நம்பறதா வேண்டாமா?''

''நிச்சயமா இல்லே... இப்போதைக்கு என்னோட அனுபவங்களையும், விசாரணைகளையும் வெச்சு சொல்றேன். கடவுள், பேய் அப்பிடீங்கற சொற்களையெல்லாம் நீ உப யோகிச்சுட்டிருக்கிற வரைக்கும் உங்கிட்டப் பேசிப் பிரயோஜனமில்லை. இப்போ பேய்னு நீ சொல்றது யாரோ செத்துப் போனவரு ஆவியாகி இப்பிடிப் பண்ணீட்டிருக்காரு ன்னு நீ அர்த்தப்படுத்திக்கிறே... அப்ப நமக்கு வந்த முதல் பிரச்சினை ஆத்மான்னு ஒன்னு இருக்கா? அது ஒரு அழியாத பொருள்னு சொல்றது நிஜமா? பிறப்பு - இறப்பு, ஆதி - அந்தம்னு நிச்சயமாகப் போன மனுஷ வாழ்க்கைக்கும் அந்த மில்லாதது - மரணமில்லாததுன்னு சொல்லிக்கறதுக்கும் ஏதாவது சம்பந்தமிருக்குதா? பாத்தியா? பேய் அப்படீங்கற ஒரு சொல்லைப் பயன்படுத்தறதுக்கு முன்னாலே விஞ்ஞான பூர்வமாகச் சிந்தித்து கேள்விகளைக் கேட்டுக் கொண்டால் அதற்குப் பதில்கள் தன்னிடமிருந்தே வரும். பொருட்களின் மீது தனது செல்வாக்கைச் செலுத்துமளவுக்கு மனிதப் பிரக்ஞைக்கு அபௌதீக சக்தி ஏதேனும் இருக்கிறதா என்பதைக் கண்டுபிடிப்பது தான் தற்போது என்னுடைய முயற்சியாக இருக்கிறது.''

''அப்ப அந்தக் கல்லெறியற பேயை ஒன்னும் பண்ற தில்லையா?''

''...த்தூ... என்ன நீ? கல்லுமில்லே... பேயுமில்லே... அப்படி ஏதாவது இருந்திருந்தா மனுஷன் அதை இதுக்குள்ளே ஜல்லிக் கல்லு ஒடைக்கறதுக்கு வெச்சிருந்திருப்பான். அங்கிருக்கக் கூடிய குடும்பப் பிரச்சினைகளை, சமூகப் பிரச்சினைகளைக் கண்டுபிடிச்சு அதுக்குப் பரிகாரம் தேடினாலே போதும்... ஆனால், சில சமயங்கள்லே பிரச்சினை ரொம்பவும் பெரிசாகி ஒரு சமுதாயத்தையே பாதிக்கற அளவுக்குக் கூட ஆகி விடும். அப்பத்தான் நான் சொன்ன மாதிரி 'ப்ளடி நியூசென்ஸ்' ஆவது... ஒவ்வொரு சமயம் இப்படி அமானுஷ்ய சம்பவங்களுக்குப் பின்னாலே மனிதனோட ஆர்வத்தின் காரணமாகவும் சில பிரச்சினைகள் ஏற்படலாம்ங்கறத மறந்திராதே.''

''எனக்கு இப்ப ஆர்வம் பொங்குது... ஆனால் அனுபவிக்கற வங்களுக்கு உயிர் போற கஷ்டமாச்சே... அனுபவங்களுக்குப் பின்னால் இருக்கற தத்துவம் என்னான்னு சத்திய சோதனை பண்ணப் போய் இப்ப பாடீலர் உயிருக்கே ஆபத்து வந்திருக் குது... இப்ப பேயைப் பத்தி சத்திய சோதனை பண்ணப் போய் ஊர்ல இருக்கவங்க உயிருக்கு ஆபத்தைக் கொண்டாந்திருக்கே... என்ன கேடு காலத்துக்கு வந்து பொறந்தியோ நீ...''

''சத்திய சோதனைங்கறது நெருப்புனாலே ஆன சொற்கள்... அதுல கை வைக்கக் கூடாது. எல்லாம் கடந்த முக்தர்களுக்கு எந்தத் தொந்தரவும் உண்டாகறதில்லே... தெரிஞ்சுக்கோ.''

அத்தியாயம் 33

அங்கே ஒரு பக்கம் கிருஷ்ணே கௌடாவின் வீட்டில் கெசரூரின் புரட்சிக்காரர்கள் கல்லெறியும் பேயைச் சந்திப்பதற் காகக் காத்துக் கொண்டிருக்க, இங்கே டி.பி.யில் பாடீலரை எதிர்பார்த்து அங்காடி, ஜெயராம் முதலியோர் காத்துக் கொண் டிருந்தார்கள். ஜோகிஹாளரின் நோட்ஸ்கள், டைரிகள் எல்லா வற்றையும் முழுமையாகப் படித்து சில முடிவுகளையும் அனுமானங்களையும் பாடீலர் சொன்னது கோடைக் கால இடியைப் போல அவர்களுக்குள் அதிர்ச்சியை ஏற்படுத்தி இருந்தது... ''அப்பறம் என்ன சொன்னார்'' என்று அவர்கள் சித்தப்பாவையும் முகமதுவையும் குடைந்து கொண்டிருந்தார் கள். தனக்கு மேலும் மயிர்க் கூச்செறியும்படியான விஷயங்கள்

கிடைத்திருப்பதாக அங்காடி ரொம்பவும் சந்தோஷப்பட்டான். ‘‘பாத்தீங்களா... ஜெயராமோட கதை நிஜமானாலும் எனக்கு லாபந்தான்... பொய்யானாலும் லாபம் தான்னுட்டு... நான் சொல்லலியா?’’ வென்று குதூகலப்பட்டான். எல்லோரும் பாடீரின் வருகையை ஆவலுடன் எதிர்பார்த்தார்கள். பாடீலரும் வந்து சேர்ந்தார்.

ஏம்பா என்னை மாதிரி ஒரு சீக்குப் புடிச்ச கோழியோட உயிருக்குக் காவல் இருக்கறத விட அங்கே கிருஷ்ணே கௌடா வீட்டுக்கு ஒரு பேய் வருதாமே அங்கே போய் அதனோட முதுகை ஒடிக்கப் பாருங்களேன்’’ என்ற பாடீல், ‘‘பை த பை இன்னைக்கி அவங்ககிட்டே ராமச்சந்திராவைப் போய்ப் பாருங் கன்னு சொல்லியிருந்தேன். வந்தாங்களா ராமச்சந்திரா?... இன்னையிலேர்ந்து நான் ஒரு முடிவு பண்ணியிருக்கேன்... காத்து கறுப்புப் புடிச்சது... எதையோ கண்டு பயந்தது... பேய் புடிச்சதுன்னு வர்ற எல்லா கேசுங்களையும் இனிமேல் சங்கத்துக்கு அனுப்பப் போறேன்... அவங்களத் திட்டித் திட்டி அலுத்துப் போச்சு... உங்களுக்கும் கொஞ்சம் வேலை குடுத்த மாதிரி இருக்கும்’’ என்றார்.

‘‘வந்திருந்தாங்க சார்... அவங்க கேசைத்தான் இப்ப எடுத்திருக்கோம் என்றான் ராமச்சந்திரா. எல்லோரும் உட்கார்ந் தார்கள். பாடீல் எல்லார் முகத்தையும் ஒரு தடவை பார்த்தார். ‘‘என்னப்பா நான் சொன்ன விஷயத்தையெல்லாம் எல்லாரும் ரொம்ப சீரியஸ்சா எடுத்துக்கிட்ட மாதிரி தெரியது... ஒருத்தர் முகத்திலேயும் சுரத்தே இல்லியே! ஒருத்தர் முகத்த ஒருத்தர் பாத்துக்கிட்டு இருக்கீங்களே’’ என்றார்.

‘‘நீங்க ஜோகிஹாளரோட நோட்ஸ், டைரி எல்லாத்தையும் சுத்தமா அலசிப் பார்த்திருக்கீங்க... உங்க பேச்சை எப்படி சார் சீரியஸ்சா எடுத்துக்காம இருக்கறது?’’ என்றான் பிரீடர் முகமது.

‘‘ஏய் முகமது... உனக்குப் புத்தி மழுங்கிப் போச்சு... போ... ஜோகிஹாளரோட நோட்ஸ், டைரி இதுகளுக்கும் அவரோட தற்செயலான மரணத்துக்கும் என்ன சம்பந்தம் இருக்குங்கறே...? ஏதாவது தற்கொலைண்ணாத் தவிர வேற யாரு தங்களோட மரணத்தை நெனச்சிட்டு உக்காந்திருப்பாங்க... இந்த ஜெயராம் கதையைக் கேட்டுக்கிட்டு என்னோட கடைசிக்

கட்டத்தை எதிர்பார்த்து உட்கார்ந்திருக்கீங்களே அந்த மாதிரி...'' என்று சொல்லி விட்டு குலுங்கிக் குலுங்கிச் சிரித்தார்.

''அப்படீன்னா அவர் இன்னும் சாகவே இல்லேன்னு எப்படி சார் சொல்றீங்க?''

''அவர் செத்துப் போய்ட்டாருன்னு எதை வெச்சி நம்பி கதை கட்டி இப்படி ஒரு குழப்பத்தை உண்டு பண்ணி யிருக்கீங்க?''

''சார்... சார்... அவர் செத்த போது நாம எல்லாம் இருந் தோமே சார்... அவர் சம்சாரம் பாட்னாவிலேர்ந்து வந்தாங்க... நாங்கதான் அவரோட சரீரத்த அவங்க ஊருக்கு அனுப்பிச்சு வெச்சோம்...'' என்றான் முகமது

''சரியப்பா... இது ஜோகிஹாளரா இல்லியாங்கற சந்தேகம் யாருக்காவது வந்துதா... யாராவது 'செக்' பண்ணினீங்களா?''

''அவருதான்னு தெரிஞ்சதுக்கப்பறம் எதுக்கு சார் அதெல்லாம்?''

''அவருதான்னு எப்படிக் கண்டுபுடிக்கிறது? அவரோட டிரஸ், முக லட்சணங்கள், தோற்றம் இதை வெச்சுத் தானே? அதையெல்லாம் சோதிச்சுப் பாத்து நிச்சயம் பண்ணினீங்களா? இது ரொம்பவும் சீரியஸ்சான விஷயம். நல்லா யோசனை பண்ணிச் சொல்லுங்க.''

''அப்பிடி ஏதாவது சந்தேகம் இருந்திருந்துதுன்னா அப்பவே பாத்திருப்பமே சார்... அவங்க சம்சாரம் இருந்தாங்க. போலீஸ் இன்ஸ்பெக்டர், டிஸ்ட்ரிக்ட் மெடிகல் ஆபீசர், எல்லோருமே சோதிச்சுப் பாத்ததுக்கப்புறம் நாங்க எப்பிடி சோதிச்சுப் பார்க்கறது...'' என்றான் சித்தப்பா.

''அதுக்குத்தான் சொல்றது... அவங்க மனைவி பாட்னா வுக்கு மாற்றலாகி ஒண்ணரை வருஷமாச்சு... போனதுக்கப்புறம் அவுங்க ஒரு தடவை கூட கௌரூருக்கு வர்லே... மெடிகல் ஆபீசர் போலீசாருக்கெல்லாம் இது ஜோகிஹாளரா அப்பிடீங்கறத விட இது எப்பிடிப்பட்ட சாவு அப்பிடீங்கறதுதான் முக்கியம்... மாரடைப்பா, கொலையா, விபத்தா எதா இருக்கும்னு மண்டையைப் பிச்சுக்கிட்டாங்க... லேப்லே பெரியவர் செத்துக் கெடக்கறாருன்னு காலையிலே வாட்ச்மேனும் வந்து உங்க ளுக்குச் சொன்னான். நீங்க போலீசுக்கு ஃபோன் பண்ணுனீங்க...

அங்க நாங்க வந்து ரிப்போர்ட் எழுத வரைக்கும் ஒன்னும் பண்ணாதீங்கன்னு சொன்னாங்க... நீங்கெல்லாம் வெளியே உட்கார்ந்திருந்தீங்க... போலீசாரும் டாக்டரும் அடுத்த நாள்தான் வந்தாங்க... அவங்க வர்றதுக்குள்ளே பொணம் அழுகறத்துக்குத் தயாராக உப்பிக்கிட்டிருந்தது... அவங்க ஒய்ஃப் வந்தது அதுக்கு அடுத்த நாளு... அவுங்க ஜோகிஹாளரைப் பாத்தே ஒண்ணரை வருஷமாச்சு... துக்கத்துலே இருந்த அவுங்களுக்கு இதையெல் லாம் கவனிக்கணும்னே தோணியிருக்காது... இல்லீங்களா?''

''ஆமாங்க சார்... நீங்க சொல்றத நூத்துக்கு நூறு சரி... அப்பிடின்னா செத்தது யாரு? ஜோகிஹாளர் எங்கிருக்கார்...?''

''எங்கிருக்காருன்னு எனக்கெப்பிடிப்பா தெரியும்? யாரு செத்ததுன்னு யாருக்குத் தெரியும்? இதை எதுக்குச் சொல் றேன்னா இங்கத்த சர்க்கிள் இன்ஸ்பெக்டர் ஷெரீஃப் எங்கிட்டே வந்திருந்தார். அங்காடி ஸ்டேஷனுக்கு வந்திருந்ததாகவும் பழைய ரிக்கார்டுகளையெல்லாம் புரட்டிப் பார்த்ததாகவும் அதனால் தனக்கு பயமேற்பட்டு விட்டதாகவும் அங்காடி உண்மை யில் எதற்காக வந்திருக்கிறான் எனச் சொல்ல வேண்டுமென்றும் சொன்னான். அப்போது அவனுடன் இருந்த ஜோகிஹாளரின் மனைவி அப்போதிருந்த களேபரத்தில் அவரது கணவரின் சடலத்தை அடையாளம் கண்டுபிடிக்க முடியவில்லை எனவும் கூறினான்.

''நான் பாட்னாவுக்குப் போய் ஒண்ணரை வருஷமாச்சு. அதோட பொணம் ஊதிப் போச்சு''ன்னு சொன்னப்போ போலீஸ் காரங்களுக்கு இந்த ஸ்டேட்மெண்டை எடுத்துக்கறதுக்கு ரொம்பத் தயக்கமாச்சாம். கடைசீலே இன்சூரன்ஸ்காரங்க நீங்க இப்படியெல்லாம் சொன்னீங்கன்னா கடைசீலெ அவரோட இன்சூரன்ஸ் பணம் எட்டு லட்ச ரூபாய் உங்களுக்கும் கெடைக் கறது தொந்தரவாய்ப் போகும். அவரு கூட வேலை செஞ்சவங்க இத்தனை பேர் ஒரு சந்தோஷம் இல்லாமெ இருக்காங்க... நீங்க இப்படியெல்லாம் சந்தேகப்படறது சரியான்னு சொன்னதுக்கப் பறம் அந்தம்மா சும்மா இருந்துட்டாங்க. ஜோகிஹாளர் சாவு பற்றி பார்லிமெண்டில் பேச்சு வந்த போது நமது விஞ்ஞானி களைக் கொல்ல சதி நடந்துள்ளதாகவம் கலாட்டா எழுந்தது. அந்த விஞ்ஞானிகள் பட்டியலில் ஜோகிஹாளர் பெயரும் வந்து விடக் கூடாது என்பதனால் அமுக்கி விடுமாறு மேலிடத்தில் இருந்து தகவல் வந்ததென்றும் சொன்னான்.''

''இப்பப் பாருங்க செத்தவர் ஜோகிஹாளர் அப்பிடீங் கறதுக்கு போலீஸ்காரர்கள், டாக்டர், அவர் மனைவி இவுங்க தான் சாட்சி... அவுங்களுக்கு நீங்க சாட்சி... மொத்தத்துலே இப்ப செத்தது யாருன்னு தெரியாது... ஜோகிஹாளர் சாகவே இல்லே...''

''அவரு எங்கியாவது இருந்தாருன்னா நமக்கு அதப் பத்தி ஒரு தகவலும் வராமயா போயிருக்கும்... நீங்க சும்மா எங்க கதைக்கு ஒரு மாத்துக் கதை போடறீங்க...''

''அங்காடி... எனக்கு ஜோகிஹாளரோட சாவு கொலையா, தற்கொலையாங்கறதப் பத்தி அவ்வளவு அக்கறை இல்லே... இதை நான் சொல்றதுக்குக் காரணம் இப்ப தெரிஞ்சுக்க முயற் சிக்கற விஷயங்களோட சேத்து சில தத்துவங்களையும், சேத்து தேடறதுக்குக் கௌம்பியிருக்கீங்க அதுக்குத்தான்...?''

''உங்க கதையினாலே எங்க கதை பொய்யாப் போகுமே தவிர எங்க தத்துவத் தேடலுக்கு அதனாலே ஒரு பிரயோஜனம் இல்லே. இந்தக் கதை மூலமா பிரக்ஞை அப்படீங்கறது விதி நியமங்களுக்குத் துணையா வர்ற ஒன்னுன்னு சாதிக்கப் போறீங் களா அல்லது சுதந்திரத் தன்மை கொண்ட ஒன்னுன்னு சாதிக்கப் போறீங்களா...?'' ராமச்சந்திரா வாயைத் திறந்து பேசினான்.

''ரெண்டுமே பொய்.''

ராமச்சந்திரா குழம்பிப் போனான்.

''ரெண்டுமே பொய்யாப் போறதுக்கும் ரெண்டுமே நிஜமாகறதுக்கும் வாய்ப்பே இல்லே சார்... உங்க வாதத்துலே விஞ்ஞான அடிப்படையே இல்லே.''

''ராமச்சந்திரா... நீங்க பண்ற வாதம் ரெண்டுலே ஏதாவது ஒன்னு கண்டிப்பா பொய்யா இருக்கணும்ங்கற வாதப் பின்னணி யிலேர்ந்து வர்றது... நாம சில நம்பிக்கைகளை வெச்சிருக் கிறோம்... அந்த நம்பிக்கைகளோட அடிப்படையிலே ஒன்னை நிஜம்னு நம்பறோம். சில காரிய காரணங்களை ஏற்படுத்திக் கறோம். இந்த ஏற்பாட்டுலே ஒன்னே ஒன்னுதான் சத்தியமா ஆகறதுக்கு வாய்ப்புக் கிடைக்குது... இப்பப் பாருங்க ஜோகி ஹாளர் செத்துப் போனார் அப்பிடீன்னு நாம தீர்மானமான நம்பறோம். 'இது எப்படி உங்களுக்குத் தெரியும்? ஏன் இதை நம்பறீங்க?'ன்னு சில தீவிரமான கேள்விகளைக் கேட்டா நம்ம

நம்பிக்கையே ஆட்டமாடுது. அதுக்கு என்ன அர்த்தம்? அது எப்பவோ நடந்த ஒரு சம்பவமானாலும் சரி... நம்ம கண்ணெதிரி லேயே நடந்த ஒன்னா இருந்தாலும் சரி... அதை நாம முழுசா புரிஞ்சிகிட்டோம்னு சொல்லவே முடியாது...''

''சார்... இப்ப நீங்க எங்க முன்னால உட்கார்ந்திருக்கறது... பேசீட்டிருக்கறது ஒன்னையும் நாங்க சரியாப் புரிஞ்சிட்டம்னு சொல்ல முடியாதுங்கறீங்களா? விஞ்ஞானியான நீங்களே இப்பிடிச் சொன்னா எப்படி சார்...?''

''பொருளுக்கு வடிவமே இல்லை. அது சத்தியமே இல்லைன்னு சொன்னா பொருள்ங்கற விஷயத்தை வெச்சு நியூட்டன், டார்வின், ஐன்ஸ்டைன் அவங்கெல்லாம் ஆராய்ச்சியே பண்ணியிருக்க மாட்டாங்க...'' ராமச்சந்திரா தனது வாதத்தைப் பலமாக முன் வைத்தான்.

''ஒவ்வொரு மண்ணுக்கும் ஒவ்வொரு தத்துவமிருக்குது... ஒரு விஞ்ஞானியா இருந்துட்டு இப்படியெல்லாம பேசக் கூடா துன்னு சொன்னீங்கல்ல. இப்ப விஞ்ஞானம் அந்தக் கட்டத்துல வந்து நிக்குது. ஒளி வெறும் கூறுகளா? அலைகளா சொல் லுங்க... நம்ம நெனைக்கிற மாதிரி பௌதிகவியல் பொருள் அப்பிடீங்கறதனோட சத்தியத்துல மட்டும் பலமாக நிக்கிற விஞ்ஞானம் இல்லியே! ஒளிங்கறது வெறும் அலைகள் தான்னு ஒருத்தன் சொன்னான்னா அது அலைதான்... இல்லை அது சிறு சிறு கூறுகள் அடங்கியதுன்னு சொன்னா கூறுகள்தான்... மனுஷ னோட பிரக்ஞை எந்தக் கண்ணோட்டத்தில் பார்க்குதோ அந்தக் கண்ணோட்டமே அந்தப் பொருளினோட ஒரு பாகம்தான். யோசிச்சுப் பாருங்க...''

''இல்லே... நடுவு நிலைமையான உபகரணங்களை வெச்சு சோதிச்சுப் பாத்து ஒரு பொருளோட உண்மையான இயல்பு இப்பிடி இருக்குதுன்னு சொல்றாங்களே சார்.''

''அவங்க ஸ்தாபிக்கறது பொருளோட உண்மையான இயல்பு இல்லே... நம்ம பிரக்ஞைதான் அங்கே ஸ்தாபித மாகுது... நம்ம ஆளுமை தான் அங்க பிரதிபலிக்குது. இப்போ இன்னொரு பௌதீக சாஸ்திர உண்மை சொல்றேன் கேளுங்க... ஒரு பொருளோட வேகம் ஒளியோட வேகத்தை நெருங்கும் போது அது போகிற திசையினோட நீளத்தை இழக்கிறது

அப்பிடீங்கறது பௌதீக சாஸ்திர உண்மை. ஒரு குறிப்பிட்ட ஒளி தூரம் நெருங்க நெருங்க அது ஒரு அடி ஆகுதுன்னு வெய்ங்க... அதை எப்படிப் பாக்கறது? நாம அதை அளக்கற துக்கு எந்த அளவுகோலைப் பார்க்கணும்? நம்ம அளவுகோல் சுருங்கிப் போகும். அப்போது அளவுகோலின் அளவுக்கு அளவை சரியாகிப் போகும். அப்போது நமது பிரக்ஞை என்பது சோதித்துப் பார்க்க முடியாத ஒரு வஸ்து என்பதும் தெரியும். ஜோகிஹாளரோட மரணத்தைப் பற்றிய ரகசியத்தைக் கண்டு பிடிக்கறது மட்டும் உங்க நோக்கமில்லே அப்டீங்கறதனாலே தான் இவ்வளவும் சொல்றேன். மனுஷப் பிரக்ஞை அப்பிடீங் கறது விதி நியமங்களுக்குக் கட்டுப்பட்டதா அல்லது முழு சுதந்திரத் தன்மை கொண்டதா அப்பிடீன்னு ஒரு கலைப் படைப்பு மூலமா சோதிச்சுப் பாக்கறதுக்கு... ஒரு சத்தியத் தேடலுக்குக் கௌம்பியிருக்கீங்க... இதுதான் இந்தப் பிரபஞ்சத்தி னோட சிதம்பர ரகசியம். யார் எப்படிப் பார்க்கிறார்களோ அப்படியே அது அவர்களுக்குத் தெரியும். ஜெயராமனுக்கு முன்னாலே நான் கதை எழுதி ஜோகிஹாளர் சாகலேன்னு முடிச்சிருந்தேன்னா அங்காடிக்கு அதற்கு ஆதாரமா சாட்சிகள் கெடச்சிருக்கும்.''

''சோ... ஜோகிஹாளர் சாகலே அப்பிடீன்னு நம்பீட்டு நம்ம தேடலை ஆரம்பிச்சம்னா அவரு கெடைச்சிடுவாரா?''

''அப்படி ஒரு நம்பிக்கை வர்ற மாதிரி நமக்கு ஆதாரங்கள் கெடைக்கணும்... சகாம இருந்தா நமக்குக் கெடைப்பார்... எப்படியிருந்தாலும் சாட்சிகள் நமக்குக் கெடைச்சிட்டே இருக் கும். இப்பநீங்க ஆரம்பிச்சிருக்கறது சாட்சிகளின் ஆதாரத்தின் பேரில் தானே. கதையைக் கட்டிக் கொண்டு, அதற்கு ஆதாரங் களைத் தேடிக் கொண்டு, சிதம்பர ரகசியத்தை விடுவிப்பதற் காக... நெனப்பிருக்கட்டும். உங்களுக்குக் கெடைக்கிற ஆதாரங் கள் வேற யாருக்காவது வேற கதைகளுக்கும் ஆதாரமாக ஆகலாம். ரொம்ப புத்திசாலித்தனமான, முட்டாள்தனமான தேடல்லே ஈடுபட்டிருக்கீங்க... எங்கிட்ட கால் சுளுக்கு ஏற்பட்டா கூட 'காத்துப் புடிசிருக்குது... எங்கியோ பயந்திருக்கான்'னு சொல்லீட்டு வர்றாங்க... அவங்கெல்லாம் ஒரு வகையிலே அஞ்ஞானிகளா, மடையர்களா எனக்குத் தெரிஞ்சாங்கன்னா நீங்க

இன்னொரு வகையிலே மடையர்களாகவும் அஞ்ஞானிகளாக வும் தெரியறீங்க...'' என்று வைது பிறகு வாட்சைப் பார்த்துக் கொண்டே எழுந்தார்.

''என்ன சார் கெளம்பிட்டீங்க...?'' என்றனர் எல்லோரும்.

''இல்லேப்பா... போகணும்... யாரையோ வரச் சொல்லி யிருக்கேன். அவங்கள சும்மா காக்க வைக்கிறது நல்லா இருக் காது. வாழ்க்கை முழுவதும் தர்க்கம் பண்ணினாலும் தீராத ஒரு விஷயத்தைப் புடிச்சட்டிருக்கீங்க'' என்று சொன்ன பாடீலர் டி.பி.யின் படிக்கட்டுகளிலிருந்து இறங்கி இருளில் மறைந்தார்.

''என்னப்பா இந்தக் கிழவன் இப்படிச் சொல்றான். ஜோகிஹாளர் சாகவே இல்லேன்னு நமக்கு ஷாக் குடுத்துட்டுப் போறானே'' என்றான் சித்தப்பா.

''சாலேன்னே வெச்சுக்குங்க... வேற யாரோ பொணத்தை அவரோடதுன்னு சொல்லீட்டாங்கன்னே வெச்சக்கங்க... நான் கண்டுபுடிக்க முயற்சி செய்யற விஷயம் எதுக்குக் கொலை பண்ணினாங்கன்னு கண்டு புடிக்கறதுக்குத்தான்... கொலைகாரன் யாருன்னு கண்டுபிடிக்கறத்துக்கல்ல...''

''சாகலியா என்ன? இந்தக் கிழவன் நம்ம வாதத்துக்கு எதிர்வாதம் போடனும்னு சொல்றாம்பா... அவ்வளவுதான். இந்தக் கிழவன் கொஞ்சம் வேடிக்கையான கிழவன்தான். கிறுக்கன்னும் சொல்ல முடியாது, விஞ்ஞானின்னும் சொல்ல முடியாது. பகுத்தறிவுவாதின்னும் சொல்ல முடியாது'' என்று சித்தப்பா முணுமுணுத்தான்.

''அதென்னமோ இருக்கட்டும் சித்தப்பா... கெசரூர் ஹைப்ரீட் விதையைக் கண்டுபுடிக்கறத்துக்கு நான் வந்து தான் ஆகணும். நம்ம தேடலுக்கு, ஆராய்ச்சிக்கு, துப்பறிதலுக்கு அததான் கடைசிக் கட்டம். இந்த லம்பாடிங்க கிட்டே கொஞ்சம் ஜாக்கிரதையா இருக்கணும். என்னய்யா இது... ஒரு ஏக்கருக்கு ஒரு டன் ஏலக்காய்னா இன்னத்த வெலைக்கு மூணு லட்சம். என்ன விவசாயம் பண்ணினாலும் இவ்வளவு காசைக் கண்ணுலே பாக்க முடியுமா?'' என்று அங்காடி சித்தப்பாவுக்கு எச்ரிக்கை விடுத்தான்.

''உண்மையிலேயே இந்தக் கிழவன் நம்மை வாதத்துலே தோற்கடிச்சுட்டாம்பா... நம்ம இடத்துக்கே வந்து நம்மைத்

தோக்கடிக்கிறவங்க கிட்டே எனக்கு ஒரு மரியாதை இருக்கத் தான் செய்யிது...'' என்று ராமச்சந்திரன் பாடீலரைப் பாராட்டினான். பிறகு ஜெயராம் பக்கம் திரும்பி, ''என்ன ஜெயராம் இப்பிடி... இஞ்சி தின்ன கொரங்கு மாதிரி கம்முனு உட்கார்ந்திட்டிருக் கறே... ஏதாவது பேசு'' என்றான்.

''ஒன்னுமில்லே... பேயைப் புடிச்சுட்டுவாங்கடான்னு இந்தப் பையனுங்களை அனுப்பிச்சோமே என்ன பண்ணினாங் கன்னு யோசிச்சிட்டிருந்தேன்'' என்றான் ஜெயராம்.

''இன்னைக்கி இங்கியே சாப்பிடுங்க...'' என்ற அங்காடி மேனேஜரைக் கூப்பிட்டு சாப்பாட்டுக்கு ஆர்டர் கொடுத்தான்... அவர்கள் பேச்சைத் தொடர்ந்தார்கள். சாப்பாடு முடிந்து வெளியே வரும் போது நள்ளிரவாகி இருந்தது. அவர்கள் அரட்டை மேலும் தொடர்ந்தது. ஹைப்ரீட் விதையைப் பார்த்து விட்டால் அவர்களது தேடல் ஒரு இறுதியான கட்டத்துக்கு வந்து விடும் என்று அவர்களுக்குத் தோன்றியது. அப்போது நில நடுக்கம் ஏற்பட்ட மாதிரி 'டொம்' என்று ஒரு வெடிப்புச் சத்தம் கேட்டது. கௌசரூருக்குப் பக்கமிருக்கும் மலைகளில் ஒன்றிலிருந்து எரிமலை வெடித்துக் கிளம்புகிற மாதிரி இருந்தது அந்தச் சத்தம். எல்லோரும் மூச்சப் பேச்சில்லாமல் மௌனமானார்கள். அந்த மௌனத்தினூடே, ''அய்யோ... அப்பா...'' என்ற மாதிரிப் புலம்பல் வெகு தூரத்திலிருந்து கேட்டது. எல்லோரும் பயத்தில் உறைந்தார்கள். டி.பி.யில் இருந்த ஆறு பேரும் விதிர் விதிர்த்து எழுந்து நின்றார்கள். படி இறங்கி முன்னே நடந்தார்கள். தூக்கத்தில் ஆழ்ந்திருந்த கௌசரூர் ஜனங்கள் இதை உணர்ந்த மாதிரித் தெரியவில்லை. அதற்குள் தூரத்தில் கேட்டுக் கொண் டிருந்த புலம்பல் கௌசரூருக்கு அருகில் வருகிற மாதிரி தெரிந்தது.

ஆறு பேரும் வீதியில் இறங்கி நடந்தார்கள். வீதி விளக்கின் வெளிச்சத்தில் நான்கு பேர் அலங்கோலமான நிலையில் நடந்து வருவது மங்கலாகத் தெரிந்தது. பார்த்தவர்களுக்கு நெஞ்சு பதைத்தது. உடம்பெல்லாம் தார் படிந்த நிலையில் தள்ளாடிக் கொண்டு விளக்கு வெளிச்சத்திற்கடியில் அந்த நால்வரும் வந்தார்கள். இவர்கள் யாருக்கும் என்ன செய்வதென்று ஒன்றும் தோன்றவில்லை. நடக்கப் போவதைப் பார்த்துக் கொண் டிருந்தார்கள். அந்தச் சமயத்தில் வலியால் அலறிக் கொண்டு

ஒருவன் தொப்பென்று கீழே விழுந்தான். மெதுவாக எட்டி வைத்து நடந்து போய்க் கொண்டிருந்த மற்ற மூவரின் உடம்பி லிருந்து தோல் தாரின் காட்டத்தால் வாழைப் பழத் தோல் உரிந்து வருவதைப் போல் உரிந்து வந்தது. தோல் உரித்த உடம்பின் நரம்பு மண்டலம் பூரணமாகத் தெரிந்தது. தம்மைப் பார்த்துக் கொண்டிருப்பவர்களைப் பற்றிய உணர்வே இல்லாமல் கொஞ்ச தூரம் முன்னுக்கு நடந்து போய்ப் பின் ஒவ்வொரு வராகக் கீழே விழுந்து உருண்டார்கள். இந்தக் கொடூரமான காட்சியைப் பார்த்த ஆறு பேரும் ஸ்தம்பித்துப் போய் நின்றார்கள். நடப்பது நனவா, இல்லை, கெட்ட கனவா என்று புரியாமல் விழித்தார்கள்.

"என்ன ஜெயராம். நம்ம இப்பப் பாத்துட்டிருக்கறது நெஜமா இல்லை மனப் பிராந்தியா'' என்றான் ராமச்சந்திரா.

"என்னப்பா ஊர் இது. நாம கற்பனையே பண்ணயிருக்காத சம்பவமெல்லாம் நடக்குதே..." என்றான் ஜெயராம். ஆனால், ஒரு வகையில் பார்த்தால் அவர்கள் கதையில் என்ன கற்பனை செய்திருந்தார்களோ அதுவே அவர்கள் நேரில் கண்ட கோரக் காட்சிக்குக் காரணமாயிருந்தது.

அத்தியாயம் 34

"**பேய்** பிசாசெல்லாம் உங்க மதத்துல தான் இருக்குது. எங்க மதத்துலே அதெல்லாம் இல்லே ரமேஷ்'' என்றான் ரஃபி.

ரஃபி தான் இப்போது இவர்கள் டீமுக்குக் கேப்டன். செயலாளர் என்பதோடு மட்டுமல்லாமல் பொறுப்புணர்விலும், மன முதிர்ச்சியிலும் மற்ற எல்லோரையும் விட ஒரு படி மேலாக இருந்தான் அவன். இதனால் தான் ராமச்சந்திரா அவனைக் கமாண்டர் ஆக நியமித்திருந்தான். ரஃபி சொன்னபடி கேட்க வேண்டுமென்றும் கிருஷ்ணே கௌடா வீட்டில் அவசியமானால் மட்டுமே வீட்டிற்குள் போக வேண்டுமென்றும் இல்லாவிட்டால் வீட்டிற்கு வெளியிலேயே இருந்து கல்லெறி பவர் யார் எனக் கவனிக்க வேண்டுமென்றும் அவர்களுக்குக் கட்டளையிட்டிருந்தான். யாராவது திருடர்கள் கிடைத்தால் அவர்களைப் பிடிக்க மட்டும் செய்ய வேண்டுமே தவிர, அவர்களை அடிப்பது முதலிய காரியங்களைச் செய்யக் கூடாது

என்றும் சொல்லப்பட்டிருந்தது. ரஃபி சின்ன வயசிலிருந்தே தாய் தந்தை இல்லாத பையனாக வளர்ந்திருந்தான். சிறு வயதிலிருந்தே பல இடங்களிலும் வேலை செய்து வயிறு வளர்க்க வேண்டிய நிலைமை அவனுக்கு ஏற்பட்டிருந்தது. இப்போதும் சாயங்காலம், ஒரு டைப்பிங் இன்ஸ்டிட்யூட்டில டைப்பிங் சொல்லிக் கொடுத்து அதன் மூலம் வருகிற வருமானத்தில் தான் வண்டி ஓடிக் கொண்டிருக்கிறது. அவனது சிநேகிதர்கள் எல்லோரும் சிறு சண்டை கலாட்டாக்கள் செய்து கலகலப்பாக இருந்தாலும் ரஃபி எப்போதும சீரியஸ்சாக எதையாவது யோசித்துக் கொண்டிருப்பான்.

''உங்க மத்ததுலே பேய், பிசாசு ஒன்னும் இல்லேங்கறயே... உங்க ஆளு ஹக்கீம் பாய் அப்பிடீன்னு ஒருத்தன் குட்ட ஹள்ளியிலே இருக்கானே... அவன் பேயை ஓட்டறதுக்கு தாயத்தெல்லாம் மந்திரிச்சு குடுக்கறானே. அதெப்படி...?'' என்று இங்கிலீஷ் கௌடா ஒரு கேள்வியைத் தூக்கிப் போட்டான்.

ரஃபி, ரமேஷ், அங்காரா, சந்திரன், இங்கிலீஷ் கௌடா ஐந்து பேரும் கிருஷ்ணே கௌடாவின் வீட்டிலிருந்து பேயை விரட்டியடிப்பதற்காகச் சென்று கொண்டிருந்தார்கள்.

''என்னமோப்பா... குரான்லே ஒரு எடத்துலயும் மனுஷருங்க பிசாசா மாறுவாங்கன்னு சொன்ன மாதிரித் தெரியலே'' என்றான்.

''என்ன பகுத்தறிவுவாதி நீ... பேய்னு ஒன்னு இருக்குதுன்னா அதைப் பத்தி குரான்லே, பகவத் கீதையிலே, பைபிள்லே ஒன்னும் சொல்லாமெ இருந்தாக் கூட இருக்கத்தான் செய்யும். பேய் இல்லாம இருந்துதுன்னா எந்தப் புத்தகத்துலே சொல்லியிருந்தாலும் இருக்காது'' என்றான் இங்கிலீஷ் கௌடா.

''அதிருக்கட்டும். உனக்கென்ன தோணுது...?''

''பேய் இல்லேன்னு தான் தோணுது... அப்பிடியே இருந்தாக் கூட அதுக்காக என்ன பண்றது?''

''போய் மாஸ்டர் கிட்டே சொல்லலாம்... அவர் என்ன பண்றதுன்னு சொல்லுவார்...'' என்றான் ரமேஷ்.

''இருந்தா நல்லதாப் போச்சு உடு... இருக்குதுன்னு காண்பிச்சுக் குடுக்கறவங்களுக்கு ஒரு லட்ச ரூபாய் பரிசு குடுக்கறதாச் சொல்லியிருக்காங்களே'' என்றான் அங்காரா.

''பேயும் இருக்க வேண்டாம். ஒரு லட்ச ரூபாயும் வேண்டாம்'' என்றான் இங்கிலீஷ் கௌடா. கொஞ்ச தூரம் மௌனமாக 'ஸ்வர்ண தாரா' எஸ்டேட்டை நோக்கி நடக்க ஆரம்பித்தார்கள். இந்த மௌனத்தை இங்கிலீஷ் கௌடனால் சகித்துக் கொள்ள முடியவில்லை. ''அந்த பொம்மே கௌடாவை நம்மோட சேர வேண்டாம்னு சொன்னது நல்லதாப் போச்சு... அவன் வெங்கடேஸ்வரா தேவஸ்தானத்துப் பக்கம் போகிறவன், நாமெல்லாம் ஜெயந்தி வீட்டுக்குப் போறோம்னு தெரிஞ்சதுக்கப் புறம் நம்ம கூட வரணும்ங்கறான் தாயோளி'' என்று தாங்கள் இப்படிப்பட்டவர்களல்ல என்கிற ரீதியில் பேசினான்.

சந்திரன் சீறினான். ''ராஸ்கல்... அன்னைக்கி ரோட்டிலே சண்டையை மூட்டி விட்டுப் போலீசைக் கண்ட ஒடனே ஓடிப் போனே... இன்னைக்கி ரொம்ப தைரியசாலி மாதிரிப் பேசறே... நெஜத்தைச் சொல்லு இப்ப வந்திருக்கறதே நீ சொன்ன காரணத் துக்குத் தானே'' என்ற இங்கிலீஷ் கௌடாவைத் துளைத் தெடுத்தான்.

''த்தூத்... அன்னைக்கி நடந்தை அன்னைக்கே மறந்துட ணும்னு நாம பேசிக்கலியா? இப்ப எதுக்கு இந்தப் பழைய கதையெல்லாம்? உண்மையைச் சொல்றா நாயே... நீ எதுக் காகடா வந்திருக்கே...'' என்ற விவகாரத்தை ஆரம்பித்தான் இங்கிலீஷ் கௌடா.

எல்லோரும் பேய் விஷயத்தில் எவ்வளவு தீவிரமாக இருந்தார்களோ அதே அளவு ஜெயந்தி விஷயத்திலும் தீவிரமாக இருந்தார்கள். அவர்களின் உள்மனதில் ஜெயந்தியின் சுயம் வரத்திற்காக வந்திருக்கிற ராஜகுமாரர்களாகவே தங்களைப் பாவித்துக் கொண்டார்கள். இடையிடையே, ''நீ எதுக்கு வந்திருக்கே... நீ எதுக்கு வந்திருக்கே'' என்று உருமி சண்டையை ஆரம்பித்தார்கள். ரோட்டு மேலேயே நின்றும் கூட சண்டை ஆரம்பமாயிற்று... குழுவின் கேப்டன் ரஃபிக்கு மிகுந்த சங்கடத்தை உண்டு பண்ணினார்கள். இது அடிதடியில் போய் முடிந்து விடுமோ என்று கவலைப்பட்ட ரஃபி கொஞ்சம் புத்தி சாலித்தனமாகப் பேசினான். ''ஏய்... இங்க பாருங்கடா... பொண் ணுங்க மேலே நமக்கு ரொம்ப இஷ்டமிருக்கு அப்பிடீங்கறதுல சந்தேகமில்லே. அதனாலதான் அவங்களுக்கும், அவங்க குடும்

பத்துக்கும் ஏற்பட்டிருக்கிற கஷ்டங்களையெல்லாம் தீக்கறத்துக்குப் போயிட்டிருக்கோம்... நாளைக்கு வனஜா, ஷியாமளா, வனமாலா இப்படி யார் வீட்டு மேலே கல்லு விழுந்தாலும் போகத்தான் போறோம். ஆனால் நாம் இப்படி வீதியிலேயே சண்டை போட்டிட்டிருந்தா பாக்கறவங்க என்ன நெனைப்பாங்க...? கிருஷ்ணே கௌடா வீட்டுலே போய் சண்டை போட்டீங்கன்னா என்ன ஆகும்? அவங்க போய் மாஸ்டர் கிட்டே சொன்னாங்கன்னா? இப்படியெல்லாம் பண்றதா இருந்தா நான் இப்பவே திரும்பிப் போறேன்'' என்று சொல்லி தான் கமாண்டர் என்பதை ஞாபகப்படுத்தினான்.

உடனே எல்லோம் சண்டையை நிறுத்தி விட்டு, ''சரி... கேப்டன்...'' என்று சொல்லி, ''டேய்... கொஞ்சமாவது மேனர்ஸ் இருக்காடா உங்களுக்கெல்லாம்'' என்று ஒருவரை ஒருவர் திட்டிக் கொண்டார்கள்.

கிருஷ்ணே கௌடாவின் வீட்டில் சண்டை போட வேண்டிய சூழ்நிலை ஏற்படவில்லை. யாராவது போக்கிரிகள் இந்த வேலையைச் செய்கிறார்களா என்று பார்க்கத்தான் தாங்கள் வந்திருப்பதாகவும் இதைத் தவிர வேறு ஏதாவது காரணங்கள் இருந்தால் நாளை தலைவர் ஜெயராம் அவர்கள் வந்து விசாரிப்பார் என்றும் சென்னார்கள்.

கல் எங்கெல்லாம் விழுகிறது? எந்த இடத்திலிருந்து வந்து விழுகிறது? 'தட்'டென்று ஓட்டின் மீது விழுகிறதா அல்லது கூரையின் மீது மெதுவாக உருண்டு வருகிறதா என்றெல்லாம் விசாரித்தறிந்தார்கள். தோட்டத்தில் எங்கெல்லாம் காவல் இருக்க வேண்டுமென்று கலந்து ஆலோசித்தார்கள். ஆனால் இந்தச் செயல்பாடுகளுக்கிடையில் அவர்கள் கண்கள் எப்போதும் தூரத்தில் வீட்டின் மூலையில் லேசான இருட்டில் பிராகாசிப்பது போல் தோன்றும் பாவாடை தாவணியின் பக்கமாகவே போய்க் கொண்டிருந்தது. அவர்கள் வீட்டை விட்டு டார்ச்சுடன் படி இறங்கிய போது கிருஷ்ணே கௌடா வந்து ''நானும் வரட்டுமா?'' என்று கேட்டான்.

ரஃபி அதற்கு, ''வீட்டுக்காரங்களுக்கு எந்த விதமான தொந்தரவும் கொடுக்கக் கூடாதுங்கறது மேலிடத்து உத்தரவு'' என்ற சொல்லி மறுத்து விட்டான்.

இருட்டிலிருந்து வீட்டுக்குள் வந்த பையன்களையே பார்த்துக் கொண்டிருந்தாள் ஜெயந்தி. விளக்கு வெளிச்சத்தில் அந்தப் பையன்கள் எல்லோரும் அழகான பொம்மைகளைப் போலத் தெரிந்தார்கள். சுருண்ட தலை முடியும் நீலக் கண்களும் கொண்ட ரஃபியும் அவள் கண்களில் தென்பட்டான். ரஃபி ஒருவனே அந்தக் கும்பலில் கொஞ்சம் துலக்கமாகத் தெரிந்தான். மற்றவர்கள் இருளில் கரைந்திருந்தார்கள். ரஃபி மேகங்களுக் கிடையில் தோன்றும் அவதார புருஷனாகத் தெரிந்தான். இந்தப் பையன்கள் எல்லோர் மேலும் ஜெயந்திக்கு இருந்த பிரிய மெல்லாம் ஒன்று திரண்டு ரஃபி என்னும் தேவதூதன் மேல் கவிழ்ந்தது. அவனது காம்பீர்யம், முரட்டுத் தோற்றம்... அலட்சியப்படுத்தப்பட்டுக் கலைந்து கிடக்கும் அவனது கிராப்பு! திரண்ட தோள்கள்... அவனது சிரிப்பு... இது ஒரு காணக் கிடைக்காத தரிசனமாக அவளுக்குத் தோன்றியது. இந்தக் கணத்தை விட்டு விட்டால் மீண்டும் நாம் கேவலமான மானிடப் பிறவியாகி விடுவோம் என்று நினைத்து அவனை உற்று உற்றுப் பார்த்து புலன்களின் ஈர்ப்பு மண்டலம் நோக்கி நகரத் தொடங்கினாள். அவனது தோற்றத்தின் மீது மையம் கொண்டிருந்த அவளது புலன்கள் அவனது பிற குணாம்சங்களை நோக்கியும் நகரத் தொடங்கியது. அந்தக் கணத்திலேயே முற்றாகக் கரைந்து போய் விட மாட்டோமா என்று ஏங்கினாள்.

'விர்'ரெனச் சுழலும் அக்கினிக் கோளமானாள் ஜெயந்தி. ஆழ்ந்து மோகித்துக் கடந்த அந்த மனதின் அக்கினிக் கோளத்தில் இருந்து தெளித்த பொறிகள் சாதி மதம், குலம், குடும்பம், அந்தஸ்து எல்லாவற்றையும் கடந்து தூரப் போய் விழுந்தன. தனக்குக் கை கால்கள் எல்லாம் செயலற்றுப் போய் விட்டதோ என்று பீதியடைந்தாள் ஜெயந்தி.

அத்தியாயம் 35

"அங்க பாருடா...! அதென்ன அது? யாரோ வர்ற மாதிரி தெரியிது... பீடிக்கங்கு தானே அது...?'' கொஞ்சம் கலவரம் அடைந்திருந்த இங்கிலீஷ் கௌடா ரஃபியின் காதில் முணு முணுத்தான். கண் வலிக்கிற வரை இருளில் உற்றுப் பார்த்தான் ரஃபி. அங்குமிங்கும் பறந்து கொண்டிருக்கிற ஒரு மின்னாம்

பூச்சி மட்டுமே கண்ணுக்கு பட்டது... ''த்தத்... ஏண்டா இப்பிடி யெல்லாம் காபராப்படுத்தறே. உன்னையெல்லாம் வைத்துக் கொண்டு திருடனைப் புடிச்ச மாதிரி தானா...'' என்று சலித்துக் கொண்டு இங்கிலீஷ் கௌடாவை வைதான்.

ஜெயந்தியின் வீடும் தோட்டமும் என்கிற 'திரில்' இப்போது இங்கிலீஷ் கௌடாவிடம் இல்லை. விடிகிற வரை வாட்டுகிற இந்தக் குளிரில் வெட்டவெளியில் கிடக்க வேண்டுமே என்கிற கவலை அவனைப் பிடித்துக் கொண்டது. பாதுகாப்பான வீடும் கதகதப்பான படுக்கையும் அவன் மனதில் அவ்வப்போது வந்து போயின. மற்ற மூன்று பேருடனும் ஏற்கனவே தகராறு செய்திருந்தபடியால் இவனை அவர்களுடன் சேர்க்க வேண்டாம் என்று முடிவு செய்து அவர்களை வேறு திசையில் அனுப்பி விட்டு இங்கிலீஷ் கௌடாவைத் தன்னுடனே வைத்துக் கொண்டான் ரஃபி.

பெரிய பெரிய வௌவால்கள் தங்கள் தோல் இறக்கை களை 'படபட'வென்று அடித்துக் கொண்டு பறந்து கொண்டிருந் தன. தூரத்தில் ஏதோ பெயர் தெரியாத ஒரு பறவை, ''க்ரீச்... க்ரீச்...'' என்று சிலேட்டுப் பலகையில் பலப்பத்தை வைத்துக் கொண்டு கீறுவதைப் போல சத்தம் எழுப்பிக் கூவிக் கொண் டிருந்தது. இன்னும் எவ்வளவு நேரம் இருக்க வேண்டும் என்று தெரியாத நிலையில் ஒரு மரத்தின் அடியில் உட்காரத் தீர்மானித் தார்கள். அதற்குள் 'தொப்'பென்று கல் விழும் சப்தம் மிகச் சமீபத்திலிருந்து கேட்டது. இருவரும் உடம்பெல்லாம் கண்ணாக உற்றுப் பார்த்தார்கள். ஒன்றும் தெரியவில்லை. அதற்குள் இன் னொரு கல் விழும் சப்தம்.

''அதென்னடா அது அங்கே...?'' ரஃபி இங்கிலீஷ் கௌடா விடம் எதையோ காண்பித்தான். இங்கிலீஷ் கௌடாவின் முகம் பீதியில் வெளிறிப் போயிற்று. ''என்ன... எங்கே...'' என்று சத்தமில்லாமல் புலம்பிக் கொண்டே ரஃபியை ஒட்டி வந்தான். ''அதோ அங்க பார்...'' என்று காண்பித்தான் ரஃபி. இங்கிலீஷ் கௌடாவுக்கு மங்கலாக ஏதோ ஒரு உருவம் தெரிந்தது.

இங்கிலீஷ் கௌடாவுக்கு இருதயம் வாய்க்கு வந்து விட்டது. அவர்கள் பார்த்துக் கொண்டிருக்கும் போதே அந்த உருவம் கையை உயர்த்துகிற மாதிரி தெரிந்தது. ''அய்யோ...

பிசாசு... கையைத் தூக்குது...'' என்று அலறினான். பேச்சு வர வில்லை... உயிர் தப்பிக்க இன்னும் வாய்ப்பிருக்கிறது. ஆனால், இந்தச் சாயிபு தேவிடியா மகன் பிரம்மை அடித்த மாதிரி அசையாமல் நின்று கொண்டிருக்கிறான். எப்படியோ தொண்டையை ஈரமாக்கிக் கெகண்ட இங்கிலீஷ் கௌடா, ''பேய்டா... பேய்... ஓடு... ஓடு...'' என்று துரத்தினான். அவனுக்குப் பயம் ஏற்பட்டு ஓட நினைத்த போதெல்லாம் அவனுடைய கால்கள் ஒரு ஒலிம்பிக் ஓட்டக்கரனைப் போல் அற்புதமாகச் செயல்பட்டன.

ரஂஃபி ஓடவில்லை. முன்னால் தெரிவது நெஞ்சைக் கொஞ்சம் படபடக்க வைத்தாலும் அதற்காக முதுகைக் காட்டி ஓடுவது மற்ற மூவரைப் போலவே இவனுக்கும் உசிதமாகப் படவில்லை. உயிரை அடகு வைத்து எத்தனையோ சாகசங்கள், சண்டைகள், அடிதடிகளில் கலந்து கொண்டு பிடிவாதமாக அந்த இடங்களிலேயே நின்றிருக்கிறார்கள். இப்போது அதே பிடி வாதத்தோடு ரஂஃபி அங்கேயே நின்று கொண்டிருந்தான். அந்த உருவம் நகரத் தொடங்கியது. ''தப்பி ஓடறான்... கல்லுப் போட்ட திருடன் தப்பி ஓடறான்'' ரஂஃபி அவனைப் பிடிப்பதற்கு முன்னே எட்டி அடி வைத்தான். ஆனால் ரஂஃபியின் இதயமே 'ஜில்'லிட்டுப் போகும்படியாக அந்த உருவம் இரண்டு கைகளையும் நீட்டிக் கொண்டு அவனை நோக்கி வந்தது. உற்றுப் பார்த்தான்... அட.... ஜெயந்தி! ஜெயந்தி ஓடி வந்து ரஂஃபியைக் கட்டி அணைத்துக் கொண்டாள்.

இங்கே இங்கிலீஷ் கௌடா வேசம் வந்தவனைப் போல் ஏலக்காய் செடிகளையெல்லாம் மிதித்துக் கொண்டு ஓடிக் கொண்டிருப்பதை மற்ற மூவரும் பார்த்தார்கள். ''சிக்கினாண்டா திருடன்...'' என்று சொல்லிக் கொண்டு அவனைத் துரத்தி னார்கள். அவர்கள் குரலிலிருந்து அவர்களை அடையாளம் கண்டு கொண்ட கௌடா மேல் மூச்சு கீழ் மூச்சு வாங்க அங்கேயே நின்றான்... அவனைப் பார்த்த மூவருக்கும் ஆச்சரியமாயிற்று.

''முட்டாளே... ஏண்டா இப்பிடி ஓடரே?'' என்றான் ரமேஷ்.

''பேய்... பேய்... எங்களைக் கூப்பிட்டுது...''

''ரஂஃபி எங்கடா?''

''அங்கியே நிக்கறான்.''

''தூ... தாயோளி... அவனைச் சிக்க வைச்சிட்டு நீ ஓடி வந்திட்டியா... இன்னைக்கு உன்னைத் தீத்துக் கட்றோம்... பாரு...''

''சாமி... சாமி... என்னை விட்ருங்கப்பா...''

''விடறதா...? ரஃபிக்கு என்னவாவது ஆச்சுன்னா உன்னை இங்கயே தீத்துக் கட்டீட்டு... 'பேய் அடிச்சுப் போட்டுது'ன்னு சொல்லப் போறோம்...'' என்றான் ரமேஷ்... மறுபடியும் நண்பனைக் காட்டிக் கொடுத்து விட்டு ஓடி வந்து விட்டான் என்று ரமேஷுக்கு இங்கிலீஷ் கௌடா மீது ஏக கோபம்.

சந்திரனுக்கும் கோபம் தலைக்கேறியது... ''அந்தப் பரதேசி சாயிபு கிட்டே நானும் கூட வர்றேன்னேன்... வேண்டாம்னுட் டான்... இந்தப் பேடிப் பயல் கௌடாவைக் கூட்டீட்டுப் போயிருக்கான்'' என்று ரஃபியை ஒரு மூச்சு திட்டினான்.

''ஏய்... ஏய்... பேய் இருக்குதப்பா...'' என்று பயத்தில் உளறினான் இங்கிலீஷ் கௌடா.

''உயிரு போனா உயிரு தாரேன்... வாடா தேவிடியாப் பயலே... தைரியமா வா... பேய் உன்னைக் கொல்றத்துக்கு முன்னாலே என்னைக் கொல்லட்டும்... வேகமா நட'' என்கிறான் ரமேஷ்.

''லேட் பண்ணாதடா பயந்தாங்கொள்ளி... நானிருக்கேன் வா...'' என்று கர்ஜித்தான் அங்காரா. மூவரும் அங்காராவைப் பிடித்துக் கொண்டு திரும்பி நடந்தார்கள். திரும்பி நடந்த போது தான் கௌடா பயத்தில் எவ்வளவு தூரம் ஓடி வந்திருக்கிறான் எனத் தெரிந்தது.

ரஃபியும் கௌடாவும் உட்கார்ந்த இடத்திற்கு எல்லாரும் வந்தார்கள்... கொஞ்ச தூரத்தில் ஒரு உருவம் மங்கலாகத் தெரிவதை இங்கிலீஷ் கௌடா பார்த்தான்.

''அதோ வருது பாரு...'' என்றான் பயத்தோடு...

''என்னடா...?''

''பேய் வருது... ஓடுங்கடா...!''

''வரட்டும் விடுடா...''

''அய்யோ சாகடிச்சுடும்...''

''சாகடிக்கட்டும்... விடுடா...''

ரமேஷ் உறுதியான குரலில் சொன்னான். மற்றவர்கள் அவன் ஓடிப் போகாமல் கெட்டியாகப் பிடித்துக் கொண் டார்கள். இவர்களது அசாத்தியமான தைரியத்தைப் பார்த்து நடுங்கிப் போனான் இங்கிலீஷ் கௌடா. தற்போது நிஜமான பேய்களிடம் சிக்கிக் கொண்டிருப்பதாகவே அவனுக்குத் தோன்றியது. அப்போது எதிரில் வந்து கொண்டிருந்த உருவம் தெளிவாகத் தெரிந்தது. ரஃபி... நண்பர்கள் நான்கு பேருக்கும் பரம சந்தோஷம்.

''ஏய்... ஏண்டா அப்பிடி ஓடினே...'' என்று இங்கிலீஷ் கௌடாவைப் பார்த்துக் கேட்டான் ரஃபி.

''நீ... பேயைப் பாக்கலியா?'' என்றான் இங்கிலீஷ் கௌடா.

''இல்லியே.''

''கல்லு விழுகற சத்தம் கூடக் கேக்கலியா?''

''சத்தம் கேட்டது நிஜந்தான்.''

''கல்லு விழுந்துதா... கல்லு விழுந்துதா'' என்று உற்சாகத்துடன் கத்தினன் ரமேஷ்.

''இங்கேர்ந்து கொஞ்ச தூரத்திலேதான் கல்லு விழுந்துத'' என்றான் ரஃபி.

''எங்கே காட்டுங்க...'' என்று வர்கள் கேட்க ரஃபியும், இங்கிலீஷ் கௌடாவும் அவர்களைக் கூட்டிக் கொண்டு பேயைப் பார்த்த இடத்திற்குப் போனார்கள். ''ஏய் விடுங்கடா... வர்றேன் ... எங்கேயும் ஓடிப் போயிர மாட்டேன்... பிராமிஸ்'' என்று தன்னைக் கெட்டியாகப் பிடித்துக் கொண்டிருந்த நண்பர்களிடம் இருந்து திமிறினான் இங்கிலீஷ் கௌடா...

''இவனை எங்கடா பாத்தீங்க...'' ரஃபி கேட்டான்...

''ஓடீட்டிருந்தான்... இவந்தான் திருடன்னு நெனைச்சுண்டு ஓடிப் புடிச்சோம்... ரஃபியைக் காட்டறியா அல்லது தூக்கிப் போட்டு ஒதைக்கட்டுமான்னு மெரட்டினதுக்கப்புறம்தான் எங்க கூட வந்தான்'' என்று அங்காரா நடந்ததை விவரித்தான்.

''டேய்... என்ன இருந்தாலும் நான் உங்க கூட்டாளி யில்லியா... ஏண்டா ஒதைக்கணும் ஒதைக்கணும்ங்கறீங்க...'' என்றான் இங்கிலீஷ் கௌடா... அவனுக்கு இப்போது பயம் கொஞ்சம் குறைந்த மாதிரி தெரிந்தது.

''ஒதையா... இப்படி பயந்துட்டே இருந்தீன்னா அதுதான் நடக்கும்... இவனைப் பாத்தா பாவமா இருக்குது... ஏன் தான் இப்பிடிப் பயந்து சாகிறானோ? என்னாட இத்தனை நாளா எங்க கூட இருக்கறயே... இப்படிப் பயந்து சாகிறியே'' என்ற ரமேஷ் ரஃபியிடம் திரும்பி, ''உனக்கு பயமாக இல்லியாடா?'' என்றான்.

''பயமாச்சு... ஆனா அதுக்காக யாராவது திரும்பி ஒடு வாங்களா? நாளைக்கு நீங்கெல்கலாம் என்ன சொல்வீங்க... காறித் துப்ப மாட்டீங்களா...?'' என தனது புத்தி சாதுரியத்தைக் காட்டினான்.

''புரட்சிக்காரன்னா அப்படித்தாண்டா இருக்கணும்... நீதாண்டா அசல் துலுக்கன்'' என்ற சந்திரா ரஃபியைப் புகழ்ந் தான். ''செத்தால் உன்னோடேயே சாவோம்'' என்று முழங்கிய நண்பர்களைப் பார்த்த போது ரஃபிக்குப் பெருமை பொங்கியது. நன்றியில் அவன் மனசு நிறைந்தது.

''பாருங்கடா இங்கே தான் உட்கார்ந்திருந்தோம். அங்கே தான் என்னத்தையோ பார்த்தான் அவன்'' என்று அந்த இடத்தைக் காண்பித்துக் கொடுத்தான் ரஃபி. அந்த இடத்தில் 'டார்ச்' அடித்துப் பார்த்தார்கள். ஒன்றுமே தெரியவில்லை. ஆனால், அந்த இடத்திலிருந்து 'கும்'மென்று ஒரு சுகந்த வாசனை அடித்துக் கொண்டிருந்தது. ''ஓ! என்ன மணம்! எங்கிருந்து வருது இந்த மணம்'' என்று எல்லோரும் ஆச்சரியப்பட்டார்கள். ''ஏதாவது பூவோடதா இருக்கும்'' என்றான் ரஃபி.

எல்லோரும் திரும்பி நடந்தார்கள். கொஞ்ச தூரம் வந்தவுடன் அந்த வாசனை ரஃபியிடமிருந்து வருவதை உணர்ந் தான் ரமேஷ். ''என்னடா... உங்கிட்டே இருந்து தான் அந்த வாசனை வருதா?'' என்று சந்தேகத்தோடு ரஃபி யைப் பார்த்துக் கேட்டான்.

''யாரோ சட்டையில் அத்தர் கித்தர் போட்டு விட்டிருப் பாங்க'' என்று சொல்லிக் கொண்டு அந்தப் பக்கம் திரும்பிக் கொண்டான் ரஃபி. ரமேஷுக்குச் சந்தேகம் தீரவில்லை. இவனுக்கு என்னவோ ஆகியிருக்கிறதென்று நினைத்துக் கொண்டான்.

''ஏய் ரஃபி... இங்கே கொஞ்சம் திரும்பு பார்க்கலாம்...'' என்று அவனது முகத்தில் டார்ச் அடித்தான். ரஃபிக்கு முகம் சிவந்தது. கண்களில் கண்ணீர் கோர்த்தது.

''என்ன ரஃபி? என்னாச்சு... ஏன் கண்ணிலே தண்ணி.''

''ஒன்னுமில்லே ரமேஷ்'' என்ற ரஃபிக்குத் தொண்டை அடைத்துக் கொண்டது. கொஞ்ச நேரம் கழித்துப் பேசினான்.

''ரமேஷ்... எனக்கு உயிரு போனா உயிரு குடுக்கறத்துக்கு நீங்க வந்திருக்கீங்க... உங்க கிட்டே பொய் சொல்றத்துக்கு எனக்கு மனசில்லே... சின்ன வயசிலேர்ந்தே தாய் தகப்பன் இல்லாம வளர்ந்தவன் நான்... உங்களை மாதிரி நாலு சினேகிதர்களை விட்டா எனக்கு வேற யாருமில்லே... அதனால நடந்தது ஒன்னையும் உங்ககிட்டேர்ந்து மறைச்சு வைக்க நான் விரும்பலே... எதையோ பாத்து இங்கிலீஷ் கௌடா ஓடி னானே... அது நிஜந்தான்'' என்றான்.

தோழர்கள் நான்கு பேரும் அதரிச்சி அடைந்து நின்றார்கள். ''என்னடா சொல்றே?'' என்று கேட்டார்கள்.

''எனக்கும் பயமாத்தான் இருந்தது. ஆனா நான் ஓடலே. செத்தா சாகறதுன்னு சொல்லிட்டு அங்கியே நின்னேன். அந்த உருவம் அப்பிடியே அசைஞ்சுது... ஆனா அந்த உருவமே ரெண்டு கையையும் நீட்டீட்டு முன்னாலே வந்துது... எனக்கு பயத்திலே எல்லாமே ஒறைஞ்சு போச்சு.''

''அய்யோ... சாமீ...!'' என்று கத்தினான் அங்காரா. அவர்கள் தலை மயிர் குத்திட்டு நின்றது. ''நான் அங்கியே இருந்திருந்தா இதுக்குள்ளே செத்திருப்பேன்'' என்றான் இங்கிலீஷ் கௌடா.

''பக்கத்துலே வந்த போது பாத்தா... ஜெயந்தி! வந்தவ என்னைப் பாத்த ஒடனே கட்டிப் புடிச்சிட்டா...''

''ஹா...!''

''கட்டிப் புடிச்சுட்டாளா?''

''அடடா... அடடா...'' என்ற ஆச்சரியக் குரல்கள் தோழர் குழாமிலிருந்து வெளிப்பட்டன. அவர்களது கட்டுக்கடங்காத உற்சாகம் வெளிப்படையாகத் தெரிந்தது.

''என்னடா சொன்ன...? எதுக்குடா வந்தாள்...?'' என்று சரமாரியாகக் கேள்விகள் கேட்டார்கள்.

''ஒன்னுமில்லே... 'நான் உன்னை விரும்பறேன். என்னைக் கை விட்றாதே... அப்பிடி என்னைக் கை விட்டிட்டீன்னா நான் இந்த லம்பாடிகளோடு சேர்ந்துக்கிட்டு இங்கேர்ந்து ஓடிப்

போயிடுவேன்... வேசி வீடுகள்லே புகுந்துக்குவேன்' அப்பி டீன்னு கட்டிப் புடிச்சுட்டுச் சொன்னாடா... ரொம்ப நேரம் அப்பிடிக் கட்டிப் புடிச்சுட்டே இருந்தோம்... அதுக்குள்ளே நீங்க பேசீட்டு வர்ற சத்தம் கேட்டு, 'சரி... நான் போய்ட்டு வர்றேன்'னு சொன்னாள். விட்டேன். வீட்டுப் பக்கம் போனாள் '' என்றான் ரஃபி.

ரஃபி மூலமாக வந்த ஜெயந்தியின் வாசனை எங்கும் நிரம்பியிருந்தது. இது நிஜம்தானா அல்லது மனப் பிராந்தியா என்று புரியாமல் அவன் பேசுவதைக் கேட்டுக் கொண்டே அங்கே நின்று கொண்டிருந்தார்கள்.

கொஞ்ச நேரம் கழித்து ரமேஷ் பேசினான்.

''ஏண்டா ரஃபி. இவ்வளவு சந்தோஷமான விஷயத்தை எங்கிட்டே சொல்லாம மறைக்கப் பாத்தியேடா ராஸ்கல்'' என்றான்.

''நான் பண்ணினது தப்புத்தாம்பா... தயவு செஞ்சு மன்னிச்சுக்குங்க... நானோ முசல்மான்... அவளோ ஹிந்து... நீங்கெல்லாம் என்ன நெனைச்சுக்குவீங்களோன்னு சொல்லி ஒரே பயமாப் போச்சு... அப்புறம் யோசிச்சுப் பார்த்தா எனக்கு உயிர் போனா உயிர் குடுக்கறத்துக்கு வந்தவங்க கிட்டே பொய் சொல்லீட்டுமோன்னு வருத்தமாப் போச்சு... இனிமேல் உங்க கிட்டே எதையும் மறைச்சு வைக்க மாட்டேன்.'' என்றான். நண்பர்கள் எல்லோரும் ஒரு புதிய சக்தி கிடைக்கப் பெற்ற வர்களைப் போல ஆனந்தப்பட்டார்கள்.

வயித்தெரிச்சல் பட்டுக் கொண்டு நம்மிடம் வெறுப்புக் காண்பித்தால் என்ன செய்வது என்ற யோசனையில் இருந்த ரஃபிக்குத் தனது நண்பர்கள் மிகுந்த சந்தோஷத்தோடு கெக்க லித்துக் கொண்டு தன்னோடு கை குலுக்குவதைக் கண்டு மிகுந்த ஆசுவாசமும், குதூகலமும் உண்டாயிற்று.

''எப்படிட இருந்தா அவள்?'' என்றான் அங்காரா.

''எப்படிச் சொல்றது... நீ பாக்கலியா?'' என்றான் ரஃபி சங்கோஜத்தோடு.

''நாங்க பாக்கறத்துக்கும் நீ பாக்கறத்துக்கும் வித்தியாசம் இருக்கே... எங்க கிட்டே மறைக்கப் பாக்கறே பாரு...''

''அங்காரா... அவ ஒரு தேவதை தாண்டா... அவளுக்காக எதை வேண்டுமானாலும் தியாகம் செய்யத் தயாரா இருக்கேன்...

எந்தக் கஷ்டத்தையும் தாங்கிக்குவேன்... வேற என்னத்தைச் சொல்றது... எதையும் மறைக்கலே... இதையெல்லாம் எல்லார் கிட்டேயும் சொல்லீட்டிருக்க முடியாது. உனக்கும் இதெல்லாம் ஒரு நாளைக்கு அனுபவமாகும். அப்பப் புரிஞ்சுக்குவே'' என்றான் ரஃபி.

''எங்கே கிடைக்குது அனுபவம்... ஒன்னையும் காணோம்... இந்த ஜன்மமே பாழாப் போச்சு போ...'' என்று மிகுந்த சோகத்தோடு தன்னைத் தானே சபித்துக் கொண்டான் அங்காரா.

''டேய்... நீ பார்த்தது மோகினிப் பிசாசு ஒன்னுமில்லியே... கால் எல்லாம் பூமியிலே இருந்துதா... இல்லே அந்தரத்துலே தொங்கிச்சா... அணைச்சிட்டிருந்தவளைச் சரியாப் பாத்தியா?'' என்றான் இங்கிலீஷ் கௌடா.

''ஆமா... ஆமா... தொட்டு... தடவி...''

''ஆ... ஆ... எங்கெல்லாம்...''

''டேய் இங்கிலீஷ் கௌடா... எனக்கு ஒன்னுமே தெரிய லேடா... இந்த இடமுண்டு இலலே... எல்லா எடத்துலேயும்... எனக்கு சித்தம் கலங்கிப் போச்சு...'' என்றான் ரஃபி.

நண்பர்கள் எல்லோரும் பரவசமானார்கள். அவர்களையே உடம்பு பூராவும் யாரோ தொட்டுத் தடவிய மாதிரி அனுபவப்பட்டார்கள். ''அடிச்சுது பார்ரா... உனக்கொரு சான்சு'' என்று சொல்லிக் கொண்டு அவனுடன் கை குலுக்கினார்கள்.

அப்போது கெசரூர் பக்கமிருந்து 'தொம்'மென்று ஒரு பெரிய சத்தம் கேட்டது. நிலமே அதர்கிற மாதிரி, காதைக் கிழிக்கிற மாதிரி இருரந்த அந்தச் சத்தத்தால் அருகிலிருந்த மலைகள் கூட அதிர்ந்தன.

அத்தியாயம் 36

சுலைமான் பேரி கூட்டத்தார் பிரீடர் முகமதுவைத் தீர்த்துக் கட்ட முடிவு செய்தான். இந்தத் தீர்மானத்தைச் சிபாரிசு செய்தவன் அப்பாஸ்தான். முகமதுவைத் தீர்த்துக் கட்டி விட்டால் பிறகு தொல்லைகள் அதிகம் இராது என்று அவனுக்கு நன்றாகத் தெரிந்திருந்தது. முகமது முசல்மானாதலால்

அவனைக் கொலை செய்தவர்கள் ஹிந்துக்களாகத்தான் இருக்க வேண்டுமென்று ஊர் சந்தேகப்படும். மேலும் முகமது இந்த ஊரைச் சேர்ந்தவன் அல்ல. அவனது மரணத்திற்கு எதிர்ப்பு, ஆர்ப்பாடங்கள் பெரிதாக எதுவும் இருக்காது. மூன்றாவது 'இந்த ஊரே எனக்குப் புடிக்கல்லே... சீக்கிரம் இதை விட்டுப் போகணும்' என்று ஊரில் இருப்பவர் எல்லோருடனும் அவன் சொல்லிக் கொண்டிருந்ததால் அவனது மறைவு யாருக்கும் பெரிய சந்தேகத்தைத் தோற்றுவிக்காது. இதையெல்லாம் மனதில் கொண்டு தான் முகமதுவின் கொலையைத் திட்டமிட்டுக் கொண்டிருந்தான் அப்பாஸ்.

'உண்ட வீட்டுக்கு ரண்டகம் செய்து விட்டான்' என்ற அபிப்ராயம் முகமதுவின் மீது அப்பாஸ் பேரிக்கு இருந்தது. முள் புதருக்குள் இருக்கிற சாம்பிராணி மரத்தைக் காண்பிப்ப தற்காகக் கூட்டிக் கொண்டு போகிறாயா என்று பாடீலர் அந்த லம்பாடியைக் கேட்ட விஷயத்தை அவன் இக்பால் சாயிபுவிடம் பேசிக் கொண்டிருந்த போது சொல்லி விட்டான். அது சாயந்திரத்துக்குள் சுலைமான் பேரியின் காதுக்குப் போய் விட்டது. அப்பாஸ் பேரியைக் கூப்பிட்டு அவனிடம், ''துரோகி ... நான் கஷ்ட காலத்திலே இருக்கும் போது என்னை ஒரேயடியா முழுக்கடிக்கப் பார்க்கிறயா... எனக்குக் கேடு காலம் வரும் போது உனக்கும் சேர்த்துத்தான் வரும். உன்னை நான் உயிரோடு விட மாட்டேன்'' என்று கொக்கரித்தான். அவனது மிரட்டல்கள் வெற்று மிரட்டல்கள் அல்ல... நிச்சயாக அவற்றைச் செயல்படுத்துவான் என்பதை நன்றாக அறிந்திருந்த அப்பாஸ் பேரி பயத்தால் நடுங்கினான். அதைவிட இன்னொரு விஷயம் அவனுக்கு நன்றாக உறைத்தது. சுலைமான் பேரிக்கு வரும் கேடு தனக்கும் வரும் என்பதுதான் அது.

அந்தக் காட்டுக்குள்ளிருக்கும் முள் புதரின் மீது அப்பாஸ் பேரிக்கும் அக்கறை இருந்தது. ஆளே உள்ளே நுழைந்து போக முடியாத அந்தக் காட்டுக்குள் கொஞ்சம் இடத்தை அவனும் பிடித்து வைத்திருந்தான். பிடித்து வைத்த இடத்தில் கொஞ்சம் கஞ்சாச் செடி போட்டிருந்தான். இன்னும் நான்கைந்து மாதங் களுக்குள் லட்சக் கணக்கான ரூபாய் வருமானம் தரக் கூடிய பயிர் இப்போது பாழானால்... கதி?

அங்காடி என்கிற புலனாய்வுத் துறை அதிகாரிதான் பாடீலருடன் சேர்ந்து கொண்டு இந்தச் சதியைத் திட்டமிட்டிருக் கிறான். அந்தப் பரதேசி... துரோகி... பிரீடர் முகமது நமது பிடியிலிருந்து தப்பிப் போனவன். அது மட்டுமில்லை. தன்னிடம் கத்தியைக் காட்டி மிரட்டியவர்கள் சுலைமான் பேரியின் ஆட்கள்தான் என்பது முகமதுவுக்குத் தெரியும். அதையும் அவன் இப்போது சொல்லி விட்டால்... அப்பாஸ் பேரி கோபத்தில் புழுங்கினான்.

பிறகு ஒரு மாதிரி சமாதானமடைந்து சுலைமான் பேரியிடம் போய், ''அந்தச் சைதான் முகமதுவைத் தீர்த்துக் கட்டி விடுகிறேன். ஒரு வாய்ப்பு கொடு'' என்று கேட்டான். முகமதுவைக் கொலை செய்வதன் மூலம் தனது ராஜ விசுவாசம் நிரூபிக்கப்படும் என்பது அவன் நம்பிக்கை...

கெசரூரிலிருந்து மங்களூர் வரை போகும் ரோட்டுக்கு தார் போடும் காண்ட்ராக்ட் எடுத்திருந்தான் அப்பாஸ் பேரி. லட்சக் கணக்கான ரூபாய் பெறுமானமுள்ள அந்தக் காண்ட்ராக்ட் வேலையைச் சிறிய சிறிய ரோடுகளுக்கு 'தார்' போடும் ஆட்களைக் கொண்டு செய்விப்பது என்பது முடியாத காரியம். எனவே, தாரை உருக்கிப் பரவலாகத் தெளிப்பதற்கு ஒரு எந்திரமும், ஒரு ரோடு என்ஜினும் மங்களூலிருந்து வாடகைக்குப் பிடித்துக் கொண்டு வந்தான்.

அடுத்த நாள் காலையிலிருந்தே தார் போடும் வேலை தொடங்கியது. முந்தைய நாள் ராத்திரியே தார் உருக்குவதற்குத் தீ போட்டார்கள். முகமதுவைக் கொலை செய்து ஊது உலையாக எரியும் அந்தத் தார் பீப்பாய்க்குள் சடலத்தைத் தூக்கிப் போட்டு விட வேண்டுமென்பது அப்பாஸ் பேரியின் திட்டம். பிறவிக் கொலைகாரனான அப்பாஸ் பேரி திட்டம் முழுவதையும் துல்லியமாகத் தயார் செய்தான். இந்த வேலைக்காகத் தனது கஞ்சாத் தோட்டத்தில் காவல் இருக்கும் யாகூப்பைத் தயார் செய்தான். யாகூப் நல்ல உடல்கட்டு உடையவன். அடிப்படை யில் ஒரு முட்டாள். காவல் காப்பதைத் தவிர அவனுக்கு வேறொன்றும் தெரியாது. சுலைமான் பேரியின் பணபலமும் அவனுக்குத் தேவையான ஊக்கத்தைக் கொடுத்து வந்தது.

பிரீடர் முகமதுவைக் கத்தியைக் காண்பித்து மிரட்டியவன் அவன்தான்... அப்பாஸ் பேரி அவனிடம் தன் திட்டத்தை

முழுமையாக விவரித்தான். சித்தப்பா, ஹெக்டே இருவருக்கும் கெசரூரிலேயே வீடு இருக்கிறது. முகமது மட்டும் கெசரூரின் ஓட்டல் ஒன்றில் சாப்பிட்டு விட்டு இருட்டிய பின் தனியாக ஊருக்குப் போவான். அப்படி அவன் தனியாகப் போய்க் கொண்டிருக்கும் போது வழியில் அவனை மடக்கிக் கொலை செய்து தார் காய்ச்சும் எந்திரத்தின் உலைக்குள் போட்டு மூடி விட வேண்டுமென்ற திட்டத்தை யாகூபுக்கு விவரித்தான். இது வரை கஞ்சாத் தோட்டத்தைக் காவல் காப்பது என்ற எந்திரத் தனமான வேலையைச் செய்து வந்த யாகூப்புக்கு இந்தப் புதிய வேலை மிகுந்த உற்சாகத்தைத் தந்தது.

யாகூப் தார் போடும் வேலை செய்பவர்களிடம் சென்றான். நாளைக்கு அதிகாலையிலேயே தார் போடும் வேலையைத் தொடங்க வேண்டும்... அதற்குத் தார் ரெடியாக வேண்டி யிருப்பதால் இப்போதே தார் உருக்கும் எந்திரத்திற்குத் தீப் போட்டு விடும்படியும் சொன்னான்... இவன் நமது காண்டி ராக்டரின் ஆள் என்று நினைத்துக் கொண்ட வேலையாட்கள் தார் உருகும் அளவுக்குத் தேவையான நெருப்பு வேண்டி உலைக்குத் தீ மூட்டினார்கள்.

பிறகு அங்கிருந்து அரை மைல் தூரமுள்ள தங்களது கூடாரங்களுக்குச் சென்றார்கள். தார் பீப்பாய்களின் தகரங்களைக் கொண்டு கூரை போடப்பட்ட வீடுகளில் முடங்கினார்கள். முகமது வரும் நேரம் நெருங்கிக் கொண்டிருந்தது. யாகூபும் வேறு மூன்று அடியாட்களும் எந்திரத்தின் உலையைப் பார்த் தார்கள். தேவையான அளவு நெருப்பு இருப்பதாகத் தெரிய வில்லை. இதற்குள் முகமதுவின் சடலத்தைத் தூக்கிப் போட்டால் பிணம் பாதி வெந்தும் வேகாமலும் போய் விஷயம் ஊருக் கெல்லாம் தெரியும் என்பதில் சந்தேகமில்லை. அவனுக்கு எரிச்சல் வந்தது. எந்த நேரத்திலும் முகமது வந்து விடலாம். அவனது பிணத்தை வைத்துக் கொண்டு தீயை வளர்த்திக் கொண்டிருப்பது முடியாத காரியம். தீயை நன்றாக வளர்த்துமாறு தனது அடியாட்களைப் பார்த்துச் சொன்னான்.

தீ மூட்டுவதற்கான விறகுக் கட்டைகள் அங்கேயே அடுக்கி வைக்கப்பட்டிருந்தது. அதிலிருந்து விறகுக் கட்டை களை எடுத்து அடுக்கத் தொடங்கினார்கள். ஒரு பக்கம் முகமது

வருகிறானா எனப் பார்த்துக் கொண்டு, இன்னொரு பக்கம் தீ மூட்டுவதை மேற்பார்வை பார்த்துக் கொண்டிருந்தான். உள்ளுக் குள் எதையோ முனகிக் கொண்டும், வெளியே அவர்களை மிரட்டிக் கொண்டும் வேலை தொடர்ந்தது. ரொம்ப நேரமாகி யும் முகமது வரவே இல்லை. தீ 'தகதக' என்று கொழுந்து விட்டு எரிந்து கொண்டிருந்தது... கொஞ்ச நேரத்திலேயே பீப்பா யிருந்த தார் 'தளக் தளக்' எனக் கொதிக்க ஆரம்பித்தது. முகமது எரிந்து சம்பலாகிற வரை அந்த உலையடுப்புத் தீ நன்றாக எரிய வேண்டுமே...

அந்த நால்வரின் மனசு முழுவதும் மிருக வெறி கொண்ட கொலைப் பாதகமே நிறைந்திருந்தது. அதை எப்படி நிறை வேற்றுவது என்பதைப் பற்றிய யோசனையிலேயே முழுகியிருந் தால் அவர்கள் அந்த எந்திரத்தின் அழுத்த அளவையைக் காட்டும் மீட்டரின் முள்ளைப் பார்க்கவே இல்லை எந்திரத்தி லிருந்து வெளியே ஒரு பைப் மூலமாக வெளியே நீட்டப்பட்டுப் பொருத்தப்பட்டிருந்த அந்த மீட்டரின் மேல் ஒருத்தன் வெக்கை தாளாமல் தனது சட்டையைக் கழற்றிப் போட்டிருந்தான். அது மீட்டரை முழுவதுமாக மறைத்து விட்டிருந்தது. அதைப் பார்த் திருந்தாலும் அவர்களுக்கு ஒன்றும் புரிந்திருக்காது.

அந்த எந்திரத்தை இயக்கும் வேலையாட்களுக்கு மட்டுமே மீட்டரின் முள் அளவு காட்டும் அபாய கட்டம் என்னவென்று தெரியும். இப்போது இவர்களுக்கு ஒரு நோக்கம மட்டுமே முதன்மையாக இருந்தது. முகமதுவின் பிணத்தைத் தூக்கிப் போட்ட உடனே அது எரிந்து சாம்பலாகி விட வேண்டும். அழுத்தம் அதிகமாக ஆக 'முள்' ஏறிக் கொண்டே இருந்தது. ஏறிக் கொண்டே போய் ஒரு கட்டத்தில் நின்றே விட்டது. அவர்கள் கண்களைச் சுருக்கிக் கொண்டு முகமது வருகிறானா என்று ரோட்டைப் பார்த்துக் கொண்டே இருந்தார்கள். அவனைச் சபித்துக் கொண்டே தீயை எரித்துக் கொண்டிருந்தார்கள்.

கொதிக்கும் தாரின் அழுத்தம் அதன் விதிக்கப்பட்ட அளவை மீறியது. அழுத்தத்தைத் தாங்க முடியாத எந்திரம் வெடித்துச் சிதறியது. கொதித்துக் கொண்டிருந்த தாரோடு பீப்பாயும் எகிறிக் கொண்டு மேலே போனது. வெடித்த சப்தம் காடு, மலை என எங்கும் எதிரொலித்தது. அந்த நான்கு பேரும்

வெறும் சத்தத்தை மட்டுமே கேட்டார்கள். சத்தத்தைத் தொடர்ந்து அவர்கள் மீது கொதிக்கும் 'தார்' மழை கொட்டத் தொடங் கியது.

எரியும் தார் உடம்பு முழுவதும் படர்ந்ததால் அதன் மீது ஜ்வாலை பட்டு அங்கும் தீ பற்றத் தொடங்கியது. தங்களது உடம்பு, கையெல்லாம் தீ ஏறுவதைக் கண்ட ஆட்கள் வீதி யெங்கும் ஓடிப் போய் மணலின் மீது உருண்டு புரண்டார்கள். தாரின் மீது ஒட்டிய மணல் காயத்திற்கு பிளாஸ்டர் போட்ட மாதிரி இருந்தது. கண் இமைகள் மீது தார் ஒட்டிக் கொண் டதால் கண்களைத் திறக்க முடியவில்லை.... உடம்பெல்லாம் பயங்கர எரிச்சல்... ''அய்யோ... அம்மா...'' என்று அலறிக் கொண்டு ஊருக்குள் ஓடத் தொடங்கினார்கள். ஓடும் பொழுதே பாதத்தில் ஒட்டியிருந்த தார் சதையை வேக வைத்து சதையோடு சேர்த்து உரியத் தொடங்கியது.

இந்த அடியாட்கள் அங்கு போன விஷயம், எந்திரம் வெடித்தது, தார் சிதறியது போன்ற விஷயங்கள் ஒன்றும் ஊர்க்காரர்களுக்குத் தெரியாது. இறந்து போன இவர்கள் எந்த மதத்தைச் சேர்ந்தவர்கள் என்பது தெரியாமல் குழம்பி கடைசி யில் இந்துக்கள் மயானத்தில் புதைத்தார்கள். தன்னைத் தீர்த்துக் கட்டுவதற்காக இந்துக்கள் செய்த சூழ்ச்சி அது என்று அப்பாஸ் பேரி பேசத் தொடங்கினான். ரோடு வேலை செய்பவர்கள் கொடுத்த வாக்குமூலத்தில், ''யாரோ சாயிபுகள் வந்து எங்களைத் தார் அடுப்புக்குத் தீ போடச் சொன்னார்கள். அதனால் நாங்கள் தீப் போட்டோம்'' என்று சொன்னதை வைத்து, இது சாயிபு களுடைய வேலைதான் என்று இந்துக்கள் சொல்லத் தொடங்கினார்கள். கெசரூர் மொத்தத்திலுமிருந்த தார் இப்படி மதத் துவேஷம் என்னும் காட்டுத் தீயில் பட்டுக் கரைந்தது.

அத்தியாயம் 37

மெஜிஷீயன் முத்து கூடாரத்துக்குள் சுகமான நித்திரையில் இருந்தான். அவனுக்கும் தார் பீப்பாய் வெடிக்கும் சத்தம் கேட்டது. வாரிச் சுருட்டிக் கொண்டு எழுந்து உட்கார்ந்தான். தான் வைத்திருந்த 'கண்ணி வெடி'யை பன்றிகள் சாப்பிட்டதால்

அவை வெடித்து இந்தச் சத்தம் உண்டாகியிருக்கிறதென நினைத்துக் கொண்டான். இருந்தாலும் அவனுக்கு இலேசாக ஒரு சந்தேகம் தோன்றியது. ‘கண்ணி வெடிச் சத்தம், துப்பாக்கி வெடிப்பதைப் போலவோ, பட்டாசு வெடிப்பதைப் போலவோ தான் இருக்கும். ஆனால், இந்தச் சத்தம் பாறையை வெடி வைத்துத் தகர்க்கிற மாதிரி பலமான சத்தமாக இருக்கிறதே. ஒரு வேளை தூக்கத்தில் கேட்டதால் இப்படிக் கேட்டதோ...?'' என யோசித்துக் கொண்டே கூடாரத்துக்குள் நடமாடினான். அவன் நரிகளைப் பிடிப்பதற்காகச் சிவப்புப் பட்டாசு மருந்து, கருங்கல் பொடி இரண்டையும் சேர்த்து உருண்டை உருண்டையாகப் பண்ணி வெயிலில் காய வைத்திருந்தான். காய்ந்த உருண்டை களை ஒன்றோடொன்று உரசினாலே பொறி ஏற்பட்டு வெடித்து விடும். இந்த உருண்டைகளை ஆட்டுக் கொழுப்பு போன்ற ஒரு பொருளுடன் சேர்த்துச் சுற்றி வைத்து விட்டால் அந்த வாசனைக்காக வருகிற நரிகள் கொழுப்பைத் தின்னும் போது ‘வெடி' படாரென்று வெடித்துச் சாகும். இந்த வெடிகளெல்லாம் சாதாரண வெடிகள்தான். இந்தத் தடவை பெரிய காட்டுப் பன்றிகளைப் பிடிப்பதற்கு உருண்டைகளைக் கொஞ்சம் பெரிதாகப் பிடித்து வைத்திருந்தான். வெடிச் சத்தத்தைக் கேட்ட போது, ‘ஓ பெரிய பன்றி சிக்கியிருக்கிறது' என்று சந்தோஷப் பட்டான்... கூடவே சந்தேகமும் இருந்தது.

மசூதிக்குப் பக்கத்திலுள்ள காட்டுமுள் புதருக்குப் பக்கத்தில் சுரங்கம் போன்ற ஒரு பாதை இருந்தது. முத்துவும், பாபுவும் சாம்பிராணி மரத்தைக் காண்பிப்பதற்காக பாடீலரைக் கூட்டிக் கொண்டு வந்த போது அந்தப் பாதையைக் கவனித் தார்கள். அப்பாஸ் பேரி தனது கஞ்சாத் தோட்டத்திற்குப் போவ தற்காகப் போடப்பட்ட சுரங்கப் பாதைதான் அது. அதற்குள் நுழைந்து கொஞ்ச தூரம் போய்ப் பார்த்த முத்துவும், பாபுவும் அது சாம்பிராணி மரத்துக்குப் போகும் பாதை தான் என்று கண்டுபிடித்தார்கள். அந்த வழியாகவே பாடீலரைக் கூட்டிக் கொண்டு வரலாம் என்று முடிவு செய்தான் பாபு. அந்த வழி யாகவே திரும்பி வந்த போது காட்டுப் பன்றிகள் புழுக்களைத் தின்பதற்காக நிலத்தைச் சுத்தமாக உழுத மாதிரி தோண்டிப் போட்டிருப்பது தெரிந்தது. பன்றிகளை வெடி வைத்துக் கொல்

வதற்கு இது சரியான இடம் என்று குறித்துக் கொண்டான். இதற்காகவே பெரிய பெரிய வெடிமருந்து உருண்டைகளைத் தயார் செய்து, அவற்றை கொழுப்பில் சுற்றி சாயங்காலமே வந்து யாருக்கும் தெரியாமல் அவற்றை அங்கே வைத்து விட்டுச் சென்றிருந்தான். மொத்தம் மூன்று உருண்டைகளை வைத்து, வைத்த இடங்களில் அடையாளமும் வைத்திருந்தான்.

நடுராத்திரியில் வெடிச் சத்தம் கேட்டு எழுந்து உட்கார்ந்த முத்து பன்றி வெடிக்கத் தப்பி தன்னைச் சுதாரித்துக் கொண்டு அங்கிருந்து தப்பி அங்குமிங்கும் அலைந்து கொண்டிருக்குமோ என்ற நினைப்பிலேயே ராத்திரி முழுவதையும் கழித்தான். விடி காலையில் ஒளிக் கீற்றுகள் நிலத்தில் விழுவதற்கு முன்னமேயே யாருக்கும் காத்திராமல், காட்டை நோக்கி ஓடினான். பாபு கூடாரம் பக்கம் வந்து பார்த்த போது முத்து அங்கே இல்லை. பாபு நேராக ஆராய்ச்சி நிலையம் போய் பாடீலரைப் பார்த்து சாம்பிராணி மரத்துக்குப் போகும் திசையில் பாதை ஒன்று தெரிவதாகவும், மறுநாள் அதை நன்றாகப் பார்த்துத் தெரிந்து கொண்ட பிறகு, அதற்கடுத்த நாள் அவரைக் கூட்டிக் கொண்டு போவதாகவும் சொன்னான். அடுத்த நாளுக்கு அடுத்த நாள் காலையிலேயே மசூதிக்குப் பின்புறம் தனக்காகக் காத்திருக்கு மாறு திட்டங்கள் வகுத்துக் கொடுத்து விட்டுப் புறப்பட்டான்.

இங்கே விடியற்காலையிலேயே காட்டு முள் புதருக்குப் பக்கம் முத்து வந்து விட்டான். பன்றிகள் எங்காவது செத்துக் கிடக்கிறதா என்று அங்குமிங்கும நோட்டமிட்டான். ஒன்றையும் காணவில்லை. காயம் பட்ட பன்றிகள் எதுவும் எழுந்து அங்கு மிங்கும் அலைந்து திரிந்ததற்கான எந்த அடையாளமும் அங்கே இல்லை. வெடி மருந்து உருண்டைகளைப் பன்றிகள் தொடவே இல்லையென்ற முடிவுக்கு வந்து உருண்டைகளைத் தேடினான். இரண்டு உருண்டைகள் கிடைத்தன. அதில் ஒரு உருண்டையில் சுற்றியிருந்த கொழுப்பை ஏதோ ஒரு பிராணி தின்று விட்டு வெறும் உருண்டையை மாத்திரம் விட்டு விட்டுப் போயிருந்தது. மூன்றாவது உருண்டையை வைத்த இடத்திற்குப் போனான். அவன் உடலெங்கும் கொதிக்கும் நீரைக் கொட்டியது போலா யிற்று. உருண்டை மாயமாய் மறைந்திருந்தது.

சிதம்பர ரகசியம்

சுற்றிலும் இலை, குப்பை, சருகுகளாக நிறைய குவியல்கள் இருந்தன. முத்து நின்றவன் அப்படியே நின்று கொண்டிருந்தான். காலை முன்னே ஒரு எட்டு வைக்கவும் பயமாக இருந்தது. காலுக்கடியில் உருண்டை இருந்து சிக்கிக் கொண்டால் என்ன செய்வது? மேலே கையை நீட்டி மரத்திலிருந்து ஒரு குச்சியை முறித்தான். அதையே விளக்குமாறு போலச் செய்து கொண்டு முன்னாலிருந்த இலை குப்பைகளையெல்லாம் கூட்டிப் பெருக்கி, அங்கேயே முன்னாலும் பின்னாலும் தேடிப் பார்த்தான். ஒன்றையும் காணவில்லை. எவ்வளவு நன்றாகத் தேடிப் பார்த்தும் பிரயோஜனமில்லை. புதைத்து வைத்த இடத்தை மறந்து விட்டோமோ என்று யோசித்து யோசித்துத் தலை வலியே வந்து விட்டது. மற்ற இரண்டு வெடிகளையும் விட மூன்றாவது வெடியை வைத்த இடம் அவனுக்கு மிக நன்றாக நினைவிருந்தது.

மிகப் பயங்கரமான வெடி குண்டு அது. பிளாஸ்டிக் காகிதத்தில் சுற்றி வைக்கப்பட்டிருந்த அதை அங்கேயே விட்டு விட்டுப் போனால் என்றாவது ஒரு நாள் யாரையாவது கொல்லும் என்பதில் சந்தேகமே கிடையாது. எவ்வளவோ தேடியும் கிடைக்கவில்லை. எவ்வளவு கஷ்டப்பட்டுத் தயாரித்த வெடி அது. ரொம்பவும் விசனப்பட்டுப் போன முத்து மீண்டும் கூடாரத்திற்குத் திரும்பி வந்தான். தன்னையொத்த வயதுடையவர்களையெல்லாம் பார்த்து நடந்த விஷயத்தைச் சொன்னான். வெடிகுண்டு காணாமல் போன விஷயம் அந்தக் கும்பல் முழுவதற்கும் பீதியை உண்டு பண்ணியது. பெரியவர்கள் எல்லோரும் அவனைக் கண்ட மேனிக்குத் திட்டினார்கள். இவனோடு கூடப் போய் மீண்டும் தேடவும் அவர்களுக்குப் பயம். உருண்டை எங்கே இருக்கிறது என்று யாருக்குத் தெரியும்? போடக் கூடாத இடத்தில் போட்டிருந்து அது வெடித்து, கடுமையான விளைவுகள் ஏற்பட்டால் நாம் எல்லோரும் கூண்டோடு ஜெயிலுக்குப் போக வேண்டும் என்று நினைத்த பெரியவர்கள் எல்லோரும் மீண்டும் மீண்டும் அவனைத் திட்டினார்கள். எல்லோருக்கும் அழுகை வரக் கூடிய அளவுக்குத் துக்கம் மிகுந்தது. ஒரு வழியும் புலப்படவில்லை.

இதற்கிடையில் அந்த லம்பாடிக் கூட்டத்தைச் சேர்ந்த லம்பாடி ஒருவன் வேகமாக ஓடி வருவதைப் பார்த்தார்கள். உருண்டையால் தான் ஏதோ அசம்பாவிதம் நடந்திருக்கிறது என்று யூகித்து எல்லோரும் அங்கிருந்து ஓடத் தொடங்கினார்கள். ஆனால், அந்த லம்பாடி இன்னொரு கெட்ட செய்தியைக் கொண்டு வந்திருந்தான். தாங்கள் பிடித்துக் கொண்டு வந்திருந்த நரிகளின் தலையையெல்லாம் ஊருக்குப் பக்கத்திலுள்ள ஒரு பாழுங் கிணற்றில் போட்டிருந்தார்கள்.

கிருஷ்ணே கௌடா தன் மனைவியை அழைத்து வருவதற் காகக் கொஞ்சம் பேரை அவள் அம்மா வீட்டிற்கு அனுப்பி யிருக்கிறான். அவர்கள் அங்கே போய்ப் பார்த்து விட்டு அங்கே இல்லையென்று வந்து சொன்னார்கள். கௌடா பயந்து நடுங்கி இவள் எங்கேயாவது குளம் குட்டைகளில் விழுந்து தொலைந்து விட்டானோ என்று நினைத்து எல்லா இடங்களிலும் தேடியிருக் கிறான். இந்தப் பாழுங் கிணற்றிலும் பார்த்த போது அதில் இவர்கள் போட்ட நரித் தலைகளின் மண்டையோடுகள் குவிய லாகக் கிடந்திருக்கின்றன. இது வேறு ஒரு சந்தேகத்தைக் கிளப்பியது.

இது வரைக்கும் இந்தச் சாயிபுகள் ஆட்டுக் கறி என்று சொல்லி நாய்க் கறியை நமக்குக் கொடுத்து வந்திருக்கிறார்கள் என்று இந்துக்கள் நம்பினார்கள். பேருக்கு ஒன்றிரண்டு ஆடுகளை அறுப்பது, பிறகு நாய்க் கறியை அதனோடு கலந்து விடுவது என்று வியாபாரம் நடந்திருக்கிறது. இந்துக்களின் கூட்டம் திரண்டது. இந்த சாயிபுகளைத் தொலைத்துக் கட்டி திதி பண்ண வேண்டும் என்று ஒரு கூட்டம் காத்திருப்பதாக அந்த லம்பாடி சொன்னான்.

நாடோடி லம்பாடிகள் கூட்டத்திலிருந்த கிழவன் ஒருவன் பேசினான். "நாங்கள் தான் நரித் தலையை அதில் போட் டிருந்தோம் என்று சொல்லி விட்டு வரலாம். நாம் செய்த ஒரு காரியத்திற்கு இன்னொருவர் ஏன் பாதிக்கப்பட வேண்டும்?" என்று சொன்னான். அவனது பேச்சை எல்லோரும் ஒத்துக் கொண்டார்கள். நான்கைந்து பேர் எழுந்து அவரை நோக்கிச் சென்றார்கள்.

வழியில் 'தலைவலி' ஆச்சாரியைப் பார்த்தார்கள். அவன் சீதா என்னும் லம்பாடியைப் பார்ப்பதற்காகக் கிளம்பிக் கொண்

டிருந்தான். இவர்களைப் பார்த்த போது என்ன, ஏது என்று விசாரித்தான். விஷயத்தைத் தெரிந்து கொண்ட பிறகு, ''பேசாமத் திரும்பிப் போங்க... ஜனங்கள் ரொம்ப ஆக்ரோஷத்தோட இருக் காங்க... நீங்க போய் என்ன சொன்னாலும் உங்க பேச்சை அவங்க கேக்கற மாதிரியில்லே... இந்துக்களே உங்களைத் தொலைச்சுப் போடுவாங்க... இதுக்குள்ளே கலாட்டா ஆரம்பிச் சிருந்தா உங்களால தான் கலாட்டா ஆரம்பமாச்சுன்னு சாயிபுகள் உங்களைச் சும்மா விட மாட்டாங்க... இவங்க ரெண்டு பேர் கிட்டேர்ந்து தப்பிச்சாலும் போலீஸ் உங்களை விடுமா? வாக்குமூலம் அது இதுன்னு உயிரை எடுத்துருவாங்க... வாயை மூடீட்டுத் திரும்பிப் போறது தான் நல்லது. நாலு பேரு சாயிபுக தலை விழுந்துதுன்னா அதனால உங்களுக்கு என்ன போச்ச? அவங்களுக்கு கொழுப்பு ஜாஸ்தியாகிப் போச்சு... கொஞ்சம் இறங்கட்டும்.''

லம்பாடிகளுக்கு பயம் இன்னும் அதிகமாயிற்று. ஏற்கனவே முத்து ஒரு மாபெரும் தவறைச் செய்து விட்டான். இப்போது இன்னொரு தப்பும் நடந்து விட்டது. லம்பாடி பாபு வந்து என்ன ஏது என்று விசாரித்து எல்லாவற்றையும் தெரிந்து கொண்டான். ஆச்சாரி போன பிறகு அவர்கள் எல்லோரும் உட்கார்ந்து மறுபடி யும் கூட்டாலோசனை நடத்தினார்கள். கடைசியில் சாயங் காலத்துக்குள் ஊரை விட்டுப் போவதைத் தவிர வேறு வழியே இல்லை என்று முடிவு செய்தார்கள்.

லம்பாடிப் பெண்கள் எல்லோரும் வெளியே மேயப் போன கோழிகளைத் தேடிப் போனார்கள். ஆண்கள் தங்கள் பொதிகளைச் சுமக்கிற கழுதைகளைத் தேடிக் கொண்டு போனார்கள். சிலர் கூடாரங்களைப் பிரிக்க ஆரம்பிக்கவும் மற்றும் சிலர் சாமான்களை மூட்டை கட்டும் வேலையைச் செய்யவும் ஆரம்பித்தார்கள்.

பாபு மட்டும் இக்பால் சாயிபுவைப் பார்க்க ஓடினான். இக்பால் சாயிபு பாபுவுக்குக் கொஞ்சம் பணம் பாக்கி தர வேண்டியிருந்தது. அதை வசூலிக்கவே இந்த ஓட்டம்.

இக்பால், ''இன்னைக்கு இல்லே... நாளைக்கு வா'' என்றான்.

''இன்னைக்கு கொஞ்சம் அர்ஜெண்டா வேணுமுங்களே.''

''ஏன்? வேன்னா கொஞ்சம் இப்பத் தர்றேன்... மிச்சத்தை நாளைக்கு வந்து வாங்கீட்டுப் போ...''

''நாளைக்கு நான் ஊர்லயே இருக்கு மாட்டேன்.''

''ஏண்டா... ஊரை விட்டுப் போறீங்களா...?''

பாபு தனது தப்பை உணர்ந்தான்... ''இல்லே... இல்லே... அப்பிடியொன்னுமில்லே... நாளைக்கு பாடீலரையும் இன்னும் ரெண்டு பேரையும் காட்டுக்குள்ளே கூட்டீட்டுப் போகணும்'' என்றான்.

''ஓ... அப்பிடியா... குடுத்திர்றேம்பா... உன் பணத்தை... இரு... பக்கத்துக் கடையிலேர்ந்து வாங்கித் தர்றேன்'' என்று இக்பால் சாயிபு பணத்தை வாங்கிக் கொடுத்து விட்டான். பணத்தை வாங்கிக் கொண்ட பாபு வந்த வேகத்தில் திரும்பினான்.

அத்தியாயம் 38

நாளை கழிந்து மறுதினம் ஆராய்ச்சி நிலையத்து பாடீலரையும், இன்னும் இரண்டு பேரையும் பாபு காட்டு முள் புதரைப் பார்க்கக் கூட்டிக் கொண்டு போகிற விஷயம் அன்று ராத்திரிக்குள் அப்பாஸ் பேரிக்கும், சுலைமான் பேரிக்கும் போய்ச் சேர்ந்து விட்டது. பாடீலர் கோஷ்டி என்ன விதமான வேலைகளில ஈடுபட்டிருக்கிறார்கள் என்பது குறித்து அப்பாஸ் பேரிக்கும், சுலைமான் பேரிக்கும் இப்போது எந்தவிதமான சந்தேகமும் இருக்கவில்லை. முழுக் கதையையும் அவர்கள் யூகித்துக் கொண்டார்கள். அதற்குத் தகுந்த மாதிரியே சம்பவங் களும் சாட்சிகளும் அமைந்து கொண்டிருந்தன. அவர்களது கழுத்துக்குக் கத்தி வந்திருக்கிற மாதிரிதான் தெரிகிறது. மனசு தடுமாறிப் போன அப்பாஸ் பேரி, சுலைமான் பேரியைப் பார்த்தான். இருவரும் ஒரே திட்டம் தான் போட்டிருந்தார்கள். நன்றாக யோசித்தே இத்திட்டத்தைப் போட்டிருந்தார்கள். காட்டுக்குள் மூன்று நான்கு திசைகளிலிருந்து தீயைப் போட்டுக் கிளப்பி விட்டால் அதற்குள்ளிருக்கிற எல்லா காட்சி ஆதாரங் களும் வெந்து சாம்பலாகிப் போகும். சரியான நிரூபணங்கள் இல்லா விட்டால் பிறகு அவர்கள் விசாரணையைத் தொடர்ந்து நடத்திக் கொண்டு போவதென்பது மிகவும் கஷ்டம்.

அப்பாஸ் பேரியின் பதற்றத்தைக் கண்ட சுலைமான் பேரி அவனைக் கையமர்த்தி நிதானமாகச் சொன்னான். ''அர்ஜண்டு பண்ணாதே அப்பாஸ்... நாளைக்கு நல்லா வெயில் வந்ததுக் கப்பறம் தீ வைச்சாப் போதும்... அப்பறம் எல்லா வருஷமும் நடக்கிற மாதிரி எங்கியோ ஒரு எடத்துலே தீ நல்லாப் புடிச்சிருக்கும்... வேற எடங்கள்ளாம் அப்பிடியே இருக்கும்... அதுக்குள்ளே இவங்க நடுக் காட்டுக்குள்ளே போயிருவாங்க... சாட்சி ஆதாரம் மட்டுமல்லாமே சாட்சியைத் தேடிப் போறவங் களும் சாம்பலாகியிரணும்... அதுக்கு ஒரு எடத்துலேர்ந்து மட்டும் தீ வைச்சாப் பத்தாது... நாலஞ்சு எடத்துலேர்ந்து வரணும்...''

இந்த மாதிரிப் புதர்கள் ஒவ்வொரு வருடமும் அடர்த்தி யாகிக் கொண்டே போகும் என்பது அவர்களுக்குத் தெரிந் திருக்கவில்லை. எப்போதுமிருக்கிற புதர் தான் என்று நினைத்துக் கொண்டிருந்தார்கள். சுலைமான் பேரியின் திட்டம் அப்பாஸ் பேரிக்கு மிகுந்த மன நிறைவு தருவதாக இருந்தது. இந்த வேலையை யார் பொறுப்பில் விடுவது என்று யோசித்தான்.

கடைசியில் தனது அறுவை மில்லில் கள்ளக் கடத்தல் வேலைகளுக்குப் பயிற்சி கொடுத்திருக்கிற இரண்டு கேரள பேரிகளைத் தேர்ந்தெடுத்தான். இரண்டு பேரும் திறமையான வர்கள். தீ வைப்பதற்கான வழிமுறைகளையெல்லாம் அவர் களுக்கு விஸ்தாரமாகச் சொல்லிக் கொடுத்தான்.

இங்கே கெசரூர் புரட்சிக்காரர்கள் ஐந்து பேருக்கும் ஒரு பயங்கரப் பிரச்சினை உண்டாகியிருந்து. ஜெயந்தி ரஃபியை லவ் பண்ணுகிறாள். ஒரு பெண் தன் காதலை வெளிப்படுத்துவது என்பது சிதம்பர ரகசியம். அந்த சிதம்பர ரகசியத்தை எல் லோருடனும் பகிர்ந்து கொண்டாயிற்று. இனி நடக்க வேண்டி யது என்ன? சினிமாவில் வில்லன்களும், துஷ்டர்களும் இருப் பார்கள். அவர்கள் நாயகனை அடித்துச் சாய்த்து விட்டு நாயகியைக் கடத்திக் கொண்டு போய் வைத்துக் கொண்டு விடுவார்கள். பிறகு நாயகியை மீட்டு வருவதற்காக நாயகன் எல்லா சாகசங்களையும் செய்ய வேண்டும். செய்து நாயகியை மீட்டுக் கொண்டு வரும் நாயகன், ''இறுதி வெற்றி காத லுக்கே...! அன்புக்கு ஒரு போதும் அழிவில்லை'' என்று நிரூபித்து விட்டு ஏராளமான தோழிமார்களுக்கு நடுவில் நடன

மாடிக் கொண்டிருக்கும் நாயகியைக் கட்டிப் பிடித்துக் கொண்டு பாட்டுப் பாடிக் கொண்டிருப்பான்.

ஆனால் இப்போது புரட்சிக்காரர்கள் ஒரு யோசனையும் தோன்றாமல் தாறுமாறாக ஓடுகிற சினிமாவைப் போல ஆனார்கள். வேறெதுவும் தோன்றாமல் கிருஷ்ணே கௌடாவின் மனைவியின் சடலத்தைத் தேடிக் கொண்டிருப்பவர்களோடு கூடச் சேர்ந்து கொஞ்ச நேரம் அங்குமிங்கும் அலைந்தார்கள். அதற்குள் கிருஷ்ணப்பன் மனைவி கெசரூரிலேயே அவளது தங்கையின் வீட்டிலிருப்பதாகத் தகவல் வந்தது. பிறகு வேலை எதுவுமில்லாமல் தார் பீப்பாய் வெடித்த இடத்திற்குப் போய்க் கொஞ்சம் வேடிக்கை பார்த்து விட்டு ஜெயந்தி வந்திருப்பாள் என்று நினைத்து காலேஜுக்குப் போனார்கள்.

ஜெயந்தி காலேஜில் இருந்தாள். புரட்சிக்காரர்கள் அவளது நடை உடை பாவனைகளை நோட்டம் விட்டுக் கொண்டிருந் தார்கள். ஜெயந்தி யாரையும் கண்டு கொள்ளவில்லை. நேற்று ஒன்றுமே சம்பவிக்கவில்லை என்கிற மாதிரி கிளாசுக்குப் போனாள். கிளாசிலும் அதே மாதிரியான பாவனைதான்... ரஃபி சோக மயமானான். தோழர்களிடம் தனக்கிருந்த மதிப்பு மரியாதை யெல்லாம் போய் விட்டதே என வருந்தினான். கிளாசுக்கு வந்திருக்கவே கூடாது என நினைத்தான். அவன் சிநேகிதர்கள் எவ்வளவோ சமாதானம் சொல்லியும் அவன் உற்சாகமடையவே இல்லை.

அடுத்த பீரியடில் ரஃபியைக் காணவில்லை. சந்திரா ரமேஷிடம், ''டேய் ரமேஷ்... என்னடா இந்த சாயிபுவைக் காணோம். மறுபடியும் பாழுங்கிணறு எல்லாத்தையும் தேட வைச்சிருவானா?'' என்று சிநேகிதர்களுக்குத் திகில் உண்டாக்கினான். எல்லோரும் கிளாசுக்குக் 'கட்' அடித்து விட்டு ரஃபியின் ரூமைப் பார்த்து ஓடினார்கள்.

ரஃபி அழுது கொண்டு உட்கார்ந்திருந்தான். ரமேஷுக்குக் கோபம் வந்தது. ''என்ன சீக்கு வந்தததுடா உனக்கு சாயிபு?'' எனக் கேட்டான்.

''ஜெயந்தி என் பக்கம் ஒரு தடவைக் கூடத் திரும்பிப் பாக்கலே... நேத்து என்னைக் கட்டிப் புடிச்சுட்டு அப்பிடி யெல்லாம் பேசினா. இப்ப இப்பிடிப் பண்ணலாமா? உங்க

மூஞ்சிலே முழிக்கறத்துக்கே எனக்கு வெக்கமாக இருக்கு... என்னைப் பேசாமே விட்டிருங்க....'' என்று தேம்பிக் கொண்டே சொன்னான்.

சிநேகிதர்களுக்குப் பயமாகப் போயிற்று. எல்லோரும் வெளியே வந்தார்கள். ஒருவர் முகத்தை ஒருவர் பார்த்தார்கள். ''இதென்னடா விவகாரமாப் போச்சு... அப்படீன்னா நேத்து அவனைக் கட்டிப் புடிச்சது யாரு? அதனோட காலு நெலத்துலே படிஞ்சுதான்னு பாத்திருக்க வேண்டாமா? எல்லாரும் சொல்ற மாதிரி மோகினிப் பிசாசா இருக்குமோ...?'' என்று தனக்குத் தானே பேசிக் கொண்டான் ரமேஷ்.

பிறகு மற்றவர்களுடன் கலந்தாலோசித்து இதை மாஸ்டரிடம், ஜெயராமிடம் தெரிவித்து விட வேண்டும் என்று முடிவு செய்த அவன் ஒருத்தன் மட்டும் டி.பி. பக்கம் போனான். டி.பி.யில் அங்காடி ஒருவன் மட்டும் உட்கார்ந்திருந்தான். ராமச்சந்திராவும், ஜெயராமும் அங்கே இல்லை என்று தெரிய வந்தது. ஜெயராம் கிருஷ்ணே கௌடாவைப் பார்க்கப் போயிருக்கிறானென்றும் ராமச்சந்திராவும் அவன் கூடப் போயிருக்கக் கூடுமென்றும் சொன்னான் அங்காடி.

அங்காடி ஆழ்ந்த சிந்தனையில் இருந்தான். ராத்திரி அவர்கள் பார்த்த அதே கோரக் காட்சி! அந்த நான்கு பேரும் உயிரோடேயே தீப்பந்தங்களாய்ச் சுற்றிச் சுற்றி வந்து கொண்டிருந்தது இன்னும் அவன் கண் முன்னால் சுற்றிக் கொண்டிருந்தது. அங்காடி ரமேஷைப் பார்த்து, ''இங்கே இருக்கிற ஹரிஜனங்களையெல்லாம் முஸ்லிம்களா மத மாற்றம் பண்ணப் போறாங்களாமே...? உனக்கு அதைப் பத்தி ஏதாவது தெரியுமா ...?'' என்று கேட்டான்.

''அப்பிடிப் பண்ணப் போறாங்கன்னு யாரோ சொன்னாங்க... பண்ணட்டும் விடுங்க சார்... எவனோ எந்த மதத்திலியோ சேந்தா நமக்கென்ன...? நான் ஜாதி மதத்தையெல்லாம் எப்பவோ விட்டுட்டேன்...'' என்றான் ரமேஷ்.

''அதுக்கில்லே... அவங்க இந்து மதத்தை விட்டுட்டுப் போறாங்கன்னு நான் கவலைப்படல்லே... இப்பவே நாய்க் கறியைத் திங்க வைச்சுட்டாங்கன்னு கசாப்புக் கடைப் பக்கம் பெரிய கலாட்டா. போலீஸ் வந்து கசாப்பக் கடைக்காரங்களை

யெல்லாம் புடிச்சிட்டுப் போய் 'லாக்கப்'புலே வெச்சிருக்காங்க ... முஸ்லிம் ஏரியாவுகள்லே ஒரு பெரிய கலாட்டா பண்றதுக்கு ஏற்பாடுகள் நடந்திட்டிருக்கு... இந்த சமயத்துலே ஹரிஜனங் களை முஸ்லிமா மாத்தறாங்கன்னு தெரிஞ்சா என்ன ஆகும்...?'' என்றான் அங்காடி.

''இந்த ஊர் நாசமாப் போயிட்டிருக்கு சார்... ஒரு கலகம் வந்து அது புரட்சியா மாறினாத்தான் எல்லாம் சரிப்படும்...''

''இந்த எதிர்ப்பு, கலகம், புரட்சி எல்லாம் வந்ததுன்னா அதனால பாதிக்கப்படறவங்க... சாகறவங்க... நிச்சயமா நிரபராதி களாத்தான் இருப்பாங்க... அதிலெயும் பெண்களும், குழந்தை களும் தான் அதிகம் பாதிக்கப்படுவாங்க... ரௌடிகளும், பொறுக்கிப் பசங்களும் செத்தாங்கன்னா நாம பேசாம இருந் திடலாம்...'' என்றான் அங்காடி. இதையெல்லாம் தீர யோசிக்கும் அளவுக்கு ரமேஷுக்கு நிதானமும், பொறுமையும் இல்லை.

''ஜெயராம் கிருஷ்ணே கௌடா வீட்டுக்கு எதுக்குப் போயிருக்காரு சார்...?''

''அதென்னமோ பேய் நடமாடறதைப் பத்தி அவங்களைப் பார்த்துப் பேட்டி எடுக்கணுமாம்... அதுக்குப் போயிருக்காங்க ...'' என்றான் அங்காடி.

''அப்பிடீன்னா நான் அப்பறமா அவங்களைப் பாத்துக் கறேன் சார்'' என்று சொல்லி விட்டு அங்கிருந்து கிளம்பினான்.

அத்தியாயம் 39

ராமச்சந்திரா ஜெயராம் கூடப் போகவில்கலை. ஜெயராம் கிருஷ்ணே கௌடா வீட்டிலிருந்து திரும்பி வரும் போது டி.பி. பக்கம் வழியில் எதிர்ப்பட்டான். ராமச்சந்திராவோடு கடுமையாகச் சண்டை போட்டான் ஜெயராம்.

''இங்க பாருய்யா... சரியாக பயிற்சி எடுக்காத பசங்களை அங்கே அனுப்ப வேண்டாம்னு சொன்னேன். அதை நீ சீரியஸ்சா எடுத்துக்கலே... இப்ப அந்தப் பசங்களே புதுசா ஒரு பிரச்சி னையை உண்டு பண்ணியிருக்காங்க... உன்னை மாதிரி குருவுக்குத் தகுந்த சிஷ்யனுங்க தான் போ... த்தூ...'' என்று திட்டினான் ஜெயராம்.

''என்ன மாராயா... இண்டர்வியூ என்ன ஆச்சு...? ஏதாவது போக்கிரித் தனம் பண்ணினாங்களா...? கிருஷ்ணே கௌடா ஏதாவது புகார் பண்ணினானா...? என்ன நடந்துதுன்னு சொல் லீட்டு அப்புறமாகத் திட்டுப்பா...'' என்று ராமச்சந்திரன் கொஞ்சம் துடுக்காகவே பேசினான்.

''சொல்றேன்... கேளு... பொதுவா இதையெல்லாம் நான் யாருக்கும் சொல்றதில்லே... ஆனால் நீ நாளைக்குப் பகுத்தறிவு வாதின்னு சொல்லீட்டு எங்கியாவது விசாரணை பண்ணப் போனீன்னா அங்கே இந்த மாதிரி வேலை பண்ணக் கூடாதுங் கறத்துக்குத்தான் இவ்வளவும் சொல்றேன்... கிருஷ்ணே கௌடா ஒருத்தனைத் தவிர வேற யாருமே அந்த வீட்டுலே பேய் விஷயத்தை எடுக்கலே... அவன் மனைவி தனக்கு ஒரு குழந்தை மட்டும் இருப்பதற்கு கிருஷ்ணே கௌடாவின் கெட்ட சகவாசம் தான் காரணம்... இந்த லம்பாடிப் பெண்கள் கூட எல்லாம் அவனுக்குத் தொடர்பு உண்டு... அவங்க தான் கல்லு விழுகற துக்குக் காரணம்... அவங்க கல்லுப் போட்ட உடனே இவன் வெளியே போயிடுவான்... கடைசீல இவன் காவல்காரனைக் கூப்பிட்டுட்டு வெளியே போகாம இருக்கணும்ங்கறதுக்காகத் தான் தானே கல் போட வைத்ததாகவும் சொன்னாள்.''

''கௌடாவோட பொன்னு ஜெயந்தி அந்தப் பசங்க வரட்டும்ங்கறத்துக்காக நான் தான் கல்லுப் போட்டேன்ங்கறா... ரஃபியை நான் காதலிக்கிறேன்... தயவு செஞ்சு என்னை அவனுக்குக் கல்யாணம் பண்ணி வையுங்க... இல்லேன்னா நான் இந்த நாடோடி லம்பாடிகள் கும்பலோட சேர்ந்து ஓடிப் போய் ஏதாவது விபசார விடுதியிலே சேந்துக்குவேன்ங்கறாள்...''

கிருஷ்ணே கௌடா மட்டும் மிகுந்த உதாசீனத்தோடு, ''ஒவ்வொரு வருஷமும் இதே சமயத்துலே என்னமோ விழுகற சத்தம் கேட்கும் சார்... நாங்க யாரும் அதைப் பத்திக் கண்டுக்க மாட்டேம்... இந்த வருஷம் மட்டும் இவங்கெல்லாம் சேந்து அதை ஒரு பெரிய பிரச்சினையாப் பண்ணிட்டாங்க... தயவு செஞ்சு என் சம்சாரத்துக்கு நாலு வார்த்தை புத்திமதி சொல் லீட்டுப் போங்க சார்'' அப்பிடீங்கறான்... 'ப்ளடி நியூசென்ஸ்' அப்பிடீன்னு நான் சொன்னது சரியா தப்பா நீயே சொல்லு'' என்று ஒரே மூச்சில் சொல்லி முடித்தான்.

‘‘மை காட்! தட் கேர்ள்! என்னய்யா குனிஞ்ச தலை நிமிராமப் போவா... எப்படியிருந்த பொன்னு இப்ப காதலிக்க ஆரம்பிச்சுட்டாளா?’’

‘‘இருந்திருந்தாப்லே அது நடக்கலே... ரஃபியை எப்பவோ காதலிக்க ஆரம்பிச்சிட்டேன்னு அந்தப் பொன்னு தெளிவாச் சொல்றா... அவகிட்ட கேட்டா இன்னொரு விளக்கம் கெடைக் கும். அதுக்கு காரணங்களும், ஆதாரங்களும் குடுப்பா... எங்க காதல் ஜென்ம ஜென்மத்துக்கும் தொடர்ந்து வர்ற காதல் அப்பிடீம்பா...’’

‘‘ரஃபி என்ன சொல்றான்...?’’

‘‘அவன் என்ன சொல்லுவான்? அவளைக் கொஞ்ச நேரம் பாத்திட்டிருந்தா நமக்கே புத்தி கெட்டுப் போகும்... அப்படி யிருக்கறா அவ... சின்னப் பையன் ரஃபி என்ன சொல்லுவான்... என்னோட இதயத்துக்குள்ளே எனக்கே தெரியாம அன்பு பொங்கிப் பிரவாகமெடுத்தது அப்பிடீம்பான். ரொம்பத் தெளிஞ்ச மனசோடதான் இதைச் சொல்லுவான்... நீ காதலிச் சிட்டிருந்தப்போ உனக்கும் இதுதான் தோனியிருக்கும். மனசோட மாய சக்தி இது. அதுக்கு முழு சுதந்திரத்தனமானதாக இல்லே. விதி நியமங்ளுக்குக் கட்டுப்பட்டதான்னு ஆராய்ச்சி பண்ணப் போறதே தப்பு... ஒரு எழுத்தாளன்ங்கற முறையிலே எனக்குத் தோண்றது இது தான்... மனசுக்கு மனசு... பிரக்ஞைக்குப் பிரக்ஞை - இதைப் பிரிச்சுப் பிரிச்சுப் பாக்கறதே தப்பு. நேத்து பாடீலர் கூடப் பேசீட்டிருந்த போதுனா ஒன்னும் பேசாம உட்கார்ந்திட்டிருந்தேனே... அப்ப இதைப் பத்தித்தான் யோசிச்சிட்டிருந்தேன்...’’

‘‘சரிப்பா... இந்த சாயிபு பையன் ஒரு இந்துப் பொண்ணைக் காதலிக்கறான்ங்கற விஷயம் வெளியே தெரிஞ்சு அதுக்கு நம்மளோட பாதிப்புத் தான் காரணம்னு நம்புனாங் கன்னா இந்துக்கள், முஸ்லிம்கள் ரெண்டு பேருமே சேர்ந்து நம்மளத் தொவைச்சு எடுத்துருவாங்களேய்யா... தும்கூரிலே கூட இந்த மாதிரி சின்னப் பசங்களால ஒரு பிரச்சினையாகி அதுக்கு நான்தான் காரணம்னு சொல்லிட்டாங்க... பரவால்லே விடு... எனக்கு இதொன்னும் புதுசில்லே... ஒரு லட்சியத்தை வெச் சிட்டு வாழறவங்களுக்கு இப்படியெல்லாம் அனுபவும்

உண்டாகித்தான் தீரும்னு தோணுது'' என்றான். அவன் முகம் தீவிர சிந்தனையை வெளிப்படுத்தியது.

அந்த நேரத்துக்குச் சரியாக ரமேஷ் எதிரில் வந்தான். அவனது முகத்திலும் சிந்தனை ரேகைகள் படர்ந்திருந்தன. ''நமஸ்காரம் சார்'' என்றான்.

''ஒரு விஷயம் நடந்து போச்சு சார்... அதை உங்களுக்குச் சொல்லாம்னு அப்போலேர்ந்து உங்களைத் தேடீட்டிருக்கேன்... நேத்து கிருஷ்ணே கௌடா தோட்டத்துக்குக் காவல் போனப்போ ரஃபியும், இங்கிலீஷ் கௌடாவும் ஒன்னா இருந் தாங்க... நான், சந்திரா, அங்காரா எல்லாரும் வேற எடத்துலே இருந்தோம்... அவங்களுக்கு கல்லு விழுந்த சத்தம் கேட்டிருக் குது... எதிரிலே ஒரு மங்கலான உருவம் தெரிஞ்சிருக்குது... அதைப் பார்த்த இங்கிலீஷ் கௌடா அலறி அடிச்சுட்டு ஓடி வந்தான். என்னடா விஷயம்னு கேட்டவனைக் கூட்டீட்டு அங்கே போய்ப் பார்த்தா அங்கே ரஃபி மட்டும் தனியா இருக் கிறான்... அவங்கிட்டே என்னாச்சுன்னு கேட்டோம். ''மங்கலான உருவம் தெரிஞ்சுது... தைரியத்தை வரவழைச்சுட்டு பக்கத்துலே போய்ப் பார்த்தேன்... அந்த உருவமே பக்கமா வந்து என்னைக் கட்டிப் புடிச்சது... மொதல்லே ஜெயந்தி மாதிரி இருந்தது... உன்னைக் காதலிக்கிறேன்... என்னைக் கை விட்ற வேண்டாம்னு சொன்னா...'' அப்படீன்னான்... ஆனா இன்னைக்கு காலேஜிலே ஜெயந்தி தன்பாட்டுக்குப் போயிட்டிருந்தாளாம். 'ஓ'ன்னு அழுத்திட்டு உட்கார்ந்திருக்கான் சார்... எங்களுக்கு இதென்ன மோகினிப் பிசாசுன்னு சொல்றாங்களே அதா இருக்குமோன்னு பயமாப் போச்சு சார்'' என்று நடந்த கதையையெல்லாம் கொஞ்சம் பயத்தோடேயே சொல்லி முடித்தான்.

ராமச்சந்திராவும், ஜெயராமும் ஒருவர் முகத்தை ஒருவர் பார்த்தார்கள். ராமச்சந்திரா எதையோ கேட்பதற்கு வாயெடுத் தான்... அதற்குள் ஜெயராம் அவனைத் தடுத்து, ''ரமேஷ்... பேய்னு சொல்றியே... உனக்கென்ன பைத்தியமா?'' என்றான்.

''அப்படீன்னா வேற என்னவா இருக்கும் சார்...?''

''வேற யாரு ஜெயந்தி தான்... அவ ரஃபியைக் காதலிக் கறா... அதுக்காக காலேஜிலேயே உங்களையெல்லாம் பாத்துப் பல்லைக் காட்டறத்துக்கும் கண்ணடிக்கறத்துக்கம் அவ என்ன

தெருவிலே போற வேசீன்னு நெனச்சியா...? நீங்கெல்லாம் ரோட்ல போற கெராக்கிங்களா... சொல்லு...'' என்றான் ஜெயராம்.

ரமேஷின் முகம் சந்தோஷத்தால் மலர்ந்தது. ''அப்பி டீன்னா ரஃபிகிட்டே சொல்லீரவா சார்...'' என்றான்.

''ஓ... யெஸ்... ரஃபிகிட்டே சொல்லு... வேறெ யாரு கிட்டே வேண்ணாலும் சொல்லு... அடுத்து என்ன நடக்குமோ? அதுக்கெல்லாம் தயாரா இருங்க... போய்ட்டு வா...'' என்றான்.

ரமேஷ் கள்ளுண்டு மயங்கியவனைப் போல சந்தோஷத் தில் தள்ளாடிக் கொண்டே சென்றான். ஜெயராம் பின்னால் இருந்து, ''ரஃபிகிட்டே நமக்கெல்லாம் ஸ்வீட் குடுக்கச் சொல்லு?'' என்றான்.

''இல்லப்பா... சார் இருக்கற நிலைமையே இந்த விஷயத்தை இவ்வளவு வெளிப்படையா சொல்றது நல்லாவா இருக்கும்?'' என்று கொஞ்சம் விசனத்தோடு கேட்டான் ராமச்சந்திரா.

''அந்தத் திருட்டுப் பொண்ணை நான் பேட்டி எடுக்கப் போனப்போ இதைப் பத்தியெல்லாம் மூச்சுக் காட்டலியேப்பா. இப்ப தமாஷ் எப்படியிருக்கு பாரு...''

''சொல்றேன் கேளு. இப்ப இந்த விஷயத்தை ரஃபிகிட்டே சொல்லலேன்னு வெச்சுக்க... அவன் பாட்டுக்கு அங்கே அழுதுட்டு உட்கார்ந்திருப்பான்... பாக்கறவங்கெல்லாம் அவனுக்கு மோகினிப் பிசாசு புடிச்சுட்டுதுன்னு சொல்லீரவாங்க... அவனும் அதுக்கப்பறம் அதே மாதிரி ஆடறதுக்கு ஆரம்பிச்சுரவான்... கடைசீலே அவனை அங்கே அவங்க ஏரியாவுலே இருக்கற கரீம் சாயிபு கிட்டே கூட்டீட்டுப் போவாங்க... அவன் ஒரு முள் குச்சியை எடுத்துட்டு, ''விட்டுட்டுப் போறியா இல்லியா... விட்டுட்டுப் போறியா இல்லியா''ன்னு அடிக்க ஆரம்பிப்பான். இதைத் தெரிஞ்சு சாயிபுகளும், இந்துக்களும் அவனைப் புடிச்சு அடிப்பாங்க... இதெல்லாம் நடக்கணுமா...? எது தேவலைன்னு சொல்லு பாக்கலாம்...?''

''அது சரி... ரெண்டையும் நடக்க விடாமப் பண்ணலாமே...''

''சரி... இப்ப ரெண்டாவது நடக்கக் கூடாதுன்னு கவனமா இருக்கலாம். அதுக்கான முதல் படி இது. எதையுமே மூடி மறைக்கப்படாது. இப்படி ஒவ்வொன்றையும் மூடி மறைச்சே

பழகினதாலே தான் நாம இப்பிடியிருக்றோம். ஒன்னை மறைச்சு வைக்கிற போது அதனோட இயல்பான தோற்றம் மறைஞ்சு போகுது... பிறகு அதைப் பத்தி ஜனங்க கதை கட்ட ஆதாரங் களையும் குடுக்க ஆரம்பிக்கறாங்க... என்னவாவது ஒரு சம்பவம் நடந்துதுன்னா அது எதுக்கு நடந்துது, ஏன் நடந்துதுன்னு அவங்கவங்களுக்குத் தோணின மாதிரி கதை கட்டறாங்க... பிறகு அந்தக் கதைக்கு ஒரு வியாக்கியானம்...''

''அதெல்லாம் சரி... இப்ப...''

''சரியுமில்லே... கிரியுமில்லே... தும்கூர்லே உனக்கு ஏற்பட்ட அனுபவத்தாலே நீ கொஞ்சம் 'அப்செட்' ஆகியிருக்க லாம். ஒரு பொண்ணும், பையனும் காதலிக்கறாங்க... அதுலே ஒருத்தர் இந்து, ஒருத்தர் முஸ்லிம். அப்பிடீங்கறத்துக்காக சண்டை ஏற்பட்டுதுன்னா இதை என்ன சொல்றது...?''

''நீ சொல்றதெல்லாம் சரிதான்... ஆனா எந்த சின்ன விஷயத்தையும் உடனே ஊதிப் பெரிசு பண்ணீர்றாங்க இந்த ஊர்லே. இன்னைக்குக் காலைலே என்ன ஆச்சு தெரியுமா? அந்தப் பாழுங் கெணத்துல நாய்களோட மண்டையோடுக கூடவே ரெண்டு சின்ன மண்டையோடுகளும் கெடந்துதாம்... கொழந்தை களைக் கொன்னு போட்டிருக்காங்கன்னு சொல்லீட்டு அதுக்கு ரகளை பண்றதுக்கு ஆட்கள் ரெடியாகிட்டிருந்தாங்களாம். அப்ப அந்த வழியாப் போய்ட்டிருந்த ஒரு கெழவி மண்டையோட்டுல இருந்த பல்லுங்களைக் கவனிச்சிட்டு, ''இந்த மாதிரி கூர்மை யான பல்லுக இருக்கற கொழந்தைங்க இந்த ஊர்லே பொறக்கவே இல்லை''ன்னு சொல்லிச் சிரிச்சாளாம்... அப்ப அங்கே இருந்த ஹரிஜனர் ஒருத்தரு இந்த மண்டையோடுகளைப் பாத்துட்டு, ''இது குரங்குகளோட மண்டையோடு''ன்னு சொன்னதுக்கப்புறம் ஜனங்கள் கோபம் தணிஞ்சு அங்கிருந்து கலைஞ்சு போனாங் களாம். பாரு எவ்வளவு சின்ன விஷயங்களைக் கூட ஊதிப் பெரிசாக்கறாங்கன்னு...''

''பெரிசாகட்டும்... வேறெ என்னவாவது ஆகட்டும்... பாத்திரலாம்... விடு... அது சரி... இந்த ரமேஷ் என்ன ஜெயந்தி தன்னையே காதலிக்கிறாள்ணு நெனைச்சுட்டு இப்பிடி சந்தோ ஷத்துலே குதிச்சுட்டுப் போறானே... ஜெயந்தி என்ன திரௌபதி மாதிரி எல்லோரையும் காதலிக்கிறாளா என்ன? என்னவோ

பண்ணிக்கட்டும்... எல்லாத்தையும் ஒரு குரு க்ஷேத்திரத்துலே கொண்டு போய் விடாம இருந்தாப் போதும்'' என்றான் ஜெயராம்.

''நல்லதாச்சு விடு... இந்தப் பசங்களுக்கு பொண்ணுங் களோட சிநேகிதம்னா என்னான்னு ஒன்னும் புரியலே... அவங் களைப் பாத்து ஒடனே நெர்வஸ் ஆயிடறாங்க... எங்கிட்டே பேசீட்டு இருக்கற பையன்... பேசும் போதே உளறிக் கொட்டு னான்னா எனக்குப் பின்னாலே ஒரு பொன்னு இருக்கறதா அர்த்தம பண்ணிக்கலாம்.'' ராமச்சந்திரா சிரித்துக் கொண்டே ஜெயராமைப் பார்த்துச் சொல்ல ஜெயராமும் சிரித்தான்.

அத்தியாயம் 40

அடுத்த நாளே ஜெயராமைத் தேடி வந்து விட்டான் கிருஷ்ணே கௌடா. நாடகத்தில் வரக் கூடிய கம்சனைப் போல கோபத்தில் துடித்துக் கொண்டிருந்தான் கௌடா. ''என்ன சார்... எவனோ ஒரு துலுக்கப் பையனைக் கட்டுவேன்னு சொல்றா... எம் பொண்ணு... கொன்னு கெணத்துலே போட்டிருவேன் அவளை... என்னவோ சின்னப் பொண்ணாச்சேன்னு சொல் லீட்டு காலேஜுக்கு அனுப்பினேன்... இப்படியெல்லாம் ஆகு முன்னா என்னைக்கோ அவளைச் சும்மா கெடன்னு வீட்டி லேயே வெச்சிருப்பேன்... ராமச்சந்திரா சார் சொல்ற பேச்சைக் கேட்டுட்டு புத்தி வந்துதுனா சரி... இல்லேன்னா என் வீட்டுலே அவ உயிரோட இருக்க மாட்டா... '' என்று கர்ஜித்தான்.

ஜெயராமுக்குப் புரிந்து போயிற்று. நேற்று ராமச்சந்திரா தீவிர சிந்தனையில் ஆழ்ந்திருந்ததன் காரணமும் புரிந்தது... யுத்த காண்டம் ஆரம்பமாகி விட்டது. இந்த திரௌபதி எல்லோரை யும் குரு க்ஷேத்திரத்துக்குத் தான் கொண்டு போய் விட்டிருக் கிறாள். இருப்பினும் நிதானத்தை இழக்காமல், ''இதெல்லாம் யாரு உங்களுக்குச் சொன்னாங்க?'' என்று கேட்டான்.

''யாரு சொல்லணும்? ஊரு பூரா இப்பிடிப் பேசிக்க றாங்கன்னு நம்ம செகரடரி ராமாச்சாரி வந்து சென்னான். அந்தத் துலுக்கனைத்தான் கல்யாணம் பண்ணிக்குவேன்னு எம் முன்னா லேயே வந்து வெக்கமில்லாமச் சொல்றாளே! ஒரு தகப்பன் அப்பிடீன்னு எனக்கு என்ன மரியாதை இருக்குது... சொல்

லுங்க...'' என்று கூப்பாடு போட்டான். இது போதாது என்று கௌடாவின் மனைவியும் எப்போது பார்த்தாலும் கரித்துக் கொட்டிக் கொண்டே எரிகிற புண்ணுக்கு உப்பை வைத்துக் கட்டினாள்... ''அப்பனை மாதிரித் தானே மகளும் இருப்பாள்... நீங்க ஒழுக்கம் கெட்டுப் போனப்போ எந்த சாதியைப் பாத்தீங்க... இப்ப அதே மாதிரித்தான் மகளும் பண்றா... இருக்கறதோ ஒரே பொண்ணு. அவளைக் கத்தறேன்... கொல் றேன்னா இத்தனை சொத்துச் சுகத்தையும் எதுக்காகச் சேத்து வைச்சோம்... மண்ணாப் போறதுக்கா...?'' என்று குற்றச்சாட்டை பாதி அப்பன் பேரிலும், பாதி மகள் பேரிலும் சமமாகச் சமத்தினாள்.

யோசித்துக் கொண்டே இருந்த ஜெயராம் ஏதோ ஒரு முடிவுக்கு வந்த மாதிரி இருந்தான். இந்த ஊரினுடைய பிரச்சினைகள் தீவிரமடைந்து ஒரு முடிவை நோக்கி நகர்ந்து கொண்டிருப்பதாக அவனுக்குப் பட்டது. நிதானமாக அதே சமயம் மிகவும் உறுதியாகப் பேசினான். ''கௌடரே... நீங்க உங்க மகளைக் கொன்னு போடறதோ... வீட்டை விட்டுத் துரத்தறதோ என்னவா இருந்தாலும் அதனோட பின் விளைவு என்னவாக இருக்கும்னு யோசிச்சுப் பாத்துட்டு அதன்படி நடக்கறதுதான் சரியா இருக்கும்... எனக்குத் தெரிஞ்ச வரைக்கும் இந்த மாதிரி காதல் விவகாரத்திலே சிக்கிய பொண்ணையும், பையனையும் மறுபடியும் வழிக்குக் கொண்டு வர்றது ரொம்ப கஷ்டம்... நம்ம ஏதாவது பலவந்தம் பண்ணினா அவங்க இன்னும் பிடிவாதம் பிடிக்க ஆரம்பிப்பாங்க... நம்ம சவுகரியத் துக்கு ஒரு முடிவு எடுத்து அதுக்கு அவுங்களைச் சம்மதிக்க வைச்சா பிறகு அவுங்க வாழ்க்கை பூரா கஷ்டப்படுவாங்க. அதுக்கு இப்பவே செத்துப் போயிட்டாக் கூடப் பரவால் லேன்னு தோணும்... அதனால இதையெல்லாம் யோசிச்சு ஒரு முடிவை எடுங்க...'' என்றான்.

சாந்தமான சுபாவமுடைய, எல்லோரும் மதிக்கக் கூடிய ஜெயராமனே இப்படிச் சொல்வதைக் கேட்டு கௌடாவின் அடிமனத்திலிருந்து பயம் எழுந்தது. ''சும்மா இருங்க கௌடரே ... எசகு பெசகா ஏதாச்சும் பண்ணீராதீங்க... ஏதோ சின்னஞ் சிறிசுங்க... தெரியாமப் பண்ணீருக்காங்க... நாங்க எல்லாம்

பேசிச் சரி பண்ணீர்றோம்'' என்பது மாதிரி சமாதானமான வார்த்தைகளை எதிர்பார்த்து வந்த கௌடாவுக்கு ஜெயராம் பேசிய பேச்சு கலவரத்தை உண்டு பண்ணுவதாக இருந்தது.

''என்ன சொல்றீங்க... நீங்க... ஒரு பறையனா இருந்தாக் கூடப் பரவால்லே... ஒரு இந்து தானே அப்படீன்னு சமாதானப் பட்டுக்குவேன்... போயும் போயும் ஒரு துலுக்கனை... அதுவும் தாய் தகப்பனில்லாத அனாதைப் பயல்... த்தூத்... நான் உயிரோட இருக்கற வரைக்கும் இதை நடக்க விட மாட்டேன்... என்னோட பொணத்து மேல தான் அவங்க கல்யாணம் நடக்கணும்...'' என்று மெதுவாக கொலைத் திட்டத்திலிருந்து தற்கொலைக்கு அவனது பேச்சு திரும்பியது.

''பாருங்க கௌடரே... உங்க துக்கம் வேதனையல்லாம் எனக்கு நல்லாப் புரியுது... ஆனா... நம்ம இங்க கண்டதை யெல்லாம் பேசிப் பிரயோஜனமில்லே... எப்படியானாலும் நம்ம கொழைந்தைங்க நல்லா இருக்கணுமில்லியா...? இப்பிடி காதல் பண்றவங்க எல்லாம் எவ்வளவோ தடைகளும், கஷ்டங்களும் வந்தாக்கூட அவுங்க புத்திசாலித்தனத்தால் அதையெல்லாம் சமாளிச்சு முன்னேறிக்கிறாங்க... அந்தப் பொண்ணுக்கும் இதெல் லாம் தெரியணும்... நீங்க அவளைச் சம்மதிக்க வைக்கறதைவிட மனசை மாத்த முயற்சிக்கறதுன்னு எந்த முயற்சியிலும் எறங்கறது நல்லா இருக்காது. அதனால நெலமை இன்னும் மோசமாத்தான் போகும். இதனால உங்களுக்கு இடைஞ்சலோ அவமானமோ வந்தா அதை நீங்க தைரியமா எதிர்கொள்ளத்தான் வேணும்...'' என்று ஜெயராமன் மிகத் தீர்க்கமாகச் சொன்னான்.

''பாவி முண்டை... எப்பிடியோ சாகட்டும்... பெத்த தாய் தகப்பனைத் தவிர அந்தத் துலுக்கன் தான் அவளுக்குப் பெரிசாத் தெரிஞ்சான்னா நாம என்ன பண்ணறது சொல்லுங்க... நீங்க சொன்ன மாதிரி நானும் மனசைக் கல்லாக்கிட்டு சும்மா இருந் திர்றேன்... எப்பிடியோ நாசமாகப் போகட்டும்'' என்று சொல்லி ஜீப்பில் ஏறி மண்டிப் பக்கம் போனான். போகிற போது அவன் கண்கள் கலங்கியிருந்ததை ஜெயராம் கவனித்தான். இந்த ஊரில் வாழ்க்கை ஏன் இவ்வளவு துக்கம் நிரம்பியதாக இருக்கிறது என்று கவலைப்பட்டான்.

கிருஷ்ணே கௌடாவின் ஜீப் மண்டியைச் சேர்ந்து அவன் கடையைத் திறந்து வைத்த கொஞ்ச நேரத்துக்குள்ளேய கிறுக்கு ஆச்சாரி கடைக்கு முன்னால் வந்து நின்றான். இங்கு வருவதற்கு முன்னால் காலேஜ் பிரின்சிபால் வெங்கட்ராயனையும் பார்த்து விட்டு வந்திருந்தான். தன்னை வந்து பார்க்கச் சொல்லி காலை யிலேயே ஆச்சாரிக்குச் சொல்லி அனுப்பியிருந்தார் பிரின்சிபால். ஆச்சாரியுடைய தீர்க்க தரிசனமெல்லாம் நிஜமாகிப் போனது தான் கூப்பிட்டதுக்குக் காரணம். செக்ரடரி ராமாச்சாரி பிரின்சி பாலுக்கு ரஃபி-ஜெயந்தி விவகாரத்தைப் பத்திச் சொன்னானாம். பிரின்சிபால் திடுக்கிட்டுப் பதைபதைத்துப் போனான். இதெல் லாம் சுலைமான் பேரி கும்பலோட விளையாட்டுத்தான்... பிரின்சிபாலுக்குக் கெட்ட பெயர் உண்டாகணும்னே இதைச் செய்யறாங்க... ராமச்சந்திராவும் அவனோட நண்பர்களும் சுலைமான் பேரிகூட சேந்துட்டுச் செய்யற சதித் திட்டம் இது என்று யூகித்தான். ஆச்சாரி வந்தவுடன், ''ஆச்சாரியாரே, நீங்க சொன்னதெல்லாம் நிஜமாய்ப் போச்சு... இதை இப்பிடியே விட்டா காலேஜீலே வன்முறையும், அக்கிரமங்களும் ஜாஸ்தியாப் போகும்னு சொன்னீங்க... இப்ப அது ஆரம்பமாகியிருக்குது... ரஃபீன்னு ஒரு துலுக்கப் பையன் நம்ம கிருஷ்ணே கௌடா வோட பொன்னு ஜெயந்தியை 'லவ்' பண்றானாம். அவளை எப்பிடியோ வசியம் பண்ணிட்டான். இன்னும் என்னெல்லாம் நடந்திருக்குமோ தெரியலே... இந்த சாயிபுங்களோட ஆட்டம் எந்த அளவுக்கு வந்திருக்கத பாருங்க'' என்று அலறினான்.

''தெரியும் வெங்கட்ராயரே!... ராமாச்சாரி எங்கிட்டேயும் இந்த விஷயங்களையெல்லாம் சொன்னான்... நானும் அங்க இங்க எல்லாம் விசாரிச்சுப் பாத்தேன்...'' என்றான் ஆச்சாரி.

''இனி என்னத்தைப் போய் விசாரணை பண்றது? விடுங்க... அந்தப் பொறுக்கிப் பயலை இன்னைக்கே டிஸ்மிஸ் பண்றேன்... அந்தப் பொண்ணைக் கூப்பிட்றேன்... இந்தப் பைய னாலே எனக்கு ரொம்ப அவமானமுண்டாச்சுன்னு போலீசுக்கு ஒரு கம்ப்ளெயிண்ட் எழுதிக் குடு... இல்லேன்னா உன்னையும் டிஸ்மிஸ் பண்ணீடுவேன்னு சொல்லப் போறேன்... இதுக்கெல் லாம் காரணம் அந்த அயோக்கியன் வாத்தியாரும் அவன் சகாக் களும் பண்ற லொள்ளுதான்... பொண்ணுகளையெல்லாம் கைக்

குள்ளே போட்டுக்கிட்டு 'மஜா' பண்றத்துக்கு எப்படியெல்லாம் திட்டம் போட்றானுங்க பாகருங்க... அவன் எப்ப சுலைமான் பேரி பார்ட்டியோட சேந்தான்னே தெரியலே... மரியாதையா பாடத்தைச் சொல்லிக் குடுக்கறியா? இல்லே தும்கூரிலே நடந்த மாதிரி இங்கேயும் நடக்கணுமான்னு ஒரு வார்னிங் குடுக்கப் போறேன்... ஏதாவது கலாட்டா ஆச்சுன்னா நீங்கெல்லாம் எனக்குக் கொஞ்சம் சப்போர்ட் பண்ணனும்.''

பிரின்சிபாலின் கோபம் இறங்கும் வரை மிகவும் பணிவாகக் கேட்டுக் கொண்டிருந்தான் ஆச்சாரி. ''வெங்கட் ராயன்... அவசரப்பட்டு எதையாவது பண்ணீராதீங்க... ராமாச் சாரிக்கு விஷயமெல்லாம் முழுசாத் தெரியாது... நானும் விசாரிச்சுப் பாத்தேன்... இவங்க கூட நம்மூர்க்காரன் ஜெயராம்னு ஒருத்தன் இருக்கான். அவன் இருக்கற வரைக்கும் அவங்களைப் பத்தி நாம என்ன சொன்னாலும் ஜனங்க நம்ப மாட்டாங்க... அவ னுக்கு இந்த அளவுக்கு இந்த ஊருலே மரியாதை இருக்குது... ஜெயராமோட ஆதரவு இவங்களுக்கு இருக்கற வரைக்கும் இவங்கள நம்மால ஒன்னும் பண்ண முடியாது...'' என்றான்.

''எனக்கே தெரியாம அப்பிடியொரு பெரிய மனுஷன் இந்த ஊர்லே இருக்கானா...? அவனென்ன மந்திரியா, எம்.எல்.ஏ.வா? அவன் எதுக்கு இந்த மாதிரி பொறுக்கிப் பசங்களுக்கெல்லாம் சப்போர்ட் பண்றான்? நானும் அங்க வந்து ஆறு வருஷமாச்சு... இதுவரைக்கும் அவனோட மொகத்தையே நான் இன்னும் பாக்கலியே...''

''உங்களுக்குத் தெரியாது... நானும் ரொம்ப நாளா அவனைப் பாக்கலே... ஆனா அவனைப் பாக்காதவங்க கூட அவன் மேலே மரியாதை வைச்சிருக்காங்க... அவனைப் பத்தி இழிவாப் பேசறத்துக்கே யாருக்கும் மனசு வர்றதில்லே... இத்தனைக்கும் அவன் ஒரு பெரிய அதிகாரியுமில்லே... எந்த அரசியல் கட்சியையும் சேர்ந்தவனுமில்லே... வெறும் ஒரு எழுத்தாளன்... ஒரு கவிஞன்... அவ்வளவுதான்... இதுக்குத்தான் ஜனங்க இவனுக்கு அவ்வளவு கௌரவம் குடுக்கறாங்க... அவன் அப்படி என்ன எழுதறான்னே தெரியலை. நாம செய்யற அநியாயத்துக் கெல்லாம் பிராயச்சித்தம் பண்ணிக்கலாம்னு ரொம்பப் பேரு நம்பறாங்க... அவனை இதுவரைக்கும் பாக்காமே அவனோட

எழுத்துக்கள் ஒன்னையும் படிக்காம இருக்கறவங்ககிட்டக் கூட இப்படியொரு நம்பிக்கை இருக்குது... இதை ஒரு மூட நம்பிக்கைன்னு நீங்க சொல்லலாம். ஆனால் நமக்கே தெரியாமல் நம்ம கிட்டே இந்த மூட நம்பிக்கை இருக்குது...''

''அப்பிடீன்னா பிரின்சிபாலுங்கற மொறையிலே இந்த அக்கிரமத்தையெல்லாம் நான் எப்பிடிப் பாத்திட்டிருப்பேன்'' என்று பரிதாபமாகப் புலம்பினான் வெங்கட்ராயன்.

''இப்ப நீங்க அவங்க மேலே ஏதாவது நடவடிக்கை எடுத்தீங்கன்னா அவங்க கும்பல் முழுசும் வெங்கடேஸ்வர தேவஸ்தானத்துக்காரங்களுக்கு விரோதிகள் ஆகிடுவாங்க... அப்ப சுலைமான் பேரிக்கு அவுங்களைத் தன் பக்கம் இழுத்துக் கறது ரொம்ப சுலபம்... அவுங்க தன்னோட பக்கம் வந்துட் டாங்கன்னா சாயிபுங்களுக்கு தாலூகா போர்டை முழுங்கறது ரொம்ப சுலபமாயிடும்... இப்பவே ஹரிஜனங்களைத் தங்களோட பக்கம் இழுக்கறத்துக்கு எல்லா முயற்சியும் பண்ணிட்டிருக் காங்க...''

''எனக்கு ஒன்னுமே தோண மாட்டேங்குத... நீங்க தான் ஏதாவது ஒரு வழியைக் காண்பிக்கணும் ஆச்சாரியாரே'' என்று செயலற்றுப் போன விரக்தியில் வெங்கட்ராயன் பேசியது எங்கோ கிணற்றுக்குள்ளிருந்து பேசிய மாதிரி கேட்டது.

''இந்த ஆச்சாரியோட தலை அப்பிடியொன்னும் காலி யாகப் போயிடலே... வெங்கட்ராயரே... ஒரு நல்லத்துக்குத்தான் இப்படியொரு நெலமை நமக்கு வந்திருக்குது... இப்பத்தான் நாமெல்லாம் கொஞ்சம் சாமர்த்தியமா நடந்துக்கணும்...''

''அந்த சாயிபுப் பையன் இந்து மதத்துலே சேந்துட் டான்னா அவனை ஏத்துக்கறேன்னு கிருஷ்ணே கௌடாவைச் சொல்ல வைக்கணும்... ஒரு மோக வலையிலே சிக்கியிருக் கிறான் அந்தத் துலுக்கப் பையன்... எப்பிடியாவது அந்தப் பொன்னு கெடைச்சாப் போதும்னு இருக்கு இப்ப அவனுக்கு... சுலைமான் பேரி ஆளுங்க நம்ம ஆளுங்களை மத மாற்றம் செய்யறத்துக்கு மொதல்லியே நம்ம சுவாமிஜிகளைக் கூப்பிட்டு இந்தப் பையனுக்கு கங்கா ஜலம் தெளிச்சு சுத்தீகரணம் பண்ணி இந்து மத்திலே சேத்து விட்டிரணும். சாயிபுங்களே இந்து மதத்திலே சேந்துக்கறாங்க அப்பிடீன்னு ஒரு பெரிய புரளியைக்

கௌப்பி விடணும்... என்ன சொல்றீங்க...?'' என்று தன்னுடைய அபாரமான புத்திசாலித்தனத்தை ஆச்சாரி வெளிக் காட்டினான்.

''இந்து மதப்படி அது எப்படி முடியும் ஆச்சாரி?'' என்று பிரின்சிபால் கேள்வி எழுப்பினான்.

''அப்பிடியென்ன அந்த மதத்திலே பெரிசா இருக்குது... இப்பத்தைக்கு இந்த சாயிபுங்களை மட்டம் தட்டி வைக்கலாம். அப்புறமா இந்து மதத்தைப் பத்தி பரிசீலனை பண்ணலாம்... அந்தப் பிரச்சினை வரும் போது அந்த சுவாமிகளைக் கூப்பிட்டு விட்டுட்டம்னா அப்புறம் அது அவங்களோட தலைவலி... எவனோ பையன்... யாரோ பொண்ணு... எனக்கும் உங்களுக்கும் என்ன பேச்சு... சாயிபுங்க விட்ட அம்பை அவங்களுக்கே திருப்பி அனுப்பலாம்... சாயிபுங்களே இந்து மதத்திலே சேர்றாங் கன்னு புரளியைக் கிளப்பி விடுவோம். நெஞ்சிலே துணி வில்லாதவங்களைக் கரை சேத்தலாம்... இல்லீங்களா...?'' என்றான் ஆச்சாரி. பிரின்சிபாலின் முகம் பிரகாசமடைந்தது. ஆச்சாரி நவீன சங்கராச்சாரியாராகவே அவனுக்குத் தோன்றினான்.

''நீங்க சொல்றது கரெக்ட் ஆச்சாரியாரே... கட்டுப்பாடுன்னு சொல்லீட்டு வேண்டாத விவகாரத்தையெல்லாம் நாம எதுக்குத் தலையிலே தூக்கிப் போட்டுக்கணும்... அவனுண்டு... அவ ளுண்டு... வர்றதை அனுபவிக்கட்டும்...'' என்று ஒரு முடிவுக்கு வந்தான் வெங்கட்ராயன்.

''இதுதான் புத்திசாலிக்கு லட்சணம்... கோடா ஹை! மைதான் ஹை...! என்ன சொல்றீங்க...'' என்ற ஆச்சாரி அங் கிருந்து கிருஷ்ணே கௌடாவின் மண்டியை நோக்கி நடையைப் போட்டான்.

பெண்களை மோப்பம் பிடிப்பதை மட்டுமே வாழ்க்கை யின் முக்கியக் குறிக்கோளாகக் கொண்டிருப்பவன் ஆச்சாரி. அவனும் கிட்டத்தட்ட பகுத்தறிவுவாதிகளைப் போன்றவன் தான். இந்து உலகத்திலுள்ள பொருட்கள் எல்லாம் மனிதன் பயன்படுத்துவதற்கான, நுகர்வதற்கான பொருட்கள்... அவற்றை ருசிப்பதற்கு ஒரு ரசனை வேண்டும்... இந்துக்களைப் பற்றியும், சாயிபுகளைப் பற்றியும் அவனுக்கு ஒரு பற்றற்ற மன நிலையே இருந்தது... சுலைமான் பேரியைத் தொலைத்துக் கட்ட வேண்டும் என்பது தான் அவனுடைய குறி... அதற்காகவே வெங்கடேஸ்

வர பக்தர்களைப் பயன்படுத்திக் கொண்டிருந்தான். இதற்கு என்ன காரணமென்று கிருஷ்ணே கௌடனுக்குப் புரிந்தது.

அந்த நேரத்தில் கிருஷ்ணே கௌடாவின் கடையில் வாடிக்கையாளர்கள் யாரும் இருக்கவில்லை.

''விஷயம் எதாச்சும் தெரிஞ்சுதா ஆச்சாரி...?'' என்றான் கௌடா.

''தெரிஞ்சுதப்பா... தெரிஞ்சுட்டுத்தான் வர்றேன்...''

''என் வயித்துலே நெருப்பை அள்ளிப் போட்டுட்டா ளேயா எம் மக...''

''இதைத்தான் விதியினோட விளையாட்டுன்னு சொல்றது...''

''என்ன பண்றது... எனக்கு வந்த கோபத்துக்கு ரெண்டு பேரையும் கொன்னு போடலாம்னு தான் நெனைச்சேன்... அந்த ஜெயராம்கிட்டப் போயச் சொன்னேன்... அந்தாளு நாலு வார்த்தை இதைப் பத்திச் என்னார்... மனசுக்கு ஒரு மாதிரி ஆகிப் போச்சு... நான் நாளைக்குச் சாகிறவன்... ஏன் இருக்கற வங்களுக்குத் தொந்தரவு குடுக்கணும்னு தோணிச்சு.''

''சரியப்பா சாகற வரைக்கும் நாம இங்க இருந்துதானே ஆகணும்.''

''என்னமோ ஆகீட்டுப் போகட்டும். மனசைக் கல்லாக் கிக்கறேன்னு ஜெயராம் கிட்டே சொல்லிட்டு வந்திட்டேன்.''

''என்ன சொன்னே... என்னமோ ஆகீட்டுப் போகட்டும்னு சும்மா இருக்கிறதா? சாயிபுங்களோட ஆதிக்கம் எங்கெல்லாம் போகுது தெரியுமா? சுலைமான் பேரி உம் பொண்ணுக்கு புர்க்கா போட்டு உன் கன்னு முன்னாலேயே ஊர்வலம் விடப் போறான் ...'' என்றான் ஆச்சாரி.

மீண்டும் கிருஷ்ணே கௌடாவின் மனதில் அதிபயங்கர மான காட்சிகள் தெரிய ஆரம்பித்தன. துக்கம் மிகுந்து கண்களில் நீர் கோர்க்க ஆரம்பித்தது.

''ஆச்சாரி... என் வயத்துலே நெருப்பை அள்ளிப் போட வந்தியா... சுலைமான் பேரி மேலே ஏன் இப்படி விஷத்தைக் கக்கறேன்னு எனக்கு நல்லாத் தெரியும்.''

''கரெக்ட்... உங்கிட்டே எனக்கென்னப்பா ரகசியம்... அந்தத் தேவிடியாப் பயல் நாலைஞ்சு பொறுக்கிப் பசங்களை

செக்யூரிடின்னு வைச்சிட்டு லொள்ளு பண்றான்... இங்கே ரசியான்னு ஒரு பொன்னு இருந்தாள். கிளி மாதிரி இருப்பாள்... அவளையே ஊரை விட்டுத் துரத்தி விட்டான். அந்த 'காஃபிர்' தேவிடியா மகங்கூடப் படுத்தியா? மசூதிலே சொல்லி பஞ்சாயத்துக் கூட்டறம் பாருன்னு சொல்லி பயங்காட்டியே தொரத்தீட்டான். அதனால தான் அவன் மேலே எனக்கு ஆத்திரம்... பழி தீக்கணும்னு பாக்கறேன்... சரியா... அவனோட பண பலம் பெரிசா, என்னோட புத்தி சாதுரியம் பெரிசான்னு காமிக்கறேன்... சரி இருக்கட்டும்... நீ என்னோட சொந்த விஷயத்தைப் பத்திக் கேட்டதுனாலே நானும் கேக்கறேன்... உனக்கு ஏம்பா சாயிபுக மேலே இத்தனை குரோதம்...? உன் னோட தோட்டத்துக்கு நஸரத் அப்பிடின்னு ஒரு பொன்னு வந்திருட்டிருந்தாளே... ம்... ம்... ம்... எதுக்கு மூடி மறைச்சுப் பேசறது...? அவ என்னவாவது வேற மாதிரி இருந்தாளா இல்லே... உன் சம்சாரம் மாதிரியே இருந்தாளா...?''

''த்தூத்தெறி... இப்ப எதுக்கு அதெல்லாம்...''

''இல்ல. பரவால்லே சொல்லு... உனக்கென்ன சாயிபுக மேலே அவ்வளவு எரிச்சல்... எல்லாருக்கும் இருக்கறதுதான் அவங்களுக்கும் இருக்குது... நீ ஏன் சுலைமான் பேரியை வெட்டிப் போடணும்ங்கறே... உன்னோட மண்டிக்கு எதித்தாப் புலே அவன் மண்டி தொறந்திருக்கான். தாலூகா போர்டில் உனக்குப் போட்டியா நிக்கிறான்... அதனால தானே அப்பிடித்தான் எனக்கும்...''

''சரியப்பனே... எனக்கு இப்ப ஏற்பட்டிருக்கற பிரச்சினை...''

''நிறுத்து... நிறுத்து... அங்கதான் வர்றேன்... எப்பிடியோ பாழாப் போகட்டும்னு சும்மா இருக்கற காலமில்லே இது... நாம தன்மானத்தோட வாழணும்... உன்னோட மகளை அவன் காதலிக்க வேணுமின்னா அவன் இந்து மதத்திலே சேரணும். அவனுக்குத் தாயுமில்லே... தகப்பனுமில்லே... உனக்கு ஆம்பளைப் புள்ளையில்லே... அவனைச் சும்மா துலுக்கன் அப்பிடீன்னு சொல்லி தள்ளி விட்டுட்டேன்னா ஆகிப் போச்சா ... நமக்கிருக்கறதுதான் அவனுக்கும் இருக்குது... அவனை நமக்கு ஏத்தாப்புல பண்ணணும்... சுவாமிகளைக் கூப்பிட்டு கங்கா ஜலத்தை அவன் மேலே விட்டு சுத்தம் பண்ணி இந்துவா

மாத்திரலாம்... அவங்கெல்லாம் ஒரு காலத்துலே இந்துக்களா இருந்தவங்க தானே... நம்மளே அவுங்களை உக்கார வைச்சு பிரமாதமா ஒரு ஊர்வலத்தை நடத்தி சாயிபுக விட்ட அம்பை அவங்க மேலேயே திருப்பி விடலாம்.''

''இதெல்லாம் நடக்கற விஷயமா? இந்த பிராமணனுங்க இந்து மதத்துக்கு இதெல்லாம் ஆகாதுன்னு சொல்லீட்டிருக்காங்க...''

''த்தூத்... பிராமணனுங்களாம்... இப்ப என்னவாவது தகரறாறு பண்ணுனீங்கன்னா சுலைமான் பேரி ஆளுங்க உங்க பொண்டாட்டிகளை கர்ப்பம் பண்ணீடுவாங்கன்னு சொன்னம்னா போதும்... பயந்து செத்தே போவாங்க...!''

கிருஷ்ணப்பன் முகத்தில் புன்னகை படர்ந்தது. ஒரு நீண்ட யோசனைக்குப் பிறகு தோன்றிய புன்னகை அது... ஆச்சாரி சூழ்நிலையை நன்றாக அலசி ஆராய்ந்து பரிகாரம் சொன்ன மாதிரித் தெரிந்தது. ஜாதி, மதம் என்பதை மிகச் சிக்கலான பிரச்சினைகளாகி இந்தச் சமூகத்தின் அடியாழம் வரை ஊடுரவிப் பரவயிருப்பதை கிருஷ்ணப்பனின் மனம் அனுபவித்து உணர்ந்தது. ஜெயராம் சொன்ன அபிப்ராயங்கள் அதிகம் நம்பக் கூடியதாகப் பட்டது. ஆச்சாரி இந்து தர்மத்திற்கு எப்போதோ தர்ப்பணம் பண்ணி விட்டான். இருப்பினும் இப்போது ஏற்பட்டிருக்கிற நெருக்கடியில் ஒரு முனிவரைப் போல வந்து அவன் சொல்லியிருக்கிற சில வழிமுறைகளைத் தவிர வேறு மார்க்கம் எதுவும் இருப்பதாக அவனுக்குத் தெரியவிலலை.

அத்தியாயம் 41

ஜெயந்தி முகத்தில் 'ஆசிட்' வீசப் போவதாகவும், குரானுக்கு துரோகம் பண்ணின அந்த நம்பிக்கைத் துரோகி ரஃபியைத் தீர்த்துக் கட்டப் போவதாகவும் செய்திகள் கிடைத்திருப்பதை பிரீடர் முகமது ரஃபிக்குச் சொன்னான். எப்படியாவது அவர்கள் இருவரையும் காப்பாற்ற வேண்டுமென்றும், ஒரு நான்கு நாட்கள் யார் கண்ணிலும் படாமல் எங்காவது மறைத்து வைக்க வேண்டுமென்றும் சொன்னான். ''இந்தச் சின்னஞ் சிறுசு காதலிக்கறாங்கன்னு தெரிஞ்ச ஒடனேயே தேவஸ்தானத்து கோஷ்டி அந்தப் பையனை இந்து மதத்திலே

சேத்துடணும்னு கங்கணம் கட்டீட்டு ஆடறாங்க... அதைக் கேள்விப்பட்ட சாயிபுங்க... 'ஏதாவது பண்ணட்டும்... தாயோளிங்க... அவங்க வாயிலே மாட்டுக் கறியைத் திணிச்சு விடறோம்'ணு சொல்லீட்டிருக்காங்க... இன்னைக்கோ நாளைக்கே நிச்சயமா கலாட்டா ஆரம்பமாகும். குதிக்கறவங்க எல்லாம் குதிக்கட்டும்... அவங்க ரெண்டு பேரையும் நம்ம எப்படியும் காப்பாத்தியாகணும்...'' என்று ஒரு பயம் கலந்த குரலில் சொன்னான் முகமது.

''உனக்கு யார் சொன்னாங்க...?'' என்று கேட்டான் ராமச்சந்திரா. ''இங்க பாரு ராமச்சந்திரா... இந்த விஷயத்தை யாருக்கும் சொல்ல வேண்டாம்... நம்ம ஆராய்ச்சி நிலையத்துலே இருந்த 'சல்ப்யூரிக் ஆசிட்' காணாமப் போயிருக்கு... நம்ம கௌஸ்தான் சொன்னான்... சுலைமான் பேரியோட ஆட்கள் தான் இந்தக் காரியத்தைப் பண்ணியிருப்பாங்கன்னு சொல்றான் ... யாரு... என்னான்னு துப்புத் துலக்கறத்துக்கு இப்ப ஆரம்பிக்க வேணாம்... போலீஸ்காரங்களுக்கும் சொல்ல வேண்டாம்... எல்லாரையுமே தீத்துக் கட்டறத்துக்கு ரெடியாகிட்டிருக்காங்க... அவங்க ரெண்டு பேருக்கும் மொதல்லே பந்தோபஸ்து குடுங்க ... மத்ததையெல்லாம் அப்புறம் பாத்துக்கலாம்...'' என்ற முகமதுவின் குரல் பயத்தால் நடுங்கிக் கொண்டிருந்தது.

ராமச்சந்திராவுக்கும் கொஞ்சம் கலக்கம்தான். இந்த இளம் வயதுக்காரர்களின் காதல் எப்படி அரசியல்வாதிகளின் சுயநலத்திற்குப் பயன்படுத்தப்படுகிறது என்று நினைத்த போது கோபம் பொங்கியது. இவர்களுக்குத் திருமணம் செய்து வைக்க நினைக்கும் இந்துக்களின் ஆர்வத்திற்குப் பின்னாலிருக்கிற கெட்ட நோக்கமும், ஜெயந்தியின் அழகான முகத்தின் மீது ஆசிட் வீசப் போவதாகச் சொல்லும் முஸ்லிம்களின் குரோதம் அவனுக்கு வாந்தி வருமளவுக்கு வெறுப்பை உண்டு பண்ணின. இனியும் தாமதப்படுத்தினால் நிலைமை விபரீதமாகப் போகும் என்று நினைத்து ரமேஷைக் கூப்பிட்டு அவர்கள் இரண்டு பேரையும் எங்காவது ஒளித்து வைக்குமாறு சொன்னான். ஜெயந்தியைக் காணாமல் தேடும் அவளது தந்தை நிச்சயமாக அவளைக் கை கழுவி விடுவான். அதனால் நாம் தான் அந்தப் பெண்ணுக்குப் பொறுப்பெடுத்துக் கொள்ள வேண்டும் என்று

சொன்னான். அதற்கு ரமேஷ் ஆக்ரோஷத்தோடு, ''எந்த நாய்ப் பயல் அவுங்க மேலே கை வைப்பான். உடுங்க சார்... பாத்திடலாம்...'' என்று முதலில் சொன்னாலும் பிறகு வேசம் தணிந்து விவேகத்தோடு சம்மதித்தான். ஆனால், ''இதற்கு ரஃபியைச் சம்மதிக்க வைப்பது கஷ்டம். அவனை நான் இஙகே கூட்டிக்கிட்டு வர்றேன்... நீங்களே அவங்கிட்டே பேசுங்க'' என்றான். ஜெயந்தியோடும் ரஃபியோடும் பேசி சம்மதிக்க வைக்கும் பொறுப்பை ராமச்சந்திரா ஏற்றுக் கொண்டான்.

ஜெயராமுக்கு இந்த விஷயத்தைச் சொல்வதற்காக அவனைத் தேடிக் கொண்டு புறப்பட்டான். யாரோ அவன் ஆராய்ச்சி நிலை யத்திற்குப் போனான் என்றார்கள். அங்கே போய்ப் பார்த்தால் அவன் பாடீலரின் அறைக்குள் அங்காடி, ஹெக்டே, சித்தப்பா ஆகியோருடன் உட்கார்ந்து அரட்டையடித்துக் கொண்டிருந்தான். பாடீலர் ஹெக்டேவிடம், 'ஆசிட்' திருட்டுப் போன விஷயத்தை நாளை போலீஸ் ஸ்டேஷனுக்குத் தெரிவிக்க வேண்டுமென்றும் அடுத்து நடக்கப் போகும் காரியங்களை மிக்க கவனமாகக் கையாள வேண்டுமென்றும் சொல்லிக் கொண்டிருந்தார். மறு நாள் காலை அந்த லம்பாடி பாபு சொல்லியிருக்கிறபடி பாடீலர், சித்தப்பா, அங்காடி மூன்று பேரும் மசூதிக்கு அருகில் பாபுவுக்காகக் காத்திருப்பது என முடிவாயிற்று. அப்போதுதான் ராமச்சந்திரா அங்கே வந்தான். முகமது சொன்ன விஷயங்களை யெல்லாம் அவர்களிடம் சொன்னான்.

''ஓஹோ... அப்படியா விஷயம்... பாத்தீங்களா அங்காடி... நீங்க வந்த அன்னைக்கே நான் என்ன சொன்னேன். கெசரூர் காடு பாழாப் போச்சு... தோட்டங்கள் பாழாப் போச்சு... சமூகம் கெட்டுப்போச்சு... மனுஷருங்க கெட்டுப் போனாங்கன்னுட்டு சொன்னேனில்லையா? இப்பப் பாருங்க... எல்லாமே பாழாத் தான் போயிட்டிருக்கு... ஒன்னை விட்டு இன்னொன்னு வாழ முடியுமா? ஒரு பொண்ணக்கும் பையனுக்கும் இருக்கிற காதலை சாக்காக வைச்சுட்டு இவங்க சாயிபுக மேலே இருக்கற பழியைத் தீத்துக்கணும்னு சொல்றாங்களே... இதுக்கு என்ன அர்த்தம்? இந்தப் பெண்ணோட இளம் முகத்துலே 'ஆசிட்' வீசுவோம்னு அந்தப் பயலுக சொல்றாங்களே இதுக்கு என்ன அர்த்தம்! இவங்களையெல்லாம் முன்னேத்தறத்துக்கு நானெதுக்கு

கெசரூர் ஹைப்ரீட் விதையைத் தேடி அலையணும் சொல்லுங்க...?'' என்றான்.

''நாம நம்ம கடமையைச் செய்யறோம் சார்... நம்ம செஞ்ச வேலைக்குண்டான பலா பலன் எப்பவும் இருக்கும்... உங்களோட கண்டுபிடிப்புகளாலே அவுங்க பலனடையணும்னு ஆசைப்பட்டா... அந்தப் பலன் அவர்களுக்குக் கிடைக்கும்... வேண்டாம்னா வேண்டாம்...''

''ஜோகிஹாளர் இந்த லட்சியத்துக்காக உயிரையே தியாகம் பண்ணியிருக்காருங்கற விஷயத்தை நாம மறந்திரக் கூடாது சார்'' என்றான் அங்காடி.

''என்ன அங்காடி... ஜெயராம் சொன்ன கதையையே இன்னும் மனசிலே வெச்சுட்டிருக்கிறீங்க... போகட்டும் விடுங்க ... அதனால உங்களுக்கு மனசுக்கு உற்சாகம் கெடைச்சுதுன்னா சரி... அது மேலே நம்பிக்கை வைங்க... இப்ப கௌம்பலாம்... நாளைக்குக் காலைலே அந்தக் குறவன் பாபு சொன்னபடி மசூதிப் பக்கம் வாங்க... பார்க்கலாம்'' என்று சொல்லிக் கொண்டே எழுந்தார் பாடீலர்.

ராமச்சந்திரா, அங்காடி, ஜெயராம் மூன்று பேரும் பேசிக் கொண்டே ஊர்ப் பக்கம் வந்தார்கள். வழியில் காலேஜ் பையன் கள் கொஞ்சம் பேர் எதிர்ப்பட்டு ராமச்சந்திராவைப் பார்த்து, ''நமஸ்காரம் சார்'' என்றார்கள்.

''கிளாஸ் இல்லியா?'' என்று ராமச்சந்திரா கேட்டதற்கு, ''இல்லே சார் லீவு குடுத்துட்டாங்க... கொஞ்சம் கலாட்டா ஆச்சு... போலீஸ் வந்து லத்தி சார்ஜ் பண்ணனாங்க...'' என்றான் ஒரு பையன். பீதியடைந்த ராமச்சந்திரன், ''என்னனப்பா ஆச்சு... கொஞ்சம் விவரமாச் சொல்லு'' என்றான்.

காலேஜுக்கு அந்நியர்கள் நாலைந்து பேர் வந்து, ''இங்கே ஜெயந்தி யார்?'' என்று விசாரித்தார்களாம்... அதைக் கேட்டு ரமேஷ், அங்காரா இவர்களெல்லாம் அவர்களை அடிக்கப் போனார்களாம். வந்தவர்களும் திருப்பி அடிக்க ஆரம்பித்திருக் கிறார்கள். இங்கிலீஷ் கௌடா ஓடிப் போய் விஷயத்தை பிரின்சிபாலிடம் சொல்லியிருக்கிறான்... பிரின்சிபால் வெங்கடேச பக்தர்களாகத் தெரிந்த பையன்களைப் பார்த்து, ''என்னடா பாத்துட்டிருக்கீங்க... சாயிபுகளுக்கு நாலு குடுங்கடா'' அப்பி

டன்னு சொல்லீட்டு காலேஜுக்கு லீவு குடுத்து விட்டாராம். பையன்கள் எல்லோரும் ரமேஷுக்கும், அங்காராவுக்கும் ஆதர வாகக் கோஷங்கள் எழுப்பிக் கொண்டு அடிதடிக் கும்பலுக்குள் நுழைந்திருக்கிறார்கள். வந்த அந்நியர்கள் இந்தக் கும்பலைப் பார்த்து பயந்து ஓடியே போய் விட்டார்களாம். பிறகு, அங் கிருந்து ஊர்வலமாகப் புறப்பட்ட பையன்கள் பஸ் ஸ்டேண்ட் பக்கமாக வந்து அங்கிருந்த சாயிபுகளோட கடைகளுக்குள் புகுந்தார்களாம். பழக்கடையில் இருந்த பழங்களையெல்லாம் தின்று விட்டு மளிகைக் கடைக்குத் தீ வைத்தார்களாம். போலீசார் வந்து லாத்தி சார்ஜ் பண்ணி பசங்களையெல்லாம் துரத்தி விட்டார்களாம்...'' அந்தப் பையன் ஒரே மூச்சில் இவ்வளவையும் சொல்லி முடித்தான்.

இந்த விஷயத்தைக் கேள்விப்பட்ட ஜெயராமும், ராமச் சந்திராவும் உடனே கெசரூர்ப் பக்கம் ஓடினார்கள். ஊரை நெருங் கிய போது, ''போலீஸ் அடக்குமுறை ஒழிக! நாளை கெசரூர் பந்த்...'' என்ற மாணவர்களின் கோஷம் கேட்டது. மாணவர்கள் ஆவேசத்தோடு அங்குமிங்கும் ஓடிக் கொண்டிருந்தார்கள்.

''இதுக்கெல்லாம் மூல காரணம் உன்னோட கதைதான்னு எனக்குத் தோணுது'' என்றான் ராமச்சந்திரா.

''நீ அப்படி நெனைச்சீன்னா அதுக்கும் ஆதாரங்களை இந்த வாழ்க்கை குடுக்கும்... நான் எத்தனையோ கதை எழுதியிருக் கேன்... எதிலேர்ந்தும் ஒன்னும் ஆகலை... அப்பிடிப் பார்த்தா இங்க இருக்கறவங்க எல்லோரும் அவங்கவங்க ஒரு கதை வைச்சிருக்காங்கன்னு சொல்லலாம்'' என்றான் ஜெயராம்.

அங்காடி குறுக்கிட்டு, ''பொறுங்க... பொறுங்க... நாளைக்கு உங்க கதையைப் பத்தின கடைசி விமர்சனம் வருது... அது வரைக்கும் எந்த முடிவுக்கும் போகாதீங்க'' என்றான்.

அத்தியாயம் 42

''**பா**ருங்க சார்... எப்பிடி நாசம் பண்ணியிருக்காங்கன்னு பாருங்க இந்த சுலைமான் பேரியோட ஆளுங்க... நான் இவங்களைப் பார்த்து கத்தியைத் தீட்டறேன்னு சொல்றாங்க இல்லியா... இவங்க கோடாலி போட்டு வெட்டுனதோட

விளைவப் பாருங்க'' என்று கண்ணுக்கு எட்டிய தூரம் வரை விரிந்திருந்த லண்டானா புதரைப் பாடீலருக்குக் காண்பித்தான் சித்தப்பா... பாயை விரித்துப் போட்ட மாதிரி இரண்டு ஆள் தடிமனுக்குப் படர்ந்திருந்த லண்டானா புதர் அந்தப் பள்ளத் தாக்கு மலை உச்சி என எல்லா இடங்களிலும் சர்வ வியாபக மாகப் பின்னிப் படர்ந்திருந்தது... ஆனால், அடிப் பாகம் முழுவதும் கிட்டத்தட்ட பாதிப் பகுதி காய்ந்த குச்சிகளும் உதிர்ந்த இலைகளும் வெறும் சருகுக் குப்பைகளாகக் கிடந்தன... மேல் பாதி பாகம் முழுவதும் ராட்சசனாகப் படர்ந்திருந்த புதர்... பாடீலர் அந்த மாபெரும் ஆரண்யத்தின் மயான பூமியை மௌனமாகப் பார்த்துக் கொண்டிருந்தார். லண்டானாவின் இலைகளுக்குள்ளிருந்து போதை தரக் கூடிய வாசனை சுமந்த மெல்லிய பூங்காற்று இவர்களின் பக்கம் வந்து சுழன்றாடிற்று. வெகு நேரம் அங்கேயே நின்று கொண்டிருந்த பாடீலர் ஒரு நீண்ட பெருமூச்சு விட்டபடி, 'ப்ளடி ஃபூல்ஸ்' என்று தனக்குத் தானே சொல்லிக் கொண்டு புலம்பினார்.

''இந்த லண்டானா நம்ம தேசத்துத் தாவரமில்லே சித்தப்பா... யாரோ வெளிநாட்டுக்காரன் எங்கோ ஒரு பூங்கா வுலே கொண்டு வந்து விட்டது... இப்ப நம்ம தேசம் பூராப் பரவியிருக்குது இது...'' என்ற பாடீலர் அதைப் பற்றி விவரங்கள் சொல்ல சம்பாஷணை தொடர்ந்தது... ''ஆனா பாரு... இயற்கை தன்னோட செயற்பாடுகளிலே கூட ஒரு நியமத்தை வைச்சிருக்குது... தனக்கு ஏற்பட்ட நோயைக் குணப்படுத்திக்கறத் துக்குக் கூட ஒரு வழி கண்டு புடிச்சுக்குது... இந்த லண்டானா மரங்கள் மட்டும் இங்க இல்லேன்னா இப்படிப் பெய்யற இந்த மழையிலே இங்க இருக்கிற மண்ணெல்லாம் கரைஞ்சு கீழே போய் இந்த இடமெல்லாம் நம்ம தரிசு நெலம் மாதிரிக் கெடக்கும்... வெறும் கரட்டு மலையாத்தான் ஆகியிருக்கும்.''

''சரி... எப்படிப்பட்ட வனாந்தரத்தை அழிச்சு இப்படி யொரு மயான பூமியாப் பண்ணிட்டாங்க... பாருங்க...''

''ம்... இருங்க சொல்றேன்... இந்த உலகத்து ஜீவராசிக ளெல்லாமே ஒரு மயானத்திலிருந்துதான் உருவாச்சு... கொதிக்கிற நெருப்பு உருண்டையா இருக்கிற இந்த பூமி உருண்டையி லிருந்து தான் எல்லாமே ஆரம்பம். இந்த லண்டானாவோட

காஞ்ச இலை, குப்பைக் கூளங்கள் கூட மண்ணினோட உயிர் சத்துக்களை சூரிய வெப்பம் சுட்டுப் பொசுக்கிடாம பாதுகாத்துக் கறத்துக்கு ஒரு கவசமாகப் பயன்படுது பாருங்க... புன்னை, தேக்கு, நாவல், சாம்பிராணி, ஆலம்னு எல்லா மரங்களுமே லண்டானா முள்ளைப் பாதுகாப்பாகக் கொண்டு தான் வளருது... இந்த மரங்களெல்லாம் மேலே வளர்ந்து வர வர அதுகளுக்கு வழி விட்டு விட்டுத்தான் ஒதுங்கிக்குது... அதுக்கப்புறம் வேற மாதிரி செடிகள் அதுக்குக் கீழே வளருது... இந்தக் களவாணிப் பசங்களோட அயோக்கியத்தனத்துனால இந்தப் பயிர் பச்சை களுக்கும் இந்த மண்ணுக்குமே அழவு காலம்... சில பேருக்கு இந்த மண்ணைக் காப்பாத்தறதுலே அக்கறை... சில பேருக்கு நாசம் பண்றதுலே அக்கறை...''

''இயற்கையோட எடத்தை மனுஷன் ஆக்கிரமிக்கிறான்... இப்பப் பாருங்க... இந்த லம்பாடிங்க வழிப்போக்கனுங்க... அவனுங்களுக்கு எடத்தை அளந்து கொடுத்து அங்களோட ஓட்டுக்களை அடிக்கப் பாக்கறாங்க... இது ஒரு அழுகிப் போன சமூகம் சார்.''

''அப்படியே இருந்தாலும் நாம தான் பூமி பாழாகுதுன்னு நெனச்சுட்டிருக்கறமே தவிர பூமிஅப்பிடி ஆகற மாதிரித் தெரியலே... இப்பவே பூமி எப்பிடியெல்லாம் தன்னைக் காத்துக் குது... நமக்குத் தெரிஞ்ச மாதிரியே எத்தனை தாவரங்களும், பிராணிகளும் புதுசு புதுசா உருவாகியிருக்கு... அழிஞ்சி போயிருக்கு... நீர்வாழ் பிராணிகள், ஊர்வன, பறப்பன என்று ஒன்றா இரண்டா...? நமக்குக் கஷ்டம் வருகிற போது நாமும் இங்கிருந்து போகத்தான் வேணும்... ஒரே வித்தியாசம்... நாம இங்கேர்ந்து போன பின்னாலே நாம இருந்த அடையாளமே இருக்காது. ஆனா இயற்கை தன்னை நிலைநிறுத்திக்கறத்துக்கு வேறே வழிகள் வைச்சிருக்கு... இந்தப் பூமண்டலத்தோட மயான பூமியிலிருந்தே இன்னொரு உயிர்த் துடிப்புள்ள உலகம் உருவாகும்... அவ்வளவுதான்...''

''லம்பாடிகளோட ஓட்டுக்காக வேண்டி இந்த வெங்க டேஸ்வர தேவஸ்தானத்துக்காரங்க இப்பிடி அலையறாங்களே... இதெல்லாம் ஒரு அழிவுக்காகத் தானே சார்...''

''அதிருக்கட்டும்... எங்கேய்யா இந்த அங்காடி? லம்பாடி பாபுவைக் கூட்டீட்டு வர்றேன்னு சொன்னான். இன்னும் ஆளையே காணோமே'' என்றான் பாடீலர்.

சித்தப்பா, பாடீல், அங்காடி மூன்று பேரும் காலையி லேயே வந்து லம்பாடி பாபுவுக்காகக் காத்தக் கொண்டிருந்தனர். அவன் இன்னும் தட்டுப்படாததால், ''யாராவது போய்ப் பார்த்து விட்டு வாங்களேன்'' என்றார் பாடீலர். லம்பாடி களுக்கும், தனக்கும் கொஞ்சம் மனஸ்தாபம் இருப்பதால் அங்காடியே போய்ப் பார்த்து விட்டு வரட்டும் என்றான் சித்தப்பா. லம்பாடிகளுக்கு வீடு கட்ட இடம் கொடுத்திருக்கும் பகுதியைப் பற்றியும் அங்காடிக்குச் சொன்னான். அங்காடி போன பிறகு அவன் வரும் வரை காத்திருக்கும் போது மற்ற இருவரும் பேசிக் கொண்டிருந்தார்கள். அங்காடி இன்னும் வரவில்லை. வெயில் 'சுறுசுறு'வென்று ஏறிக் கொண்டிருந்தது.

''நம்ம ரெண்டு பேரும் வந்திட்டிருக்கும் போது நம்மையே திரும்பித் திரும்பிப் பாத்துட்டு மசூதிக்குப் பின் னாலே போனாங்களே... அவுங்க யாரு? எங்க போனாங்க...? அங்கே ஏதாவது வழியிருக்குதா என்ன? நாலு எட்டு நடந்து போய்ப் பார்க்கலாம் வாங்க... இங்கே இப்பிடியே நின்னு காத்திட்டிருந்தம்னா பாக்கறவங்க கூட சந்தேகப்படுவாங்க... ஏற்கனவே இந்த ஊர் ஜனங்களுக்குக் கிறுக்குப் புடிச்சிருக்குது'' என்றார் பாடீலர். இருவரும் மசூதிக்குப் பின்னாலிருந்த லண்டானாக் காட்டைப் பார்த்து நடந்தார்கள்.

சித்தப்பா சொல்லிக் கொடுத்த வழியைப் பிடித்தபடியே கெசரூர் கடை வீதிகளையெல்லாம் தாண்டி ஊரின் புறநகர்ப் பகுதிக்கு வந்து சேர்ந்தான் அங்காடி... அங்கே யாரையும் காணோம்... அந்தப் பகுதி முழுவதும் வெறிச்சோடி இருந்தது மட்டுமல்லாமல் யாரும் அங்கே வீடு கட்டிக் கொண்டிருந்த தற்கான அறிகுறியும் இல்லை. சித்தப்பா சொன்ன இடம் இன்னும் கொஞ்சம் முன்னாலே இருக்க வேண்டுமென்று நினைத்து மேலும் கொஞ்சம் முன்னால் நடந்தான். லம்பாடிகள் கூடாரம் இருப்பதற்கான எந்தத் தடயமும் இல்லை. அதே பாதையில் மேலும் முன்னால் போய்க் கொண்டே இருந்தான். வழியில் தென்பட்ட எவனோ ஒருத்தனைக் கேட்டான்.

அவன், ''அங்கே நீங்க வழியிலேயே இருந்திருக்குமே... பாக்கலியா?'' என்று ஆச்சரியத்தோடு கேட்டு விட்டு, பிறகு அவனுடனேயே திரும்பி வந்து முன்பு சித்தப்பா சொல்லியிருந்த அதே இடத்தைக் காண்பித்தான்... அந்த இடம் மொத்தம் காலியாகி இருந்தது. அவனுக்கு ரொம்பவும் ஏமாற்றமாகிப் போய் விட்டது. ''அடடா... எல்லாரும் ஊரை விட்டுப் போய்ட் டாங்க போல இருக்குது'' என்று அங்காடியிடம் சொன்னான். அங்காடி களையிழந்தவனாக அந்தக் காலியிடத்தைப் பார்த்துக் கொண்டு அங்கேயே நின்றான்.

தனது முட்டாள்தனத்தை நினைத்து வெட்கப்பட்டான் அங்காடி. கெசரூர் ஹைப்ரீட் விதையைப் பார்க்கும் வாய்ப்பே போய் விட்டது என்பதை விட மெஜிஷீயன் முத்து ஊரை விட்டுப் போய் விட்டான் என்ற செய்தி அவனுக்கு மிகுந்த சோர்வைத் தந்தது. ஜெயராம் கதையின் ஒரு பகுதி கொஞ்சம் தடம் மாறிப் போய் விட்டதாகத் தோன்றியது. வழியைக் கோட்டை விட்டு விட்டோமோ? பக்கத்தில் வழி காண்பிக்க வந்தவன் அங்காடி. இப்படித் தீவிர சிந்தனையில் எங்கோ பார்த்துக் கொண்டு நின்றிருப்பதைப் பார்த்து விட்டு அவன் பாட்டுக்குக் கிளம்பிப் போனான். அங்காடிக்கு எங்கு போகவும் மனசில்லை... கெசரூர் ஹைப்ரீட் விதை எங்கிருக்கிறது? பாடீலர் கொலை என்ன ஆயிற்று? இந்த லண்டானா காட்டுக்குள் சாம்பிராணி மரத்தைத் தேடுவது சமுத்திரத்துக்குள் ஊசியைத் தேடுவது போலல்லவா? இதுவும் ஒரு வகையில் நல்லதுதான். இனிமேல் பாடீலருக்குக் காவல் போட வேண்டிய அவசியம் இல்லை. இந்த லம்பாடிகள் கிளம்பிப் போய் விட்டார்கள் என்று பாடீலரிடம் சொல்லவும் தேவையில்லை... தலையில் இருந்த பாரம் இறங்கிய மாதிரித் தெரிந்தது... அங்காடி மெதுவாக கெசரூரை நோக்கி நடந்தான். கெசரூர் ஹைப்ரீட் பற்றி ஏதோ ஒரு ரிப்போர்ட்டைத் தயாரித்துத் தபால் பெட்டிக்குள் போட்டு விட்டு பஸ்ஸைப் பிடித்து ஆலப்புழைக்குப் போய் விடலாமா என நினைத்தான். ஜோகிஹாளர் சாவு என்கிற விஷயம் அவனது நினைவிலிருந்தே முற்றிலும் அகன்று போன மாதிரி தோன்றியது.

கெசரூர் சர்க்கிள் பக்கத்தில் ஜெயராம், ராமச்சந்திரா, ஹெக்டே மூவரும் பேசிக் கொண்டே நடந்து வந்து கொண் டிருந்தார்கள். ''இதென்ன அங்காடி... இங்கே சுத்திக்கிட்டிருக் கீங்க?'' என்றான் ஜெயராம்.

''ஜெயராம் உங்க கதையிலே கொஞ்சம் மாற்றங்கள் ஏற்படுத்தணும்'' என்றான் அங்காடி.

''கதையை மாத்தணுங்கற பிரச்சினைக்கே இங்க இடமில்லே.''

''இல்லப்பா... எங்கியோ குளறுபடி நடந்திருக்குது... அந்தக் கதையினோட ஒரு அம்சம் 'தலைமறைவு'ன்னு எடுத்துக்கணும்.''

''அப்படீன்னா அது ஒரு பெரிய பொய்னு அர்த்தம்... மனுஷனோட பிரக்ஞை பூரண சுதந்திரத் தன்மை உடையதா இல்லயான்னு தெரிஞ்சக்கறத்துக்குக் கலைப் படைப்பு உதவாது.''

''அப்பிடீன்னா அது ஒரு நல்ல கலைப் படைப்பே இல்லே...''

''ஏனில்லே... அது நல்ல கலைப் படைப்பா இல்லாமெ இருந்துதுன்னா இது வரைக்கும் நாம அதை நம்பீட்டு இப்ப கடைசீலே முட்டாளாகியிருப்போமா? சரி... எதை வச்சு சொல்றீங்க குளறுபடி ஆகிப் போச்சுண்ணு.''

''இந்த நாடோடி லம்பாடிகளெல்லாம் ஊரை விட்டுப் போய்ட்டாங்க.''

''போனாப் போகட்டுமு. அவங்களை இங்கிருந்து தொரத்தணும்னுதானே சித்தப்பா சர்க்காருக்கு விண்ணப்பம் போட்டுட்டு உட்கார்ந்திருந்தான்.''

''சரி... ஆனா கதையிலே வர்ற முக்கிய கதாபாத்திரங்களே இல்லாம போனாங்கன்னா அப்புறம் கதை எப்படித் தொடர்ந்து போகும்... அதனால்தான் கதையைக் கொஞ்சம் மாத்தணும்னு சொன்னேன்.''

''அங்காடி... கண்ணுக்கு முன்னால என்ன நடக்குதுன்னு பாக்க முடியாதவனால கண்ணுக்குப் பின்னால என்ன நடக்கு துன்னு நிச்சயமாப் பாக்க முடியாது... இந்த ஊர்லே இருக்கற எல்லாருமே அவங்கவங்களுக்குன்னு ஒரு கதையை உருவாக்கிக்

கிட்டு நடைமுறையிலே அதுக்கான காரண காரியங்களைத் தேடீட்டிருக்காங்க'' என்றான் ஜெயராம்.

''அது சரி... கெசரூர் ஹைப்ரீட்டோட கதை ஒரு முடிவுக்கு வந்த மாதிரித் தெரியுதே...'' என்றான் ஹெக்டே.

''அந்த லண்டானா காட்டுக்குள் போறவங்க யாராவது திரும்பி வர முடியுமா? அது ஒரு சக்கர வியூகம் மாதிரியில்லே தெரியுது'' என்றான் அங்காடி.

''அப்படீன்னா பாடீலர்...?''

''அங்கியே மசூதிக்குப் பக்கத்துலே காத்திட்டிருக்காரு... இப்பப் போய் அவருகிட்டே சொல்லணும்'' என்றான் அங்காடி.

''போலாம்... போலாம்... இன்னைக்கு கெசரூர் பந்த்... எங்களுக்கும் வேலை இல்லே... நாங்களும் வர்றோம்...'' என்றார்கள் மூன்று பேரும்... அவர்கள் நாலு எட்டு முன்னே எடுத்து வைத்தார்கள். அப்போது 'டமார்' என்று ஒரு சத்தம் மசூதிக்குப் பக்கத்திலிருந்து கேட்டது. நான்கு பேரும் பீதி யடைந்து வேகமாக நடையைப் போட்டார்கள். முந்தா நாளைய ஓலம் மற்றும் ஓடும் தீப்பந்தமாக... தீப்பிழம்புகளால் தோல் உரிய உரிய மனிதர்கள் ஓடிக் கொண்டிருந்த காட்சி அவர்கள் தலைக்குள் திரும்பத் திரும்ப வந்து போயிற்று.

மசூதியோ பசுமையான பின்னணியில் வெயிலில் வெண்மையாக நின்றிருந்தது. தொலவிலிருந்து பார்க்கும் போது அங்கு ஜன நடமாட்டமே இல்லை. கலவரப்பட்டுப் போன ஹெக்டே, ''டேய் சித்தப்பா'' என்று கத்தினான்.

காட்டுக்குள்ளிருந்து, ''இதோ வந்திட்டோம்... வந்திட் டோம்... ஓடியாங்க... ஓடியாங்க... பாடீலருக்குக் காயம் பட்டிருக்குது'' என்று சித்தப்பா கத்தும் குரல் கேட்டது. நான்கு பேரும் மேலும் பாய்ந்து ஓடினார்கள். லண்டானா மரப் புதர்களுக்கிடையிலிருந்து ஒரு குறுகிய ஒத்தையடிப் பாதை வழியாக சித்தப்பாவின் தோள் மீது கை போட்டுக் கொண்டே பாடீலர் வெளியே வந்தார். அவரது இடது காலிலிருந்து ரத்தம் கொட்டிக் கொண்டிருந்தது. இடுப்புப் பக்கமிருந்தும் ரத்தம்.

''அய்யய்யோ... என்ன சார் இது... என்னாச்சு சித்தப்பா'' என்று அலறிக் கொண்டு பக்கத்தில் ஓடினார்கள்.

''பொறுங்க... பொறுங்க... பயப்படாதீங்க... காலுக்கிட்டே தான் கொஞ்சம் காயம்... மத்த எடத்துலே கொஞ்சம் சிராய்ப்பு... அவ்வளவுதான்'' என்று பாடீலர் தைரியம் சொன்னார்... அங்காடி கர்ச்சீப் எடுத்து காலில் ரத்தம் வருகிற இடத்தில் கட்டத் தொடங்கினான்.

சித்தப்பா நடந்ததையெல்லாம் சொன்னான். அங்காடி வருவதற்கு ரொம்பவும் தாமதமானதால் சலிப்புக் கொண்ட ரெண்டு பேரும் அங்கே எங்காவது வழி இருக்கிறதா என்று அந்தச் சுரங்கப் பாதை வழியாக நாலு எட்டு எடுத்து வைத்தார் களாம். ஒரு நாலு எட்டு முன்னால் இருந்தார் பாடீலர்... அவர் போன வழியில் ஒரு 'கண்ணி வெடி' இருந்திருக்கிறது... அவர் அதை மிதித்த உடனே 'டமார்' என்ற சத்தம். பார்த்த போது கை உடம்பெல்லாம் ரத்தமாக பாடீலர் கீழே விழுந்து கிடந்தாராம்.''

பாடீலர் காலுக்குக் கர்ச்சீஃப் கட்டிக் கொண்டிருந்த அங்காடி உடனே எழுந்து ஜெயராமைப் பார்த்து கை குலுக்கிக் கொண்டே, ''நீங்க உண்மையிலேயே ஒரு மகத்தனா கலைஞன் தான்... உங்க கதை உண்மையிலேயே கிரேட்'' என்றான்.

ஜெயராம் திடுக்கிட்டுப் போய், ''சீ... என்ன அங்காடி இது...? ஏன் எப்படிக் குதிக்கறீங்க?'' என்றான்.

''யூ ஆர் கிரேட்! உங்க கதை கடைசீலே என்னோட விமர்சனத்தையும் தாண்டி ஜெயிச்சிட்டுது... லம்பாடிங்க எல்லாம் தலைமறைவு ஆகீட்டாங்க... இங்கே பாடீலரோட கதையை முடிக்கிறத்துக்கு பாம் வைச்சிருக்காங்க... இதுக்கெல் லாம் என்ன அர்த்தம்? மெஜிஷியன் முத்து ஒரு வெளிநாட்டு ஏஜண்டு... ஜோகிஹாளரைக் கொலை பண்ணினவன் இவன் தான்'' என்று மகிழ்ச்சியில் துள்ளினான்.

''நான்சென்ஸ்... ஸ்டுபிட்... அது பாம் இல்லேய்யா... வெறும் கண்ணி வெடி... சின்னச் சின்ன கல்லுக உள்ளே போய் குத்தியிருக்கிறது. அந்த மாதிரி குண்டுகளையெல்லாம் வெச்சுட்டு குவாடிமாலாக்காரங்கள் சோதனை பண்ணினாங் கன்னா அவங்க கற்காலத்திலே இருக்காங்கன்னு தான் அர்த்தம் ... நடந்தது என்னன்னு பாக்காமே எவிடென்ஸ் தேடீட் டிருக்கீங்களே...'' என்று அடிபட்ட வேதனையிலும் கோபத் தோடு பேசினார் பாடீலர்.

''ரொம்ப வலிக்குதா சார்... வலிச்சா நல்லது...''

''அதெப்படி...?''

''அப்படீன்னா நரம்புகளுக்கு ஒன்னும் காயம் படலேன்னு அர்த்தம்... எலும்பு அப்பிடியே தெரியுது... பாருங்க'' என்றான் அங்காடி.

''எலும்பு தான்னா எதுக்கு அதைப் புடுங்கப் போறீங்க... ஃபூலிஷ் ஃபெலோ... உடனடியா ஆஸ்பத்திரிக்குப் போகலாம் வாங்க'' என்றார் பாடீலர். பாடீலர் நொண்டிக் கொண்டே வர மற்றவர்களும் அவரோடு சேர்ந்து வருகிற காட்சி கெசரூர் நகர வீதிகளில் ஊர்வலம் வருகிற மாதிரி இருந்தது. வருகிற வழியில் ஹுசைன் சாயிபுவின் ஒத்தை வண்டியைப் பார்த்தார்கள். வண்டியை நிறுத்தச் சொல்லி பாடீலர், சித்தப்பா, ஹெக்டே மூவரும் ஏறி உட்கார்ந்தார்கள்.

''நேரா ஆஸ்பத்திரிக்குப் போப்பா...'' என்றார் பாடீல்.

பாடீலரை வண்டியில் ஏற்றி உட்கார வைப்பதற்குள் அங்கே நான்கைந்து ஜனங்கள் சேர்ந்து கொண்டார்கள். வண்டி கிளம்பிய பிறகு சோகம் கப்பிய முகத்தோடு ஜெயராம், அங்காடி, ராமச்சந்திரா மூன்று பேரும் அங்கேயே நின்று கொண்டிருந் தார்கள். அங்கேயிருந்த ஒருத்தன், ''என்ன சார்... என்னாச்சு...?'' என்று கேட்டான்.

''என்னத்தப்பா சொல்றது... அது ஒரு பெரிய கதை'' என்றான் ஜெயராம்.

''ஓ... எனக்குத் தெரியுமே'' என்றான் அந்த ஆள்.

''என்ன தெரியும்... சொல்லு...?''

''இந்துக்களெல்லாம் மசூதியைத் தாக்கறத்துக்கு வந்தாங்க ... சாயிபுங்க எல்லா எடத்திலேயும் பாம் வைச்சிருக்காங்க... இல்லியா?'' என்றான்.

''கரெக்ட். உன்னோட கதைப்படி சரிதான்'' என்றான் ஜெயராம்.

''எல்லாம் எனக்குத் தெரியும்'' என்றான் இன்னொருத்தன்.

''என்ன?'' என்றான் ஜெயராம்.

''சாயிபுங்க எதுக்கு மசூதிக்குப் பக்கத்துலே வெடி வைக் கிறாங்க... மசூதிக்கு வர்ற சாயிபுங்களைக் குறி வைச்சு இந்துக்கள் தான் இதை வைச்சிருக்கணும்...''

''கரெக்ட்... உன்னடோ கதைப்படி சரிதான்...'' என்றான் ஜெயராம். கூட்டத்திலிருந்த ஒவ்வொருவரும் தங்களுக்குத் தோன்றியதைப் பேசத் தொடங்கினார்கள்.

ஜெயராம் அவர்களை ஒரு விதமான அசூயையுடன் பார்த்துக் கொண்டே, ''வாங்க நாம ஆஸ்பத்திரிக்குப் போலாம்... இந்த ஊர்லே எல்லாரும் அங்காடியை மாதிரியே ஒரு கதையை ஜோடிச்சு வைச்சிட்டு அதுக்கு ஆதாரம் தேடீட்டு இருக்காங்க'' என்றான்.

மூவரும் மேலும் எதுவும் பேசாமல் அங்கிருந்து கிளம்பி னார்கள். கொஞ்ச தூரம் போயிருப்பார்கள். பின்னாலிருந்து, ''அடிங்கடா... ஒதைங்கடா...'' என்ற குரல்கள் கேட்டன. 'தட் தட்' என்ற சத்தம் கேட்டது... திரும்பிப் பார்த்த மூவரும் எந்த உணர்ச்சியுமில்லாமல் நின்றார்கள்... அங்கே நின்றிருந்த கூட்டத் தில் அடிதடி கலாட்டா ஆரம்பமாயிற்று.

ஜனக் கூட்டமும் பெரிதாகிக் கொண்டே இருந்தது. சூரிக் கத்தியை எடுத்துக் கொண்டு ஒருவர் முகத்தை ஒருவர் குத்திக் கொள்ள ஆரம்பித்தார்கள். இவர்கள் பார்த்துக் கொண்டிருக்கும் போதே ஒருவன் கத்தியினால் இன்னொருவன் வயித்தைப் பார்த்துக் குத்தினான். கிழிந்து தொங்கும் வயிற்றிலிருந்து குடல் வெளியே வராதபடிக்கு இரண்டு கைகளாலும் வயிற்றைப் பொத்திக் கொண்டு ஓலமிட்டு கொண்டே கீழே விழுந்தான் குத்தப்பட்டவன். குத்தியவனின் முகத்தில் கண்ணுக்குக் கீழே வாய் வரை உள்ள கன்னச் சதை கிழிந்து தொங்கிக் கொண் டிருந்தது. வாய்ச் சதை கிழிந்து பற்கள் எல்லாம் வெளியே தெரிகிற காட்சியைப் பார்க்கிறவர்களுக்கு அவன் பல் முழு வதும் தெரியச் சிரிக்கிற மாதிரியே இருந்தது. கன்னச் சதையை முகத்தோடு ஒத்திக் கொண்டே என்னவோ சொல்லி அரற்றிக் கொண்டு கீழே விழுந்தான். இன்னும் நிறைய பேர் வந்து அடிதடியில் கலந்து கொள்ள ஆரம்பித்தார்கள்.

ஜெயராமின் முகம் கடுமையாகி இறுக்கம் கொண்டிருந் தது. ஒன்றுமே நடக்காததைப் போல, ''நடங்க ஆஸ்பத்திரிக்குப் போகலாம்'' என்றான். கொஞ்ச தூரம் முன்னால் நடந்து போகும் போதே 'தடதட'வென்று ஆட்கள் எதிரிலிருந்து ஓடி வந்தார்கள்.

அவர்கள் கைகளில் கத்தி, கம்பு என்று பல வகையான ஆயுதங்கள்... பலருக்கு உடம்பு முழுவதும் ரத்தக் குறிகள்...

''போலீஸ்காரங்க சுட்டுக்கிட்டிருக்காங்க... ஓடுங்க... ஓடுங்க...'' என்று அவர்களில் ஒருத்தன் கத்தினான். இன்னொருவன் ஜெயராமைப் பார்த்து, ''நமஸ்காரம் சார்'' என்றான். ஜெயராமும் வெகு வினயமாக ''நமஸ்காரம்'' சொன்னான்.

மூவரும் தொடர்ந்து நடந்தார்கள். கெசரூரின் பல மூலைகளிலிருந்தும் பெண்களும், குழந்தைகளும் புலம்பும் சத்தம் தொடர்ந்து கேட்டது. வானத்தில் மேகங்கள் சூரியனை மூடின. சூரிய வெப்பத்தின் காட்டமும் தணிந்த மாதிரி இருந்தது. மேலும் மேகங்கள் கவியக் கவிய சூரிய ஒளி தன் வீரியத்தை இழந்து நிலா ஒளியைப் போல மாறிப் போயிற்று. மிகவும் கனத்த மனசுடன் ரோட்டில் போய்க் கொண்டிருந்த மூவரும் இது எதையும் கவனித்ததாகத் தெரியவில்லை. அவர்கள் மூன்று பேர் மட்டுமல்ல. கெசரூரிலிருந்த யாருமே இதைக் கவனித்ததாகத் தெரியவில்லை. கொல்லு, அடி, உதை, கடி என்கிற கூச்சல்களோடு 'ஹரிஹர மஹா தேவா', 'அல்லா ஹோ அக்பர்' என்கிற கூப்பாடுகளும் கலந்து ஒலித்தன.

அத்தியாயம் 43

சூரிய வெளிச்சம் மங்கலாகி வெயில் தணிந்த அதே நேரத்தில் ரஃபியும், ஜெயந்தியும் காட்டுக்குள் லண்டானா மரங்கள் நிறைந்த புதருக்குள் பதுங்கிக் கிடந்தார்கள். வெளியே சூரிய வெளிச்சம் குறையக் குறைய புதருக்குள் இருட்டு அதிகமாகக் கவிய ஆரம்பித்தது.

''இன்னைக்கு கெசரூர் பந்த்... காலேஜுக்கு லீவு'' என்ற விஷயத்தைக் கேட்டதும் திரும்ப வந்து கொண்டிருந்த ஜெயந்தி, ரஃபியையும் ரமேஷையும் பார்த்தாள். கெசரூரின் பதட்டமான சூழ்நிலையில் வெட்கம், நாசூக்கு முதலிய விஷயங்களெல்லாம் காணாமல் போயிருந்தன. ரமேஷ் ஜெயந்தியிடம் தனது திட்டத்தை விவரித்தான். நிலைமை சகஜமாகும் வரை இருவரையும் எங்காவது போய் ஒளிந்திருக்கும்படி சொன்னான். தானாக வரும்

இந்த வாய்ப்பு ஜெயந்திக்கு குதூகலத்தைத் தந்தது. ஒத்துக் கொண்டாள். ஆனால், இந்த விஷயத்தைத் தனது பெற்றோர் களுக்குத் தெரிவிக்கும்படி நிபந்தனை போட்டாள். அவர் களுக்குக் கோபம் வந்தது. இருந்தாலும் இதைச் செய்தே ஆக வேண்டுமென்றாள். ரமேஷும் ஒத்துக் கொண்டான். பிறகு மூவரும் ரோட்டுக்குப் பின்னாலிருந்த புதர் மறைவுக்குப் போய் எங்கு ஒளிந்து கொள்வது என்று திட்டம் தீட்டினார்கள்.

அப்போது கும்பல் கும்பலாக ஜனங்கள் அந்த வழியாக வந்தார்கள். ''வாங்க... பயங்கர அடிதடி நடக்குதாமே... நல்ல தாச்சு... இந்த சாயிபுங்களோட முதுகெலும்பை ஒடிக்கணும்...'' என்று சொல்லிக் கொண்டே ஓடும் சத்தம் கேட்டது. ரமேஷ் அவசரப்படுத்தினான்... சீக்கிரம் முடிவெடுங்க... எனக்கு நேரம் இல்லை''' என்றான்.

இன்னொரு சிறு கும்பல் வந்தது. ''பாடீலரைப் புடிச்சு எதுக்கப்பா ஒதைக்கறாங்க... அவருதான் எந்தப் பக்கமும் இல்லியே'' என்று சொல்லிக் கொண்டே நடந்து போய்க் கொண்டிருந்தார்கள்.

''கலவர சமயமில்லியா...? யாருக்கு எங்கே அடிபட்டு துன்னு யாரு பாக்கறாங்க...? எப்படியாவது கலவரத்தை அடக்கலாம்னு அவரு முயற்சி பண்ணியிருப்பாரு...'' என்று இன்னொருத்தன் வேகமாகப் பதில் சொல்வது கேட்டது... பிறகு ரெண்டு பேருமே, ''தூக்கிப் போட்டு ஒதைக்கணும் தேவிடியாப் பசங்களை... இல்லேன்னா வழிக்கு வர மாட்டாங்க'' என்று சொல்லிக் கொண்டே சரசரவென்று நடந்து போனார்கள்.

ஒளிந்து கொண்டிருந்த ரமேஷ், ''பாடீலருக்கு அடிபட்டது அதுக்குள்ளே இவங்களுக்குத் தெரிஞ்சுட்டுதா...?'' என்று ஆச்சரியப்பட்டான். ரஃபி அவனிடம், ''முனிசிபாலிடி பம்ப் ஹவுசுக்குப் பக்கத்திலே இருக்கிறோம். அங்கே ஜன நடமாட்டம் அதிகமா இருந்துதுன்னா காட்டுக்குள்ளே போய் ஒளிஞ்சுக்கறோம். சாயங்காலம் ஆனதுக்கப்புறம் டி.பி.க்குப் பக்கம் வர்றோம் சரியா?'' என்றான்.

''ஓ எஸ்... குட்லக்'' என்று சொல்லிக் கொண்டு எழுந்த ரமேஷ் அங்கிருந்து ரோட்டோரமாக நடந்து ஊர்ப் பக்கம்

போனான். ஜெயந்தி உரக்க, ''எங்க வீட்டிலே சொல்லீடு... என்ன...'' என்று கத்தினான். ரமேஷ் 'சரி' என்று கையை அசைத்துக் கொண்டே ஓடினான். ரஃபி ஜெயந்தியின் பக்கம் திரும்பி மெல்லச் சிரித்தான்.

ரஃபியும் ஜெயந்தியும் பம்ப் ஹஷவுஸ் பக்கம் கூனிக் குறுகி ஒளிந்திருந்தார்கள். தண்ணீர்த் தொட்டிக்குப் பக்கம் வந்த ஒன்றிரண்டு பேர், ''பாருங்க... பாரங்க... தொட்டித் தண்ணி யிலே எல்லாம் விஷம் கலந்திருக்காங்களாமே'' என்று சொல்லிக் கொண்டு ஓடி வந்தார்கள். ரஃபி ஜெயந்தியை அழைத்துக் கொண்டு லண்டானா மரப் புதரைத் தேடி ஓடினான். கொஞ்ச தூரம் உள்ளே போய் பதுங்கி உட்கார்ந்து கொள்ளும் அளவுக்கு இடம் ஒதுக்கி உட்கார்ந்து கொண்டார்கள். ஜெயந்தி எதன் மேலும் அதிக கவனம் கொள்ளாமல் ரஃபியின் முகத்தையே பார்த்துக் கொண்டிருந்தாள். இதை உணர்ந்து கொண்ட ரஃபி கொஞ்சம் கூச்சப்பட்டு அங்குமிங்கும் இருக்கிற குச்சி குப்பை களை ஒதுக்கி இடம் பண்ணுகிறவனைப் போல நடித்துக் கொண்டு வேற்று மனிதனைப் போல நடந்து கொண்டான். கெசரூரில் தற்போதுள்ள பதட்டமான நிலைமையைக் கண்ட அவர்கள் தாங்கள் இனி உயிரோடு தப்பிப்போம் என்கிற நம்பிக்கையை இழந்து விட்டார்கள். ஜெயந்தி அன்றைய தினம் ராத்திரி ரஃபியைக் கட்டிப் பிடித்துக் கொண்ட மாதிரியே இப்போதும் உட்கார்ந்த நிலையிலேயே அவனைக் கட்டிப் பிடித்துக் கொண்டாள். அவளது இறுக்கமான அணைப்பிலிருந்து தன்னைக் கொஞ்சம் விடுவித்துக் கொண்ட ரஃபி குனிந்து அவளது பாவாடையைக் கொஞ்சம் உயர்த்தினான் ஜெயந்திக்குச் சற்று அச்சம் ஏற்பட்டது. ரஃபி ஓரக் கண்ணால் அவளது தந்தம் போன்ற கால்களை ஒரு முறை பார்த்து விட்டு பாவாடையைக் கீழே விட்டான். ஜெயந்தி சிலிர்த்தாள். ரஃபியும் சிரித்தான்.

''என்ன ரஃபி?'' என்றாள்.

''ஒன்னுமில்லம்மா'' என்றான் ரஃபி.

"ஏன் விட்டுட்டே ரஃபி. நான் திட்டுவேன்னு நெனைச்சியா?"

''இல்லே ஜெயந்தி. நீ எனக்குக் கிடைப்பாய் அப்பிடீன்னு எனக்குக் கொஞ்சம்கூட நம்பிக்கையில்லே... என்னோட

ஃப்ரெண்ட்ஸ்ங்களுக்கும் அப்பிடித்தான்... அன்னைக்கு ராத்திரி என்னைக் கட்டிப் புடிச்சது ஒரு மோகினிப் பிசாசு அபிடீன்னு கடைசீலே எல்லாரும் முடிவு பண்ணீட்டாங்க... காலு பூமியிலே பட்டுதா படலியான்னு ஏண்டா பாக்கலேன்னு என்னைத் திட்டினாங்க... அதுக்குத்தான் இப்ப உன்னோட காலைப் பாத்தேன்.''

''பிசாசா? பிசாசு இப்படி முத்தம் கொடுக்குமா?'' என்று அவனைக் கெட்டியாகப் பிடித்துக் கொண்டு முத்தம் கொடுத்தாள். போதை தரும் அவளது அருகாமையையும், அவளது முத்தத்தையும் அனுபவப்பட்ட அவன், அவள் தனக்குக் கிடைத்து விட்டாள் என்பதையே இன்னும் நம்ப முடியாதவனாக இருந்தான். இவை அனைத்தும் நிஜம்தான் என்பதை எப்படி உறுதிப்படுத்துவது என யோசிததான்.

கொஞ்ச நேரமாகவே வெளியிலிருந்து சத்தம் எதுவும் அவர்களுக்குக் கேட்கவில்லை. மறுபடியும் பம்ப் ஹவுஸுக்குப் போகலாமா என்று தோன்றியது. ரஃபி ஜெயந்தியைத் தன்னைப் பின்தொடர்ந்து வரும்படிசொல்லி விட்டு லண்டானாவின் அடியாகத் தவழ்ந்து நகர்த்தினான். கொஞ்ச தூரம் நகர்ந்த பிறகு ரஃபியைப் பயம் பிடித்துக் கொண்டது. லண்டானா புதருக்குள் தாங்கள் இவ்வளவு தூரம் வந்ததாகவே அவனுக்கு நினைவில்லை. நகர நகர லண்டானா நீண்டு கொண்டே போயிற்று. திசை தப்பி விட்டதா? அவர்களுக்குச் சந்தேகம் எழுந்தது. பயந்து போய்க் கொஞ்ச நேரம் திசையை மாற்றி நகர ஆரம்பித்தார்கள். பிரயோஜனமில்லை... ஆகாயத்தின் வெறுமையைப் போல பூமியெங்கும் லண்டானாப் புதர்கள் எல்லையில்லாமல் படர்ந்திருந்தன. அங்கேயே கொஞ்ச நேரம் உட்கார்ந்து மனிதக் குரல் ஏதாவது கேட்கிறதா என்று உற்றுக் கேட்டார்கள். எங்கேயோ குரல் கேட்கிற மாதிரி தெரிந்ததால் அத்திசையில் தொடர்ந்து நகர்ந்து கொண்டிருந்தார்கள். பலன் ஏதுமில்லை.

உடம்பெல்லாம் முட்களும் கற்களும் பட்டு ரத்தம் கசிந்தது. உடைகளெல்லாம் கிழியத் தொடங்கின. இப்படித் தவழ்ந்தும் ஊர்ந்தும் போய்க் கொண்டேயிருந்த போது திடீரென்று சுரங்கம் மாதிரி ஒரு பாதை தட்டுப்பட்டது. பிராணிகள்

எவையோ நடந்து நடந்து போட்ட பாதை மாதிரி தெரிந்தது. தவழ்வதைக் கொஞ்ச நேரம் விட்டு விட்டுத் தங்களைச் சுதாரித்துக் கொண்டார்கள்.

லண்டானா மரங்களின் உச்சியிலிருந்து உக்கிரமாக வீசிக் கொண்டிருந்த சூரிய வெப்பம் தணியத் தொடங்கியது. முடிவில் கிரகணம் பிடித்த மாதிரி வெயில் மறைந்து நிலவொளி ஆகியது. பச்சை இலைகள் தீயில் கருகும் வாசனை ரஃபியின் மூக்குக்கு வந்தது. "எங்கியோ தீப்புடிச்சிருக்குது. இப்படி அடர்ந்து படர்ந் திருக்கிற காட்டுலே தீப்புடிச்சா எங்க கதி ஆகும்" என்று இரு வரும் கனத்தோடு அந்தச் சுரங்கப் பாதை போன்ற தடத்திலே நடந்தார்கள். புகை மேலும் மேலும் அடர்த்தியாகப் படர்ந்தது. போன பாதையில் ஒரு சில இடங்களில் ஈர மண் பாதை தெரிந்தது. அந்த இடத்தில் மட்டும் புதர் அடர்த்தி கொஞ்சம் கம்மியாக இருந்தது. மூண்டு வரும் புகைக்கு நடுவில் அவர் களுக்கு இடப் பக்கமாக ஒரு சாம்பிராணி மரத்தின் அடியில் அகலமாகப் பருத்து ஏலக்காய்ச் செடிகள் பரந்து செழித்து வளர்ந்திருந்தன. அதன் கிளைகளில் பேரீச்சம்பழ அளவில் காய்கள் காய்த்து யாரும் பறிக்காததால் பழமாகி பரவிக் கிடந்தன. ரஃபியும் ஜெயந்தியும் வியப்போடு அதைப் பார்த்த னர். புகை மூட்டம் மேலும் அதிகமாகியது. 'சரசர'வென்று இலைகளும் தீப்பற்றி எரியும் சப்தம் கேட்டது.

மிகுந்த களைப்போடு ஒரு வாடிய மலரைப் போல இருந்த ஜெயந்தியை இழுத்துக் கொண்டு பாறை இருந்த திசையை நோக்கி லண்டானாவுக்கடியில் தலையைக் குனிந்து கொண்டு நுழைந்தான் ரஃபி.

தளர்ந்து போன ஜெயந்தி 'ஐயோ' என்று வீறிட்டாள். "பயப்படாதே ஜெயந்தி வா... நகர்ந்து நகர்ந்து ஏறி எப்படி யாவது பாறை மேலே உட்கார்ந்து விட்டால் அங்கே தீ வராது..." என்று தைரியம் சொல்லிக் கொண்டே புதருக்கடி யிலிருந்த குச்சிகளையெல்லாம் ஒடித்துக் கொண்டே முன்னே போய்க் கொண்டிருந்தான். ஜெயந்தி மிகுந்த சிரமத்துடன் அவனைப் பின்தொடர்ந்து போனாள். அவர்கள் தவழ்ந்து தவழ்ந்து போய்க் கொண்டிருந்த தூரம் கொஞ்சம் குறைந்த

மாதிரி தெரிந்தது. லண்டானா புதரின் அடர்த்தியும் குறைந்து பாதை கொஞ்சம் தெளிவாகியது. புகை மூட்டமும் இப்போது அவ்வளவாக இல்லை. ஆனால், களைப்பும் ஆயாசமும் சேர்ந்து ஜெயந்தியை முற்றிலும் சோர்வடையச் செய்து விட்டன. இரண்டு பேரின் உடம்பு பூராவும் ரத்தக் காயங்கள். லண்டானா புதரைக் கடப்பதற்குள் அவள் மயங்கிக் கீழே விழுந்தே விட்டாள்.

"ஜெயந்தி... இன்னும் கொஞ்ச தூரந்தான்..." ரஃபி கெஞ்சினான்.

"இல்லே ரஃபி எனக்கு உயிர் வாழறதுக்கு ஆசையே இல்லே. நீ எப்பிடியாவது தீயிலேர்ந்து தப்பிச்சுப் போயிரு" என்றான்.

ரஃபி நீண்டு உயர்ந்து நின்ற பாறையைப் பார்த்தான்... அவளையும் தூக்கிக் கொண்டு அதன் மீது ஏறுவது என்பது சாத்தியமெனத் தோன்றவிலலை.

"ஜெயந்தி" என்றான்.

"போ... ரஃபி... புகை ஜாஸ்தியாயிட்டிருக்குது..." என்றாள். புகையைக் குடித்துக் குடித்துச் சிவப்பாகி அவள் கண்கள் ஜீவ களையையே இழந்திருந்தது.

"முடியவே முடியாதா?" ரஃபி கேட்டான்.

பலவீனமும் களைப்பும் கலந்த புன்னகையொன்று ஜெயந்தியின் முகத்தில் அரும்பியது. சுற்றுமுற்றும் பார்த்து விட்டு ஏதோ ஒரு முடிவெடுத்தவனைப் போல ரஃபி கீழே இறங்கி வந்து உட்கார்ந்து அவள் தலையைத் தன் தொடை மீது வைத்துக் கொண்டான். கண்கள் கண்ணீரைச் சொரிந்தன.

"ஜெயந்தி... பயந்து திரும்பி ஓடறதா இருந்தா அன்னைக்கு ராத்திரியே அந்த இங்கிலீஷ் கௌடாவோடடேயே ஓடியிருப்பேன். என்னை உன் கூட ரமேஷ் எதற்கு அனுப்பினான் தெரியுமா? காட்டுலே போய் 'லவ்' பண்றத்துக்காக இல்லே. உன்னை ஜாக்கிரதையா பார்த்துக்கறத்துக்குத் தான். இப்ப உன்னை விட்டுட்டு என்னோட உசிரு பெரிசுன்னு போய் டாட்டா நாளைக்கு அவங்க மூஞ்சிலே எப்படி முழிக்கிறது... நீ கொஞ்சம் மனசு வைக்கணும்... இல்லேன்னா ரெண்டு பேரும் இங்கியே சாம்பலாகிறலாம்." ரஃபி ஜெயந்தியின் தலையைக் கோதி விட்டுக் கொண்டே சொன்னான்.

இப்படிப்பட்ட தியாகம் கலந்த அன்பு, உண்மையான கடமை உணர்வு முதலிய விஷயங்களை ஜெயந்தி தனது வாழ்க்கையில் இப்போதுதான் முதல் முறையாக உணர்கிறாள். ''முயற்சி பண்றேன்... நட ரஂஃபி'' என்றாள். தவழ்ந்தும், ஊர்ந்தும் கொஞ்சம் கொஞ்சமாக நகர்ந்து பாறையின் உச்சியை நெருங்கிக் கொண்டிருந்தார்கள். மேலே போகப் போக அங்கே வீசிய நிர்மலமான புதிய காற்று அவர்களுக்குத் தெம்பு தருவதாக இருந்தது.

மலை உச்சியிலிருந்த பாறைகளுக்கு இடையில் தவழ்ந்து வந்த தென்றலைச் சுவாசித்த போது அவர்களுக்கு மறுபிறவி எடுத்ததைப் போல இருந்தது. முழுவதும் சக்தியற்றுப் போயிருந்த அவர்கள் வெறும் நடைப் பிணமாகவே ஆகிப் போனார்கள். கந்தலாகி நைந்து தொங்கிக் கொண்டிருந்த உடுப்புகளைக் கொஞ்சம் கொஞ்சமாகக் கிழித்துக் காற்றில் பறக்க விட்டார்கள். பாவாடையை உயர்த்தி அவள் கால்களைப் பார்க்க வேண்டிய சிரமமே ரஂஃபிக்கு இல்லை. ஒருவர் தேகத்தை ஒருவர் எப்படி வேண்டுமானாலும் பார்த்துக் கொள்ள முடிந்தது. ரஂஃபியின் கையைப் பிடித்துக் கொண்ட ஜெயந்தி சாதிக்க முடியாதவற்றைச் சாதித்திருந்தாள்.

பாறையிலிருந்து கீழே பார்த்த போது கண்ட காட்சி அவர்களை ஸ்தம்பிக்க வைத்தது. எரியும் நெருப்பிலிருந்து மூண்டு எழுந்த அடர்த்தியான புகை மேலே ஆகாயம் நோக்கிப் போகாமல் நில மட்டத்திலேயே நின்று கவிந்து அந்த ஆரண்யம் முழுவதையும் மூடியிருந்தது. தூரத்தில் தெரிந்த தேன் கூட்டு மலை அதன் சரிவிலிருந்து கெசரூர் எல்லாமும் மங்கி மறைந்து கொண்டிருந்தன.

அத்தியாயம் 44

"ஏய் யாரது? அடுப்புலே பச்சை விறகை வெச்சிருக் கறது? ஊதுங்க... ஊதுங்க... வீடு பூராவும் புகையைக் கௌப்பியிருக்கீங்க...'' என்று ராமாச்சாரி வீட்டுக்குள் புகுந்த அடர்ந்த புகையைக் கண்டு கத்தினான். புகை வரும் திசையைப்

பார்த்த பின் புகை வருவது தன்னுடைய வீட்டு அடுப்பில் இருந்தல்ல என்பது அந்தப் பிராமணனுக்குத் தெரிய வந்தது... ''ஊருக்குள்ளே தகராறு அதிகமாயிட்டிருக்கணும்... வீடுகளுக்குத் தீ வைச்சி கொளுத்திக்கிட்டிருக்கற மாதிரித் தெரியுது. அந்த ஆச்சாரி வேசி மகன் பேச்சைக் கேட்ட அந்த சாயிபுப் பையனை இந்துவா மாத்தப் போறோம்னு புரளி கௌப்பி விட்டது தப்பாப் போன மாதிரி தெரியிது'' என்று முணுமுணுத்தான்.

ஊருக்குள் இந்துக்களுக்கும், சாயிபுகளுக்கும் மோதல் ஆரம்பித்து விட்டது என்று அறிந்த உடனே வீட்டுக் கதவை நன்றாக அடைத்துக் கொண்டு விட்டு அவன் யோசிக்க யோசிக்க புகை மீண்டும் அடர்த்தியாகச் சூழ்ந்து கொள்ளத் தொடங்கியது... தன் வீடே தீப்பற்றிக் கொண்டு விட்டதோ என்று கலவரத்தோடு ஜன்னல் வழியாக வெளியே எட்டிப் பார்த்த ராமாச்சாரியின் கண்களுக்கு வீதியில் ஓடி வந்து கொண்டிருந்த தம்மண்ண கௌடா தென்பட்டான்.

கதவைத் திறந்து தம்மண்ணாவை உள்ளே விட்டான். ''என்ன தம்மன்னா சாயிபுங்களுக்கு செமத்தியா விழுந்துதா?'' என்றான்.

''அந்தத் தேவிடியாப் பசங்க இனிமேல தலையெடுக்க முடியாத அளவுக்குச் சரியாக் குடுத்திருக்கோம்... நம்ம பக்க ஆளுங்களுக்கும் ரொம்ப இடைஞ்சல் ஏற்பட்டிருக்கது... ரெண்டு பேருமே கொழந்த குட்டிங்கன்னு கூட பாக்காம அடிதடயில் எறங்கிட்டிருக்காங்க... என்ன ஆகுதுன்னு பாக்கணும்... அது சரி... இப்ப ஜெயிச்சவங்க... தோத்தவங்க முஸ்லீமுங்க இந்துங்க யாரும் உயிர் பொழைகச்கற மாதிரித் தெரியலே... லண்டானா காட்டுலே தீப் புடிச்சிருக்குது... என்ன பொகை... என்ன பொகை...'' என்றான் தம்மண்ணா.

''அய்யய்யோ... யாரு செஞ்ச வேலைப்பா அது... அது பரவுச்சுன்னா இங்கே நம்ம எல்லோருமே வெந்து சாம்பலாகிரு வோமே... ஓடு... ஓடு... நம்ம பக்கத்தலேர்ந்து வையுங்க...'' என்றான் ராமாச்சாரி.

''எப்படி வைக்கிறது ராமாச்சாரியாரே... அங்கே நடு மத்தியிலே ஹரிஜனளோட சேரி வேற இருக்குதே...''

''அதையெல்லாம் பாக்கற சமயமில்லே இது.''

''ச்சேச்சே... பொம்பளைங்க கொழந்தை குட்டிங்க எல்லாரும் எரிஞ்சு போயிடுவாங்க... சாகப் போற காலத்திலே நமக்கெதுக்கு இந்தப் பாவம்.''

''ஏ கௌடா... அந்தத் தேவிடியாப் பசங்க அன்னைக்கி சாயிபுங்க சாதியில் சேந்துக்கறோம்னு காறித் துப்பிச் சொல்லி அனுப்பிச்சத மறந்துட்டியா... போகட்டுமே இப்ப சாயிபுங்க ளோடேயே'' என்று பயத்தோடும், ஆத்திரத்தோடும் கத்தினான் ராமாச்சாரி... அதைக் கேட்டதும் தம்மண்ணனிடமிருந்து கொஞ்ச நஞ்ச கருணையும் பறந்து போயிற்று.

'அது சரீன்னு வெயுங்க... நம்ம எவ்வளவு தான் உபகாரம் பண்ணினாலும் அந்தத் தாயோளிங்க உண்ட வீட்டுக்கு ரெண்டகம் பண்ணறத உட மாட்டாங்க... நம்ம உயிரை நாம காப்பாத்திக்கலாம்... அவங்க எக்கேடோ கெட்டுப் போகட் டும்...'' என்று கௌடா ஊரின் வெளிப்புறமாக சுற்றி வளைத் திருந்த புதர்கள் மண்டிக் கிடந்த காட்டுப் பகுதியை நோக்கி ஓடினான். அதற்குள்ளாகவே கெசரூரை அடர்த்தியான புகை சூழ்ந்து கொண்டு விட்டிருந்தது. அநேகம் பேர் இருமத் தொடங்கினார்கள். பலருக்கு மூச்சு முட்டியது... சிலருக்கு ஆஸ்த்மா நோய் உள்ளவர்களைப் போல இளைப்பு எடுக்கத் தொடங்கியது... பலர் இருமி இருமி அடிவயிற்றைப் பிடித்துக் கொண்டிருந்தார்கள். அனேகம் பேர் அந்தக் கடும் புகையிலும் கூட முடிந்த வரையில் தங்கள் பழியைத் தீர்த்துக் கொள்ள இததான் சமயம் என்று கத்தி, கம்பு சகிதம் எங்கெங்கேயோ ஓடிக் கொண்டிருந்தார்கள். சீனிவாசராவ் அரை உயிராக ரத்தம் வழிந்தபடி பேங்கு வாசலின் முன்னால் விழுந்து கிடந்தான்... பேங்க் சுத்தமாகக் கொள்ளையடிக்கப்பட்டிருந்தது.

தம்மண்ண கௌடா ஊர் பக்கமிருந்து வைப்பதற்கு எவ்வளவோ முயற்சி செய்தும் ஜ்வாலை எழும்பவே இல்லை. மூடிக் கிடந்த புகை மூட்டம் காரணமாக இருக்கலாம். ஆனா லும் ராமாச்சாரியின் யோசனையைத் தலை மேல் கொண்டு கௌடா மேலும் மேலும் முயற்சி செய்து கொண்டிருந்தான்.

இதற்குள் சில ஹரிஜன இளைஙர்கள் தடி, கம்பு சகிதம் அவ னிருக்கும் இடம் நோக்கி ஓடி வந்தனர்.

சேரியைச் சேர்ந்த மாரன் தம்மண்ண கௌடா தீ வைத்துக் கொண்டிருப்பதைப் பார்த்து விட்டு சேரிக்குள் ஓடிச் சென்று, ''ஏய்... கௌடனுங்க நம்ம சேரிக்கத் தீ வைக்கிறாங்கடா டோய்'' என்று வெளியே கும்பலாக நின்று ஆலோசித்துக் கொண்டிருந்த தனது ஜாதிக்காரர்களைப் பார்த்துக் கத்தினான். அந்தக் கும்பலில் இருந்தவர்கள் எல்லோரும் எங்கிருந்து அவ் வளவு புகை வருகிறதென்று சந்தேகப்பட்டவர்களாக யோசித்துக் கொண்டிருந்தார்கள்.

மாரன் சொன்ன விஷயத்தைக் கேட்டு உடனே பயந்து நடுங்கிப் போனவர்களாக பெண்களும், குழந்தைகளும் வீட்டுக்குள் இருந்து அலறியடித்துக் கொண்டு வெளியே ஓடி வந்தார்கள். அதற்குள் பலர் புகையைக் குடித்து இருமி இருமித் தளர்ந்து போயிருந்தார்கள். புகையை உள்ளே இழுத்ததால் சிலருக்கு இருமி இருமிக் கை கால்களெல்லாம் தொய்ந்து விழ ஆரம் பித்தன. ''நாம சாகறத்துக்குள்ளே அந்தத் தேவிடியாப் பசங்க நாலு பேரையாவது வெட்டிச் சாய்ச்சுட்டு சாகலாம்... வாங்கடா டேய்...'' என்று ஒருவன் ரோஷத்தோடு கத்தினான். கொஞ்சம் பேர் கத்தி, கம்புகளை எடுத்துக் கொண்டு மாரன் தலைமையில் கிளம்பினார்கள்.

ஹரிஜனக் கூட்டம் வருவதைக் கண்ட தம்மண்ண கௌடா கையில் இருந்த தீப்பந்தத்தை வீசி எறிந்து விட்டு இருமியபடி ஓடத் தொடங்கினான்... ஹரிஜனக் கூட்டமும் இருமிக் கொண்டே அவன் பின்னால் ஓடியது... கொஞ்ச தூரம் ஓடுவதற்குள் தம்மன்னா அடி வயிற்றைப் பிடித்துக் கொண்டு கீழே விழுந்தான். கும்பல் அவனை நெருங்குவதற்குள் அவன் ஒவ்வொரு தடவை வரும் போதும் அவன் வாயிலிருந்து ரத்தம் கொப்பளித்து வெளிவந்தது. அவனது அந்திமக் கட்டம் நெருங்கி விட்டதை இருமியபடியே ஹரிஜனங்கள் பார்த்தார்கள். தங்களது பழி வாங்கும் உணர்வு எவ்வளவு அர்த்தமற்றது என்பது அவர்களுக்குப் புரியத் தொடங்கியது. அவர்களிலேயே இரண்டு பேர் இருமியபடி அடிவயிற்றைப் பிடித்துக் கொண்டு

உட்கார்ந்தார்கள். எல்லோரிடம் ஒரு வகையான பலவீனம், உறக்க மயக்கம் போன்ற போதை நிலை.

வெளியே ஒருவரையொருவர் கொல்லுவதற்கு மல்லு கட்டிக் கொண்டிருந்த போது ஆஸ்பத்திரியில் பாடீலின் உயிரைக் காப்பாற்றுவதற்கு டாக்டர்கள் பெருமயற்சி செய்து கொண்டிருந்தார்கள். வயிற்றுக்குள் போய் விட்ட கூழாங்கல்லை எடுப்பதற்கு ஆபரேஷன் செய்திருந்தார்கள். பாடீல் இருமினால் வயிற்றுக்குள் போடப்பட்டிருக்கும் தையல் பிரிந்து போய் உள்ளுக்குள் ரத்தப் பிரவாகம் ஏற்பட்டு நிச்சயம் உயிருக்கு ஆபத்து ஏற்படும் நிலை இருந்தது. ஆகையால், டாக்டர்கள் தாங்களே இருமிக் கொண்டிருந்தாலும் பாடீலுக்கு ஆக்ஸிஜன் கொடுத்துக் கொண்டிருந்தார்கள். சூழ்ந்த புகை மேலும் மேலும் அடர்த்தியாகிக் கொண்டே இருந்தது. வெளியே ராமச்சந்திரா அவனுடைய சிஷ்யர்கள், அங்காடி, ஹெக்டே, சித்தப்பா எல்லோரும் காத்துக் கொண்டு இருமிக் கொண்டிருந்தார்கள். என்ன செய்வதென்று யாருக்கும் ஒன்றும் தோன்றாமல் உட்கார்ந் திருந்த போது உள்ளே பெதடின் ஊசி போட்ட போதை உறக்கத் திலேயே பாடீல் இருமும் சத்தத்தைக் கேட்டரன். இருமிய படியே டாக்டர் எமர்ஜென்ஸி வார்டின் கதவைத் திறந்து கொண்டு வெளியே வந்து, ''ஐயாம் சாரி'' என்றார். அடர்த்தியான புகை அலை அலையாக உள்ளே எழத் தொடங்கியது.

கடந்த ஆறு வருட காலமாகவே இந்த ஊரின் ஆத்மாவை யும் சுற்றுச் சூழலையும் தொடர்ந்து மாசுபடுத்திக் கொண்டே வந்து சமூகத்திற்கு அதன் விளைவு என்னவென்று தெரியலா யிற்று. எப்படிப்பட்ட கடுங்கோடையிலும் மென்மையான தென்றலைத் தந்து கொண்டிருந்த இந்த வனம் இப்போது லண்டானாவின் பசிய இலைகள் கருகும் வாசனை நிரம்பிய பயங்கர, கரிய மேகங்களை உமிழ்ந்து கொண்டிருந்தது. ஊர் ஜனங்களுக்குத் தாங்கள் செய்த தவறின் தீவிரம் புரியத் தொடங்கும் முன்பே மூண்டெழுந்த பெரும் புகை மண்ட லத்தில் சிக்கி பைத்தியங்களாக, இருமி இருமி எரிந்து சாம்ப லாவதற்கு முன்பே பலர் உயிர் நீத்தார்கள். எஞ்சியவர் மரண வேதனைக்காளானார்கள்.

ஜெயந்திக்கும் ரஃபிக்கும் தங்கள் கண் முன்னால் இருப்பது எதையும் பார்க்க முடியவில்லை. மேலே ஏறிப் போயே தீர வேண்டுமென்பதைப் போல வெறி. தேன் கூட்ட மலையின் உச்சி ஒன்றைத் தவிர வேறு எல்லாப் பகுதிகளையும் அடர்த்தியான புகை அப்பியிருந்தது. கீழே வனம் முழுவதும் காட்டுத் தீயின் கோரத் தாண்டவம். 'சரசர'வென்று எரியும் காட்டுத் தீயின் கரங்கள் குதித்துக் குதித்துப் பாய்ந்து பற்றிப் பிடித்து எரிந்தன. புகைக்கு நடுவிலே 'சரசர'வென்ற பொறி களோடு தீக்கங்குகள் சுழன்று சுழன்று அடித்தன. எரிந்து கொண் டிருந்த இடங்களில் அனல் காற்றின் வேகத்திற்கு மரம் செடி களும் தீப்பற்றிக் கொண்ட இலைகளும் கருகிக் கருகி கருகரு வென்ற சுழன்று தூர தூரமாகப் பறந்து லண்டானாப் புதருக்குள் விழுந்து கொண்டிருந்தன. அங்கிருந்து தான் தொடங்கியது புகையின் அட்டகாசம். எங்கும் புகையின் கோர நர்த்தனம். புகை மிகவும் அடர்த்தியாக, பாலைப் போல் வெண்மையாக, புனலொன்று மேல் நோக்கி எழும்புவதைப் போல எழும்பியது. அதன் அடிப் பாகத்தில் வெடிப்புச் சக்தியுள்ள அமிலத்தில் தீக் கொழுந்து பற்றி நெருப்புப் பந்தாக எம்பிப் பறந்து நின்று, வெடித்து, அதில் எல்லாமே வெந்து கொண்டிருந்தன. அங்கு பற்றி எரிந்த தீயின் கடுமைக்கு இரையாகிய இலைகள் பல்வேறு இடங்களுக்கும் புகையைக் கிளப்பி விட்டுக் கொண்டிருந்தன. காட்டுத் தீ ஒரே பக்கமாக முன்னேறாமல் அங்கும் இங்குமென எங்கெங்கோ பற்றிப் பரவி செந்நாவின் பிழம்புகள் நடனமாடத் துவங்கின. தீயின் பிரளய நடனம் லண்டானாக் காட்டு மேடையின் மீது 'தகதக'வென்று நடந்தது.

ஐந்தாறு காட்டெருமைகள் புகையில் சிக்கித் தத்தளித் தாலும் யம சாகசம் புரிந்து உச்சப் பாறையின் முகட்டிற்கு ஏறத் துவங்கின. அதில் ஒன்று வலுவிழந்து சரிந்து விழுந்து தடதடவென்று உருண்டு புகைக் கடலில் மறைந்து மாய மாயிற்று. மற்ற எருமைகள் ஒருவாறு தாக்குப் பிடித்து மேலே ஏறி வந்து மலை முகட்டின் மூலையில் மூச்சிறைத்தவாறு இடம் பிடித்து நின்றன. 'புஸ் புஸ்' என்று மூச்சுக் காற்று வந்து கொண்டிருந்தது.

பச்சை லண்டானா இலைகளுக்கு மயக்கம் தரும் தன்மை இருக்கிறதோ என்னவோ? அங்கே தன்னுடைய எந்தத் தடயமும் கிடைக்காதவாறு லண்டானா காட்டுக்குத் தீ வைக்க சுலைமான் பேரி அனுப்பிய இரண்டு பேரில் ஒருவன் புகை தன்னைச் சுற்றி வளைத்துச் சூழத் தொடங்கியவுடனே சுய நினைவை இழக்கத் தொடங்கினான். தீப்பற்றிக் கொண்டு புகையில்லாமல் எரிந்து கொண்டிருக்கும் இடமே சரியான ஒளியுள்ள வெளிப் பாதை என்பது போல தோன்றவே, அவன் நெருப்பையே நோக்கி ஓடினான்.

இன்னொருவன் ஏற்கனவே நாலைந்து இடங்களில் தீ வைத்து விட்டு, தன்னைச் சற்று ஆசுவாசப்படுத்திக் கொண்டிருக்கும் போது புகையினால் ஆத்திரம் கொண்டு கிளம்பிய மலைத் தேனீக்களின் தாக்குதலுக்கு உள்ளானான். லண்டானா புதர்களில் சிக்கிக் கொண்டு ஓட முடியாமல் இருந்த அவனை மலைத் தேனீக்கள் மன நிறைவடையும் வரை ஆசை தீரக் கடிக்க பிரக்ஞையிழந்த அவன் நெருப்புக்குள் விழுந்தான்.

''அங்க பாரு... தேன் கூட்டு மலை இப்ப நல்லாத் தெரியுது. கெசரூர் ஜனங்க எல்லாரும் இப்ப கூட அங்க ஓடிப் போனாங்கன்னா தீயிலேர்ந்து தப்பிச்சுக்கலாம்'' என்றாள் ஜெயந்தி.

''நமக்குத் தெரியுது... அவங்களுக்குத் தெரியுமா இந்தப் பொகையிலே'' என்றான் ரஃபி.

நிறைந்தது